AF819389

सुंदरपणे रचलेले, संपन्न, वाचनीय, स्मरणरंजन. कधी कोमल तर कधी कठोर... तिच्या जीवनासारखेच.

– रामचंद्र गुहा

निर्भय आत्मनिरीक्षण असेल, तेव्हाच चांगल्या आठवणी लिहिल्या जातात. यात पद्मा देसाई अव्वल ठरतात.

- सुधीर कक्कर

एका असामान्य स्त्रीच्या वैयक्तिक आणि व्यावसायिक संघर्षाची आणि विजयाची कहाणी उलगडणारे, मोहक आणि स्फूर्तिदायक आत्मनिवेदन.

– वेन्डी डोनिगर

खोलवर भिडणारं तरीही अलिप्तपणे लिहिलेलं आत्मकथन. ज्या वेगवेगळ्या विश्वातून तिच्या आयुष्याचा प्रवास घडला त्या सगळ्याची वाचकांना कठोर प्रामाणिकपणे घडवलेली, मनाची पकड घेणारी सफर.

– गायत्री चक्रवर्ती स्पिवक

चेकॉव्हच्या अत्यंत हुशार उपदेशाचे मोठ्या ऐटीत पालन करत पद्मा देसाईने स्वत:मधल्या गुलाम स्त्रीला बाहेर काढून फेकले आणि ती परिपूर्ण माणूस झाली.

– गुरचरण दास

स्त्रीमुक्तीची गाथा...

दैनिक सामना, २१-०३-२०२१

'Breaking Out' या इंग्रजी पुस्तकाचा अनुवाद

बंधमुक्त होताना...

भारतीय महिलेच्या सीमोल्लंघनाची यशोगाथा

लेखक

पद्मा देसाई

अनुवाद

सुनंदा अमरापूरकर

मेहता पब्लिशिंग हाऊस

Please contact us at **Mehta Publishing House,** Pune.
✆ +91 020-24476924 / 24460313 / Mob. No. 9545000513
Email : production@mehtapublishinghouse.com
Website : www.mehtapublishinghouse.com

◆ *या पुस्तकातील लेखकाची मते, घटना, वर्णने ही त्या लेखकाची असून त्याच्याशी प्रकाशक सहमत असतीलच असे नाही.*

BREAKING OUT by PADMA DESAI

First Published in Viking by Penguin Books India 2012
Translated into Marathi Language by Sunanda Amrapurkar

बंधमुक्त होताना... / अनुवादित आत्मकथन

अनुवाद : सुनंदा अमरापूरकर
Email : author@mehtapublishinghouse.com

मराठी अनुवादाचे व प्रकाशनाचे हक्क : मेहता पब्लिशिंग हाऊस, पुणे.

प्रकाशक : सुनील अनिल मेहता, मेहता पब्लिशिंग हाऊस,
१९४१, सदाशिव पेठ, माडीवाले कॉलनी, पुणे - ४११०३०.

अक्षरजुळणी : इफेक्ट्स, २१/ब, आयडिअल कॉलनी, कोथरूड, पुणे - ३८.

मुद्रक : पार्कसन्स ग्राफिक्स

मुखपृष्ठ : फाल्गुन ग्राफिक्स

प्रथमावृत्ती : मार्च, २०१८

किंमत : ₹ २९५

P Book ISBN 9789387789012

पूज्य काकीच्या स्मृतीस...

मृते भर्तरि या नारी ब्रह्मचर्ये व्यवस्थिता ।
सा मृता लभते स्वर्गं यथा ते ब्रह्मचारिणा: ॥
पराशर ४.२९

पतीच्या निधनानंतर जी स्त्री व्रतस्थ राहते, ती सत्चरित्र पुरुषांप्रमाणेच मृत्यूनंतर स्वर्गास पात्र होते.

दोन शब्द

१९३०च्या दशकात सुरत प्रांतातील एका पारंपरिक गुजराती ब्राह्मण कुटुंबात पद्मा देसाई सुरक्षित आणि कर्मठ वातावरणात वाढल्या. शैक्षणिक हुशारीमुळे त्यांना मुंबई विद्यापीठाची शिष्यवृत्ती मिळाली. जीवनात प्रथमच मोठ्या शहरात स्वतंत्रपणे रहायला मिळाले आणि त्याची किंमत दुर्दैवी, वाईट परिणामांनी चुकवावी लागली. बरोबर शिकणाऱ्या एका तरुणाने मोहात पाडून फसवले आणि तिला त्याच्याशी लग्न करावे लागले. हा दुःखद लग्नसंबंध संपवण्यासाठी तिने ख्रिश्चन धर्म स्वीकारला तरी घटस्फोट मिळाला नाही.

१९५५मध्ये तिला अमेरिकेतली शिष्यवृत्ती मिळाली आणि भारतातल्या जीवनातली ओझी, दडपणे आणि ताण यातून मुक्ती मिळवण्याचा तिचा प्रदीर्घ प्रवास सुरू झाला. त्यातून तिची स्वत्वाची जाणीव विकसित झाली आणि अनेक पातळ्यांवर तिच्यात चांगले परिवर्तन झाले. या नव्या जीवनात तिला भेटले ख्यातनाम अर्थतज्ज्ञ जगदीश भगवती, ज्यांच्याशी ती विवाहबद्ध झाली. नंतर आई झाली. आणि हार्वर्ड आणि कोलंबियासारख्या विद्यापीठांतून तिने शैक्षणिक मान्यता आणि लौकिक प्राप्त केला.

अनेक चढ-उतारांनी भरलेला हा खडतर मार्ग पार करून अमेरिकन जीवनशैली आणि संस्कृती, समाज यात ती कशा पद्धतीने समरस झाली? आणि भारतीय संगोपनातले काय काय तिने जपून ठेवले? एखाद्या कादंबरीकाराच्या कौशल्याने लिहिलेले धीट आत्मकथन, व्यक्ती, ठिकाणे आणि वातावरणाचे जिवंत चित्रण. संस्कृती, समाज, कुटुंब यांचे विद्वत्तापूर्ण निरीक्षण. विचारप्रवृत्त करणारी व्यक्तिकथा जी जगभरच्या वाचकांच्या मनात गुंजत राहते.

अनुक्रमणिका

प्रस्तावना

पन्नास वर्षांपूर्वी मी जेव्हा विद्यार्थिनी म्हणून अमेरिकेत आले, तेव्हा माझ्यापुढे काय वाढून ठेवलं आहे याची मला पुसटशीदेखील कल्पना नव्हती. आपण सध्या चाललो आहोत ते तिथं स्थायिक होण्यासाठी असंदेखील मी काही ठरवलेलं नव्हतं. मी भारतात लहानाची मोठी होत असताना माझ्या मनात ज्या अनेक भीती आणि अनिश्चितता होत्या, त्या आता मी मागे टाकलेल्या आहेत, हे अमेरिकेतला जीवनप्रवास सुरू झाल्यानंतर उलगडत गेलं. आता मी वेगळ्याच वातावरणात आलेले आहे असं मला जाणवायला लागलं. मला आता मोकळं वाटू लागलं होतं. असंख्य रूढी-परंपरा आणि नीतिनियमाचं मनावर असलेलं ओझं कमी झालं होतं. त्यामुळे लोकांशी माझे मोकळे संबंध प्रस्थापित होऊ लागले. मी काय करायचं, हे रोजच्या रोज माझं मीच ठरवू लागले (मला तसं करायला मिळत होतं). आता माझ्या लक्षात येऊ लागलं होतं की, अमेरिकेतल्या बाह्यजगाची माझ्या वैयक्तिक जगण्यात जास्त लुडबुड असणार नाही. याचा अर्थ मला माझ्या वागण्यात फार ठाम आग्रही राहणं किंवा अगदी गुप्तता पाळणं असं काहीच करण्याची गरज नाही. हळूहळू एका कैदेतून मी बाहेर पडत होते. रॉबर्ट फ्रॉस्टच्या शब्दात सांगायचं तर 'द बेस्ट वे आउट इज ऑलवेज थ्रू'. मी खरोखर बंधमुक्त झाले होते!

तसं पाहिलं, तर संपूर्ण वेगळ्या जगातून आलेल्या व्यक्तीने अमेरिकेशी एकरूप व्हायचं म्हणजे जरा गोंधळाचीच प्रक्रिया असते. सुरुवातीच्या दिवसांत मी अमेरिकेतल्या सगळ्या प्रसंगांना आणि पद्धतींना माझ्या भारतीय कल्पनांच्या फुटपट्ट्या लावून त्या बऱ्या की वाईट ठरवायचा प्रयत्न करायची. आता पन्नास वर्षांनंतर जेव्हा मी काही दिवस कौटुंबिक भेटीसाठी भारतात (माझ्या जन्मगावी) येते, तेव्हा एखाद्या नाखूश परदेशी माणसासारखी वावरते. मधल्या काही वर्षांच्या काळात माझ्यात हा बदल कसकसा होत गेला, चकित करणाऱ्या शोधांबद्दल माझी कोणती प्रतिक्रिया उमटली, अनपेक्षित आव्हानांशी मी कसा सामना केला, पहिल्यांदा हार्वर्डची पदवीधर विद्यार्थिनी, मग कोलंबिया विद्यापिठातली प्राध्यापिका आणि शेवटी रशियाची विदुषी झाले; इथपर्यंतची माझी सगळी कहाणी या पुस्तकात आलेली आहे. माझ्या

भारतातल्या पूर्वजीवनात घडलेल्या दुःखद घटना मी बदलू शकत नव्हते, त्यामुळे हा प्रवास कठीण होऊन गेला. शेवटी असं झालं की, मी जर भारतात राहिले असते किंवा अन्यत्र कुठेही स्थायिक झाले असते, त्यापेक्षा मला इथं जास्त मोकळं आणि आनंदी वाटू लागलं. बेंजामिन फ्रँकलिनने एकदा असं म्हटलं होतं की, 'इंग्लंडमध्ये असताना मी जरा जास्तच अमेरिकन असतो आणि अमेरिकेत आल्यावर एकदमच इंग्लिशमन होतो.' माझं मत यापेक्षा जरा वेगळं आहे. भारतात असताना मला, स्वत: खूप अमेरिकन असल्यासारखं वाटतं आणि अमेरिकेत, मी भारतीय आहे असं अजिबात वाटत नाही.

ही माझी संपूर्ण जीवनकहाणी नाही. काही घटना सांगितलेल्या नाहीत, काही नावं गाळली आहेत, कदाचित काही तारखा चुकल्याही असतील कारण मला आठवलं तसं मी सांगत गेले. रौसेयूच्या 'कन्फेशन्स'प्रमाणे मला असं खातरीनं वाटतं की, मला जे जाणवलं ते चूक असू शकत नाही, किंवा माझ्या भावनांनी मला वाट दाखवली तशी मी वागत गेले. माझ्या जाणिवा आणि भावना हेच माझ्या कहाणीचे मुख्य विषय आहेत.

माझा जन्म १९३१ साली सुरतला झाला. सुरत हे त्या वेळच्या मुंबई इलाख्यातलं व्यापाऱ्यांचं किंवा दुकानदारांचं शहर म्हणून ओळखलं जायचं. त्या वेळी 'तप्ती' म्हणून ओळखली जाणारी, आता जिला 'तापी' म्हणतात त्या नदीच्या मुखापाशी, अरबी समुद्राच्या मसालेदार किनाऱ्यावर मुंबईच्या उत्तरेकडे वसलेलं हे शहर.

ही मुलगी लग्न होऊन दुसऱ्या कुटुंबात जाणार आहे, तिथे ती 'आदर्श सून' होऊन नांदली पाहिजे, या हेतूने तयार झालेल्या कडक बंधनातच मी लहानाची मोठी झाले. माझे वडील हुंडापद्धतीविरुद्ध प्रचार करत असत. आमच्या जातीत हुंड्यापायी अनेक नववधूंना जाळलं जाई, त्याचा ते निषेध करत. माझ्या वाढत्या वयात या सगळ्या प्रथांबद्दल ते एक पाऊल पुढे असत त्याचवेळी दोन पावलं मागे येत असताना आम्ही पाहत होतो. मला शिक्षणात खूप पुढे जायची इच्छा होती. अगदी आकाशातील ताऱ्यांसारखं चमकायचं होतं आणि पुढे अमेरिकेला जायचं होतं; परंतु या मार्गातल्या प्रत्येक पायरीवर त्यांचा पाठिंबा मिळवण्यासाठी मला शांतपणे आणि खंबीरपणे झगडावं लागलं.

माझी आई सुरत जिल्ह्यातल्या एका लहानशा खेड्यात वाढलेली. तिला इंग्रजी येत नव्हतं. फक्त आमची मातृभाषा गुजरातीमध्ये ती थोडंफार लिहू आणि वाचू शकत असे. माझे वडील मात्र केंब्रिज विद्यापीठाचे पदवीधर होते. महाविद्यालयात शेक्सपिअरची नाटकं आणि रोमँटिक इंग्रजी कविता शिकवायचे. मात्र ही दोघांमधली ही दरी, माझ्या आईची जबरदस्त महत्त्वाकांक्षा, उत्तुंग कल्पनाशक्ती आणि प्रचंड उत्साह यांनी भरून काढली होती. पण तिला 'छिन्न मनस्कता' किंवा 'दुभंगलेलं मन' या मनोविकाराने ग्रासलेलं होतं. अर्थातच घर सोडून परदेशात गेल्यानंतर बऱ्याच काळाने मला हे समजलं.

वडिलांचे कडक शिस्तीचे नियम आणि आईचे सतत बदलणारे मूड्स यांनी खरंतर माझं बालपण करपून गेलं असतं; परंतु या काळात मला पोषण मिळालं काकीच्या मायेचं! काकी ही माझ्या गावाकडच्या काकांची तरुण (१७-१८ वर्षांची) विधवा पत्नी. वडील खेडेगावातून तिला घेऊन आले आणि तेव्हापासून ती आमच्या घरीच राहू लागली. तिने आम्हा मुलांचे खूप लाड केले. ती आम्हाला गरम गरम पदार्थ करून खाऊ घालायची आणि कधी कधी जेवण झाल्यावर पानाचा विडाही तयार करून द्यायची. तिच्या मुंडण केलेल्या डोक्याची, दरमहिन्याला शहरातला न्हावी येऊन नियमितपणे हजामत करीत असे. असं सगळं होतं, तरी तिचं घरातलं अस्तित्व फक्त एका उदास कोपऱ्याइतकंच जाणवत असे. आजही मी उदास होते, तेव्हा काकीची आठवण काढते. सकाळी-सकाळी मनाला आलेली खिन्नता तिच्या आठवणीमुळे कमी होते आणि मी काय गमावलं त्याचा विचार सोडून पुन्हा कामाला लागू शकते.

अमेरिकेत राहू लागल्यानंतर मी आजूबाजूच्या अमेरिकन कुटुंबांकडे आणि त्यांच्या मुलांकडे पाहू लागले, त्यांच्यातल्या गुंतागुंतीच्या नातेसंबंधांविषयी वाचू लागले आणि माझं मन आपसूक माझ्या भूतकाळाकडे वळलं, तेव्हा कुठे मला माझे आई-वडील समजू लागले. त्यांच्या माझ्या नात्यातली गुंतागुंत उकलू लागली. जर मी अजूनही भारतातच राहिले असते तर मी काही त्यांच्या वागण्याचं पृथक्करण किंवा समीक्षा करू शकले नसते, त्यांच्या मर्यादाही माझ्या लक्षात आल्या नसत्या आणि माझ्या त्यांच्यावरच्या रागाला मला आवर घालता आला नसता. मला याची कधीच जाणीव झाली नसती की, हिंदू संस्कृतीने विधवेकरिता जे न बदलणारे नियम किंवा बंधनं घालून दिली आहेत, त्यानुसारच आम्ही काकीला वागवत होतो आणि आम्ही तिच्याशी खूप चांगलं वागतो आहोत असं समजत होतो. माझ्या जीवनात लहानपणी असलेल्या तीन महत्त्वाच्या मोठ्या माणसांबद्दलचा जिव्हाळा टिकवून ठेवण्यासाठी मला स्वातंत्र्यपूर्ण अमेरिकन विचारसरणीची गरज होती.

याउलट माझ्या तीन भावंडांशी माझे भावबंध अगदी साधे सरळ होते. त्यात कोणतीही गुंतागुंत नव्हती. आम्हा तिघी बहिणींमध्ये धाकटी बहीण हंसा सगळ्यात मनमिळाऊ. तिची माझी खूप गट्टी होती. आमचा एकुलता एक भाऊ दिनकर माझ्यापेक्षा दोनेक वर्षांनी मोठा होता. आम्ही स्टम्प म्हणून कोणत्यातरी काठ्या रोवायचो आणि टेनिसच्या बॉलने क्रिकेट खेळायचो. तो सारखा टणाटण उडत राहायचा. आम्ही सगळे मिळून पतंग उडवायचो. आणि चोरून चिंचा खायचो. कारण आंबट चिंचा खायला आम्हाला परवानगी नसे. हंसा आणि मी खूप आवडीने सोबत शाळेत जायचो. वर्गात माझा नेहमी पहिला नंबर यायचा. त्यामुळे मी सगळ्या शिक्षकांना आवडत असे. मॅट्रिकच्या परीक्षेत ४८ हजार विद्यार्थ्यांत माझा दुसरा नंबर आला. त्यामुळे माझ्यावर बक्षिसांचा नुसता वर्षाव झाला. त्या वेळी मला एक

सायकलही बक्षीस मिळाली होती. आईच्या करड्या नजरेतून निसटण्यासाठी मी या सायकलीचा खूप वापर करून घेतला होता. बी.ए.च्या परीक्षेत मला सर्वांत जास्त गुण मिळाले होते इकॉनॉमिक्स (अर्थशास्त्र)मध्ये. मी मुंबई विद्यापीठात पहिली आले. मला भरपूर शिष्यवृत्त्या मिळाल्या आणि १९५१ साली मी पदवीच्या पुढील शिक्षणासाठी मुंबईला जाऊ शकले.

मुंबई हे माझ्यासाठी नंदनवन ठरलं. इथे मी स्वर्गाच्या स्फटिकाच्या कुंपण भिंतीवरून जी कोसळले ती थेट नरकाच्या दारात जाऊन पडले. मी ज्या संस्कारांत वाढले, तिथे मुलीचं शील, सात्त्विकता यांना फार महत्त्व होतं. लैंगिक स्वातंत्र्य आणि लग्नापूर्वी शरीरसुख यांना त्यात कुठेही स्थान नव्हतं. म्हणजे या गोष्टी साफ नाकारलेल्या होत्या. एका तरुणाने त्याचं उल्लंघन केलं आणि मला मुद्दाम मोहात पाडून फसवलं. पुढे मी त्याच्याशी लग्न केलं असलं, तरी तेव्हापासून आपण पापी असल्याच्या विचाराने मला पुरतं झपाटून टाकलं. खरंतर माझ्या या पूर्वस्मृती मी जाणीवपूर्वक गाडून टाकल्या होत्या. त्या पुन्हा कधी समोर येतील असं वाटलं नव्हतं, कारण त्या वैवाहिक संबंधातून मला गुप्तरोगाची लागण झालेली होती. पण पहिल्या लग्नाबद्दल लिहिताना पुन्हा सगळं आठवलं.

१९५५ साली मी अमेरिकेत आले ती फक्त एक वर्षाच्या अमेरिकन फेलोशिपवर. त्या वेळी मी विवाहित होते आणि विवाहाच्या सगळ्या कटू अनुभवांच्या आठवणी सोबत घेऊन आले होते. काही दिवस बाहेर राहिल्यानंतर, हार्वर्डमध्ये अनेक वेळा 'ए' श्रेणी मिळवून जवळ जवळ चार वर्षं मुक्काम केला आणि माझी पीएच.डी.ची तयारी पूर्ण केली. यामुळे मनाच्या जखमा भरून येण्यास मदत झाली. माझं शैक्षणिक यश त्या वेळेला टॉनिकसारखं काम करत होतं. नवऱ्यापासून तसंच मुंबईपासून खूप दूर राहिल्याचाही फायदा झाला आणि मी अखेर विवाहबंधन तोडण्याचा निर्णय घेतला.

१९५९ साली मी भारतात परत आले आणि दिल्ली स्कूल ऑफ इकॉनॉमिक्समध्ये लेक्चरर म्हणून काम करू लागले. पण त्या विद्यार्थ्यांबद्दल मला मुळीच आस्था वाटत नव्हती. कारण दिल्लीचे हे विद्यार्थी माझी लेक्चर्स चुपचाप ऐकून घेत. मात्र हार्वर्डमध्ये टीचिंग फेलो म्हणून काम करण्यामुळे माझी अशी खातरी झालेली होती की, मुलांनी मध्ये मध्ये प्रश्न विचारायला पाहिजेत. ते फार महत्त्वाचं असतं. १९६३ मध्ये जगदीशही दिल्ली स्कूल ऑफ इकॉनॉमिक्समध्ये आला. मी हार्वर्डमध्ये असताना एमआयटी (MIT) चे फेलो म्हणून त्याला ओळखत होते. त्याने माझ्याशी लग्न करण्याची इच्छाही व्यक्त केलेली होती. त्याचं प्रेम 'उत्कट, देदीप्यमान ज्वालेसारखं' नव्हे, तर 'मंद तेवणाऱ्या समईच्या ज्योतीसारखं' होतं. ते जन्मभर पुरणार होतं. आम्ही दोघंही स्कूलमध्ये लेक्चर्स द्यायचो. आमची ऑफिसेस शेजारी शेजारीच होती. मात्र

राहायला वेगळ्या वेगळ्या ठिकाणी होतो. ही व्यवस्था अशी होती की, आम्ही जरी एकमेकांच्या प्रेमात होतो आणि लग्न करायचे बेत करत होतो, तरी परस्परांचा तोल ढळू न देता, जितकं जवळ येता येईल तितकं येण्याचा प्रयत्न करत होतो. माझ्या जीवनातलं रितेपण भरून काढण्यासाठी, त्याच्याशी सामना करता यावा म्हणून मी रशियन भाषेच्या व्याकरणाचा अभ्यास करत होते आणि फावल्या वेळात हिंदुस्थानी शास्त्रीय संगीतातले रागांचे पलटे (स्वरमाला) पाठ करायचे.

मग माझ्या लक्षात आलं की, माझं पहिलं विवाहबंधन तोडणं अशक्यप्राय आहे. म्हणून मी कायदेशीर विभक्तीसाठी याचिका दाखल करण्याचा सोपा मार्ग निवडला. त्याला कायद्याची मान्यता होती. अर्थात हाही माझ्यासाठी सोपा निर्णय नव्हता. मला स्वतःची खूप शरम वाटायची. आधी उतावळ्या आवेगाने लग्न केलं आणि आता घटस्फोट घ्यायला निघाले म्हणजे मी कुळाला कलंक लावला असं अपराधीपण माझ्या मनाला खात होतं. आणि ही गोष्ट केव्हाची? तर पन्नास वर्षांपूर्वीची. एका निमशहरी भागात प्रतिष्ठितपणे जगणाऱ्या सुसंस्कृत पारंपरिक घराण्यातली मुलगी होते मी. त्या न्यायाधीशांनी सरळ माझी याचिका फेटाळून लावली आणि वरून 'कर्तव्यदक्ष सुनेची भूमिका' निभावण्याबद्दल मला चांगलंच लेक्चर ऐकवलं!

दरम्यानच्या काळात मला कळलं की, हिंदू विवाह कायदा १९५५ मध्ये एक कलम असं होतं की, पती किंवा पत्नी दोघांपैकी एकाने जर धर्म बदलला तर कायदेशीर विभक्त होण्याकरता ते एक कारण ठरू शकतं आणि मग पर्यायाने घटस्फोटही मिळू शकतो; मात्र दुसऱ्याने (म्हणजे पतीने किंवा पत्नीने) तसा कायदेशीर अर्ज केला पाहिजे. या कलमाबद्दल माहीत झालं नसतं, तर मी कधीच धर्म बदलून ख्रिश्चन होण्याचा विचार केला नसता; परंतु हाही मार्ग निष्फळ ठरला. म्हणजे मी धर्म बदलून ख्रिश्चन झाले आणि त्याच सुमारास मला कळवण्यात आलं की, माझ्या पहिल्या नवऱ्याने आता आपलं मत बदललं असून, तो घटस्फोट घेऊ इच्छित नाही. भारतातल्या एका गरीब खेड्यातल्या मोडकळीस आलेल्या चर्चमध्ये गळक्या छपराखाली एका सत्त्वशील धर्मप्रसारकाने मला दिलेली ख्रिस्ती धर्माची दीक्षा हा माझ्या आयुष्यातला एकमेव आध्यात्मिक अनुभव ठरला, जो आजतागायत शाबूत आहे.

अशा प्रकारे नऊ वर्षं प्रेमात असूनही सक्तीने एकमेकांपासून दूर राहावं लागलेल्या जगदीशला नि मला वाटायला लागलं की आपल्या विरहाला बहुतेक अंतच नसावा. शेवटी १९६८ साली जेव्हा जगदीशला एमआयटीची ठरावीक मुदतीसाठी असलेली प्रोफेसरची नोकरी चालून आली तेव्हा आम्ही अमेरिकेत स्थलांतर करायचं ठरवलं. त्या वर्षी आमचं दोघांचं एक पुस्तक प्रकाशित झालं, 'इंडिया : प्लॅनिंग फॉर इंडस्ट्रियलायझेशन'. त्यात आम्ही नेहरूंच्या समाजवादी

धोरणावर टीका करून त्याऐवजी बाजाराधिष्ठित सुधारणा कशा करायला हव्यात, हे सुचवलेलं होतं. हे पुस्तक तुफान खपलं. *Best seller* ठरलं. या पुस्तकामुळे जगदीशला सर्व जण आघाडीचे उदारमतवादी सुधारक म्हणून ओळखू लागले आणि मलाही सहलेखिका म्हणून ओळख मिळाली. पण तेवढ्याने माझं समाधान होईना. मला स्वत:ची वेगळी अशी व्यावसायिक ओळख असणं गरजेचं वाटू लागलं, म्हणून वयाच्या सदतिसाव्या वर्षी मी हे क्षेत्र बदलून रशियन क्षेत्राकडे वळले. कारण हार्वर्डमध्ये माझ्या पीएच.डी.च्या प्रबंधाचा विषय होता, 'योजना आराखड्यांचे आदर्श'. तसंच मला बऱ्यापैकी रशियन येत होतं. शिवाय वयाच्या १७-१८ व्या वर्षी 'मी आयुष्यात एकदा तरी डोस्टोव्हस्कीचं साहित्य मूळ रशियन भाषेत वाचीन' असा स्वत:शीच निश्चय केलेला होता.

हा घाईघाईने घेतलेला निर्णय होता. तथापि, रशिया हा देश समजावून घेण्याच्या मोठ्या कार्यात मला जरा लोक कमीच लेखत असत असा अनुभव आला. इतक्या वर्षांत मला भेटलेले अनेक जण तसंच समजतात. मला विचारतात, 'रशियाच का?', 'डोस्टोव्हस्कीमुळे,' माझं उत्तर. 'पण त्याचं लिखाण फार डिस्टर्ब करणारं आहे बुवा!' ते म्हणतात. 'हो ना. म्हणूनच डोस्टोव्हस्की,' मी सांगत असे. एखादं विद्वत्तापूर्ण कार्य करायचं आणि जर त्यात आव्हानंच नसतील तर ते करण्यात काय अर्थ आहे?

१९६८ मध्ये अमेरिकेत परत आल्यावर 'हार्वर्ड रशियन रिसर्च सेंटर' (आताचं डेव्हिस सेंटर) इथे साहाय्यक संशोधक म्हणून रशियन अर्थव्यवस्थेच्या पद्धतशीर अभ्यासात मी अक्षरश: घुसलेच. रशियन अर्थव्यवस्थेतील सापेक्ष उत्पादकता, त्याचप्रमाणे बाजाराधिष्ठित अर्थव्यवस्था इत्यादी विषयांवर व्यावसायिक जर्नल्समध्ये माझे लेख प्रसिद्ध होऊ लागले. मग मी रशियन अर्थव्यवस्थेतील समस्यांचे पृथक्करण करू लागले. आणि अखेर रशियन अर्थव्यवस्थेची अमेरिकन अभ्यासक (विदुषी) म्हणून माझं नाव होऊ लागलं. अशा प्रकारची मी पहिली विदुषी होते. मला असं वाटतं की, या तऱ्हेने मला एका वेगळ्या रशियाचा शोध लागला. अर्थात रशियाला अजून अधून मधून स्वत:ची वेगळी ओळख सापडत असतेच!

एक अभ्यासक विदुषी म्हणून खूप व्यस्त असतानाच आई होण्याची खूप तीव्र इच्छा माझ्या मनात होती. मॅसेच्युसेट्स जनरल हॉस्पिटलमधल्या हुशार आणि वाकबगार अशा डॉक्टरांनी तब्बल सात वर्षं माझ्या प्रकृतीबाबत चुकीची निदानं केली आणि तरीसुद्धा १९ एप्रिल १९७५ ला मी माझ्या 'अनुराधा' या मुलीला जन्म दिला. त्याचं असं झालं की, १९७४ मध्ये मला कॅलिफोर्निया विद्यापीठामध्ये एक तात्पुरती नोकरी मिळाली होती म्हणून मी बर्कले इथे गेले होते. तिथे थोडा त्रास झाल्याने मला गर्भाशयाच्या अंत:स्त्वचेची छोटी शस्त्रक्रिया करून घ्यावी लागली.

ती जर का मी केली नसती, तर आजतागायत मी तशीच 'वंध्या' स्त्री म्हणून जगले असते.

अनुराधेच्या जन्माची बातमी कळल्यावर वडिलांनी मला लिहिलं की, 'अनुराधा' हे चंद्रदेवाच्या सातव्या पत्नीचं नाव आहे. मला माहिती नव्हतं की, चंद्राची लग्नं झालेली होती आणि त्याला सात बायका होत्या म्हणून! आईचा शेरा होता, 'चला, आता तुला सुखदु:खात सहभागी होणारी सखी मिळाली!' त्या वेळी माझं पिलू सात पौंड वजनाचं चुळबुळणारं छोटंसं गाठोडं होतं! पण तिने माझं आयुष्य जादू केल्यासारखं, चमत्कार व्हावा तसं बदललं. मला एकदम ठणठणीत तब्येत आणि भावनिक नवजीवन मिळाल्यासारखं वाटलं. तेही वयाच्या त्रेचाळिसाव्या वर्षी!

मी माझी अमेरिकन ओळख निर्माण करण्यात अगदी बुडून गेले होते. अमेरिका आणि रशिया या दोन्ही देशांत मला 'रशियन भाषेची अमेरिकन विदुषी' म्हणून लौकिक मिळवायचा होता. खरं म्हणजे मी भारतावर काम करत राहिले असते तर मला अधिकृत विदुषी म्हणून सगळ्यांनी फार लवकर स्वीकारलं असतं. अमेरिकेत ओळख निर्माण करण्यासाठी पहिल्याप्रथम मी माझी वेषभूषा बदलली. साडीतून पॅन्ट-शर्टमध्ये आले. पण माझी सावळी कांती तर तीच राहणार होती! १९८० च्या दशकात जर माझे डोळे निळे आणि केस भुरकट असते, तर रशियामध्ये मला अमेरिकन विदुषी म्हणून चट्कन स्वीकारलं असतं. एकदा मी अशीच सलवार-कमीज घालून, विमानाने रशियाला पोहोचले. 'हॉटेल रोशिया'च्या लिफ्टमधून जाताना मी चकितच झाले. ती लिफ्ट हळूहळू वर चढत असताना लिफ्टमधले लोक माझ्यासमोरच माझ्याबद्दल बोलू लागले. 'Ot kuda ona ?' (ही कुठल्या देशातून आली इथे?) 'Kakie dlinnye volocy' (किती लांब केस!) 'Kakie chyornye glaza!' (काय काळेभोर डोळे आहेत ना?) शेवटी एक जण म्हणाला, 'Ona tsigan ka' (ही जिप्सी स्त्री दिसतेय.) मी विचार केला, माझ्या विद्वत्तापूर्ण पदव्या वगैरेंबद्दल यांच्याशी बोलण्यात काही अर्थ नाही. म्हणून 'Do svidaniya' (बाय! बाय!!) असं स्नेहपूर्ण बोलून मी आपल्या वाटेने निघून गेले.

अमेरिकन शिक्षणक्षेत्राची आव्हानंसुद्धा काही कमी कठीण नव्हती. व्यावसायिक जर्नल्समधून लिहायला मी सुरुवात केली होती. तरीपण माझी अजून नीट ओळख निर्माण झालेली नव्हती. म्हणून मला वाटायचं, माझे सहकारी अर्थतज्ज्ञ विचारत असतील, 'रशियावर हिचं काम चालू असलं, तरी अर्थशास्त्रज्ञ म्हणून हिची कितपत लायकी आहे?' पण मी बदलत होते. अमेरिकेत व्यावसायिक यश मिळवण्यासाठी शैक्षणिक पात्रतेबरोबरच बाजारतंत्रातील कौशल्यही तितकंच आवश्यक ठरतं. मी भारतात लहानाची मोठी झाले या गोष्टीचं मनावर जे एक दडपण होतं,

ते प्रथम दूर सारून मला अमेरिकेतील स्पर्धात्मक वातावरणाच्या नियमांशी जुळवून घ्यावं लागलं. मला हे समजून घ्यावं लागलं की, नोकरी कुठे करायची, कशी करायची यासंबंधीचे निर्णय हे स्वत:ची नातीगोती, वैयक्तिक जीवन यापेक्षाही कामाच्या ठिकाणचे नियम, तिथल्या पद्धती यांच्यावरून घ्यावे लागतात.

अमेरिकेत मी जवळ जवळ पाच दशकांपेक्षा अधिक काळ जगदीशबरोबर राहिले. त्याच्याशी अटळपणे माझे जे मतभेद होत असत, त्या बाबतीत त्याच्याशी कसं जुळवून घ्यायचं याचेही नवे मार्ग मी अमेरिकेत असतानाच शोधले. सुरुवातीच्या दिवसांत मी एखाद्या बाटलीत कोंबाव्या तशा माझ्या भावना मनातच दडपून ठेवायची आणि मग त्याचं खूप जड असं ओझं व्हायचं. का तर, आरडाओरड, प्रत्यक्ष वादावादी मी टाळू पाहत होते. हलके हलके एका कर्तव्यपरायण पत्नीसारखं गप्प राहून सारं काही सोसण्याचे स्वत:वर लादून घेतलेले नियम मी शिथिल करू लागले. त्याच्याही काय गरजा आहेत हे मला समजू लागलं. जसजसा काळ गेला तशी मला जाणीव झाली की, माझं काम, माझं करिअर याचं त्यालाही महत्त्व वाटतं. तो माझ्या वाटेत कधीच आडवा येणार नाही. त्याच्या संकल्पना मोठ्या आहेत. त्याच्या कृती उदात्त असतात आणि त्याची वृत्ती देण्याची आहे. ती देणगीच त्याला लाभलेली आहे. त्याने जेव्हा एमआयटी सोडलं, तेव्हा आम्ही दोघंही कोलंबियाला आलो. तो मला घेऊनच आला. त्या वेळी राजा वॉलिस सिम्पसनला राज्य सोडल्यानंतर जसं वाटत होतं, तसंच मला काही वर्षं वाटत राहिलं.

दुसऱ्या बाजूला, अनेक जणांनी (कुटुंबातील सदस्यांनी) लहान बाळाची काळजी घेऊन त्याला वाढवण्याची भारतीय पद्धत किती चांगली आहे हे मला उमगलं. इथे अमेरिकेत मी परक्या पण विश्वासू लोकांच्या मदतीने अनुराधेला वाढवलं. एक स्त्रीवादी विचारांची व्यक्ती म्हणून मला असं ठामपणे वाटतं की, महत्त्वाकांक्षेमुळे स्त्रीचं खूप चांगलं पोषण होतं आणि मग ती पत्नी आणि आई म्हणूनही समाधानी होते. अमेरिकेत जर स्त्रियांच्या कामाच्या ठिकाणी अपत्यसंगोपनाची चांगली सोय नसेल, तर त्या सर्वोच्चपदी पोहोचू शकत नाहीत.

मी माझ्या करिअरमध्ये काही मोठे अडथळे पार केले. काही व्यावसायिक लढायाही केल्या. सरतेशेवटी एक नाजूक मुक्त अशी भावना माझ्या अनुभवास आली. त्यात दूरवरच्या रीतिरिवाजांची कोणतीही बंधनं उरलेली नव्हती. भारतात असताना होतं, तेच माझं नाव आहे, तोच व्यवसाय आहे; परंतु अमेरिकेत मला काही वेगळंच वाटतं. वर्षामागून वर्षं अशी तीन दशकं आता उलटून गेली आहेत. कोलंबिया कॉलेजमधल्या अतिशय विविध प्रकारच्या दोनशे विद्यार्थी-विद्यार्थिनींनी भरलेल्या वर्गाला मी अर्थशास्त्राची अविचल तत्त्वं, त्यातल्या गमतीजमती शिकवत आले. हे करत असताना माझ्या असं लक्षात आलं की, ते त्यांच्या देशाचं म्हणजे अमेरिकेचं प्रतीकच आहेत. अगदी पूर्णपणे.

इथली अमर्याद विविधता, सतत बदलती रूपं, इथला चंचलपणा, ऊर्जा, हेतुपूर्वक वागणं हे सगळं त्यांच्यात दिसतं. त्यात कधी कधी ढिलेपणा आणि चुका होत असल्या तरी अमेरिकेतलं भरपूर पैसा कमावण्याचं संसर्गजन्य स्वप्न, मनोरंजनाची अधाशी वखवख आणि दु:खाची गोष्ट म्हणजे गणित आणि शास्त्रांमधलं त्याचं कमी होत चाललेलं स्वारस्य हेही त्यात स्पष्टपणे दिसून येतं.

प्रत्येक वेळी मी उत्कृष्ट लेक्चर दिलं. त्यामुळे लेक्चर ऐकणाऱ्यांत खूप जोरदार संवाद सुरू झाला की मला आनंद होत असे. कोलंबिया ऑडिटोरिअममध्ये मी एखाद्या आव्हानात्मक किंवा क्वचित निंदनीय अशा अर्थशास्त्रीय तत्त्वाची उकल करून सांगत असे, तेव्हा हमखास मी माझ्या तरुण श्रोत्यांशी संवाद करत असे आणि त्यांनी नेहमी माझी आठवण ठेवावी असं काही ज्ञान मी त्यांच्या मनात पेरत असे. त्यांच्या इच्छा-आकांक्षा, संघर्ष, जबाबदाऱ्या, मत-मतांतरं, आशा-निराशा ओळखून मी त्यांच्यात पूर्णपणे मिसळून जात असे. हे कसं घडलं ते मलाही कळत नसे. मला त्यांच्यासारखं बोलायला आवडायचं, त्यांच्या रसरशीत स्नेहपूर्ण सहवासात जिवंत असल्यासारखं वाटायचं. त्यांच्या त्या तोऱ्याची, नखऱ्यांचीदेखील मला खूप मौज वाटायची. माझं स्वत:चं म्हणावं असं हे विश्व मला सापडलेलं होतं.

अर्ध्या शतकापूर्वी हजारो मैलांवरच्या देशामधून मी एस एस इन्डिपेन्डन्स नावाच्या बोटीतून प्रवास करून अमेरिकेच्या किनाऱ्यावर उतरले. मी काही इथल्या वातावरणाचा अभ्यास करण्यासाठी आले नव्हते. पण इथे राहत असताना, इथल्या वातावरणातलं स्वातंत्र्य, स्फूर्ती आणि समतोल मला जाणवला. मीदेखील अतिशय सात्त्विक संस्कार आणि खंबीर अंत:करण घेऊन इथे आले होते. चारशे वर्षांपूर्वी जॉन विंथ्रॉप आणि त्याच्या अनुयायांसोबत अरबेलाहून प्रवास करत मी मॅसेच्युसेट्सच्या उपसागरी वसाहतीत आले असते तर त्याची तारस्वरातली घोषणा माझ्या कानावर पडली असती, 'आम्ही टेकडीवरच्या उंच शहरात राहू'.

पण मला अमेरिका त्या मूळच्या 'सिटी अपॉन अ हिल' म्हणजेच न्यायी, ईश्वरीय, प्रॉटेस्टंट देश म्हणून भावली का? माझ्यासारखी लक्षावधी माणसं किनारा पार करून इथे येतात, आपल्या आवडीप्रमाणे राहतात, इथले कायदे पाळतात आणि त्यांच्या स्वत:च्या देवाची पूजा करतात हे अमेरिकेचं वैशिष्ट्य मला भावलं. त्यांना इंग्रजीमधून स्वप्नं बघावी लागत नाहीत की ख्रिश्चन देवाची प्रार्थना करावी लागत नाही. जे इथं सनदशीर मार्गाने येतात, आपापल्या संधी शोधतात आणि इथंच आपलं घर करून राहतात, त्यांच्या बाबतीत कोणताही भेदभाव किंवा अपवाद केला जात नाही.

माझे वडील

गुजरातमधील सुरत शहराजवळच्या एका गावात माझे वडील लहानाचे मोठे झाले. पुढे त्यांनी तिथेच स्थायिक होऊन आपला प्रपंच थाटला. तिथल्या कॉलेजमध्ये त्यांनी पन्नास वर्षांहून जास्त काळ इंग्रजी साहित्य शिकवलं. त्यांच्या आई-वडिलांना डझनापेक्षा जास्त अपत्यं झाली, पण शेवटपर्यंत जगली दोनच; ते आणि त्यांची एक बहीण. ही मागच्या शतकातली गोष्ट आहे. त्या वेळी त्यांच्या छोट्याशा गावात शाळा नव्हती. त्यामुळे त्यांना शिक्षणासाठी एका काकांकडे जाऊन राहावं लागलं. हे काका दुसऱ्या गावात राहत होते. हे गाव नदीकाठी वसलेल्या एका शहरापासून खूप जवळ होतं. लहानपणी वडील नावेने नदी पार करून शाळेला जात असत. त्या वेळी त्यांच्याजवळ बुटांचा एक जोड असायचा. पण हे बूट खूप मोठे झाल्यामुळे ते पायात घालू शकत नसत. त्यांच्या उतारवयात ही गोष्ट त्यांना नेहमी आठवायची. काकांबद्दलही खूप प्रेमळ आठवणी ते सांगायचे. एकदा त्यांचे हे काका आमच्या घरी आले होते. ते बरेच दिवस राहिले. मग मी बाबांकडे तक्रार केली की, अजून किती दिवस हे पाहुणे आपल्याकडे राहणार आहेत? त्या वेळी बाबा त्यांच्या लहानपणीची आठवण सांगून मला रागावले होते. ते म्हणाले होते, 'मला कधी कधी आई-बाबांची खूप आठवण यायची. एकटं एकटं वाटायचं, तेव्हा काका मला त्यांच्याजवळ झोपू द्यायचे.' ग्रामीण भागात आजही सर्रास ही पद्धत रूढ आहे. लहान मुलं पालकांजवळच झोपतात. त्यात कुणालाही गैर वाटत नाही. भारतीय संस्कृतीमध्ये स्त्री-पुरुषांच्या स्पर्श-अस्पर्शाचे, सोवळ्या-ओवळ्याचे नियम फार कडक आहेत. ते पाळावेच लागतात. पण लहान मुलांचं लैंगिक शोषण वगैरे अमेरिकी संकल्पना इथे अस्तित्वात नाहीत.

१९१७ मध्ये हायस्कूलचे शिक्षण पूर्ण झाले तेव्हा वडिलांना पुढील शिक्षणासाठी शिष्यवृत्ती मिळाली आणि ते मुंबईच्या प्रतिष्ठित एल्फिन्स्टन कॉलेजमध्ये पुढील शिक्षणासाठी दाखल झाले. मला वाटतं, त्या ठिकाणचे बहुतेक प्राध्यापक इंग्रजी होते. इंग्रजी साहित्य हा त्यांचा मुख्य, तर संस्कृत हा दुय्यम विषय होता. एम.ए.पर्यंत शिक्षण पूर्ण झाल्यानंतर त्यांनी सुरतच्या महाविद्यालयात प्राध्यापकाची

नोकरी पत्करली. मुंबईतल्या जीवनाबद्दल वडील कधीच फारसं काही सांगत नसत. फक्त एकदाच सांगितलं होतं की, पहिल्यांदा मुंबईत पाय ठेवला तेव्हा त्यांना वाटलं होतं आपणच घोडागाडी चालवत जावं आणि मुंबई शहर पाहून यावं. या घोडागाड्यांना 'व्हिक्टोरिया' म्हणत असत. आता त्या मुंबईच्या रस्त्यांवरून केव्हाच गायब झाल्या आहेत. पण इथे अमेरिकेत न्यू यॉर्कच्या सेंट्रल पार्कजवळ मला अशा घोडागाड्या दिसल्या, मात्र व्हिक्टोरियाच्या अमेरिकन रूपात. घोडे आणि गाडीवान दोघंही खाऊन-पिऊन तगडे झालेले असतात आणि गाड्याही खूप सजवलेल्या असतात. हे गाडीवान उंच टोपी वगैरे घालून ऐटीत बसलेले दिसतात. पण नंतर मला समजलं की, त्यांना कठोर परीक्षेतून जावं लागतं. प्रशिक्षण पूर्ण केल्यानंतर प्रत्येकाला तोंडी परीक्षा द्यावी लागते. 'तू रस्त्यावरच्या पादचाऱ्यांच्या सुरक्षेची तसेच प्रवाशांच्या सुरक्षेची काळजी कशी घेशील?' 'तुझा घोडा अचानक कुणाला चावला तर?' अशा प्रकारच्या प्रश्नांची समाधानकारक उत्तरं मिळाल्यानंतरच घोडेवाल्याला परवाना दिला जातो. वडिलांच्या मुंबई मुक्कामात शिक्षणासोबतच त्यांची परोपकाराची कामंही चालू होती.

माझ्या वडिलांची पहिली बायको बाळंतपणात वारली. त्या वेळी ती तिच्या माहेरी गेलेली होती. त्यांनी एका वहीत स्वत:च्या काही आठवणी लिहून ठेवलेल्या होत्या. त्यात त्यांनी लिहिलं होतं, 'ती पहिल्या बाळंतपणासाठी माहेरी निघाली होती. खेड्यातल्या आमच्या त्या भल्या मोठ्या घराच्या उंबरठ्यावर उभी राहून, व्याकूळ नजरेने तिने दुरूनच माझा निरोप घेतला. तीच आमची शेवटची भेट.' वडिलांचं दुसरं लग्न माझ्या आईशी १९२० साली झालं. त्यांनी तिचं माहेरचं 'ललिता' नाव बदलून 'शांता' असं ठेवलं. एकदा खुशीत असताना आईने आम्हाला जुनी आठवण सांगितली होती. तिला बघून मागणी घालायला वडील जेव्हा पहिल्यांदा तिच्या खेडेगावी गेले, तेव्हा त्यांची परतीची रेल्वेगाडी चुकली होती. त्यांनी तिच्याशी लग्न करण्याचा निर्णय घेतला. याचं प्रमुख कारण म्हणजे ती त्यांच्याच पोटजातीतली होती आणि दिसायलाही सुंदर होती. आईची मनोवृत्ती चंचल होती. त्यामुळे वडील नेहमी म्हणायचे, "हिचं नाव मी 'शांता' (म्हणजे शांत स्वभावाची) ठेवलं, ते अगदी योग्य केलं, नाही का!" यात अर्धा विनोदाचा आणि अर्धा गांभीर्याचा भाग असायचा. ते आईला चिडवण्यासाठीच बहुधा असं म्हणत असावेत.

माझ्या आईशी लग्न झालं, तेव्हा वडिलांचे आई-वडील वारलेले होते. त्यामुळे काका-काकी, त्यांची मोठी मोठी मुलं अशी बरीच माणसं कुटुंबात एकत्र राहत होती. वडिलांना नेहमी काका आणि त्यांचे दोन मुलगे यांच्या आठवणी यायच्या. हे चुलत भाऊ त्यांच्याहून लहान होते आणि फार शिकलेले नव्हते. वडिलांचे मामा

आणि त्यांचे कुटुंबीयसुद्धा त्याच घरात राहत असत. त्या काळात सगळीकडे असंच चालायचं. खेड्यातून आलेला एखादा माणूस शहरात स्थिरस्थावर झाला की तो आपल्या गावातल्या अनेक जणांना बोलावून घ्यायचा. तेही येऊन तिथेच स्थायिक व्हायचे आणि मग एकाच घरात सगळे जण गुण्यागोविंदाने राहायचे. अमेरिकन संस्कृतीत ज्याला 'आगंतुकपणा' किंवा 'फुकट खाणं' असं स्पष्टपणे संबोधलं जातं त्या संकल्पनांना या ठिकाणी अजिबात थारा नव्हता. पुरुषांनी कष्ट करायचे, कमवायचं आणि बायकांनी स्वयंपाक करायचा, घराची स्वच्छता राखायची, मुलांचं पालनपोषण करायचं, पाहुण्यांची आणि वृद्धांची, आजारी माणसांची सेवा-शुश्रूषा करायची अशी संस्कृती होती. ही संमिश्र, विशाल कुटुंबं आता भारताच्या शहरी भागातून अदृश्य होत चालली आहेत. पण त्या काळी त्यात एखाद्या छोट्या राज्यासारखा व्यवस्थित कारभार चालत असे. सर्व सदस्यांची कमाई एकत्र करून वापरली जाई. अडचणीच्या वेळी एकमेकांना आधार दिला जाई. तरुण पिढीला उत्तम शिक्षण देण्याची सोय होई. ज्याची कमाई जास्त तो खर्चाचा मोठा भार उचलत असे. घरातली वयस्कर मंडळी कुटुंबात नीतिमत्तेची काळजी घेत. प्रत्येकाने आपल्या वयाला शोभेल अशा पद्धतीने वागावं, कुटुंबातले नातेसंबंध जपले जावेत यासाठी कडक नियम केलेले असत. वेगवेगळ्या वयाच्या स्त्री-पुरुषांनी एकमेकांशी योग्य त्या आदराने, अंतराने राहावं याची जबाबदारी कुटुंबातील ज्येष्ठ स्त्रिया सांभाळत. हिंदू संस्कृतीचे भाष्यकार (विशेषतः पुरुष) या कुटुंबव्यवस्थेला 'आदर्श व्यवस्था', 'सहृदय, कनवाळू, परोपकारी व्यवस्था' म्हणून तिचं कितीही उदात्तीकरण करत असले, तरी ही व्यवस्था तणावरहित नव्हती. या ताणतणावांचा जेव्हा भांडणाच्या, बाचाबाचीच्या रूपाने उद्रेक व्हायचा, तेव्हा अधिकाराच्या उतरंडीनुसार त्याचा निवाडा केला जाई. तरुणांना ज्येष्ठांच्या निर्णयापुढे मान तुकवावी लागे. स्त्रियांना बाजूला सारून पुरुष आपलंच म्हणणं खरं करीत. यातून कधी कधी कुटुंबाचे तुकडे होत. विशेषतः एखादी तरुण सून सुरुवातीला ही दडपणं स्वीकारी आणि मग युक्त्या-प्रयुक्त्या, कारस्थानं करून वेळ येताच स्वतः हुकूमशहा बने.

१९२५ साली वडील, माझी आई आणि तान्ही बहीण सविता यांना कुटुंबातच ठेवून पुढील शिक्षणासाठी इंग्लंडमधील केंब्रिज विद्यापीठाच्या फिट्झविल्यम हाऊस इथे गेले. सुरत सार्वजनिक शिक्षण समितीने त्यांना शिष्यवृत्ती देऊन पाठवलं होतं. १९२७ मध्ये इंग्लंडहून शिकून परत आल्यावर, काकांच्या एकत्रित कुटुंबातून वेगळं होऊन, कॉलेजच्या आवारातील स्वतंत्र घरात राहू लागले. हे घर त्यांना कॉलेजतर्फेच देण्यात आलं होतं. त्यांनी त्यांच्या दिवंगत भावाची विधवा बायको (काकी) आणि आईच्या दोन धाकट्या बहिणी यांना (माझ्या मावश्या) आमच्यासोबत राहायला बोलावून घेतलं. आईच्या बहिणींचं शिक्षण पूर्ण करून त्यांना जीवनात

स्थिरस्थावर करणं हाच त्यांचा त्यामागे हेतू होता. विधवा भावजयीला कायमसाठी आधार देण्याकरता आपल्याकडे बोलावून घेतलं होतं. माझा भाऊ दिनकर याचा १९२९ साली जन्म झाला. पाठोपाठ १९३१ साली मी आणि १९३३ मध्ये धाकटी बहीण हंसा जन्माला आली. आमचं मोठं कुटुंब होतं आणि ते सतत चंद्राच्या कलेसारखं वाढायचं. कधी कुणी नातलग येऊन राहत. जवळचे आणि लांबचेसुद्धा. काही जण शहर बघायला म्हणून येत, तर कुणी आजारी पडले म्हणून शहरातील हॉस्पिटलमध्ये उपचारासाठी आणत, तर कुणाची मुलगी नाहीतर मुलगा लग्नासाठी स्थळं पाहायला येऊन राहत. आम्हाला या सगळ्यांना सामावून घ्यावं लागायचं.

मला वाटतं, माझे वडील उदार वृत्तीचे होतेच; त्यात 'आपले नातलग आहेत, त्यांच्यासाठी आपण काहीतरी केलं पाहिजे' या पारंपरिक कर्तव्यबुद्धीची भर पडली होती. त्यामुळे नातेवाइकांचं अतिक्रमण आमच्या घरात नेहमीच असायचं. त्या वेळचं सुरत हे अतिशय भरभराटीला येत असलेलं, गजबजलेलं असं शहर होतं. त्यामुळे ते जवळच्या तसंच दूरवरच्या लोकांना चुंबकासारखं आकर्षित करायचं. इ.स. १५२० मध्ये 'गोपी' नावाच्या ब्राह्मणाने हे शहर वसवलं त्या वेळी त्याचं नाव होतं 'सूर्यपूर'. तेव्हापासूनच अनेक पर्यटक या शहराकडे आकर्षित होत. त्यापूर्वी बाराव्या शतकात मुस्लिमांनी या शहराची लूट केली, तर पंधराव्या शतकात पोर्तुगीजांनी ते जाळूनच टाकलं होतं. अरबी समुद्राच्या 'मसालेदार' किनाऱ्यावर, तप्ती (तापी) नदीच्या मुखाशी वसलेल्या या बंदराने ब्रिटिशांना आकर्षित केलं आणि इ.स. १६१२ मध्ये ब्रिटिशांनी हिंदुस्थानातलं आपलं पहिलं व्यापारी केंद्र 'सुरत' इथे सुरू केलं. त्यानंतर लगेच भारतीय उपखंडाच्या दुसऱ्या टोकाला म्हणजेच कलकत्त्याला त्यांनी दुसरं केंद्र उभारलं. आपली सगळी नाटकं लिहून झाल्यानंतर वयाच्या पन्नाशीला आलेला शेक्सपिअर, स्ट्रॅटफोर्ड-अपॉन-ॲव्हॉन इथे आरामशीर चिरनिद्रा घेण्यासाठी गेला आणि त्यानंतर बरोबर चारशे वर्षांनी, माझे वडील सुरतेच्या कॉलेजमधल्या एका वर्गात, त्याची नाटकं शिकवताना त्याला पुन्हा एकदा जणू साक्षात जिवंत करू लागले.

एकोणिसाव्या शतकाच्या अखेरीपर्यंत सुरत हे कापडनिर्मितीचं प्रमुख केंद्र म्हणून प्रसिद्धीस आलेलं होतं. मस्लिन आणि ब्रोकेड म्हणजेच मलमल आणि जरतारी काम केलेले कापड ही इथली खासियत होती. सोन्या-चांदीचे दागिने आणि घरगुती वापराच्या भांड्यांचं उत्पादन जोरात होतं. मी वाढीच्या वयात होते तेव्हा आईने मला बळेच या दुकानांमध्ये नेल्याचं मला आठवतं. रस्त्याने जाताना सुरतचं भारतभर प्रसिद्ध असलेलं फरसाण, चिवडा, शेव, गाठी, सर्व भाज्या घालून केलेला उंधीयो, तसंच दूध, बदाम, पिस्ते, खवा घालून केलेल्या तऱ्हतऱ्हेच्या मिठाया मोठमोठ्या थाळ्यांत घालून उघड्या ठेवलेल्या दिसत असत. विक्रेते हातातल्या

कळकट फडक्याने माश्या वारत उभे असत. आई हे पदार्थ हमखास खरेदी करत असे. आमच्या शहरातले लोक या पदार्थांविषयी बढाया मारायचे. म्हणायचे, 'खायला जावं सुरतमध्ये आणि मरायला जावं बनारसमध्ये' (आता बनारसला वाराणसी म्हणतात). त्या ठिकाणी बाजाराची गर्दी असायची. दुकानं मालाने आणि वस्तूंनी ओसंडून चाललेली, सायकली, घोडागाड्या यांची तुंबलेली वाहतूक, पायी जाणारी माणसं आणि इकडून तिकडे जात असलेले फेरीवाले, त्यातच मागच्या गल्ल्यांमधून भटके कुत्रे आणि गाई येऊन मिसळायच्या. त्या वेळी सुरत शहरात सांडपाण्याच्या विल्हेवाटीची व्यवस्था नव्हती. उघड्या गटारातलं पाणी घेऊन पावसाचं पाणी रस्त्यावर येऊन साचायचं. हे दर वर्षीच होत असल्यामुळे रहिवाशांना त्याची सवय झालेली होती. काहीच विशेष न झाल्यासारखे ते त्या ओंगळ घाणीत वावरत राहायचे. अरुंद गल्ल्यांमधली, मोडकळीस आलेली व आत अंधार भरलेली सगळी घरं एकमेकांना चिकटलेलीच. प्रत्येक घराच्या प्रवेशद्वाराशेजारीच शौचालय. दररोज सकाळी भंगी यायचे आणि मानवी विष्ठा गोळा करून तो मैला स्वतःच्या डोक्यावर वाहून न्यायचे.

जागोजागी तुंबणारं पावसाचं पाणी, दाट झाडी यामुळे पावसाळ्याचे चार महिने शहरात डासांचे प्रचंड मोठे थवेच्या थवे संचार करीत असत. त्यामुळे आम्हाला प्रत्येक पावसाळ्यात मलेरियाचा ताप एकदा तरी येतच असे. मलेरियाचा ताप आला की, आम्ही सरसकट क्विनाइनच्या गोळ्या घेऊन त्याचा हल्ला परतवून लावत असू. त्याच्या जोडीला दररोज सकाळी आई आम्हाला कडुलिंबाचा रस पाजत असे. आम्ही अतिशय स्वच्छ घरात म्हणजे बंगल्यातच लहानाचे मोठे झालो. शेजारी शेजारी दोन बंगले होते. दोन्ही बंगल्यांत सेप्टिक टँक असलेले फ्लशिंगचे संडास होते. सांडपाणी बागेत साठवलं जाई. दररोज रात्री आम्ही मच्छरदाणीत झोपायचो. अशा प्रकारे मलेरियाच्या डासांपासून आम्हाला दूर ठेवण्याचे प्रयत्न आमचे आई-वडील रात्रंदिवस करत असले तरी आम्हाला दर पावसाळ्यात मलेरिया व्हायचाच. जर पन्नास वर्षांपूर्वी त्या मलेरियावर संशोधन सुरू झालं असतं तर आम्ही त्यासाठी आदर्श नमुने ठरलो असतो! पण आमच्या ब्रिटिश राज्यकर्त्यांचं मात्र तसं नव्हतं. या हल्ल्यापासून बचाव करण्यासाठी ते सहा हजार फुटांपेक्षाही जास्त उंचीवरील उत्तर प्रदेशातल्या पहाडात जाऊन राहत. तिथे मलेरियाचा डास (ॲनॉफलीझ) पोहोचूच शकत नसे. स्वतः व्हाइसरॉयच या सहलीचं नेतृत्व करी. त्यांनी अशी 'हिल स्टेशन्स' निर्माण केली. तिथे टी-पार्टीसाठी हॉल, क्लब, जिमखाना, सुंदर सुंदर मनोरे असलेली चर्चेस अशा साऱ्या सुखसोई करवून घेतल्या. आता त्यांचा वारसा भारतातल्या नवश्रीमंतांनी पुढे चालवलेला आहे. ते पावसाळ्याचे चार महिने हिल स्टेशनला जाऊन गरम पांघरुणाच्या उबेत झोपत असतात.

आम्ही सुरतमध्ये वाढत असताना, इतरही काही घाबरवून सोडणारी आव्हानं सभोवती होती. आम्ही विशिष्ट पोटजातीचे असल्यामुळे, त्यांच्या चालीरीतीतून ती उद्‌भवलेली होती. आम्ही जातीने ब्राह्मण. पोटशाखा अनाविल. आम्हाला नुसतं 'अनाविल' असंच संबोधलं जातं. लग्न करून सासरी जाणारी नववधू आणि तिचे आई-वडील यांच्याकरता अतिशय अनिष्ट अशी 'हुंडापद्धती' आमच्या जातीत पूर्वापार पाळली जाते. यामध्ये लग्नाच्या वेळी नवऱ्या मुलाला आणि त्याच्या नातेवाइकांना बऱ्याच भेटवस्तू दिल्या जातात. यामध्ये रोख रक्कम, जडजवाहीर, घरगुती वापराच्या वस्तू, उपकरणं, भांडी, फर्निचर, कपडे यांचा समावेश असतो आणि ही यादी मागणीनुसार वाढतच जाते. यामागे अशी एक दंतकथा सांगितली जाते : एकदा एका धार्मिक विधी प्रसंगी ब्राह्मणांनी प्रभू रामचंद्रांना कार्य करण्यास नकार दिला. तेव्हा त्यांनी एका वनवासी जमातीतल्या लोकांकडून ते कार्य करून घेतलं आणि सांगितलं की, 'आजपासून या वनवासी जमातीच्या लोकांना ब्राह्मण समजण्यात यावं.' झालं. तेव्हापासून हे 'अनाविल' वरच्या जातीत ढकलले गेले आणि त्यांना 'अनाविल ब्राह्मण' असं नाव मिळालं. कदाचित तेव्हापासून असं झालं असेल की, आम्हीदेखील मूळ ब्राह्मणांइतकेच कार्यक्षम आणि अस्सल आहोत हे दाखवून देण्याकरता अनाविल ब्राह्मण सगळ्या चालीरीती फारच कर्मठपणे पाळू लागले! इतकं की, त्यांनी आपली स्वतंत्र पोटजातींची उतरंडही तयार केली. ज्या खेड्यामधून पहिला अनाविल ब्राह्मण म्हणजे त्यांचा मूळपुरुष आला असं मानलं जातं तिथपासून ही उतरंड सुरू होते. आणि मग इतर गावांतल्या अनाविल ब्राह्मणांना ते 'मूळचे कुठले?' यावरून दुसरं, तिसरं इत्यादी स्थान दिलं जातं. आता माझ्या आईच्या पूर्वजांचं मूळ गाव 'खरसाड' आणि वडिलांच्या पूर्वजांचं मूळ गाव 'सांधियेर'. यात 'खरसाड' हे वरचं आणि 'सांधियेर' त्याहून खालचं समजलं जातं. त्यामुळे आईचं घराणं वडिलांच्या घराण्याहून उच्च समजलं जातं. मला वाटतं, माझ्या वडिलांनी म्हणूनच हुंडा न घेता माझ्या आईशी लग्न करायचं ठरवलं असेल. त्यासाठी त्यांनी परतीची गाडीसुद्धा चुकू दिली यात काहीच नवल नाही.

कधी कधी माणसांच्या आडनावावरूनही पोटजातीचा अंदाज लावला जाई. अनाविल ब्राह्मणाचं आडनाव महत्त्वाचं असे. 'देसाई' आडनाव असलेले लोक 'नाईक' किंवा 'वशी' आडनावाच्या लोकांपेक्षा वरच्या दर्जाचे समजले जायचे, पोटजात तीच असली तरी. या पोटजातींची मांडणी आणि व्यवहार यांचा भारतीय समाजशास्त्रज्ञांनी अभ्यास केलेला आहे. त्यावरून विवाहाचे निर्णय कसे घेतले जातात आणि मुलीच्या वडिलांनी मुलाच्या वडिलांना हुंडा देण्याबाबत कोणते नियम आहेत यावर चांगला प्रकाश पडतो. पहिला नियम असा आहे की, सगोत्र विवाह (अगदी जवळच्या नात्यात लग्न करणं) टाळण्यासाठी आपल्या गावाबाहेरचा वर

किंवा वधू शोधावी. कोणत्याही कारणासाठी सहसा गाव सोडून न जाणाऱ्या एकाच गावातील वधू-वरांचे जीन्स (जनुकं) सारखीच असण्याची शक्यता म्हणजे त्यांचे गुणधर्म एकच असण्याचा संभव असतो. अशा वधू-वरांच्या मिलनातून सदोष संतती निर्माण होऊ शकते. दुसऱ्या नियमानुसार, खालच्या-वरच्या पोटजातीत विवाह ठरल्यामुळे लग्नाचा सौदा स्वस्तात होण्याची संधी मिळते. समजा, वधू ही उच्च पोटजातीतली असेल (जशी माझी आई होती), तर तिच्या वडिलांना अगदी कमी हुंडा देऊन किंवा हुंडा न देताही मुलीचं लग्न करून देण्याची संधी मिळते. याउलट एखादा पिता पोटजातीच्या उतरंडीमधल्या सर्वांत खालच्या पायरीवरचा असेल आणि त्याला पुष्कळ मुली झाल्या, तर हुंडे देता देता त्याचं दिवाळं निघायचीच शक्यता अधिक. एकंदरीत काय, मुलींपेक्षा मुलगे जास्त असणं फायद्याचं!

भारतीय कायद्याप्रमाणे हुंडा देण्या-घेण्यावर बंदी घालण्यात आली आहे. पण रोख रक्कम टेबलाखालून सहजी दिली-घेतली जाऊ शकते आणि त्याऐवजी महागड्या वस्तू घेऊन देण्याची पळवाटही आहेच की! यात भांडीकुंडी, पलंग-गाद्या, फर्निचर, इलेक्ट्रिक आणि इलेक्ट्रॉनिक उपकरणं ते थेट कार, फ्रिज आणि शहरात एखादा फ्लॅट घेऊन देण्याचाही समावेश असू शकतो. सासरी गेल्यानंतर स्त्रीने तिथल्या चालीरीती आत्मसात करायच्या, घरकामात प्रवीण व्हायचं आणि सासरच्या वडीलधाऱ्या माणसांची (खास करून पुरुषांची) मनं जिंकून त्यांना आपलंसं करायचं. एवढंच नाही तर योग्य वेळेस त्यांना पुत्ररत्न द्यायचं. तरच तिच्यावर पूर्ण पसंतीचं शिक्कामोर्तब केलं जातं. कदाचित मोठ्या शहरात राहणाऱ्या 'हिंदू राजकन्यांना' फक्त यातून सूट मिळत असेल. मात्र इतर सर्व नवविवाहित तरुणींना आजही हाच नियम लागू आहे. हिंदू विवाहात फक्त एक मुलगी आणि मुलगाच एकत्र येत नाहीत तर ते दोन कुटुंबांचं मिलन असतं. हा संबंधदेखील फार काळपर्यंत देवाणघेवाणीच्या स्वरूपात टिकून राहत असतो. त्याखेरीज मुलगी ही विवाह करून नवऱ्याच्या कुटुंबाला देऊन टाकतात, तर मुलगा हा कुटुंबाचा आर्थिक आणि भावनिक प्रमुख होऊन आई-वडिलांना म्हातारपणी आधार देत असतो. या प्रथा अगदी पोलादासारख्या भक्कम असल्यामुळे एखाद्या स्त्रीला तरुणपणी वैधव्य येणं ही तिच्यावर कोसळणारी सर्वांत मोठी दुर्दैवी आपत्ती ठरते. नवरा गेल्यावर तिला सासर आणि माहेर दोन्हीकडे कुणी आपलं माणूस उरत नाही. मी लहान होते तेव्हाची घटना मला आठवते. माझ्या वडिलांचा सख्खा चुलत भाऊ वारला, तेव्हा विधवेचं वंचित आयुष्य आपल्या वाट्याला नको म्हणून त्याच्या तरुण पत्नीने स्वत:ला जाळून घेऊन मरण जवळ केलं होतं!

मला आठवतं, तेव्हापासून माझ्या वडिलांनी आमच्या जातीतून हुंड्याच्या दुष्ट

रूढीचं उच्चाटन करण्याचा प्रयत्न केला. त्यांचा सुधारक समविचारी लोकांचा एक गट होता. त्याचे प्रमुख होते महादेव देसाई. हे आमच्या पोटजातीतले गृहस्थ महात्मा गांधींचे स्वीय सचिव होते. हा गट आमच्या अनाविल ब्राह्मण तरुणांना नेहमीच हुंडा न घेण्याबद्दल कळकळीचं आवाहन करत असे. ते हुंडाप्रथेविरोधी लेख छापून आणत. स्त्रीशिक्षणाचा प्रचार करण्यासाठी मोर्चे काढत. समाजात स्त्रीचा दर्जा उंचावून तिला स्वातंत्र्य मिळवून द्यायचं असेल तर स्त्रीशिक्षणाला पर्याय नाही या मताचा आग्रहाने प्रसार करत. पण काही जण मात्र वडिलांच्या या सुधारकी प्रचाराबद्दल आक्षेप घेत. ते म्हणत, 'अहो, याच्या पदरात दोन बहिणी आणि तीन मुली! इतक्या जणींची लग्नं करून द्यायची, म्हणून करतोय बापुडा हुंड्याविरुद्ध प्रचार! न करून सांगतो कुणाला?'

पण मला स्वत:ला मात्र वडिलांच्या सद्‌हेतूबद्दल कधीही शंका आली नाही. ते अगदी 'भाबडे' म्हणण्याइतपत साधे सरळ आणि 'हटवादी' म्हणण्याइतके तत्त्वाने वागणारे होते. ते नेहमी सांगायचे, 'हुंडा देऊन लग्न करण्यापेक्षा मी तुमच्या शिक्षणावर खर्च करेन.' शिवाय आम्ही सगळ्या जणी रूपाने इतक्या सुंदर, आकर्षक होतो की त्यांना लग्नाच्या बाजारात याचा खूप फायदा मिळाला असता. पण मला आश्चर्य वाटायचं आणि हे कळायचं नाही की, आमच्यापैकी एकीलाही दुसऱ्या पोटजातीतला वर शोधून द्यावा, असं त्यांना कधी वाटलं नाही. त्यामुळे त्यांच्या वरसंशोधनावर खूपच मर्यादा आल्या. त्याहीपेक्षा महत्त्वाचं म्हणजे विशिष्ट क्षेत्रात आम्ही चांगलं करिअर करावं, या दृष्टीनेही त्यांनी आम्हाला कधी शिकवलं नाही किंवा आमच्या हुशारीचं 'मानवी भांडवल' तयार केलं नाही. तसं केलं असतं, तर आजच्या हिशेबाने भविष्यात आमची कमावण्याची क्षमता कितीतरी पटींनी वाढली असती. उलट 'देव न करो पण कधी काही विपरीत झालं तर...?' अशी आमच्या कल्याणाची काळजीच ते नेहमी करत राहायचे. जर दुर्दैवाने यांच्यावर काही संकट कोसळलं, तर त्या आपल्या पायावर उभ्या असल्या पाहिजेत. आम्हाला कुणावर अवलंबून राहावं लागू नये, असं त्यांना वाटे. मी मात्र त्यांच्या या दोन निकषांपेक्षा फारच दूरचा पल्ला गाठला. मी एक तर पोटजातीच्या बाहेरचा नवरा शोधला आणि दुसरं म्हणजे करिअरचा पाठपुरावा करण्याच्या माझ्या भयंकर महत्त्वाकांक्षेसाठी त्यांना पाठिंबा द्यायला भाग पाडलं. वडिलांची परवानगी मिळवण्यासाठी एखाद्या मुलीला कळत नकळत इतका संघर्ष करावा लागावा आणि तिला पाठिंबा देण्यासाठी त्यांना घराण्याच्या, कुटुंबकक्षेच्या आखून घेतलेल्या चौकटीबाहेर पाऊल टाकायला लागावं, यासारखी दुर्दैवाची गोष्ट दुसरी नसेल. एकीकडे विकास होत असताना मला प्रवाहाविरुद्ध पोहणाऱ्या मासळीसारखं वाटत राही.

माझ्या बहिणी आणि आत्या सर्वांची लग्नं आमच्या जातीतच झाली. तीही

अगदी साध्या पद्धतीने आणि हुंडा न देता. माझ्या एकुलत्या एक भावाने १९५७ साली लग्न केलं तेही असंच. त्याला गोरी, शिकलेली आणि चांगल्या घराण्यातली बायको मिळाली. माझ्या आईला पहिल्यापासून जशी सून हवी होती, अगदी तशीच. पण त्यात एक किंचितशी उणीव होती, ती म्हणजे ही मुलगी 'नाईक' कुटुंबातली होती. नाईक हे आमच्याहून थोड्या खालच्या जातीचे समजले जात म्हणून काही नातलगांनी त्या लग्नावर बहिष्कार टाकला. त्यांचं म्हणणं होतं, 'हे देसाई पती-पत्नी आपल्या एकुलत्या एक मुलासाठी चक्क खालच्या जातीतली मुलगी सून म्हणून कसं काय घरात आणू शकतात?'

पण ही सगळी घराण्याची वगैरे जुनी बंधनं, माझ्या आई-वडिलांच्या हयातीतच मोडून पडायला सुरुवात झाली, कारण त्यांच्या निम्म्या नातवंडांनी नुसती पोटजातीबाहेरच नाही तर ब्राह्मण समाजाच्याच बाहेरच्या मुला-मुलींशी लग्नं केली. भारतातल्या शहरी वर्तमानपत्रात वैवाहिक जाहिरातींमध्ये आता सर्रास 'कास्ट नो बार' म्हणजे कोणत्याही जातीच्या वधूंनी किंवा वरांनी अर्ज करावेत, असा उल्लेख आढळतो. पण हुंडा देणं-घेणं अजून चालू आहे का हे नक्की सांगणं कठीण आहे. कारण तो भेटवस्तूंच्या स्वरूपात दिला-घेतला जाऊ शकतो. त्याच वेळेला एकीकडे 'स्त्रीभ्रूणहत्या' (गर्भलिंग चिकित्सा अगोदरच करणं शक्य झाल्यामुळे) हे लोण समाजाच्या आर्थिकदृष्ट्या दुर्बल घटकात पसरत चाललं आहे. ज्या जातीत हुंड्याची प्रथा नाही तेही मुलींना गर्भातच नष्ट करून टाकतात. २०११ च्या जनगणनेनुसार, पंजाब आणि हरियाणा या भारताच्या वायव्येस असणाऱ्या सधन राज्यांच्या ग्रामीण भागामध्ये इतर कुठल्याही राज्यापेक्षा अधिक मुली स्त्रीभ्रूणहत्या म्हणजे गर्भातच मारून टाकण्यात आल्या. भारतात आजही मुलग्यांनाच प्राधान्य दिलं जातं.

हुंडाविरोधी प्रचारक म्हणून काम करण्यामागची माझ्या वडिलांच्या बाबतीतली कारणं जरी संशयास्पद असली (ती त्यांच्या हातातली नव्हती) तरी सर्व पातळ्यांवर शिक्षणाचा प्रसार करणं आणि शिक्षणाला सक्रिय उत्तेजन देणं यामध्ये त्यांनी सुरतमध्ये आणि बाहेरही जे झोकून देऊन काम केलं, ते अक्षरश: कित्ता गिरवण्याइतकं अनुकरणीय होतं. ज्या संस्थेने त्यांना इंग्लंडमधील शिक्षणासाठी आर्थिक मदत केली त्या 'सुरत सार्वजनिक शिक्षण समिती'च्या सुरतमध्ये अनेक शाळा आणि एक आर्ट्स आणि सायन्स कॉलेजही होतं. इंग्लंडमधून शिक्षण पूर्ण करून आल्यानंतर, 'आयुष्यभर किमान वेतन घेऊन मी या संस्थेत नोकरी करीन आणि तिचं कार्य पुढे नेत राहीन,' अशी शपथ वडिलांनी घेतली. अशाच प्रकारे त्यांच्या काही सहाध्यायांनी शपथा घेतल्या होत्या. त्यात एक होते, श्री. एन. एम. शाह. हे केंब्रिज विद्यापीठातून रँग्लर ही गणितातली उच्च पदवी घेऊन आले होते. त्यांना लवकरच कॉलेजचं प्राचार्यपद मिळालं.

वडिलांच्या या सेवाकार्यामुळे आम्हा सर्वांचं सुरतमधलं शालेय आणि महाविद्यालयीन शिक्षण अक्षरशः फुकटात झालं. कॉलेजमधल्या अध्यापनाबरोबरच वडील संस्थेच्या व्यवस्थापनातही लक्ष घालून देखरेख करीत. शहरामध्ये सामाजिक आणि वाङ्मयीन विषयांवर व्याख्यानं देत. मुंबई विद्यापीठाच्या सिनेटच्या मीटिंगसाठी मुंबईला जाऊन येत. त्यामुळे ते नेहमीच कामात व्यस्त राहत. १९६० साली मुंबई प्रांताचे विभाजन होऊन महाराष्ट्र आणि गुजरात ही दोन स्वतंत्र राज्यं अस्तित्वात आली. तोपर्यंत मुंबई प्रांतातली सर्व महाविद्यालयं ही मुंबई विद्यापीठाच्या अधिकारकक्षेत येत होती. त्यामुळे सर्वांचे अभ्यासक्रम ठरवणं, परीक्षांचं आयोजन करणं व दर्जा ठरवणं ही कामं मुंबई विद्यापीठातर्फे केली जात. स्वातंत्र्यपूर्वकाळात भारतातलं शालेय आणि महाविद्यालयीन शिक्षण हे अभिजनवादी होतं. शहरी संस्थांमधील शिक्षणाचा दर्जा फार उच्च होता. मात्र भारतीयांनी संघर्ष करून १९४७ साली स्वातंत्र्य मिळवलं. ब्रिटिश सत्तेकडून देश ताब्यात घेतला आणि साधारण त्यानंतर लगेच म्हणजे १९५० पासून शिक्षणाचा दर्जा घसरायला सुरुवात झाली. त्यानंतर माध्यमिक शिक्षण पूर्ण केलेला कोणताही विद्यार्थी महाविद्यालयात जाण्याची अपेक्षा धरू लागला. अर्थातच त्याचा परिणाम असा झाला की, प्रादेशिक किंवा स्थानिक भाषांमधून (जसे हिंदी, मराठी, गुजराती, तामिळ, तेलुगू इत्यादी) महाविद्यालयीन शिक्षण देण्यासाठी दबाव आला आणि तशी सोयदेखील करावी लागली.

वडिलांनी स्वतःहोऊनच शपथ घेतलेली असल्यामुळे त्यांना कमी वेतनावर आयुष्यभर नोकरी करण्यात कोणताही कमीपणा वाटत नव्हता. मात्र आईची त्याबद्दल नेहमीच कुरकुर चालू असे. मग अल्पशा कमाईला जोड देण्याकरता ते इतर विद्यापीठांमध्ये इंग्रजी साहित्याचे परीक्षक म्हणून काम करून पैसे मिळवत. अक्षरशः उन्हाळ्याची पूर्ण सुटी ते शेकडो उत्तरपत्रिका तपासण्यात घालवत. त्या वेळी कधी कधी 'काय यांचा इंग्रजीचा दर्जा घसरत चाललाय हो!' असं तक्रारवजा म्हटल्याचं मला आठवतं. मी कोलंबिया कॉलेजच्या विद्यार्थ्यांच्या वह्या तपासते तेव्हा अशा गचाळ भाषेत लिहिलेलं वाचताना मला तो काळ आठवतो आणि वडिलांनी ते वैतागून उच्चारलेले शब्दही जसेच्या तसे माझ्या कानात घुमतात. पण विद्यार्थ्यांच्या बिघडत चाललेल्या इंग्रजी भाषेहून जास्त वैताग त्यांना कॉलेजचे प्राचार्य शाह यांच्याशी जुळवून घेताना येत असे. उंची अगदी कमी, पोट पुढे आलेलं, बाहेर आल्यासारखे वाटणारे जाड-जाड ओठ, मोठं नाक आणि त्यावर बसवलेला तो रिमलेस चश्मा असं प्राचार्य शाह यांचं व्यक्तिमत्त्व होतं. असेच एकदा वडील कॉलेजच्या बोर्ड मीटिंगला जाऊन आल्यावर जाम वैतागले होते. ते आईला सांगत होते, 'मला सही करायला स्वतःचं पेनच देईना तो. म्हणाला, माझं पेन नाही देणार. तो शेजारी क्लार्क उभा आहे, त्याला मागा.' तो माणूस अतिशय

बुद्धिमान पण मनाने असुरक्षित होता. माझे वडील विद्यार्थिप्रिय शिक्षक होतेच पण त्यांच्या सहकाऱ्यांमध्ये आणि शहरातही त्यांना फार मान दिला जाई. त्यामुळे त्या व्यक्तीचा जळफळाट होई आणि त्यात माझी गोरीपान आणि देखणी आई कॉलेजच्या 'ॲन्युअल डे'ला भारी साडी नेसून, तयार होऊन गेली की, इतकी आकर्षक दिसे की, बघणारा पागल होत असे. त्या वेळी ते वडिलांवर जळणारे प्राचार्य शाह, घाईघाईने प्रवेशद्वाराशी येऊन आईचं स्वागत तर करायचेच पण तिला स्वत:च्या शेजारच्या खुर्चीत बसण्याचीही विनंती करीत.

माझे वडील उत्कृष्ट अध्यापनाबरोबरच कॉलेजसाठी आणि शहरातली इतरही सामाजिक कामं करीत. विद्यार्थ्यांसाठी ते उत्साह वाढवणारे शिक्षक आणि उत्तम खेळाडूही होते. सुरतसारख्या एका व्यापारी आणि धंदेवाइकांनी भरलेल्या शहरात त्यांनी शेक्सपिअरसारखे इंग्रजी नाटककार आणि इतर भावगर्भ कविता करणारे कवी तर पोहोचवलेच, पण कॉलेजमध्ये क्रिकेट आणि टेनिससारखे खेळही सुरू केले. मुंबईसारख्या महानगरात या सगळ्या कला-क्रीडांना उत्तेजन देणारे, उच्चभ्रू नागरिकांनी रीतसर स्थापन केलेले क्लब असतात. तसं सुरत शहरात काहीच नव्हतं. इथे सगळे अर्धवट शिकलेले, केवळ पैशाच्या मागे धावणारे दुकानदार. त्यांना काय कळत होतं क्रिकेटमधलं? कॉलेजचं मैदान म्हणजे निव्वळ मोकळी जागा होती. क्रिकेटचं मैदान आणि धावपट्टी तयार करवून घेण्यासाठी अक्षरश: इंचन् इंच जागेवर काम करावं लागलं. मला अजूनही अगदी स्पष्ट आठवतं म्हणजे ते दृश्य नजरेसमोर उभंच राहतं... आम्ही असे लांबून वडिलांकडे पाहत असायचो. इंग्लंडहून आणलेली भली मोठी फेल्टहॅट घालून वडील हातात जमीन मोजणीचा टेप घेऊन उन्हात उभे असायचे. गाढवांच्या पाठीवर लादून आणलेली माती कुठे टाकायची ते ठरावीक कामगारांच्या गटाला सांगत असायचे. मग दुसऱ्या एका कामगारांच्या गटाकडून लोखंडी रोलरने ती माती मैदानावर सारखी दाबून कशी पसरायची ते दाखवून करून घेत. त्या काळी ट्रक आणि इलेक्ट्रिकची अवजड यंत्रं नव्हती. त्याऐवजी जनावरं आणि माणसांकडूनच हाताने ही कामं करून घेतली जायची. त्यामुळे त्यावर जातीने देखरेख करणं आवश्यकच असे. अमेरिकेतल्या कोरड्या भागात शेती कशी केली जाते त्याचं तंत्र अभ्यासण्यासाठी वीस वर्षांपूर्वी काही विद्वानांच्या गटाबरोबर मी ॲरिझोनाला गेले होते. दूरवरच्या उझबेकिस्तानमध्ये भरड जमिनीत कपाशीचं उत्तम पीक घेतलं जातं. तिथे एक कॉन्फरन्स होणार होती. त्याच्या तयारीसाठी आम्ही गेलो होतो. ॲरिझोनामधली ती दूरदूरपर्यंत पसरलेली शेतं लेसरद्वारा लेव्हलिंग करून ती समपातळीत आणली जात होती. ते बघताना, लहानपणी वडील त्यांच्या कॉलेजचं मैदान कसं कोणत्याही तंत्रज्ञानाविना समपातळीत आणून द्यायचे हे दृश्य माझ्या डोळ्यांसमोर तरळत होतं. आम्ही क्रिकेटचे सामने पाहतच लहानाचे मोठे झालो.

दोन्हीकडच्या संघांची फलंदाजी कशी चाललीय, कोण चांगली गोलंदाजी करतंय, क्षेत्ररक्षण कुणाचं सरस आहे, धावांची सरासरी याच्यावर बारीक नजर ठेवत आम्ही सामने बघायचो. ती एक सवयच झाली होती. इतकी की, इकडे बेसबॉलच्या सामन्यामधलं ते 'स्नॅप, गो आणि फ्लिंग' यामध्ये स्वारस्य निर्माण करणं मला जरा अवघडच गेलं. माझे वडील टेनिससुद्धा उत्तम खेळायचे. पुढे त्यांना आर्थ्रायटिसमुळे खेळणं अशक्य झालं, पण तोपर्यंत मित्रत्वाच्या सामन्यांमध्ये त्यांनी चॅम्पियनशिप कधी सोडली नव्हती.

खेळांमध्ये जसा त्यांना रस होता, तसे ते गाण्याचेही रसिक होते. माळीकामाची तर त्यांना खूपच आवड असायची. त्यांच्याकडे एक तारेचं वाद्य होतं. 'दिलरुबा' त्याचं नाव. त्यांचा तो दिलरुबा घेऊन ते गच्चीवर जायचे. तो सुरात लावून घ्यायचे आणि चांदण्या रात्री एकटेच वाजवत बसायचे. वर चांदण्यांनी भरलेलं निळंभोर निरभ्र आकाश आणि खाली त्यांच्या सुरेल सुरावटी. उजव्या हातातल्या धनुकलीने तार छेडली जायची, त्याच वेळी डाव्या हातातली बोटं स्वरांवरून वर-खाली फिरायची. उत्तर हिंदुस्थानी शास्त्रीय संगीतातल्या सुरेख बंदिशी त्यांना फार आवडत, त्या थेट मुघल सम्राटांच्या काळापासून चालत आलेल्या होत्या. पण नवीन बांधलेले राग त्यांना मुळीच आवडायचे नाहीत. 'त्यात ओढूनताणून स्वर कोंबल्यासारखे वाटतात,' असं ते म्हणायचे. साठच्या दशकात मी दिल्ली विद्यापीठात शिकवत होते. त्या वेळी मी त्यांच्यासाठी एक टेप प्लेअर आणला होता. तो बेडरूममध्ये नेऊन, त्यावर ते त्यांच्या आवडत्या चिजा, बंदिशी लावून ऐकत झोपी जायचे. रात्री गच्चीवर दिलरुबा वाजवून झाला की, तो जमिनीवर ठेवून त्यांचं आकाशातल्या ताऱ्यांचं निरीक्षण सुरू व्हायचं. त्यासाठी त्यांना दुर्बीण वगैरेची गरज नसे. मी जर कधी त्यांच्या शेजारी येऊन उभी आहे असं लक्षात आलं, तर आकाशगंगेतल्या तारकांची रचना ते मला हाताने आकार करून दाखवीत. उत्तरेकडून दक्षिणेकडे असं काहीतरी दाखवीत. नाहीतर ध्रुवतारा, रोहिणी नक्षत्र, व्याध, सप्तर्षी वगैरे कुठे दिसतात ते वर हात करून दाखवायचा प्रयत्न करीत. मला विशेष काही समजत नसे, गोंधळ उडायचा; परंतु एखाद्या हौशी खगोलप्रेमीसाठी परमोच्च आनंद देणारं असं हे भारतातलं उन्हाळ्यातलं आकाश आहे, हे मात्र माझ्या पक्कं ध्यानात आलं. कधी कधी ते ग्रहांची इंग्रजी नावं आणि त्यांना भारतात काय म्हणतात याविषयी सांगायचे. असे नऊ ग्रह असायचे. ते म्हणायचे, 'त्या देवता आहेत, त्यांच्यात दैवी शक्ती असते, असं काहीतरी चुकीचं डोक्यात घेऊ नका.' त्यांनी फक्त एकच चुकीचं सांगितलं होतं की, ग्रह हे ताऱ्यांभोवती फिरतात म्हणून.

संगीताप्रमाणेच बागकामामध्ये त्यांचा निखळ आनंद सामावलेला होता. फुलांचं रूप आणि सुगंध यात त्यांना सौंदर्याच्या परमोच्च आनंदाची प्राप्ती होत असे.

बाह्यरूप हे आंतरिक चैतन्याशी एकरूप झालेलं असतं, तसंच होतं ते. त्यांनी कधी रोपवाटिकेचे कॅटलॉग किंवा बागकामाची पुस्तकं वाचली नाहीत. काय पाहिजे ते त्यांना ठाऊक असायचं. त्याप्रमाणे ते मुंबईच्या रोपवाटिकेतून फुलांची आणि झाडांची रोपं मागवून घ्यायचे. मग रेल्वेने आलेली ती रोपं कॉलेजचा एक शिपाई घरी आणून द्यायचा. हा शिपाई कॉलेजने बाबांचा 'हरकाम्या गडी' म्हणूनच नोकरीवर ठेवलेला होता. तो त्यांची सर्व कामं करायचा. त्याचं नाव होतं धनजी. त्याची ती मूर्ती मला आजही आठवते. व्यवस्थित खाकी सदरा आणि पॅन्ट घातलेली. पॅन्ट थोडी फाटकी, ढगळ, पायात बिनपॉलिशचे बूट, काळी टोपी. हे कॉलेजनेच दिलेलं असे.

रोपांचं ते पार्सल पोत्यात बांधलेलं असे. मग बाबांचं काम सुरू होई. ते व्यवस्थित सोडवून घ्यायचं. रोपं जिथे लावायची असतील तिथे कुदळ घेऊन त्या मापाचे खड्डे खणायचे आणि त्यात ती रोपं लावायची. रोपं कुठे लावायची ते त्यांच्या डोक्यात अगोदरपासूनच तयार असे.

जिथे माझं बालपण गेलं त्या आमच्या पहिल्या बंगल्यापुढे फार सुंदर बदामाच्या आकाराची हिरवळ केलेली होती. तिचा विस्तार जवळपास तीस फुटांचा असेल. दुरून ती एखाद्या हिरव्या पेंटिंगसारखी सुंदर दिसायची. तिच्या कडेला सभोवार असलेल्या विटांच्या दोन रांगांमध्ये विविध प्रकारच्या फुलांचे ताटवे होते. जाई-जुई-गुलाब हवेच्या झोताने छान डुलत असे. सगळ्या झाडांची व्यवस्थित छाटणी केलेली असे. सगळ्यांवर आळीपाळीने फुलांचा बहर यायचा. ठरवून आल्यासारखा. त्या एवढ्या मोठ्या हिरवळीच्या दोन बाजूंना दोन बकुळीची झाडं होती, बारा ते पंधरा फूट उंचीची. दररोज सकाळी त्यांच्याखाली नाजूक चांदण्यांसारख्या छोट्या करड्या आणि विलक्षण सुगंधित अशा बकुळफुलांचा सडा पडायचा.

१९८२ मध्ये बाबा वारले, त्या वेळी मी सात वर्षांच्या अनुराधेला घेऊन सुरतला गेले होते. तिला घेऊन मी त्या बागेत गेले, बकुळीची फुलं वेचून आणली. आम्ही त्यांचा ओवून मोठा हार गुंफला आणि बाबांच्या फोटोला घातला. अनुराधेने त्यांना लवून नमस्कार केला. बाबा शेवटपर्यंत नियमितपणे झाडांना पाणी घालायचे. त्यांचा एक जुना हाताने रेटत न्यायचा लॉन मोव्हर (गवत कापायचं यंत्र) होता. तो गंजला होता. आवाज करायचा. बदलायला झाला होता. पण तोच वापरून ते गवताची नियमित छाटणी करायचे. बंगल्याच्या मागच्या बाजूला बॅडमिंटनचं कोर्ट बनवलेलं होतं. तिथे खेळून खेळून आम्ही सगळे कॉलेजमध्ये 'बॅडमिंटन चॅम्पियन' होऊ शकलो.

बंगल्याच्या दोन्ही बाजूला मोठी मोठी फळझाडं लावलेली होती. मला आठवतं, मी आणि हंसा ज्या बेडरूममध्ये झोपायचो, त्याच्या बाजूला आंबा, पेरू, सीताफळ

आणि चिकूची झाडं होती. दुसऱ्या बाजूला दोन प्रचंड उंचीचे, जणू आकाशाला भिडणारे वृक्ष होते. बाबा सांगायचे, 'हे सिल्व्हर ओक आहेत.' खरोखरीच त्यांची पानं बाहेरून हिरवी आणि आतून चांदीसारखी चमकदार होती. झाडं लावण्याचा बाबांचा कार्यक्रमच असायचा. जमिनीत मोठा खड्डा खणायचा. त्यातला काळ्या चिकणमातीचा गोळा हातांनी बाहेर घ्यायचा. त्यातले खडेखुडे, एखादं गांडूळ बाजूला काढून टाकायचं. मग ते झाडाचं रोप खड्ड्यात उभं करून बाजूने माती टाकून खड्डा भरायचा आणि सगळ्यात शेवटचा विधी त्याला पाणी देण्याचा. धनजीने स्टेशनवरून आंब्याची रोपं आणली की, त्याचा थोडा वेगळा सोपस्कार असे. बाबा एका रोपाच्या वरच्या कोवळ्या पालवीचा शेंडा असलेला भाग छाटून तो दुसऱ्या रोपाला कलम करून ते चिंधीने बांधून ठेवीत. काही दिवसांनी मग ती चिंधी सोडून ते रोप एक खड्डा करून त्यात लावायचे आणि आता दोन-तीन वर्षांनी याला फळं येणार म्हणून वाट पाहायला सुरुवात करायचे. आंब्याला फळं लागली की, ती झाडावरच पिकू देण्यासाठी त्यांवर देखरेख ठेवण्याचं काम आई करत असे. पेरू, सीताफळं आणि चिकू पिकण्याआधीच तोडून ते टोपल्यांत भरून ठेवायचे आणि वरून पोत्याने झाकायचे. आंबे म्हणजे कैऱ्या पिकायला आल्या की सगळ्या झाडावरून उतरवून घ्यायच्या. मग आउट हाऊसमध्ये वाळलेल्या गवताची गादी तयार करायची. त्यावर त्या पसरून ठेवायच्या आणि वरून जुनी रजई घालून झाकून टाकायच्या. आंबे पूर्ण पिकण्याआधी आम्ही मुलांनी ते खाऊ नयेत यासाठी आईची त्यावर करडी नजर असायची. पण आंब्यांना त्याहीपेक्षा मोठा धोका अवकाळी येणाऱ्या पावसाचा असे. आणि एके वर्षी तसंच झालं. मध्यरात्रीच मुसळधार पाऊस कोसळायला लागला. मला आठवतंय आम्ही पुढच्या व्हरांड्यात बाबांशेजारी उभे राहून पावसाचं रौद्र-भीषण रूप बघत होतो. मधूनच लखूकन वीज चमकायची आणि पूर्ण वाढ झालेले, चंदेरी हिरवट रंगाचे आंबे चमकून उठायचे. सकाळी उठल्यावर पाहिलं, तर पाऊस थांबला होता. आभाळ स्वच्छ झालं होतं. आंब्याचं झाड कोसळून जमीनदोस्त झालं होतं. अगदी भुईसपाट होऊन पडलं होतं बिच्चारं. सगळ्या कैऱ्या वाया गेल्या होत्या. आता आंबे मिळणार नव्हते, पण मला वनस्पतिशास्त्रातला एक महत्त्वाचा सिद्धान्त शिकायला मिळाला. वडील सांगत होते, 'आपण तयार रोपं आणतो आणि कलम करून झाड लावतो. आपली सगळी आंब्याची झाडं अशीच लावलेली आहेत. त्यांना फळं लवकर लागत असली तरी झाडं मजबूत नसतात.' म्हणजेच आंब्याच्या कोयीतून उगवलेलं रोपटं लावलं तर त्याची वाढ सावकाश होते. फळं उशिरा मिळतात मात्र ती झाडं खूप मजबूत असतात. वादळवाऱ्याने लगेच उन्मळून पडत नाहीत.

वडील बागकामाचे प्रयोग करीत. त्यातले सगळेच यशस्वी होत नसत.

आमच्या दुसऱ्या बंगल्यापुढे डाळिंबाचं आणि अंजिराचं झाड लावण्यासाठी त्यांना पुनःपुन्हा प्रयत्न करावे लागले. तिथली मुरमाड जमीन आणि उष्ण हवा यामुळे ती फळं केवळ सुपारीएवढी होऊन खाली गळून पडत. मात्र नारळ, पपई, लिंबू या झाडांवर माझी आई खूश होती. केळी तर इतक्या उफाड्याने वाढायच्या की, एक झाड उपटायच्या वेळी शेजारी दुसरं छोटं रोपटं तयारच असायचं. केळीला खूप सुंदर, घट्ट भरलेल्या केळ्यांचे घड लागायचे. ते कापून, उतरवून घरात आणून ठेवताना, 'शर्टावर चिकाचे डाग पाडू नका', असं आई त्यांना बजावून सांगायची. ती म्हणायची, 'केळीच्या चिकाचे डाग कपड्यांवरून निघतच नाहीत.'

बंगल्याचं अर्ध्या एकराचं आवार होतं. त्याला चारी बाजूंनी मेंदीचं कुंपण होतं. वडिलांनी खूप मेहनत घेऊन ते वाढवलेलं होतं. काळ्या डांबराने रंगवलेल्या खांबांना काटेरी तारांनी जोडलेलं होतं. त्यावर मेंदीच्या पानांचा हिरवा फुलोरा डुलत राही. उन्हाळ्याच्या दिवसांत बाबा शिडीवर चढून एका मोठ्या कात्रीने त्या मेंदीच्या कुंपणाची छाटणी करीत असत. त्या व्यवस्थित कापलेल्या मेंदीच्या पानांमधून उन्हाळाभर सूर्यकिरणं झिरपत राहत. पुढे मी १९८० साली न्यू यॉर्कमध्ये स्थायिक झाल्यानंतर बाबांकरता, हाताने चालवायची मोठी कात्री शोधत होते. मात्र ती कुठेच मिळाली नाही. शेवटी एका हार्डवेअर स्टोअर्सच्या व्यवस्थापकाने मला विचारलं, "बाईसाहेब, या शहरात तुम्ही अशा प्रकारचं कुंपण कुठे पाहिलंत का?" तेव्हा कुठे माझ्या डोक्यात प्रकाश पडला!

बैठकीच्या खोलीतल्या कपाटातली पुस्तकं, कॉलेजच्या मैदानावरचे क्रिकेटचे सामने, गच्चीवरचं वाद्यवादन आणि बागेतली झाडं-फुलं याव्यतिरिक्त मी पाहिलेले बाबा म्हणजे नियमाप्रमाणे वागणारे कठोर कुटुंबप्रमुख म्हणूनच! १९३० पासून महात्मा गांधींच्या नेतृत्वाखाली स्वातंत्र्यचळवळीने जोर पकडला, त्या काळात महादेव देसाईंचं बाबांना पत्र आलं. त्यांनी 'बाबांनी स्वातंत्र्यलढ्यात सामील व्हावं' असं आवाहन केलेलं होतं. पुढे बाबांनी स्वतःच्या आठवणी लिहिल्या. त्यात लिहिलं होतं, 'महादेव देसाईंचं हे म्हणणं मी मान्य केलं नाही, कारण माझ्यावर त्याहून मोठ्या अशा कौटुंबिक जबाबदाऱ्या होत्या.' आणि ही कुटुंबप्रमुखाची, पालनकर्त्याची जबाबदारी त्यांनी अत्यंत दक्षतेने आणि करड्या शिस्तीत पार पाडली. त्यांनी घरातला 'कमावता पुरुष' या नात्याने प्रत्येक रुपया इमानाने मिळवला आणि शहाणपणाने व काटकसरीने खर्च केला. याचीच परिणती म्हणजे आमच्या घरातली प्रत्येक वस्तू तिच्या सर्वसाधारण आयुष्यापेक्षा जास्त काळ वापरली जात असे. आमच्यापैकी एकाही भावंडाला 'पॉकेट मनी' म्हणून खर्चायला पैसे मिळत नसत; परंतु प्रत्येक आवश्यक गोष्ट आई-वडील स्वतः आणून देत. वडिलांकडे इंग्रजी सायकल होती. तिच्या दांडीला एक चामड्याची मोठीच्या मोठी त्रिकोणी पिशवी

बसवून घेतली होती. या पिशवीत ते खरेदी केलेल्या वस्तू भरून आणत असत. त्या काळात सुरत शहरात सायकलींचा सुळसुळाट होता, पण सामान्य दगडांमध्ये एखादा हिरा चट्कन दृष्टीस पडावा तशी वडिलांची सायकल उठून दिसत असे. ती सायकल त्यांनी चाळीस वर्षं वापरली. ते सायकलवर लोखंडी गजासारखे ताठ व सरळ बसत आणि नाकासमोर बघून एकाच धिम्या गतीने ती चालवत असत. ते सगळं दृश्य फार वेगळं आणि प्रेक्षणीय ठरे. त्यांच्या सर्व शर्टांना व्यवस्थित शिवलेली काजी असत. त्यात ते त्यांची हस्तिदंती बटणं लावत असत. ती बटणं एका रेशमाच्या धाग्याने गुंफलेली होती. आई एकदा सांगत होती की, ते शाळेत जात होते तेव्हापासून त्यांनी ही बटणं जपून ठेवली होती.

मी स्वत: कमावती झाले, तेव्हा कधी कधी त्यांची कमाल काटकसरीची बंधनं, व्यवस्थित योजना करून चुकवत असे. एकूण, तेव्हाच्या परिस्थितीचा विचार करता ही शुद्ध लबाडीच होती. १९६० साली मी दिल्लीला असताना, आई-वडील माझ्याकडे काही दिवसांसाठी राहायला आले होते. आग्र्याचा ताजमहाल बघून येण्याकरता मी त्यांना स्वतंत्र टॅक्सी करून दिली. टॅक्सी ड्रायव्हरला सांगून ठेवलं की, भाड्याचा दर किती ठरवला असं त्यांनी विचारलं तर एक शून्य कमी करून सांगायचा (१०० रुपये एका मैलाला लागत असतील तर भाडे सांगायचे १० रुपये मैल.). त्या वेळेपर्यंत मी भारतीय मॉडर्न आर्ट पेंटिंग्ज आणि मिनिएचर पेंटिंग्जचा संग्रह करायला सुरुवात केलेली होती. माझे आई-वडील दोघंही सर्व कलांचे चाहते होते. मी चित्रांचा संग्रह करते ही गोष्ट त्यांना खूप आवडली, पण त्याचं मुख्य कारण हे होतं की, चित्रांच्या किमती मी त्यांना वरची शून्यं काढून सांगत असे.

एकदा मी त्यांना दुपारच्या जेवणासाठी एका इंटरकॉन्टिनेन्टल हॉटेलमध्ये घेऊन गेले. त्या वेळी माझी आई तिथल्या खाद्यपदार्थांच्या किमती पाहून चक्रावूनच गेली! तिच्या हिशेबाने एकेका भज्याची किंमत पाच रुपयांहून जास्त होत होती! तिची मुलगी म्हणजे मी, इतक्या बेफिकीरपणे खर्च करू शकते, या विचाराने बिचारी हादरून गेली होती. ती चट्कन म्हणाली, "मी करते ती भजी यापेक्षा किती चविष्ट आणि कुरकुरीत होतात, नाही का?"

काटकसरीच्या संकल्पना आणि कृती आमच्या घरावर दाट धुक्यासारख्या वेढलेल्या असूनही 'माझे वडील कंजूष आहेत' असं मला कधी वाटलं नाही. त्यांच्या पिढीच्या सर्व लोकांप्रमाणे त्यांनीही फार जास्त प्रमाणात कौटुंबिक जबाबदाऱ्या पेलल्या तरी ते सामान्य चाकोरीबद्ध जगणाऱ्यांपैकी नव्हते. त्यांनी उच्च दर्जाची केंब्रिज विद्यापीठाची पदवी मिळवली होती. मात्र लठ्ठ पगाराची नोकरी न करता, ज्या शिक्षण संस्थेने त्यांना मदतीचा हात दिला, तिच्याबद्दलची कृतज्ञता म्हणून त्यांनी आयुष्यभर नाममात्र वेतन घेऊन त्या संस्थेसाठी काम केलं. ही अतिशय असामान्य

दर्जाची सेवा होती.

आयुष्यभर सतत पैशांची चणचण असल्यामुळे, वापरलेल्या वस्तू फेकून न देता काटकसर करण्यासाठी त्याचं स्वरूप बदलून पुन्हा वापरात आणणं यासाठी माझे आई-वडील अनेक युक्त्या योजत आणि वेगवेगळ्या कल्पना प्रत्यक्षात आणून खर्च वाचवत. त्यामुळे पाश्चात्त्य जगात 'रिसायकलिंग'ची कल्पना येण्याच्या पूर्वी काही दशकांपासून ते पर्यावरणवादी विचारसरणीचा प्रत्यक्ष अवलंब करीत होते. इतकंच नाही तर तसं वागणं त्यांनी अंगी बाणवूनच घेतलेलं होतं. माझी आई जुनी वृत्तपत्रं आणि रिकाम्या बाटल्या साठवून ठेवत असे (भारतात आजही ही प्रथा सर्रास चालू आहे.). रद्दी पेपर, बाटल्या व भंगार विकत घेणारा आला की, बागेच्या फाटकाजवळ थांबवून ती त्याच्याशी अत्यंत दक्षतेने आणि काटेकोरपणे व्यवहार ठरवून ते सगळं विकत असे. माझे वडील बागेतल्या झाडांचा खाली पडणारा सगळा पालापाचोळा, तुटक्या फांद्या, वाळलेली लाकडं-काटक्याकुटक्या बागेच्या कोपऱ्यात गोळा करून ठेवत असत. आमच्या अंगणातल्या मोठ्या चुलाण्यावर सर्वांचं अंघोळीचं पाणी तापवण्याकरता जळण म्हणून त्याचा वापर केला जाई. कधी कधी सकाळी सकाळी हे काम केल्याचं मला आठवतं. त्यात अनेक पायऱ्या असत. पहिल्यांदा चुलीवर ठेवलेला मोठा तांब्याचा हंडा पाण्याने भरायचा. मग चुलीत लाकडं घालायची आणि नंतर त्यावर रॉकेलमध्ये भिजवलेली चिंधी ठेवून पेटवून द्यायची. असा तो चूल पेटवण्याचा मोठा विधी असे. संध्याकाळी आई त्या चुलीतली राख जमा करून आणि चाळून एका पत्र्याच्या डब्यात भरून ठेवत असे. आमच्याकडे अर्धवेळ काम करणारी बाई 'जमनी' आली की ती त्या राखेचा वापर तांब्या-पितळेची भांडी घासण्याकरता करीत असे. आई जर अमेरिकेत असती तर 'तेलकटपणा घालवून भांडी चकचकीत करणारी पर्यावरण सुरक्षित वॉशिंग पावडर' म्हणून तिने त्या राखेचं नक्कीच पेटंट मिळवलं असतं. मी एकदा सुरतला गेले होते तेव्हा माझ्या छोट्या भाचीने म्हणजे दिनकरच्या आठ वर्षांच्या मुलीने या पुनर्वापराच्या पद्धतीचं फार तपशीलवार वर्णन करून सांगितलं होतं. 'जेव्हा पपांचा शर्ट फाटायला लागतो म्हणून ते तो टाकून देतात तेव्हा आज्जी प्रथम त्याची बटणं काढून ठेवते आणि मग त्याची फडकी फाडून ती फर्निचर पुसायला घेते. ती फडकीसुद्धा झिजून फाटायला लागली की ती त्यांचे छोटे-छोटे तुकडे करून त्याच्या गुंडाळ्या करून ठेवते. रोज एक गुंडाळी चूल पेटवताना वापरते.'

माझे वडील अत्यंत शिस्तप्रिय होते. सद्वर्तनाचे नियम ते स्वत: कठोरपणे पाळत आणि इतरांनाही पाळायला लावत. त्या बाबतीतला आदर्शच होते ते. मी पाहायची, बाबांचा सगळा वावर हा घराच्या पुढच्या भागातच असायचा. आम्ही सर्व जण स्वयंपाकघरात खाली बसून जेवायचो, तेवढ्यापुरतेच ते आतल्या घरात येत.

दिवसा त्यांना जेव्हा केव्हा पाणी प्यायचं असेल तर ते आम्हा मुलांकडून स्वयंपाकघरातून मागवून घेत. घरामध्ये कुटुंबाच्या दोन्हीकडच्या इतर स्त्रियांचा वावर होता (आईच्या माहेरच्या आणि सासरच्या) त्यामुळे ते स्वयंपाकघरामध्ये कधी येत नसत.

माझ्या आई-वडिलांनी आमच्या कुटुंबासाठी दोन बंगले बांधले होते. त्यात प्रत्येकासाठी खोल्या होत्या, पण कुठेही कसला डामडौल नव्हता की थाटमाट नव्हता. फर्निचर आरामदायक होतं पण त्यात अनावश्यक सजावट नव्हती, तशीच रुक्षताही नव्हती. एकूण मांडणी शिस्तबद्ध, पण त्यात भकासपणा नव्हता. पुढच्या खोलीत औषधांचं कपाट होतं. त्यात नेहमी लागणारी औषधं ठेवलेली असत. टिंक्चर आयोडीन आणि मर्क्युरोक्रोमच्या बाटल्या वडील नेहमी भरून तयार ठेवत. आम्ही कुणीही खेळताना पडलो, लागलं की जखमेवर लावण्यासाठी ही दोन औषधं ठरलेली. पुढच्या हॉलमधल्या फर्निचरचा हीरो म्हणजे माझ्या वडिलांचं सागवानी लाकडाचं मजबूत डेस्क. नीटनेटकेपणाचा आदर्श म्हणावा असं. त्यावरच्या प्रत्येक वस्तूची जागा ठरलेली आणि तिथेच ती ठेवलेली असायची, जणू काही परमेश्वरानेच तशी आज्ञा दिली होती. यात त्यांच्या पेन्सिली, कागद कापण्याची सुरी, कात्री, त्यांची रोजच्या हिशेबाची वही, औषधांच्या माहितीचं पुस्तक, त्यांनी इंग्लंडहून आणलेला जगाचा नकाशा, ऑक्स्फर्ड इंग्रजी शब्दकोश आणि फाऊलरचं इंग्रजीच्या शब्दाच्या वापराबद्दलचं पुस्तक होतं. 'टाइम्स'ची साहित्य पुरवणी आणि 'न्यू स्टेट्समन' ही वर्तमानपत्रं ते नियमित वाचत असत. ती उजव्या बाजूच्या कोपऱ्यात नीट घडी करून वरच ठेवलेली असत. आम्ही जर एखादी वस्तू टेबलावरून घेतली असेल तर ती वापर झाल्याबरोबर लगेच तिच्या ठरलेल्या जागेवर नेऊन ठेवावी लागे. आमच्या घराला सामानाच्या पसाऱ्याचं आणि बागेला वाळकी पानं, पालापाचोळा, कचरा यांचं वावडं होतं, कारण माझे आई-वडील सतत तण काढणं, पाचोळा वेचणं, पसारा आवरणं यामध्ये अविश्रांतपणे मेहनत घेत असत. रात्रीच्या जेवणासाठी स्वयंपाकघरात जाण्यापूर्वी आम्ही खोल्यांमधले दिवे मालवले आहेत की नाही, हात स्वच्छ धुतलेत की नाही हे वडील स्वत: बघून खातरी करून घेत. ते नियम मी आजतागायत पाळते.

नियमांव्यतिरिक्त काही कर्तव्यं होती. वडिलांनी ती समजून घेतली आणि बारीकसारीक तपशिलासहित पार पाडली, तेही अगदी भलेपणाने. ते एक नाममात्र जमीनदार होते. म्हणजे त्यांना वारसाहक्काने गावाकडे काही एकर जमीन मिळालेली होती. ती कसण्यासाठी त्यांनी माणसं ठेवलेली होती. प्रत्येक उन्हाळ्यात ते लोक गहू, तांदूळ, कडधान्यं यांची पोती बैलगाडीतून आणून देत. हे त्यांनी आम्हाला दिलेलं जमिनीचं भाडं असे. ते आले की काकी त्यांना गोडाधोडाचं जेवण करून घाली. आम्ही तिला मदत करीत असू. साग्रसंगीत स्वयंपाक करून त्यांना पत्रावळीवर

जेवण वाढलं जाई. या पत्रावळी तंबाखूच्या पानांपासून तयार केलेल्या असत. ते सगळे जण चपला काढून बागेतल्या नळाखाली हातपाय धुवत. त्यानंतर झाडाखाली बसून मोठे मोठे घास खाऊन जेवण संपवत आणि लोट्याला तोंड न लावता वरून तोंडात धार धरून पाणी पीत असत. खेडवळ माणसांनी शहरातल्या त्यांच्या धन्याकडे गेल्यावर त्याच्या घरातल्या भांड्यांना स्पर्श करून ती विटाळायची नसतात हा नियम त्यांनी स्वत: घालून घेतला होता. ते आपणहोऊन त्याचं पालन करत असत. ज्या वेळी मुंबई प्रांतात कूळकायदा लागू झाला, तेव्हा वडिलांनी नाममात्र रक्कम घेऊन त्यांच्या मालकीची जमीन जे कसत होते, त्यांनाच विकून टाकली.

आमच्या घरातले नोकर आणि कॉलेजचे कर्मचारी यांच्याशीही वडिलांची वागणूक उदारपणाची असे. जमनी ही आमच्याकडे जवळ जवळ वीस वर्षं काम करत होती. घर झाडणं, धुणी-भांडी, फरश्या पुसणं, दिनकरच्या जुन्या शर्टानं फर्निचर पुसणं ही सगळी कामं ती करायची. आमच्या घराचा तो एक मोठा आधारच होता. जमनी जर वेळेवर आली नाही तर घराचा समतोल ढासळत असे. आई रागारागाने म्हणायची, 'हे खालच्या जातीचे लोक माजलेत, फार उद्धटासारखं वागायला लागलेत.' वडील म्हणायचे, 'अगं, तिला बरं नसेल कदाचित!' जमनी

सुरतमध्ये आपल्या डेस्कवर वाचनात मग्न झालेले वडील.

ही किडकिडीत, कुपोषित बाई होती. काटकुळं शरीर, फिकट कातडी, चिंचोळा चेहरा, नाजूक नाकडोळे आणि उंच मान. जमनी आली की तिला चहा-नाश्ता, जेवण द्यायचं काम काकीचं असे. ती नीट काम करते की नाही यावर आई नजर ठेवत असे. वडील महिन्याच्या शेवटी हिशेब करून तिला पगाराचे पैसे देत. कामातून सवड काढून जमनी घराच्या मागच्या भागात जाऊन विडी पीत असे. तंबाखूच्या वाळलेल्या पानांमध्ये तंबाखूचीच बारीक पूड भरून ही विडी बनवली जायची! आम्हालापण विडी ओढून बघावीशी वाटत असे. तेव्हा आंब्याची पानं विडीसारखी वळून ती पेटवून आम्ही ओढत असू. जमनीनेच आम्हाला ते शिकवलं होतं. असं काहीतरी धाडस करण्यासाठी आम्ही 'गुपचूप' नियम तोडायला तयार असायचो.

आमचं कुटुंब मोठं होतं. एवढ्या सगळ्यांचा खर्च भागवायचा म्हणजे पुष्कळ आर्थिक बोजा पडे. शिवाय जवळचे नातेवाईक आणि लांबचे संधिसाधू यांचं आक्रमण नेहमी असायचंच. पण प्रत्येक उन्हाळ्यात सगळ्यांनी मिळून कुठेतरी सहलीला जायचं हे त्यांनी अगदी चिकाटीने चालू ठेवलं होतं. याकरता सुरतच्या जवळपासच्या काही ठिकाणी, तर कधी मुंबईजवळच्या एखाद्या थंड हवेच्या ठिकाणी आम्ही जात असू. मी बारा-तेरा वर्षांची होण्याआधीच्या अशा सहलींबद्दल मला आता काहीच आठवत नाही. पण पन्नास वर्षांपूर्वी, सुटीला बाहेरगावी जायचं, म्हणजे आता जसं अमेरिकेत पोहणं, सायकलिंग, पर्वतारोहण, जंगलात भटकणं अशी कष्टसाध्य आनंद मिळवण्याची कल्पना आली आहे, तसं त्या वेळी भारतात काही नव्हतं. आता इतकी प्रचंड उष्णता असते की तुम्ही अशा काही अतिश्रमाच्या कृती उन्हात राहून जास्त वेळ करू शकत नाही. माझ्या लहानपणी आमचा एरवी जो दिनक्रम असायचा तोच आम्ही चालू ठेवत असू. फक्त दुसऱ्या ठिकाणी. सर्व कुटुंबांचं असंच असे. पण एक प्रसंग मला आजही स्पष्ट आठवतो. मी असेन १४-१५ वर्षांची. आम्ही सुटीत समुद्रकिनाऱ्यावरच्या एका रिसॉर्टमध्ये राहायला गेलो होतो. काहीच विचार न करता केलेल्या धाडसाचा काय परिणाम होतो, ते मला तिथे शिकायला मिळालं. काय झालं की, दुपारची वेळ होती. मी हंसाला पटवलं की, 'चल, आत्ता समुद्रात विशेष पाणी नाही. ओहोटी चालू आहे. आपण दोघी पाण्यातून चालत जाऊ या.' झालं. आम्ही बंगल्यातून बाहेर पडलो, पाण्यात शिरलो आणि लागलो चालायला. ओहोटी असल्यामुळे समुद्राचं पाणी जसजसं मागे मागे खेचलं जात होतं तसतशा आम्हीही समुद्रात पुढे पुढे चालत जात होतो. अशा प्रकारे कदाचित आम्ही वाळूखालच्या भोवऱ्यातही खेचल्या जाऊ शकतो या धोक्याची आम्हाला कल्पनाच नव्हती. आम्ही आपलं त्या उन्हात ओल्या वाळूवरून पुढे पुढे चालतच राहिलो होतो. बऱ्याच वेळानंतर अचानक आम्हाला बाबांनी मोठ्याने

मारलेल्या हाका ऐकू येऊ लागल्या. वळून पाहिलं तर तळपत्या उन्हात वाळूतून लांब लांब ढांगा टाकत वडील आमच्याकडे येत होते. मोठ्यांदा आमची नावं घेऊन 'मागे फिरा, मागे फिरा' म्हणून ओरडत होते. आम्ही थांबलो. हाताच्या टप्प्यात पोहोचताच वडिलांनी फाड्फाड् आमच्या मुसकटात मारल्या आणि बकोटं धरून खेचतच आम्हाला बंगल्यात घेऊन गेले. त्या वेळी रागापेक्षा आमच्याबद्दल वाटणाऱ्या कमालीच्या काळजीमुळेच त्यांचा तोल ढळला असेल असं मला वाटतं. आयुष्यात फक्त तेव्हा एकदाच वडिलांनी आम्हाला मारलं होतं.

चाळीस वर्षं कॉलेजमध्ये नोकरी केल्यानंतर १९६० च्या दशकाच्या सुरुवातीला वडील सेवानिवृत्त झाले. तोपर्यंत आम्हा बहिणींची लग्नं होऊन गेली होती. आई आणि वडील दिनकरबरोबर राहू लागले. दिनकर-कुसुम आणि दोन नातवंडं, जनक आणि पल्लवी. जनक पुढे सर्जन म्हणून अहमदाबादमध्ये नावारूपास आला. पल्लवी लग्न होऊन मुंबईच्या श्रीमंत उद्योगपतींच्या घरी गेली. आईची तब्येत हळूहळू ढासळू लागली होती. तिच्या पोटावर दोन शस्त्रक्रिया कराव्या लागल्या, पण तरीही ती उत्साही आणि कार्यरतच राहिली. पुढे पुढे वडिलांची दीर्घकाळ टिकलेली 'शेक्सपिअर शिकवण्याची' ओढ कमी होत गेली. शैक्षणिक सेवेवर असलेली जाज्वल्य निष्ठाही मंदावल्यासारखी झाली. कारण शेक्सपिअर शिकवू शकतो ते कुणाला? ज्यांना इंग्रजी भाषेचं सामर्थ्य आणि सौंदर्य कळतंय आणि त्यात बुडून जाण्याची ज्यांची इच्छा आहे, त्यांनाच. भारतात पुढे पुढे असं झालं की, इंग्रजी शिक्षणाचा दर्जा खालावला. शैक्षणिक साहित्याचं उत्पादन करणारे उद्योजक आता अशी पुस्तकं छापू लागले, ज्याच्या डावीकडच्या पानावर शेक्सपिअरचा मूळ उतारा, तर उजवीकडच्या पानावर त्याचा स्थानिक भाषेतला भाषांतरित सारांश असे. मग काय? मुलांनी इंग्रजी भाषेतलं शेक्सपिअरचं लिखाण वाचणंच सोडलं. गुजरातीत भाषांतरित केलेली पुस्तकं निघू लागली आणि नव्या पिढीला 'शेक्सपिअर हा एक गुजराती नाटककार होता' असं वाटण्याइतपत परिस्थिती आली, त्याच्या अगोदरच वडिलांनी या क्षेत्रातून निवृत्ती घेतली होती.

त्यांच्या कार्यकालातली शेवटची दहा वर्षं वडील त्या कॉलेजचे प्राचार्य होते. प्राचार्यपदासाठी इच्छुक असणारे तरुण प्राध्यापक ते पद पटकावण्यासाठी, वडील केव्हा निवृत्ती घेतात, याची वाट पाहूनच होते. शेवटी व्हायचं तेच झालं.

कॉलेजच्या स्थापनेला ६० वर्षं पूर्ण झाल्यानिमित्त हीरकमहोत्सव होणार होता, त्याच्या आदल्याच वर्षी वडिलांनी निवृत्ती घेतली. या धक्क्याने माझी आई पार उद्ध्वस्त होऊन गेली. असं होणार याचा तिला अगोदरच अंदाज आला होता. वडिलांनी निवृत्तिपूर्व रजा घेऊन, त्याच जिल्ह्यातल्या एका शहरातले लोक कॉलेज सुरू करू इच्छित होते, तिथे जाऊन कॉलेज काढावं, असं तिने त्यांना सुचवलं.

त्याप्रमाणे त्यांनी बारडोलीला कॉलेज सुरू केलं. तिथेही त्यांनी पूर्ण निष्ठेने आणि समर्पित भावनेने सगळं उभं केलं. चांगले चांगले प्राध्यापक आणले, विविध विभाग सुरू केले, ग्रंथालय सुरू केलं. इतकंच नाही, सुरत कॉलेजमध्ये केलं होतं, तसं क्रिकेटचं उत्तम मैदान तयार करवून घेतलं आणि कॉलेजच्या प्रांगणात झाडंदेखील लावली. मी १९५९ साली हार्वर्डहून भारतात परतले तेव्हा त्यांनी मला विद्यार्थ्यांशी 'अमेरिका' या विषयावर बोलण्यासाठी आमंत्रित केलेलं होतं. त्यांनी माझी ओळख 'आपले आजचे व्हीआयपी गेस्ट' अशी करून दिली आणि त्या शब्दाचा खरा अर्थही त्या निमशहरी भागातल्या विद्यार्थ्यांना समजावून सांगितला.

आता मी जेव्हा मागे वळून पाहते तेव्हा मला वाटतं की, पुढे पुढे कॉलेजविश्वात, शहरांमध्ये आणि एकूणच त्यांच्या आजूबाजूच्या वातावरणात जे बदल होत होते, त्यांच्याशी जुळवून घेण्याचा त्यांचा स्वभाव नव्हता. मी अमुक गोष्ट मिळवेनच, अशी त्यांना कसलीही महत्त्वाकांक्षा नव्हती. ते सर्वांवर विश्वास ठेवत आणि सद्गुण म्हणजेच आपलं पारितोषिक असं त्यांना वाटे. याउलट माझी आई अतिशय महत्त्वाकांक्षी स्त्री होती. तिच्या कुटुंबावर जर कुणी वाईट नजर ठेवत असेल, चालबाजी किंवा डावपेच खेळण्याचा प्रयत्न करत असेल तर त्याला कुशलतेने बाहेरची वाट दाखवण्याची धमक तिच्यात होती. मी १९५९ साली दिल्ली विद्यापीठात असोसिएट प्रोफेसर म्हणून नोकरीला लागले. त्या वेळी माझी सुरुवात ज्या पगाराने झाली, तो तब्बल चाळीस वर्षं सुरत कॉलेजमध्ये सेवा केल्यानंतर वडिलांना मिळणाऱ्या पगाराहून जास्त होता. पण आपण केंब्रिजचे पदवीधर असूनही लठ्ठ पगाराचा त्याग केला आणि आयुष्यभर शिक्षणक्षेत्रात सेवा करण्याचा निर्णय घेतला, याचा त्यांना कधीही पश्चात्ताप झाला नाही किंवा त्यांनी कसलीही तक्रार केली नाही. मला आठवतं, त्यांचा नातू जनक १३-१४ वर्षांचा असेल त्या वेळी ते त्याला सांगत होते, "हे बघ बाळ, महिन्याला एक हजार रुपये मिळाले की बस्स. तेवढेच कमवावेत." यावर जनक उत्तरला, "बापूजी, मला तर वाटतं, आपल्याला दिवसाला हजार रुपये मिळाले पाहिजेत."

दुसरं, अमेरिकन भाषेत (मला अनेक वर्षांपासून तीच सवयीची झाली आहे.) सांगायचं तर 'ते नेटवर्कर नव्हते'. म्हणजे आता जगात कुठेही शिक्षणक्षेत्राच्या, स्वतःच स्वतःचा प्रचार करणे या प्रवृत्तीच्या दाट जंगलातून मार्ग काढायचा असेल, तर तुमचं स्वतःचं नेटवर्क पाहिजे. त्याचा हत्यारासारखा उपयोग करता येतो. त्यांनी कधीच विद्यार्थ्यांचा किंवा तरुण सहकाऱ्यांचा असा गट निर्माण केला नाही, जो आणीबाणीच्या परिस्थितीत खंबीरपणे त्यांच्या पाठीशी उभा राहू शकला असता. असं असूनही मला असे अनेक प्रसंग आठवतात की, अचानक कुणी ओळखदेख नसलेला तरुण त्यांच्यासमोर येऊन उभा राही आणि सांगे, "सर, मी तुमचा जुना

विद्यार्थी! मला ओळखलंत? तुमचं शिकवणं, ते रंगलेले तास आणि आपल्या कॉलेजच्या आठवणी कधीच विसरणार नाही. थँक्यू सर!''

परंतु जरी ते महत्त्वाकांक्षी असते, तरी स्वातंत्र्योत्तर काळात इंग्रजी भाषा आणि साहित्य याच्यावरच्या अलोट प्रेमामुळे त्यांच्यावर 'ब्रिटिशधार्जिणा' असा शिक्का बसून ते बाजूला पडले असते. कारण त्या काळात भारतीय भाषांकडे लोक वळू लागले होते. त्याचीच जणू लाट होती आणि त्याहीपेक्षा ज्यांनी स्वातंत्र्यलढ्यात अगदीच नाममात्र सहभाग घेतला, ते स्वत:चे फायदे करून घेण्याकरता खऱ्या स्वातंत्र्यसैनिकांना बाजूला करून पुढे सरसावले होते. घरी विणलेल्या खादीचे कपडे, पांढरी गांधी टोपी असा गांधीवादी देशभक्तीचा बाह्य देखावा धारण करणाऱ्यांची स्वातंत्र्योत्तर काळात चलती सुरू झाली होती. स्वातंत्र्य मिळवण्यासाठी ज्यांनी घरादारावर आणि संसारावर निखारे ठेवले, पराकोटीचा त्याग केला त्यांना सरकारदरबारी कोणताच मान मिळेनासा झाला. माझी आई यावरून नेहमी कडवट टोमणे मारायची. ती म्हणायची, 'तुम्हाला जीवनात पुढे सरकायचं आहे ना, मग गांधी टोपी घाला. तेवढं पुरेसं आहे.' (याचा अर्थ तुमच्यात गुण नसले, तुम्ही काही कार्य केलेलं नसलं तरी चालेल. मात्र खादीचे कपडे घातले की देशभक्त समजून तुम्हाला संधी मिळतील.)

माझं शालेय शिक्षण चालू असताना स्वातंत्र्य चळवळीने अगदी कळस गाठला होता. १९४२ साली 'भारत छोडो आंदोलन' चालू होतं. पण वडिलांनी आम्हाला कधीही ब्रिटिशविरोधी सत्याग्रहात भाग घेऊ दिला नाही (उदा. विद्यार्थ्यांनी शाळेवर बहिष्कार टाकायचा, ब्रिटिशविरोधी घोषणा द्यायच्या वगैरे). पुढे अनेक वर्षांनी मला समजलं की, अमेरिकेतही अनेक वसाहतवाद्यांनी क्रांतियुद्धाला विरोध केला. त्यांना ब्रिटिश सत्तेच्या अमलाखालीच राहण्याची इच्छा होती. ब्रिटिश सत्ताधारी कोणत्या आधुनिक पद्धतीने न्यायनिवाडा करत होते आणि न्यायदानाच्या, मतभेद नाहीसे करण्याच्या पारंपरिक भारतीय पद्धती कोणत्या होत्या; या दोन न्यायव्यवस्थांत कोणता फरक होता, याची माझ्या वडिलांना जाणीव होती. पण त्यांनी पुढे येऊन त्याविरुद्ध आवाज उठवला नाही. जसं मॅसेच्युसेट्समधला क्रांतिवादी डॅनिएल लिओनार्ड म्हणायचा की, 'ज्यांना स्वातंत्र्य हवं आहे त्या लोकांनी करू देत किंवा पारतंत्र्यात राहू इच्छिणाऱ्या लोकांनी करू देत; पण एकदा सरकार उद्ध्वस्त झालं की, बलदंड लोकांपासून दुबळ्यांना वाचवणारा आणि दुर्जनांपासून सज्जनांना सुरक्षित ठेवणारा कायदाच उरत नाही.' वडिलांना भारतात ब्रिटिश सत्ताच कायम राहावी असं मुळीच वाटत नव्हतं, हे निश्चित. पण ते सनातनी विचारांचे असल्यामुळे त्यांना असं वाटत असेल की, उगीच चळवळीत भाग घेत, स्वत:च्या शिक्षणाचं वाटोळं करून, शिस्तभंगात सामील होऊन त्यांच्या अपत्यांनी चळवळ्या होऊ नये.

त्या अर्थाने ते देशनिष्ठ असण्यापेक्षा अधिक, पुराणमतवादी इंग्रजी सांप्रदायिक होते.

प्रतिष्ठित अशा पदासाठी निवड होताना माझ्या वडिलांना नेहमीच कमी शिकलेल्या लोकांपुढे दुय्यम स्थान स्वीकारावं लागलं. दक्षिण गुजरातसाठी स्वतंत्र विद्यापीठाची निर्मिती झाली तेव्हा त्याचं मुख्यालय सुरतला ठेवण्यात आलं. मात्र वडिलांची उच्च लखलखीत शैक्षणिक कारकीर्द आणि त्यांना प्रदीर्घ सेवेचा अनुभव असूनही विद्यापीठाचे कुलगुरू म्हणून त्यांची नेमणूक झाली नाही. पुढे दिल्लीच्या केंद्रीय शिक्षण मंत्रालयाने महात्मा गांधींचे समग्र साहित्य गुजरातीतून इंग्रजीमध्ये भाषांतरित करण्याचा निर्णय घेतला, त्या वेळी गुजराती आणि इंग्रजी साहित्याचे जाणकार म्हणून त्यांना त्या उपक्रमाच्या उपसंचालकपदी नेमण्यात आलं. मात्र तिथेही त्यांच्या दुर्दैवाने त्यांची पाठ सोडली नाही. कारण संचालकपदी होते गुजरातीचा गंधही नसलेले एक दाक्षिणात्य सरकारी अधिकारी. 'त्यांच्या हाताखाली काम करणार नाही,' असे सांगून वडिलांनी ती नेमणूक स्वीकारली नाही. 'बौद्धिक कर्तृत्वाचा नेहमी सन्मान होतोच असं नाही' हा धडा मलाही पुढे माझ्या अमेरिकन व्यावसायिक जीवनात मिळायचा होता. मी इथे आले तेव्हा अननुभवी तरुणी होते. शैक्षणिक गुणवत्तेवरच माणूस व्यवसायातही यशस्वी होतो, अशी माझी तेव्हा भाबडी समजूत होती.

वडिलांनी त्यांच्या प्रौढ जीवनाची सुरुवात सुरतमध्ये केली, तेव्हा ते निमशहर होतं. पुढे ते झपाट्याने वाढून मोठं गजबजलेलं शहर झालं. हे स्थित्यंतर होत असताना जुन्या पद्धती मागे पडून, नष्ट होत होत्या आणि नवी ऊर्जा, नव्या पद्धती अग्रक्रमाने आघाडी घेऊ लागल्या होत्या. याही गोष्टीचा त्यांना त्रास झाला. नैसर्गिक वायूचा शोध लागला आणि आम्ही लहान असताना जिथे सुट्या घालवायला जायचो त्या नदीच्या पलीकडल्या दुमस आणि हाजिरा या गावी पेट्रोकेमिकल कॉम्प्लेक्स उभे राहिले, स्टीलचा कारखाना निघाला. मजल्यावर मजले चढू लागले. त्यामुळे जमिनीचे आणि इस्टेटीचे भाव एकदमच वर गेले. नदीवर तीन मोठे पूल बांधण्यात आले; परंतु त्यात सौंदर्याचा विचार नव्हता. ते कारखान्यांच्या वाहतुकीकरता बनवले गेले होते. जुन्या पद्धतीचे, जणू सिमेंट कॉंक्रीटचे दैत्य उभे केले गेले. त्यात कुठेही सौंदर्य नव्हतं की अभिरुची नव्हती. कालबाह्य तंत्रज्ञानाचे कुरूप नमुनेच होते ते. त्याचबरोबर सुरत शहरात हिऱ्यांना पैलू पाडण्याची कारागिरी वाढू लागली. मध्यम आणि कमी प्रतीचे हिरे आयात करायचे आणि पैलूदार हिरे निर्यात करायचे. हळूहळू वाढत जाऊन सुरत हे संपूर्ण आशिया खंडातलं सर्वांत मोठं हिऱ्यांना पैलू पाडणारं केंद्र ठरलं. ज्या वेळी एका शिक्षणतज्ज्ञाने सांगितलं की, आपल्या मुलांनी 'तीन आर' (Reading, Revision, Reproduction) शिकून घेतले पाहिजेत तेव्हा लोकांनी त्याविरुद्ध प्रचंड आरडाओरडा केला. ते म्हणाले, "या शिक्षणाचा काय

उपयोग होणार आहे? आमच्या मुलांनी हिऱ्यांना पैलू पाडण्याच्या विद्येत प्रवीण व्हायला हवं.''

आमच्या लहानपणी, आमची सुख-दुःखं जिच्याशी एकरूप झाली होती, ती तप्ती (तापी) नदी... तिला पूर आला की आमच्या बागेत दहा फुटांपर्यंत पाणी भरायचं. त्या तापी नदीवर सरकारने तीन धरणं बांधली. आता तिचं स्वरूप म्हणजे गढूळ पाण्याचा एक मरतुकडा प्रवाह, इतकंच उरलं आहे. पूर्वीच्या घोडागाड्या आणि सायकली गेल्या. त्यांच्या जागी आता पेट्रोलवर चालणाऱ्या दुचाकी आणि तीनचाकी आल्या. त्या डिझेलवर चालणाऱ्या बसेस आणि हळूहळू चालणाऱ्या मोटारींच्या मधून कशीही वाट काढत रस्त्यावर चाललेल्या दिसतात. २४ सप्टेंबर १९९४ रोजी 'न्यू यॉर्क टाइम्स'च्या पहिल्या पानावर ठळक बातमी देण्यात आली होती की, गुजरातमधल्या सुरत शहरात प्लेगची साथ सुरू झाली. त्याचा बंदोबस्त करण्याकरता केंद्र सरकारने एका उत्साही, अभिनव उपक्रम राबवणाऱ्या कार्यक्षम सरकारी अधिकाऱ्याची नेमणूक केली. त्याने प्रचलित कायद्यांची कडक अंमलबजावणी सुरू केली. मोठ्या रस्त्यांवर अतिक्रमण करून बांधण्यात आलेल्या इमारती आणि दुकानं हटवली. रस्ते आणि फुटपाथ रुंद केले आणि मुख्य म्हणजे शहरातल्या गलिच्छ वस्त्या साफ केल्या, शक्यतो सगळी घाण दूर केली. प्लेग नियंत्रणात आला पण सरकारी अंमलदाराच्या धाडसी कृतीमुळे काही स्थानिक राजकारणी तसंच व्यापारी गट अस्वस्थ झाले. त्यांना हा आमच्यात फारच 'लुडबुड' करीत आहे असं वाटलं आणि त्यांनी तातडीने त्या कार्यक्षम सरकारी अधिकाऱ्याची बदली करवली. भारतात असे काही समूळ उच्चाटनाचे प्रकार नेहमी केले जातात जे खरंतर करणाऱ्यांच्याच मुळावर येतात, बूमरँगसारखे. माझ्या लहानपणी केवळ तीन लाख लोकवस्ती असलेलं हे सुरत आता इतकं बदललं आहे की ते ओळखीचं शहरच वाटत नाही. म्हणून इथल्या ज्या शाळेत मी शिकले किंवा ज्या कॉलेजमध्ये शेक्सपिअर आणि गणितातले सिद्धान्त आत्मसात केले तिथे पुन्हा जावं असंदेखील मला वाटत नाही. व्यावसायिकदृष्ट्या भरभराटीला येत असलेलं हे शहर सांस्कृतिकदृष्ट्या बकाल आणि शैक्षणिकदृष्ट्या मागासलेलं झालं आहे.

१९६२ साली निवृत्त झाल्यावर बाबांचं निवांत जीवन सुरू झालं. सकाळी उठल्यावर आईबरोबर गप्पा मारत शांतपणे चहा प्यायचा. छान बशीत ओतून, भुरके मारत. मग आरामात बसून पेपर वाचायचा, रेडिओवरच्या बातम्या ऐकायच्या, बागेत फेरफटका मारायचा, झाडांची विचारपूस करायची, निघालेल्या विटा रांगेत लावायच्या, पुढच्या फाटकावर चढवलेला जाईचा वेल सारखा करायचा आणि सवयीने बागेतल्या काड्याकुड्या, तुटक्या फांद्या जमा करायच्या असा त्यांचा दिनक्रम असे. आता या काड्याकुड्या आणि तुटक्या फांद्यांचा सरपण म्हणून उपयोग होत नव्हता. कारण

त्यांनी बाथरूममध्ये अत्याधुनिक इलेक्ट्रिक यंत्रणा बसवली होती. त्याद्वाराच पाणी गरम होई. त्यांच्या रोजच्या बागेतल्या कामाला वर्डस्वर्थच्या कवितेचं लावण्य प्राप्त झालं होतं. जणू त्यांनी स्वतःच्या हाताने लावलेली ती झाडं, त्यांना येणारी फुलं, फळं यामध्ये त्यांना अथांग, अनंत अशा दैवी शक्तीचा प्रत्यय येत असावा. ते दैनंदिन जीवनात सहभाग घेत पण अलिप्त राहून. 'हे छोटे-मोठे प्रसंग, बदल अगदी किरकोळ गोष्ट आहे. आपलं मूल्यवान आयुष्य जगणं, जगत राहणं सगळ्यात महत्त्वाचं' अशा विचाराने एका संथ लयीत ते जीवनाच्या मार्गावर चालत राहिले. त्यांची सगळी मुलं व्यवस्थित स्थिरस्थावर झाली होती. त्यांचा सर्जन असलेला नातू जनक दर पंधरा दिवसांनी अहमदाबादहून रात्रीच्या रेल्वेने सुरतला यायचा. त्याचा सल्ला घेण्यासाठी पेशंटची रांग आमच्या घराच्या गेटसमोर लागत असे. 'हृदयाचं अनियमित स्पंदन' ही बाबांच्या प्रकृतीची मुख्य समस्या होती. आपण तुम्हाला 'अमेरिकन पेसमेकर' बसवून घेऊ या, असं मी त्यांना सुचवलं. त्यांनी माझी सूचना साफ धुडकावून लावली. जणू त्यांना म्हणायचं होतं,

'दीर्घायुष्याचा मोह नाही मला
म्हातारपणाचे ते लांबच लांब दिवस... उगीच उसळून
परत फिरणाऱ्या भरतीच्या लाटांसारखी निष्फळ वर्षं...
जगून तरी बघायची दुःखच ना, आनंदापेक्षा
नेहमीच जास्त असणारी...?'

त्यांचं एक वाक्य मला नेहमी आठवतं, 'समजा, मला माझा एकुलता एक मुलगा गमवावा लागला असता तर...?'

२२ नोव्हेंबर १९८२... मध्यरात्री वडिलांना अचानक अस्वस्थ वाटू लागलं. दिनकरला वाटलं, पोटात गॅसेसमुळे अस्वस्थता आली असेल. त्याने त्यांना ॲसिडिटीवरच्या दोन गोळ्या दिल्या आणि त्यांच्या आवडत्या आरामखुर्चीत बसवलं. 'आता बरं वाटतंय,' ते म्हणाले आणि पुढच्याच मिनिटाला ते या जगातून कायमचे निघून गेले. त्यांच्या आवडत्या शेक्सपिअरच्या नाटकातला राजा किंग लिअर, त्याला त्याच्या वृद्धावस्थेत अत्यंत वेदनादायक अशा दुःस्वप्नांचा संघर्ष करावा लागला पण बाबांना मात्र एकाही दुःस्वप्नाने सतावलं नाही. त्यांच्या निधनाची वार्ता मला कळली तेव्हा मी न्यू यॉर्कमध्ये निहॉन केइझाई शिम्बुन या जपानी कंपनीसाठी सोव्हिएट युनियनसंबंधी एक लेख लिहीत होते.

"मी अंत्यविधीकरता भारतात येऊ का?" मी दिनकरला विचारलं.

तो म्हणाला, "तू आता घाईघाईने निघालीस तरी फार उशीर होईल. इथे

अंत्यदर्शनासाठी जमलेल्या लोकांची गर्दी बागेच्याही बाहेरपर्यंत पोहोचली आहे. सर्व जण अंत्ययात्रेसाठी ताटकळत थांबलेले आहेत.'' पुढे असंही म्हणाला, ''बाबा अगदी शांत झोपल्यासारखे दिसताहेत.''

मी आपला माझा लेख सवयीने पूर्ण केला. रोजची माझी लेक्चर्स देत राहिले. ही टर्म कधी संपते याची वाट पाहत कित्येक आठवडे तसेच काढले. माझं दु:ख वाटून घ्यायला आपलं कुणीही जवळ नव्हतं. ही दु:खाची बातमी सांगावी तरी कुणाला? वाईट वाटायला लागलं की मी एकटी कुठेतरी बसून रडत असे. त्या वेळी अनुराधा लहान होती. जगदीश माझं सांत्वन करण्यासाठी खूप धडपड करायचा. पण मला काही त्याचं बोलणं शांत करू शकत नसे. मी आतल्या आत घुसमटत होते. मला धाय मोकलून रडावंसं वाटत होतं. मी त्या वेळी हंसा आणि दिनकरसोबत असायला हवं होतं. त्यांना मिठी मारून दु:ख मोकळं करायला पाहिजे होतं. त्यांच्यासोबत बोलून बाबांचे शब्द, त्यांच्या आठवणी जागवायला पाहिजे होत्या. मला अंगणातल्या विशाल बकुळाच्या वृक्षाखाली उभं राहून बाबांचा सहवास पुन्हा अनुभवावा असं वाटत होतं. त्यांचं डेस्क अजूनही जसंच्या तसं व्यवस्थितच असेल, पण मी गेले असते तर त्यांची रोजनिशी उघडून पाहिली असती. काय नोंद केली असेल त्यांनी, गेले त्या दिवशी... रोजनिशीतली शेवटची नोंद...?

त्यांच्या मृत्यूबद्दल मला मोकळेपणी शोक व्यक्त करायचा होता. तब्बल चार आठवड्यांनी मी सुरतला पोहोचले तेव्हा तो क्षण माझ्या हातून निसटून गेलेला होता. अगदी आईसुद्धा स्वत:ला बऱ्यापैकी सावरून नेहमीच्या कामाला लागलेली होती. त्या रात्री त्यांना त्रास व्हायला लागला तेव्हा मध्यरात्री आपण डॉक्टरला का बोलावलं नाही, याचा तिला पश्चात्ताप होत होता. कुणी भेटायला आलं की वडिलांबद्दल अखंड बोलत राहायची. तिला एकामागून एक प्रसंग आठवायचे, मध्ये मध्ये रडायची पण एकंदरीत सावरलेली होती. मला वाटलं, पारंपरिक हिंदू स्त्रीप्रमाणे तिने नवऱ्याचा मृत्यू आणि पर्यायाने आलेलं वैधव्य स्वीकारलं आहे. कदाचित तिला याची जाणीव झाली असावी की, आता बाबा राहिले नाहीत, तेव्हा आपणच पुढे होऊन स्वत:ची आणि कुटुंबाची काळजी घेतली पाहिजे.

बाबांशी माझे भावबंध गुंतागुंतीचे आणि उत्कट होते. सुरुवातीला रागवारागवी मग पश्चात्ताप आणि नंतर पुन्हा सर्व मुद्द्यांचा फेरविचार असं बऱ्याच वेळा होत असे. पण सगळ्यात शेवटी मी त्यांना पटेल असाच निर्णय घेत असे. माझे वडील असामान्य प्रतिभावंत होते. अत्यंत निर्मळ मनाचे, पापभीरू आणि कडक शिस्तीचे भोक्ते होते. ते सुस्वभावी आणि उदार मनाचे होते. कुणावरही चट्‌कन विश्वास ठेवण्याइतके ते भाबडेही होते. त्यांना लबाडी, बनवाबनवी अजिबात जमत नसे. बऱ्याच वेळा आजूबाजूचे जग विसरून ते आत्ममग्न होऊन राहत. साहित्याविषयीचं

अपार प्रेम आणि कौतुक, संगीताची आवड आणि सभोवतालच्या निसर्गसौंदर्याची जाणीव हे सगळं मी त्यांच्याकडून घेतलं. इंग्रजी भाषेबद्दलचा जिव्हाळा मला त्यांच्याकडून जणू वारसाहक्काने मिळाला. पण सगळ्यात जास्त मी त्यांच्याकडून काय घेतलं असेल तर आजूबाजूच्या प्रत्येकाशी अगदी सरळपणे वागण्याचे नियम. माझं जीवनविषयक तत्त्वज्ञान, एका दिवशी एकच काम करायचं, हे सुरक्षित आवाका ठेवण्याचं लक्षण होतं. 'हे करायचं नाही, ते करता कामा नये, तसं कधीही घडू द्यायचं नाही' या आम्हाला वाढवण्यात आलेल्या कडक निर्बंधांतूनच ते तयार झालेलं होतं. माझा तर वडिलांशी जणू अलिखित करारच झालेला होता. माझ्या नकळत मी त्यांचे कायदे पाळण्याचं वचन त्यांना दिलेलं होतं. वडील प्रत्यक्ष हयात होते, त्या वेळी मी त्यांची उंची गाठू शकले नी, पण अखेर ते माझ्यासाठी 'साक्षात देवच' ठरले आणि माझ्या दैनंदिन वर्तनावरही त्यांचा प्रभाव आणि कृपादृष्टी राहिली.

माझी आई

सुरत जिल्ह्यातल्या एका खेड्यात माझी आई वाढली. तो होता गेल्या शतकाच्या सुरुवातीचा काळ. घरची परिस्थिती गरिबीची. वाडवडिलांची सगळी जमीन एका काकाने बळकावल्यामुळे, हिच्या आई-वडिलांना गरिबीत दिवस काढावे लागत होते. केवळ पोटापुरतं मिळत होतं. मला आठवतंय, एकदा आम्ही आईबरोबर तिकडे गेलो होतो. मी असेन तेव्हा १२-१३ वर्षांची. आम्ही प्रथम रेल्वेने गेलो. तिथून पुढे बैलगाडीचा प्रवास करत त्यांच्या गावात पोहोचलो. तो गाडीवान सारखा बैलांच्या शेपट्या पिरगाळून नाहीतर बैलांच्या पाठीला काठीने ढोसायचा. त्याच्या त्या काठीला पुढे लोखंडाचं अणकुचीदार टोकही होतं. त्यामुळे बैल आणखी वेगाने पळायचे. तिथे मी माझे आजोबा पाहिले. एका मोडकळीला आलेल्या बाजेवर ते बसलेले होते. त्या बाजेने कसंबसं त्यांचं वजन पेललं होतं! त्यांनी एका छोट्या डबीतून तपकिरीची चिमूट भरली आणि स्वत:च्या दोन्ही नाकपुड्यांत ती कोंबली. धोतराच्या सोग्याने नाक पुसलं आणि कुठेतरी शून्यात बघत बसून राहिले. आम्ही तिथे असेपर्यंत त्यांनी बाज सोडलेली मी पाहिली नाही. इकडे मात्र आजीची धावपळ चालली होती. मध्येच शेजाऱ्यांकडे जाणं, गाईला गोठ्यात नेऊन बांधणं, लाकडं गोळा करून आणणं, गोठ्यातलं शेण काढणं असं तिचं काही ना काही काम चाललेलं होतं.

एका अरुंद गल्लीत छोटी छोटी घरं एकाला एक लागून बांधलेली होती. गल्लीला कुबट वास होता. पुढची छोटीशी खोली, तिला फक्त दार होतं, खिडकी नव्हतीच. मग एक अंधार असलेलं थोडं मोठं माजघर आणि शेवटी स्वयंपाकघर होतं. स्वयंपाकघरात मातीची चूल होती, तिच्यात लाकडं जळत होती. पलीकडे थोडी भांडीकुंडी आणि थोडं सटरफटर सामान होतं. मागच्या अंगणात विहीर होती पण त्यावर रहाट वगैरे बसवलेला नव्हता. पलीकडे थोड्या अंतरावर गाईंचा गोठा होता. त्यात शेजाऱ्यांची गुरंसुद्धा बांधलेली असत. घराच्या भिंती आणि जमीन शेणाने सारवलेली होती. तिथे पाण्याचे नळ, संडास किंवा वीज या सोई नव्हत्या. सर्व जण दूर शेतात जाऊन पोट मोकळं करून येत. स्त्रिया पहाटे अंधारात, पुरुष

उठण्यापूर्वी जात असत. अंघोळ स्वयंपाकघरातच एका बाजूला करावी लागे. विहिरीवरून बादलीभर पाणी आणायचं, एका कोपऱ्यात स्टुलावर बसायचं आणि एका टमरेलाने ते पाणी अंगावर ओतून घेत अंग धुवायचं. मग ते जमिनीवर पडलेलं पाणी कोपऱ्यातल्या एका भोकावाटे घराबाहेर जायचं.

माजघरात लोखंडी पट्ट्या ठोकलेली एक भली मोठी लाकडी पेटी होती. त्यात आजीने तिचं सगळं सामान कोंबून ठेवलेलं होतं. दोन-तीन पातळ गाद्या, पांघरुणं, टॉवेल, त्यातच तिचे कपडे, मोठाली भांडी आणि इतर पुष्कळ वस्तू होत्या. आम्ही जाऊन थोडा वेळ झाला असेल. लगेच आईने त्या मोठ्या पेटीचं कुलूप उघडलं आणि त्यातलं एकेक सामान बाहेर काढायला सुरुवात केली. एकीकडे आजीला तिच्या गबाळेपणाबद्दल, बेशिस्त वागण्याबद्दल ती चांगलंच वेडंवाकडं बोलत होती. शिव्या देत होती. 'असं भुईला भार होण्यापेक्षा मेली का नाहीस?' असं काहीबाही बोलत होती. आजी एका कोपऱ्यात उभी होती. विस्फारलेल्या नजरेने तिच्या पेटीतून काढून फेकलेल्या वस्तू बघत होती. अधूनमधून डोक्यावरचा पदर सारखा करीत होती. मात्र चकार शब्दसुद्धा बोलत नव्हती.

आईच्या संतापाचं वादळ शांत झाल्यावर मी हळूच तिथून बाहेर सटकले. शेजारी गाईचं दूध काढत होते, कुणी विहिरीतून पाणी शेंदत होते, जमीन सारवत होते... ते बघण्यात मी दंग होऊन गेले. गाईचं शेण पातळ करून सुंदर, सराईत हातांनी ते जमिनीला फासलं जात होतं. त्याचा छानसा वास तिथे पसरला होता. सिनेमात गाईचं दूध काढताना दाखवत ते खूप सोपं वाटायचं, पण प्रत्यक्ष पाहिल्यानंतर ते किती अवघड असतं हे कळलं. त्यासाठी खूप सवय तर व्हावी लागतेच पण आपल्या हातांच्या बोटांमध्ये कौशल्यपण पाहिजे हेही समजलं. मी थेट गाईच्या पोटाखाली जाऊन छोट्या घागरीत कोसळणाऱ्या दुधाच्या धारा बघितल्या. विहिरीतून शेंदलेल्या पाण्याची बादली उचलून बघितली. खूपच कष्टाचं काम वाटलं मला ते. खेड्यातल्या बायका कशा प्रकारे सगळ्यांचं दही एका लाकडी डेऱ्यात साठवून ताक करतात आणि लोणी काढतात तेही मला बघायला मिळालं. मोठ्या डेऱ्यात पुरेसं दही जमलं की दोघी जणी एका मोठ्या रवीला दोन्ही बाजूंनी दोरी लावून ते घुसळतात. अतिशय तालबद्ध आणि जलद हालचाली चालू असतात. थोड्याच वेळात डेऱ्यातल्या ताकावर मऊ मऊ, पांढराशुभ्र लोण्याचा गोळा तरंगताना दिसू लागतो.

कुणा ज्येष्ठ हितचिंतकाच्या सल्ल्यानुसार, माझ्या आईला लग्नाची मागणी घालायला वडील या नदीकाठच्या खेडेगावात गेले तेव्हा ते २० वर्षांचे होते. त्यांचे आई-वडील दोघंही नुकतेच वारलेले होते. त्यामुळे आईला लग्न करून त्यांनी आणलं ते अनेक काका आणि काक्या राहत असलेल्या मोठ्या कुटुंबात. वयाच्या

१५-१६ व्या वर्षीच ती मोठ्या, एकत्र कुटुंबाच्या धबडग्यात येऊन पडली. म्हणजे आज माझी अमेरिकेत जन्माला आलेली मुलगी अनुराधा आहे, त्याहून थोडी लहान असताना. इथल्या अँग्लो-अमेरिकन जीवनशैलीत व्यक्तिमत्त्व घडवण्याकरता तरुणांनी कुठेतरी जंगलात, डोंगरात वगैरे जाऊन अचाट धाडसी साहसात भाग घ्यावा अशी पद्धत रूढ झाली आहे. अनुराधेनेपण उन्हाळ्याच्या सुटीत त्याचीच निवड केलेली आहे. मी तिला सांगितलं की, तिच्या वयाच्या तरुण भारतीय मुली सासरच्या कठीण माणसांबरोबर दिवस काढून स्वत:ला कणखर बनवत असत. हे सांगताना माझ्या डोळ्यांसमोर आईचंच उदाहरण होतं. लग्नानंतर एक वर्षाच्या आत १९२५ साली सविताचा म्हणजे माझ्या मोठ्या बहिणीचा जन्म झाला. ती सहा महिन्यांची असताना, तिला आणि माझ्या आईला कुटुंबीयांबरोबर सोडून वडील पुढील शिक्षणाकरता बोटीतून इंग्लंडला निघून गेले. ते दोन वर्षांसाठी गेले होते पण तिथून त्यांची पत्रं यायची ती त्यांच्या काकांना. थेट आईला असं त्यांनी कधीही पत्र लिहिलं नाही. काकांकडून मग तिला त्यांची खुशाली कळत असे. त्यांनी आईचा एक फोटो मात्र जाताना सोबत नेला होता (तो फोटो सध्या माझ्याकडे आहे.). दिसायला सुंदर, लहानखुरा बांधा, अंगावर रेशमी कशिदा केलेली साडी, गर्द तपकिरी रंगाचे डोळे आणि नजरेत असा भाव की, माझ्याशी भांडायला या तर खरं, तुम्ही कुणीही असलात तरी मी घाबरत नाही... असं माझ्या आईचं वर्णन करता येईल.

पुढे अनेक वर्षांनी जेव्हा एकदा मी भारतात आले, तेव्हा तिने मला एक प्रसंग सांगितला. तेव्हा मला कळलं की, तिला कशाकशाला तोंड द्यावं लागलं आणि तिने किती संघर्ष केला. ती राहत होती मोठ्या एकत्र कुटुंबात. तिथे या तरुण, सुंदर मुलीच्या आजूबाजूला अनेक समवयस्क पुरुष होतेच. त्यात नवरा परदेशी गेलेला. झालं. एकदा हिच्यावर कुणीतरी 'परपुरुषाशी संग' केल्याचा आणि दिवस राहिल्याचा आळ घेतला. हिने काय करावं? हिने चक्क घरातल्या बायकांसमोर मासिक पाळीची रक्ताने माखलेली कापडाची घडी काढून दाखवली आणि सांगितलं की, बघा, मी गरोदर नाही. माझं चारित्र्य शुद्ध आहे. आता दुसऱ्या कुठल्या वेळेला किंवा दुसऱ्या कुठल्या संस्कृतीमध्ये स्त्रीचं शुद्ध चारित्र्य सिद्ध करण्यासाठी हा पुरावा पुरेसा ठरला नसता. पण तिचा त्या वेळचा विचार तर्कशुद्ध होता की, जर कुणा परपुरुषापासून दिवस गेले असते, तर मासिक पाळी कशी आली असती?

मी जेव्हा जुन्या दिवसांचा विचार करते तेव्हा वाटतं की, आमचं शहरातलं जीवन किती वेगळं होतं! मलमूत्राचा वास असलेल्या खेड्यात वाढलेल्या माझ्या आईने शहरी जीवनाशी कसं जुळवून घेतलं असेल? आणि त्यात ती इतकी तरबेज कशी झाली असेल? तिच्या कहाणीचा विचार करताना मनात प्रश्न निर्माण होतात. त्या खेड्यात तिचं शालेय शिक्षण कितीसं झालं असणार? तिला फक्त थोडंसं

गुजराती लिहिता-वाचता येत होतं, इतकंच. पण ती उणीव तिने स्पष्ट शब्दोच्चार आणि अक्कलहुशारी यांनी भरून काढली होती. तिला प्रत्येक गोष्टीत कमालीचं स्वारस्य होतं. अगदी खाद्यपदार्थ आणि कपड्यांपासून, फर्निचर आणि माणसांपर्यंत. तिच्यात शिस्तीचा अभाव होता पण काम करण्याचा एकदा उत्साह संचारला की, ती अचाट वेगाने काम करायची आणि तो ओसरल्यावर काहीच न करता बसण्याइतकी निष्क्रिय व्हायची. कधी ती खूप उदार असायची, तर कधी सारखी मागण्या करत राहायची. कधी तिला सगळे हवे असायचे आणि कधी सगळ्यांशी भांडायला निघायची. कधी उत्साहाने फसफसत असायची, तर कधी उदास बसून राहायची. यामुळे तिच्याशी जुळवून घेत प्रेमाने राहणं ही तशी अवघड गोष्ट होती. माझी आई अशा प्रकारची स्त्री होती की, तिने खरंतर एखाद्या सरदार घराण्यातच असायला हवं होतं. तो रुबाब, ताठा, नोकर-चाकरांचा ताफा हे सगळं तिने झोकात सांभाळलं असतं. पण तिला एका प्राध्यापकाची बायको होऊन त्याचा संसार, कुटुंब आणि मुलंबाळं सांभाळावी लागत होती. तिचा कामाचा झपाटा, तत्परता, उरक आणि तळमळ पाहून मला फार नवल वाटायचं आणि हे सगळं कुटुंबाचं भलं कसं होईल याच दिशेने असायचं.

मला आठवतो, घरातल्या जुन्या झालेल्या कापसाच्या गाद्या नव्या करून घ्यायचं तिने ठरवलं तो प्रसंग. सगळ्या एकूणएक गाद्या एकाच वेळी नवीन करून घ्यायच्या होत्या. मग तिने पिंजाऱ्यांना बोलावून घेतलं (कापूस पिंजणारे व्यावसायिक). ते लोक आले त्यांच्या त्या राक्षसी आकाराच्या धनुकल्या घेऊन. त्यांचं ते हत्यार मोठ्या धनुष्यासारखंच असतं. लाकडी फ्रेमच्या या टोकापासून त्या टोकापर्यंत एक जाड तार ताणून बसवलेली असते. हे लोक गाद्या बनवण्यात कुशल असत. त्यांनी घरातल्या सगळ्या गाद्यांवरचं कापड फाडलं आणि आतला कापूस काढून त्याचा मोठा ढीग बनवला. बंगल्याच्या आउट हाऊसमध्ये. मग त्यांचं ते धनुष्यासारखं हत्यार छताला अशा पद्धतीने लटकवलं की, त्याची तार नेमकी कापसाच्या ढिगाला स्पर्श करू लागली. त्यांनी सगळ्यांनी फक्त डोळे उघडे ठेवून बाकी चेहऱ्याचा भाग आणि डोक्यावर फडकी बांधून घेतली. मग एक लाकडी दंडुका घेऊन ते त्या तारेवर आळीपाळीने मारू लागले. ट्विंग-ट्वँग, ट्विंग-ट्वँग असा खर्जातल्या स्वरात तालबद्ध आवाज सुरू झाला. काही वेळाने तो मळक्या गाठीच्या कापसाचा अख्खा डोंगर पिंजून झाला आणि त्याच्या जागी पांढरा स्वच्छ, हलकाफुलका दुसरा डोंगर तयार झाला. मग तो पिंजलेला कापूस कापडाच्या खोळींत भरण्यापूर्वी त्या स्वच्छ धुऊन वाळवल्या गेल्याची आईने खातरी करून घेतली होती. मग पोत्यासारख्या फुगलेल्या त्या खोळींना त्यांनी मध्ये मध्ये टाके घातले आणि भल्या मोठ्या दाभणात जाडसा दोरा घालून त्यांच्या कडा शिवून टाकल्या. वर काठीने झोडपून

गाद्या जरा झोपता येईल अशा सपाट केल्या. त्या कारागिरांचं हे काम दिवसभर चाललेलं होतं. काकीने आवर्जून सगळ्यांना दुपारी जेवण आणि चहा करून दिला. आम्हा मुलांना त्या दिवशी आउट हाऊसकडे फिरकायला बंदी होती, कारण सगळीकडे कापसाच्या बारीक बारीक तंतूंचा जणू पाऊसच पडत होता आणि ते हलके कण हवेत तरंगत होते.

कधी कधी आमच्या आईला शॉपिंगची हुक्की यायची. मग हंसाला किंवा मला सोबत घेऊन आईसाहेब शॉपिंग मोहिमेवर निघायच्या. मोहीम कधीच नियोजनबद्ध नसे. ती उत्स्फूर्तपणे शहरातल्या तिला वाटेल त्या बाजारात आम्हाला घेऊन जायची. कधी कधी तिथून घरी परत येऊन आम्ही पुन्हा बाजारात जायचो. का? तर ती कपाळावर कुंकू लावायलाच विसरलेली असायची (आमच्या जातीत विवाहित स्त्रीने कपाळावर कुंकू लावलंच पाहिजे असा नियम आहे. ते सौभाग्याचं चिन्ह समजलं जातं.) आणि म्हणायची, 'लोक म्हणतील, हीपण सुधारली! मड्डम झाली!'

मग आम्ही एखाद्या साड्यांच्या दुकानात किंवा एखाद्या धान्याच्या ठोक व्यापाऱ्याकडे नाहीतर कापड दुकानात जायचो. सगळे व्यापारी तिच्या ओळखीचे असत. छान हसून ते म्हणायचे, 'आवो शांताबेन! खूप दिवसांनी येताहात. सगळं ठीक आहे ना? या या! प्लीज बसा. काय दाखवू आपल्याला आज?' दुकानात गिऱ्हाइकांना बसण्याकरता ठेवलेल्या गोलाकार उश्यांवर आम्ही आरामात बसलो की, एक विक्रेता शेल्फमधून साड्यांचे गठ्ठे काढायला लागायचा. लवकरच दुसरा एक जण आमच्यासाठी भरपूर दुधाचा लवंग-वेलचीयुक्त चहा आणून द्यायचा. आई चहा गार करण्यासाठी बशीत ओतायची आणि एकीकडे साड्या बघायला सुरुवात करायची. साड्यांचा पोत हाताळून बघताना, तिचे शेरे चालू असायचे. 'रंग फारच भडक वाटतो', 'यात जरा अरुंद किनारीची नाही का?', 'चौकटी एवढ्या मोठ्या? जरा बारीक चौकडा दाखवा ना' असं म्हणत उजव्या हाताने चहाची बशी व्यवस्थित तोलत ती चहाचे घोट रिचवत राहायची. दिवसेंदिवस साड्यांचा दर्जा घसरत चाललेला आहे, असं ती म्हणायची. मग एवढ्या सगळ्या साड्यांमधून ती एक-दोन साड्या निवडायची आणि दुकानदाराला बजावायची, 'हे पाहा, या साड्या मी नेते आहे पण मुलांच्या बाबांना आवडल्या नाहीत तर परत घेऊन येईन.' तिने कधीच माझ्या वडिलांना त्यांच्या नावाने हाक मारली नाही आणि वडीलदेखील आईला तिचं नाव घेऊन बोलवत नसत. 'सविताचे बाबा' किंवा 'दिनकरची आई' असं म्हणत. आमच्यापैकी जे कुणी समोर असेल त्याचं किंवा तिचं नाव घेत. त्या काळात तशी पद्धतच होती. आईची खरेदी आटोपून दुकानाबाहेर येईपर्यंत अंधार पडलेला असायचा. मग घरी जाण्याकरता आम्ही घोडागाडी किंवा टांगा करायचो. त्याला पुढे जोडलेला घोडा आपल्या चमकदार पण कारुण्यपूर्ण डोळ्यांनी आणि छोट्या पण उभारलेल्या

कानांनी ग्राहकांच्या प्रतीक्षेत उभा असे. वाटेत आई टांगेवाल्याशी बोलत असायची, 'घोड्याला जरा भरपूर चारा-पाणी देत जा. आणि सारखं चाबकाने मारायची काय गरज आहे? मुकं जनावर आहे. त्याच्याकडून प्रेमाने काम करून घ्यावं.'

मला तिचं हे शॉपिंग अजिबात आवडत नसे. त्यामुळे तिच्यासोबत अशा शॉपिंगला बळेच घेऊन जायला मी सहसा राजी होत नव्हते. ती बऱ्याच वेळा आणलेल्या साड्या परत करत असे. घरी आल्यावर साडी उलगडून पाहिल्यानंतर तिला त्यात काहीतरी किंचितसा दोष आढळे. मग लगेच ती साडी परत करायची. सगळे निर्णय तिचेच. मग त्या सहावार लांबीच्या साडीची, दुकानातून आणली तेव्हा होती तशीच घडी घालण्याचा कार्यक्रम! ती घडी करण्यासाठी घालवलेला वेळ आणि केलेला आटापिटा मला अजूनही आठवतो. मी त्या साडीचं एक टोक धरून ठेवायचं आणि आई तिची घडी घालणार. एकदा अशी... पुन्हा मोडून तशी... पुन्हा एकदा उलगडून वेगळी असं करत करत दुकानातून आणली होती, तशी हुबेहूब दिसायला लागेपर्यंत हा कार्यक्रम चालू राही. चादरींच्या बाबतीतही असंच असायचं. पण किराणा मालाच्या बाबतीत गोष्ट वेगळी होती. मला वाटतं, ज्या ठोक व्यापाऱ्याकडून आई वर्षाचा किराणा माल (धान्यं, मसाले) घेत असे, त्याला तिच्याबद्दल आदरयुक्त दहशत वाटत असावी. या खरेदीला आईबरोबर जायला मला आवडायचं. ओळीने मांडून ठेवलेल्या उघड्या पोत्यातले रंगीबेरंगी मसाले, धान्य-कडधान्यांची आरास आणि वरच्या बाजूला राजासारखा बसलेला तो दुकानदार. बऱ्याच वेळा शर्ट न घातलेला आणि ढेरी धोतरावर लोंबणारी. तो नेहमी मला मूठभर बदाम किंवा काजू खायला द्यायचा आणि तिकडे आईचं धान्याचं, मसाल्यांचं परीक्षण चाललेलं असायचं. 'धणे ताजे वाटत नाहीत. या वर्षीचेच आहेत ना?' 'तांदळात एवढे खडे आणि किडे कुठून आले? हा नको, दुसरा दाखवा.' 'मालही आता पूर्वीसारखा नाही, धान्य पूर्वीसारखं कसदार राहिलेलं नाही.' इथेही तिचं एकंदरीत मत हेच असायचं. कधी कधी ती त्याला राजकीय जोडही द्यायची. म्हणायची, 'ब्रिटिश देश सोडून गेले आणि कुणाला शिस्तीचा, नियमांचा धाकच नाही राहिला.' हे विचार तिने बहुतेक वडिलांकडून जसेच्या तसे उचलले असावेत.

आता मागे वळून पाहताना मला तिच्या त्या सुज्ञपणे आणि दक्षतेने निवड करण्याचं कौतुक वाटल्याशिवाय राहत नाही. मग ते धान्य, मसाले असोत नाहीतर साड्या-कापडचोपड. कारण ती खेड्यात वाढलेली. तिच्या आई-वडिलांना तर या कशाचा गंधही नव्हता. पण मला मात्र आईकडून उत्तम निवड आणि चिकित्सकपणे खरेदी करण्याचा वारसा लाभला. माझी आई जर अमेरिकेत असती, तर थोड्या प्रशिक्षणानंतर 'कंझ्युमर ॲडव्होकेट' किंवा 'मार्केटिंग कन्सल्टंट' होऊ शकली असती. तीही निष्णात!

दागिने खरेदीच्या वेळी तिचं हे निष्णातपण आणि स्वामित्वाची भावना अतिशय तीव्र असे. त्यासाठी सराफ आणि हिऱ्यांचे व्यापारी यांच्याकडे तिला वारंवार जावं लागे. त्याबाबतीतला आईचा दृष्टिकोन अगदी मूलभूत आणि अस्सल होता. आमच्यापैकी एकीला बरोबर घेतलं आणि दुकानात जाऊन तयार दागिने खरेदी केले, असं नव्हतं ते. मला एक प्रसंग आठवतो. एकदा एक छोटा सोन्याचा दागिना एका पिशवीत घालून तिने कंबरेला खोवून ठेवला आणि शहराच्या मागच्या आळीतल्या सोनाराच्या घरी आम्ही गेलो. मग तिथे चहापान झालं, त्या कुटुंबाच्या तीन पिढ्यांतल्या माणसांची ओळख झाली आणि आम्ही त्याच्या कामाच्या ठिकाणी आलो. आईने कंबरेच्या पिशवीतून दागिना काढला. त्या तिच्या बांगड्या होत्या. तिला त्या नव्याने घडवायच्या होत्या. सोनाराने त्या एका निळ्या धगधगत्या ज्योतीवर धरून वितळवल्या आणि त्याचा एक गोळा तयार झाला. तो त्याने एका छोट्या तराजूत घातला. त्याचं वजन केलं. आईने ते लिहून घेतलं. आता नव्या बांगड्यांचं वजन तेवढंच असायला हवं ही तिची अपेक्षा होती. सोनाराने सावध केलं, 'हे बघा शांताबेन, नव्या बांगड्या घडवताना थोडं सोनं जाणारच बरं का!' आईने नवी घडण पसंत केली आणि पुन्हा बांगड्या घ्यायला केव्हा येऊ, असं विचारून त्याच्याशी नक्की दिवस ठरवून आम्ही तिथून निघालो. मनासारखी नवी घडण मिळाली याचा आनंद आईच्या चेहऱ्यावर तरळला होता.

हिऱ्यांच्या व्यापाऱ्याकडेही असंच होई पण त्यात शेवटी फारसं काही हाती लागत नसे. बरीच विचक्षणा केल्यानंतर ती काही काही हिरे निवडून घेई. मग ते हिरे एका लहानशा स्टुलावरच्या कागदावर ठेवून तो दुकानदार आणि आमची आई स्टुलाच्या दोन्ही बाजूला बसत. भिंग आणि एका छोट्या चिमट्याच्या साहाय्याने सर्व कोनांतून ते हिरे पाहून त्याची सूक्ष्म परीक्षा केली जाई. मग आई म्हणायची, 'मी हे हिरे घरी घेऊन जाते. सविताच्या वडिलांना पसंत पडले, तर पैसे घेऊन येईन.' तेव्हा कोणत्याही प्रकारची पावती लिहून दिली जात नसे. पण वडिलांनी कधी तिने आणलेले हिरे पसंत केल्याचं मला तरी आठवत नाही. ती मला सांगायची, अमेरिकेतून माझ्यासाठी हिरे आण. पण मी ते कधीच आणले नाहीत कारण न्यू यॉर्क शहरात त्या हिऱ्यांसाठी भटकण्यात मला मुळीच स्वारस्य नव्हतं. मग नंतर तिने 'कोका-कोला'ची मागणी करायला सुरुवात केली. ती म्हणे, 'मला भारतातली ही बाटलीबंद पेयं बिलकूल आवडत नाहीत.' तिची ही मागणी मात्र मी भरपूर पुरवली. 'कोका-कोला'ने सारं जग पादाक्रांत केलं त्याच्या कितीतरी वर्षं आधी माझ्या आईने अस्सल 'कोका-कोला'ची चव चाखली होती.

आईला जशी साड्यांची पारख होती, तशी तिची दागिन्यांची निवडही अभिरुचिपूर्ण असे. भारतामध्ये लग्नासारखे प्रसंग म्हणजे जरतारी कपडे, तऱ्हतऱ्हेचे दागिने यांचा

उत्सवच असतो. जेवढे असतील तेवढे दागिने अंगावर चढवून जगाला दाखवले जातात. पण माझ्या आईला लग्नसमारंभातही कधी मी भडक साड्या आणि बचकभर दागिने घालून मिरवताना पाहिलं नाही. तिने आपला दागिन्यांचा संग्रह वाढवला; पण तिच्या तिन्ही मुली आणि दोन बहिणी यांना लग्नाच्या वेळी देण्याकरता पुरेसा होईल इतकाच. 'माझ्या पोरी रिकाम्या हाताने थोड्याच सासरी जाणार आहेत!' असं ती नेहमी म्हणायची. आमच्या जातीत असं नेहमी होत असे की, जर सुनेच्या अंगावर माहेरच्यांनी लग्नात कमी सोनं घातलं, तर तिला काही दिवसांतच माहेरी परत पाठवून देत. खरं म्हणजे माझे वडील आयुष्यभर प्राध्यापकाची नोकरी करत राहिले आणि त्यांनी मोठ्या कुटुंबाचा भार उचलला; त्यामुळे आईची ही महत्त्वाकांक्षा त्या मानाने जास्तच होती. पण तिच्या इच्छेला त्यांनीही मान दिला. कुटुंबातल्या मुलींना लग्नात देण्यासाठी आपण सोनं बाजूला काढून ठेवलंच पाहिजे म्हणून तिला अधूनमधून वेगळे पैसेही ते देत असत.

कुटुंबाला नेहमीच अशी आर्थिक ओझी पेलावी लागल्यामुळे, आई-वडिलांवर सतत ताण असायचा, त्यांचे नेहमी वादविवाद, भांडणे होत. त्यामुळे आम्हीही घरात कुचंबल्यासारखे वावरत असू. एकमेकांशी संवाद करतानादेखील कुजबुजत बोलायची आम्हाला सवय लागली होती. दररोज संध्याकाळी वडील त्यांच्या टेबलाशी बसून दिवसभराच्या खर्चाचे हिशेब लिहीत. पण त्यात अमुक एक रक्कम 'किरकोळ खर्च' असा काही भाग नसायचा. आईने जो काय खर्च केला असेल त्या सगळ्याच्या पावत्या वडिलांना द्याव्या लागत. जिथे पावत्या न घेता खर्च होई त्या प्रत्येक वस्तूचा वेगवेगळा तपशील आणि जो माल उधारीवर घेतला त्याचाही बारीकसारीक तपशील द्यावा लागायचा. मग हिशेब देताना ती नजरेसमोर तसं चित्रच उभं करी— आधी कुठल्या दुकानात गेलो? तिथे काय पाहिलं? दुकानदाराशी काय बोलणं झालं? त्यानंतर कुठे गेलो? तिथे कोणता माल घेतला? अशा प्रकारे आठवत आठवत ती तपशील सांगत असे. तिची स्मरणशक्ती जबरदस्त होती. त्यामुळे सगळे बारकावे तिला नीट आठवायचे. पण कधी कधी अडखळायचीदेखील. वय वाढत गेलं तशी वडिलांचीही सहनशक्ती कमी झाली. ते उत्तर सांगेपर्यंत धीर धरायचे नाहीत. मग मोठ्याने बोलाचाली व्हायच्या. आई संतापून तिच्या खोलीत जाऊन दार बंद करून घ्यायची. जेवायलासुद्धा उठायची नाही. मग आम्ही सगळे जण गप्प होऊन जायचो. जर तिने थोडा नेटकेपणा अंगी आणून सामानाच्या याद्या करायला सुरुवात केली असती तर...

पण तसं कसं होईल? तिचा मेंदू तर एखाद्या सरपटणाऱ्या प्राण्यासारखा होता. तिच्या मेंदूतून मोठमोठी गणितं, आदिम प्रेरणेसारखी सहज बाहेर पडत असत. तिला फक्त गुजराती येत होतं, तेही लिहिण्या-वाचण्यापुरतं. पण तिची स्मरणशक्ती

आणि कल्पनाशक्ती कमालीची तल्लख होती. अक्षरश: विस्मयजनक! पण पुढे पुढे जेव्हा स्मरणशक्ती कमजोर व्हायला लागली, तेव्हा तपशील आठवायचा नाही मग ती काहीतरी रचून सांगायला लागली. म्हणजे थोडीशी कल्पनेची मदत घेऊन गोष्टी फुलवून सांगायची. त्याचा परिणाम असा झाला की, छानपैकी गप्पागोष्टी करणाऱ्या बाई म्हणून तिला लोक ओळखायला लागले. ती गमतीदार किस्से सांगायची. रटाळ गावगप्पांच्या कितीतरी पलीकडे जाऊन एखाद्या गाण्याच्या कार्यक्रमाचं किंवा कॉलेजमध्ये झालेल्या क्रिकेट सामन्याचं वर्णन छान रंगवून सांगायची. आमच्यापैकी एकीला सोबत घेऊन ती अशा कार्यक्रमांना जात असे. नाटकांनाही आम्ही जात असू. तिला प्रत्येक गोष्टीबद्दल कुतूहल वाटायचं, पट्कन लक्षात यायचं आणि जे लक्षात यायचं नाही तिथे ती कल्पनाशक्तीचा वापर करत असे.

हिंदुस्थानी शास्त्रीय संगीत ऐकण्याची आईला खूप आवड होती. त्यासाठी तिची तासन्तास बसण्याची तयारी असे. तिला बरेच रागही ओळखता येत असत. कॉलेजमध्ये होणाऱ्या क्रिकेट सामन्यांना आवर्जून हजेरी लावायची. टी ब्रेकच्या वेळेला कुणाची बॅटिंग कशी झाली, कुणाची बोलिंगची स्टाइल कशी होती यावरही मत द्यायची. त्यात तिला आनंद वाटायचा. मी एकदा तिच्याबरोबर शहरातल्या रंगमंदिरात गुजराती नाटक बघायला गेले होते. मला आठवतं, तिच्या सुंदर चेहऱ्यावर त्या नाटकातल्या बदलत्या प्रसंगानुसार भाव उमटत होते.

आईला इंग्रजी येत नव्हतं. जेव्हा मी कॉलेजात असताना वेगवेगळ्या वक्तृत्व स्पर्धांत भाग घेण्यासाठी परगावी जात असे तेव्हा ती माझ्यासोबत येत असे. मी व्यासपीठावर जाऊन भाषण करायला लागले की तिचा चेहरा अभिमानाने फुलून येई! मी भाषण संपवून तिच्याशेजारी येऊन बसले की म्हणायची, 'वा! काय छान बोललीस गं!' हे कौतुक भाषणातल्या विषयाबद्दल नाही तर माझ्या स्टाइलबद्दल असायचं. एकदा दिल्लीला असताना आई-बाबांना मी अमेरिकन सिनेमा दाखवायला घेऊन गेले होते. त्यातल्या संवादातला शब्दन्‌शब्द समजून, त्याचा अर्थ लावण्यासाठी बाबा धडपडत होते. त्यामुळे कहाणीशी त्यांचा धागा तुटला. 'काय बुवा या अमेरिकन नटांचे विचित्र शब्दोच्चार!' असं म्हणत वैतागत बसले. याउलट आईचं पूर्ण लक्ष कहाणीवर होतं. तिने मन लावून चित्रपट पाहिला आणि तिला तो समजलादेखील. जे समजलं नाही त्याची कल्पना करून तिने अर्थ लावून घेतला.

माझी आई-वडिलांपेक्षा नि:संशय हुशार आणि कल्पक बुद्धीची होती. इतकंच नाही, सिमेंटच्या बांधकामात नेमकी कुठे चूक झालेली आहे, ती शोधून काढणं, किरकोळ दुरुस्तीची कामं करणं, एखादी केबल बदलणं, शोभेच्या तुटलेल्या वस्तू चिकटवणं, कशाकशाला पॉलिश करणं यातही ती वाकबगार होती. तिच्याकडे हत्यारांची एक लाकडी पेटी होती. त्यात हातोडी, स्क्रू ड्रायव्हर्स, पकड अशी हत्यारं

आणि वेगवेगळ्या आकाराचे खिळे, हूक आणि स्क्रू ठेवलेले असायचे. आई जर कधी अमेरिकेतल्या एखाद्या हार्डवेअर स्टोअरमध्ये आली असती तर तिला परमानंद झाला असता. तिने स्वत:साठी एखादा टूल बेल्ट (हत्यारे ठेवण्यासाठीचा पट्टा) नक्की खरेदी केला असता आणि कामाच्या वेळी तो साडीवरून बांधलाही असता!

आई-बाबांनी कुटुंबासाठी दोन बंगले बांधले. पण दोन्ही वेळेला आराखडा पास करणं, कामावर देखरेख करणं आणि सगळं काम व्यवस्थित वेळेवर पूर्ण करून घेणं ही कामं आईनेच केली. ती दररोज प्रत्यक्ष कामाच्या ठिकाणी जाऊन पाहणी करत असे. आलेला माल, त्याची पोती, गट्ठे, ढीग सगळं मोजायची. गवंडी योग्य तेवढं सिमेंट वापरतायत ना? खाली दोन विटा ठेवून बरोबर त्याच्या मधोमध वर दुसरी वीट रचली जातेय की नाही, भिंत ओळंब्यातच उभी राहतेय ना? हे सगळं स्वत: तपासून खातरी करून घ्यायची. मला अजून तिची ती मूर्ती आठवते. अंगावर चापूनचोपून व्यवस्थित नेसलेली साडी, पायात पातळसे चामड्याचे सँडल्स, उन्हामुळे हातात छत्री घेतलेली... आणि प्रत्येक कामगारापाशी जाऊन त्याचं काम पाहायचं, चौकशी करायची, विटा, दगड, फरश्या, सिमेंटची पोती सगळं मोजायचं, कुठे काय लावायचं आहे त्याबद्दल सूचना द्यायच्या असं तिचं काम चाललेलं असायचं.

आईची घरं होती अगदी भक्कम. वादळवारा-पाऊस कितीही आला तरी त्याला

सुरतमधील माझी आई.

पुरून उरणारी. याबद्दल शहरातले लोक फार नावाजत असत. पण ते म्हणजे स्टॅलिनच्या सोव्हिएट इंजिनिअर्सनी बांधलेल्या इमारतींसारखं होतं. मी पुढे रशियाचा अभ्यास केला तेव्हा मला ते कळलं. स्टॅलिनचे इंजिनिअर्स मस्त इमारती बांधायचे. बस्स! मग त्याला खूप जास्त खर्च येतो आहे, बांधकाम साहित्यसुद्धा जास्तच वापरलं जात आहे अशा कोणत्याच गोष्टींचा विचार ते करीत नसत. तसंच आईचं होतं. मला वाटतं अमेरिकेतलं आमचं एकुलतं एक घर पुन्हा नव्याने बांधून काढायची माझी मर्यादित हौस म्हणजे किशोरवयात आमच्या नजरेसमोर हा जो प्रचंड बांधकाम कार्यक्रम सुरू होता, त्यामुळेच ती निर्माण झालेली असावी.

पण मला वाटतं, आईला बागकामाचा छंद नव्हता. म्हणजे माझे वडील अगदी शेतकऱ्याच्या मुलासारखे स्वत: बागेत राबण्यात रस घेत आणि सातत्याने त्याचा पाठपुरावा करीत, तसं तिचं नव्हतं. पण तिच्या लहरीप्रमाणे ती प्राणिमात्र पाळत असे. पहिल्यांदा तिने पोपट पाळला. त्यापाठोपाठ एक कुत्रा पाळला. टॉमी. पुढे तो आमच्या एका शेजाऱ्याला चावला, त्यामुळे त्याला सोडून द्यावं लागलं. एकदा काय झालं, टॉमीने काहीतरी खाल्लं आणि त्याचं पोट फुगलं. एखाद्या फुटबॉलइतकं फुगलं. बिचारा चालू शकेना की भुंकता येईना. 'आता कोण मला यातून सोडवणार?' अशा करुण नजरेने बघत अंगणात पडलेला होता. मग आईने त्याला दोन-तीन चमचे एरंडेल पाजलं आणि त्याचा चांगलाच परिणाम झाला! त्याला ढीगभर शी झाली आणि त्यातून भरपूर पपईच्या बिया पडल्या. त्याने स्वत:च कचऱ्याच्या पिंपात तोंड घालून फराळ केला असावा बहुतेक! पण आईच्या पशुपालनाचा सगळ्यात यशस्वी प्रयोग म्हणजे तिने कोंबड्या पाळल्या तो. आपल्या नातवंडांना ताजी अंडी खायला मिळावी यासाठी केलेला. आधी शेजाऱ्यांनी तिच्या कुक्कुटपालनाला खूप विरोध केला. पण वडिलांना अंडी खूप आवडायची. त्यामुळे तेही कामाला लागले. त्यांनी सर्व अडथळे दूर केले आणि आईचं कुक्कुटपालन छान सुरू झालं. त्या कोंबड्या आणि त्यांची पिलं मोकळेपणी आमच्या बागेत फिरत असत. कधी कधी ती घरातही येत. कधी त्यांची संख्या डझनाच्या वर जात असे. पुढे 'फ्री-रेंज चिकन्स'चं अमेरिकन लोकांना वेड लागलं. पण त्याच्या कितीतरी आधी, माझ्या आईने उद्योजिकेच्या कौशल्याने ते सगळं पेललं होतं. ते ऐटबाज पक्षी आमच्या घरी खूप आनंदात जगत असत. भरपूर पिसं, तुरे घेऊन मिरवत. आम्ही खाऊन उरलेल्या डाळ-भातावर त्यांचं पोषण होई आणि ते मस्तपैकी सेंद्रिय अंडी घालत असत. पण एकदा काही अंडी उबली आणि पूर्ण वाढ झाल्यावर त्यातून गुबगुबीत, छातीवर आकर्षक नक्षी असलेली छोटी छोटी पिलं बाहेर आली आणि आपल्या आईच्या मागे मागे दाणे टिपत अंगणात फिरू लागली. त्यातली एक-दोन फारच खोडकरपणा करू लागली. तेव्हा प्रश्न पडला, यांना कुठे सोडायचं? आईने यावर दिनकरशी

सल्लामसलत केली. तो म्हणाला, "माझा मित्र मोहम्मद नेईल त्यांना." त्यावर आईने खातरी करून घेतली, "तो मारून तर टाकणार नाही त्या बिचाऱ्या पिलांना?" माझी खातरी आहे, आईला जर मोहम्मद कुठे राहतो ते माहिती असतं, तर ती नक्की त्या पिलांना पाहायला त्याच्या घरी गेली असती आणि तिने स्वत:च खातरी करून घेतली असती की ती पिलं त्यांच्या 'चिकन करी'च्या पातेल्यात तर पोहोचलेली नाहीत ना?

आईला कामाचा उत्साह आणि उरक दांडगा. प्रसंगी झपाटल्यासारखं किंवा वेड लागल्यासारखं ती काम करत राही. त्यामुळे वडिलांना तिच्या प्रकृतीची नेहमीच काळजी वाटत असे. लग्नानंतरच्या साधारण बारा वर्षांच्या काळात चार बाळंतपणं आणि दोन वेळा गर्भपात यामुळे तिच्या तब्येतीची बरीच हानी झालेली होती. माझी धाकटी बहीण हंसा हिचा जन्म १९३३ साली झाला. त्यानंतर लगेच मुंबईला आईची कुटुंबनियोजनाची शस्त्रक्रिया झाली. त्या वेळी तिने घातलेला गोंधळ लक्षात राहणारा होता. तिचा स्वभावच तसा होता म्हणा. ज्या वेळी सर्जन आणि नर्स यांनी तिच्या मनाची तयारी करण्यासाठी तिला शस्त्रक्रियेची कल्पना दिली तेव्हा तिने आपण या शस्त्रक्रियेच्या वेळी मरणार असा त्याचा अर्थ घेतला म्हणून तिने वडिलांना कडक शब्दात बजावलं, आणि त्यांच्याकडून वचन घेतलं की, मी मेल्यावर तुम्ही दुसरं लग्न करायचं नाही (आपल्या मुलांना सावत्र आईचा जाच नको या हेतूने). पुढे माझे वडील गेल्यानंतरही ती बारा वर्षं जगली. चांगलं ९१ वर्षांचं आयुष्य तिला लाभलं. पण त्या क्षणी आम्हाला चौघांना पोटाशी धरून, मिठ्या मारून, पापे घेऊन आता आपल्याला हे सुख पुन्हा मिळणार नाही अशी मनाची तयारी तिने करून ठेवली होती. तिला खरोखर असं वाटत होतं की, या शस्त्रक्रियेच्या वेळी आपण मरणार आणि आपल्या चार लेकरांना सावत्र आईच्या मेहरबानीवर जगावं लागणार.

तिच्यामध्ये असलेल्या प्रचंड उत्साहाचा आणि तिला अनेकविध गोष्टीत असलेल्या स्वारस्याचा आविष्कार ती अनिर्बंधपणे करत राही. मात्र त्याला एक काळी बाजू होती. त्याचा उल्लेख वडिलांनी त्यांच्या स्मरणवहीत केलेला आहे. ते म्हणतात, तिला मन:स्वास्थ्याबद्दलच्या गंभीर समस्या होत्या. तिचा मूड केव्हा कसा बदलेल हे सांगताच येत नसे. कुठलाही मूड भावनातिरेकाच्या टोकाला जाऊ नये आणि त्यातून काही अघटित घडू नये यासाठी त्यांना सतत प्रयत्न करावे लागत. तीच एक काळजी त्यांचं मन सतत व्यापून असायची. आईच्या या स्वभावाबद्दल, मी बारा-तेरा वर्षांची झाले त्या आधीच्या मला कोणत्याही आठवणी नाहीत. त्यानंतर किशोरवयात, तिच्या संतापाचा भयानक उद्रेक आणि त्यानंतर कशातच मन नसल्यासारखं थंड वागणं किंवा प्रचंड वैताग आणि त्याचंच रूपांतर होऊन कित्येक

दिवस उद्विग्नतेत जाणं या सगळ्याचा अर्थ मला उलगडत नसे. तिच्या मर्जीविरुद्ध थोडं जरी काही घडलं किंवा कुणाच्या नकळत तिला न पटणारे शब्द बोलले गेले तरी तिला तो संतापाचा झटका यायचा. फार मोठ्या आवाजात पराकोटीचा संताप म्हणजे थयथयाट करून झाला की ती बेडरूममध्ये जाऊन स्वत:ला बंद करून घेई. जेवणखाण बंद करी. अशा वेळी वडिलांना तिची फार काळजी वाटत राही. ते अगदी दीनवाणे होऊन जात. आईला अनेक गोष्टींची हौस असली तरी तिचं वागणं बेशिस्त होतं. प्रत्येक निर्णयात अंतिम शब्द स्वत:चाच असला पाहिजे, असा तिचा हट्ट असे. पण त्यासाठी तर्कशुद्ध विचार मांडणं, चर्चा करून पटवून देणं किंवा सामोपचाराने, प्रेमाने घेणं असं ती करत नसे. एकदम संतापून अटीतटीलाच येत असे आणि मग स्वत:च लादून घेतलेल्या एकांतात शिरत असे. त्या एकटेपणातून तिची मर्जी लागेल तेव्हा आपणहोऊन बाहेर पडत असे आणि पुन्हा काही काळाने तिच्या मनाची गाडी भन्नाट वेगाने सुटत असे.

तिच्या स्वभावातला हा चढ-उतार, सतत मूड बदलणं, केव्हा कशी वागेल ते न समजणं, लहरीपणा हा आम्ही सगळ्यांनी आपापल्या परीने समजून घेतलेला होता. आम्हा तिघी बहिणींमध्ये धाकटी हंसा सगळ्यात लाघवी. आईचं असं विचित्र वागणं सुरू झालं तरी तिच्यावर झालेला परिणाम चट्कन ओसरत असे. मात्र कधी कधी आईचा आरडाओरडा सुरू झाला की ती जिन्याखाली लपून बसायची. सगळं शांत झाल्याखेरीज बाहेर यायला राजी होत नसे. काकी तर बिचारी सगळ्या परिस्थितीत शरणागत असल्यासारखंच वागायची. मी तशी तापट होते, तरी रागाला आवर घालून शांत राहायचे. स्वत:ला पुस्तकात बुडवून घ्यायचे. नाहीतर कॉलेजच्या लायब्ररीत जाऊन बसत असे. आमचे वडील मला अशा वेळी सांगायचे, 'हे बघ बेटा, ती संतापाने कठोर शब्द बोलते पण त्यात तुला दुखावण्याचा तिचा हेतू नसतो.' नंतर नंतर सांगायचे, 'तिला तिच्या भावना नीट व्यक्त करता येत नाहीत.' आता वाढीच्या, उमलत्या वयात मला हे कसं समजणार? मला खूप उंच जाऊन आकाशातील तारे तोडून आणायचे होते. त्याकरता मला तिच्या मायेची ऊब हवी होती. प्रेमाचा ओलावा जाणवायला हवा होता.

दिनकर तिचा एकुलता एक मुलगा. त्याच्यावर तिचा खास जीव होता. पण त्याच्यावरचं तिचं प्रेमसुद्धा कमालीच्या स्वामित्वभावनेने ग्रासलेलं होतं. दिनकरचं लग्न १९५७ मध्ये झालं. मी तेव्हा हार्वर्डमध्ये होते. आईला त्याच्यासाठी अशी वधू हवी होती जी आमच्या कुटुंबात योग्य तऱ्हेने सामावली जाईल. मात्र ती गोरी, आमच्याच पोटजातीतली, चांगल्या घराण्यातली असावी. आमच्या अर्थशास्त्रीय भाषेत आम्ही याला 'बळजबरीचा आशावाद' म्हणतो. याचा अर्थ असा की, स्वत:वर परिस्थितीच्या कितीही मर्यादा असल्या, तरी आपल्याला उत्कृष्ट तेच मिळावं ही

आशा करणं. माझी आई काही अर्थशास्त्र शिकलेली नव्हत, पण आपल्याला काय पाहिजे हे तिला चांगलं समजत होतं. तिने सुनेच्या शोधासाठी मोठी मोहीमच उघडली. ती स्वत: त्यासाठी गावोगावी गेली. शेवटी कलकत्त्याजवळच्या जमशेदपूर गावात तिला हवी तशी मुलगी मिळाली. जमशेदपूर हे टाटा कुटुंबीयांनी सुरू केलेल्या भारतातल्या पहिल्या पोलाद कारखान्यामुळे प्रसिद्धीस आलेलं शहर. या मुलीचे इंजिनिअरिंगचे शिक्षण घेतलेले वडील टाटा स्टील प्लान्टमध्ये मॅनेजर होते. मुलीचं नाव कुसुम. ही मुलगी माझ्या आईच्या सर्व अपेक्षा पूर्ण करणारी होती. जसजसे मला तिचे गुण जाणवत गेले तसतशी माझी तिच्याशी जवळीक वाढत गेली. ऐरणीचे घाव बसून जसं लोखंडाचं रूपांतर हव्या त्या वस्तूमध्ये होतं तशी ती आमच्या घरात ४० वर्षं घडत राहिली. मुळातली बुद्धिमान, शालीन, नियमबद्ध असणारी ही मुलगी धोरणी, सर्वांना समजून घेणारी, आपल्या शालीनतेचा आणि शिस्तीचा वापर आजूबाजूच्या प्रत्येक व्यक्तीच्या सेवेकरता करणारी गृहिणी बनली. तिच्या वागण्यातला एक महत्त्वाचा नियम असा होता की, कोणत्याही कारणावरून माझ्या आईशी समोरासमोर वाद घालायचा नाही. आईची चूक आहे हे माहीत असलं तरीसुद्धा. नंतर कधी मी किंवा हंसा आल्यावर 'असं असं झालं' म्हणून हळू आवाजात शांतपणे कानावर घालत असे. याचाच अर्थ आपला मुलगा नेहमी आपलाच राहावा (सुनेचा होऊ नये) म्हणून आईने केलेल्या प्रत्येक क्लृप्तीच्या वेळी हिने हार पत्करून आईला विजयावर विजय मिळवू दिले. नाहीतरी माझ्या आईने त्यासाठी कोणत्याही थराला जाऊन, कितीही किंमत मोजून ते मिळवलंच असतं. कुसुमला सतत खांदेदुखीचा आणि डोकेदुखीचा त्रास होत असे. त्यासाठी ती कायम औषधं घेत राहिली. परिणामी, पुढे तिने ऐकण्याची क्षमता गमावली. ती ठार बहिरी झाली.

कुसुमचा पहिला मुलगा जनक आणि पाठोपाठ जन्मलेली पल्लवी यांनी कुसुमच्या जीवनात आनंद आणि समाधान आणलं. वंश चालवणाऱ्याची जन्मदात्री म्हणून तिच्यावर अधिकृत शिक्कामोर्तब झालं. आता आईचं सगळं लक्ष तिच्या नातवंडांकडे वळलं. दोन नातवंडांची काळजी घेण्यामध्ये तिचा तो उदंड उत्साह कारणी लागू लागला आणि हा बदल तिला इतका मानवला की, त्या दोघांना आईचा तो जुना अवतार कधीच पाहायला मिळाला नाही. मी जेव्हा जेव्हा यायची तेव्हा ती आपल्या नातवंडांबरोबर पत्ते, सापशिडी नाहीतर पटावरच्या सोंगट्यांचा खेळ खेळत आनंदाने रममाण झालेली दिसायची. दिनकर स्थानिक वीज कंपनीत लेबर ऑफिसरची नोकरी करत होता. कुसुम स्वयंपाकघर सांभाळायची. तिने काकीचं संपूर्ण काम स्वत:कडे घेतलेलं होतं. आईची लहर असेल त्या त्या उपक्रमात ती गुंग असायची आणि वडील सेवानिवृत्त झाल्यानंतर बागकामात गर्क असत. आईचे संतापाचे झटके

जवळ जवळ बंदच झालेले होते. त्यामुळे आम्ही वाढत असताना होतं त्यापेक्षा घर बरंच, 'जाऊन राहण्यासारखं' झालं होतं. अर्थात तरीही ते निरामय शांत कधी झालं नाही. आईने काचेचे मणी आणि नळ्या यांचा वापर करून रंगीत तोरणं तयार करण्याचा एक नवाच छंद आणि उद्योग लावून घेतला होता. त्यासाठी दोऱ्यात सुलभपणे मणी ओवता यावेत म्हणून लाकडी फळीच्या एका उपकरणाचा ती वापर करीत असे. जमिनीवर तासन्‌तास बसून फुलं, पक्षी, देवदेवता यांची नक्षी ती तोरणावर काढत असे.

१९८२ साली वडील वारले. अगदी शांतपणे गेले ते. असेच एके दिवशी रात्री झोपायची तयारी करत असताना त्यांना हृदयविकाराचा झटका आला आणि त्यात त्यांचं निधन झालं. त्यानंतर लाइटचं बटण ऑफ करावं आणि दिवा बंद व्हावा तसे आईचे मनोविकाराचे झटके बंद झाले. कदाचित तिला त्या वेळी जाणीव झाली असेल की, आता ती खरोखरच एकटी आहे. आता स्वत:ची काळजी तिला स्वत:लाच घ्यावी लागेल; शिवाय मुलगा, सून व नातवंडांचीही काळजी तिला घ्यावी लागणार आहे, कारण आता तर कुटुंबात पतवंडंही येणार होती. शेवटी शेवटी ती पडली आणि खुब्याचं हाड मोडलं. ते बदलण्याची मोठी शस्त्रक्रिया झाल्यानंतर ती कोमामध्ये (बेशुद्धावस्थेत) गेली. पण त्या अगोदर शहरातल्या लोकांनी माझ्या वडिलांचा स्मृतिदिन साजरा केला, तेव्हा त्यांनी वडिलांच्या आठवणी सांगण्यासाठी आईला बोलावलं होतं. तिने अनेक आठवणी कुसुमला सांगून लिहून घेतल्या. पुन:पुन्हा मोठ्याने वाचून सराव केला आणि समारंभात शहरातल्या प्रतिष्ठित विद्वज्जनांसमोर त्या वाचून दाखवल्या. त्या वयात सर्वत्र तिचं कौतुक झालं. तेच शेवटचं. वयाच्या ९१ व्या वर्षी मुलगा, सून व नातू यांच्याकडून उत्तम सेवा घेत तिला मरण आलं.

खरंच कशी होती माझी आई? ते मी कसं काय मोजमाप करू? पुरातन हिंदू ग्रंथांमध्ये सांगितलेलं आहे की, माता, पिता आणि गुरू हे देवतुल्य असतात. त्यांच्या वागण्याचं कसलंही मूल्यमापन न करता श्रद्धेने त्यांची पूजा केली पाहिजे. पण पवित्र ग्रंथांमध्ये मानलेली ही गोष्ट मी थोड्या वेगळ्या रीतीने करू शकले, कारण सुदैवाने आई आणि मी दोघीही दीर्घायुषी ठरलो. आपापल्या पद्धतीने सफल जीवन जगलो. जर मी जीवनात अयशस्वी ठरले असते, तर वाढत्या वयात आईकडून मिळू न शकलेल्या मानसिक आधाराला दोषी धरलं असतं. ती जर लवकर निवर्तली असती तर उतारवयात तिने निर्धाराने अंगी बाणवलेली आनंदी वृत्ती मला कशी बघायला मिळाली असती?

मूल लहानाचं मोठं होत असताना त्याचा आईबरोबर नैसर्गिक भावबंध तयार होतो. त्याच्या निकोप मानसिक वाढीसाठी तो अत्यावश्यक असतो. हा मला

मिळाला नाही. अजाणता मी तो दुसरीकडून मिळवण्याचा प्रयत्न करत राहिले. कधी कधी चुकीच्या व्यक्तींकडूनही. मी लहान असताना भारतात चांगल्या आया नव्हत्या असं नाही. वडील तसे लांबच असत, आजही असतात पण आया मात्र नेहमीच आपल्या बछड्यांना मिठी मारून, पोटाशी धरून त्यांचं प्रेम व्यक्त करतात. माझी आई नेहमी आम्हाला स्वच्छ राहण्यासाठी, सवय लावण्यासाठी हुकूम करत राहायची. जवळ बोलवायची तेही आरडाओरडा करूनच. याला अपवाद फक्त तिचा मूड फारच आनंदी असला तर. पण तेव्हादेखील तिच्या भावनेच्या तारा कुठे भलतीकडेच असायच्या. आईशी माझा एक प्रकारचा अतूट, घट्ट, नाजूक भावबंध निर्माण होऊ शकला नाही. मला तिचा तसा लळा लागलाच नाही. मला लळा लागला तो काकीचा. माझी आई कोमामध्ये गेली तेव्हा मी धावत भारतात आले नाही. त्याबद्दल मला कधी अपराधीपणाही वाटला नाही. ती एक संपूर्ण, समृद्ध आणि आनंदी जीवन जगली होती. विलक्षण बुद्धिमान, करारी आणि आनंदी व्यक्ती म्हणून लोक तिची आठवण काढतात. मी जेव्हा भारतात येते आणि भावंडांना भेटते तेव्हा आईबद्दलची सगळ्यांची मतं मिळतीजुळतीच असतात. अर्थात माझ्या दोन बहिणी, भाऊ-भावजय त्यांना मनाने जे जाणवलं ते सांगतात. माझ्याइतकं ते तिच्या वर्तणुकीचं पृथक्करण करत नाहीत.

एकदा मी सुरतला गेले, तेव्हा आईचं ज्या ठिकाणी अंतिम क्रियाकर्म करण्यात आलं, तिथे गेले होते दिनकरला घेऊन. नदीच्या काठावर, नवीनच स्मशानभूमी बांधण्यात आली होती. ते ठिकाण घरापासून जवळच होतं. खरंतर भारतात, एखाद्याला जिथे शेवटी जाळण्यात आलं ते ठिकाण पाहायला, शोधायला कुणी जात नसतं. कारण पुन:पुन्हा त्याच ठिकाणाचा वापर सर्व मृत व्यक्तींना जाळण्यासाठी केला जातो. कुणाची प्रिय व्यक्ती विशिष्ट ठिकाणी आहे असा भाग नसतो. हिंदू तत्त्वज्ञानाप्रमाणे देह नश्वर आहे, तो जळून भस्म होतो. महत्त्वाचा असतो व्यक्तीचा आत्मा, मृत्यूसमयी तो परमात्म्याशी एकरूप होतो. अनंतात विलीन होतो. त्यामुळे त्याचं अंतिम क्रियाकर्म-दहन वगैरे कुठे झालं, त्या जागेला तसं महत्त्व उरत नाही. अमुक ठिकाणी जाऊन दिवंगत व्यक्तीच्या आठवणी जागवणं ओघानेच रद्दबातल ठरतं. मनुष्य मृत झाल्यानंतर त्याचं अचेतन शरीर लाकडांची चिता रचून त्यावर ठेवलं जातं. त्याचा किंवा तिचा मुलगा, नातू किंवा सर्वांत जवळचा पुरुष नातलग त्या देहाला स्वत:च्या हातांनी अग्नीच्या स्वाधीन करतो. मंत्रघोषाच्या गजरात साजूक तुपाने तो अग्नी संपूर्ण चेतवला जातो. तो मंत्रांचा आवाज, जळणाऱ्या मांसाचा वास... हा अंतिम संस्कार सगळं काही संपल्याची स्पष्ट जाणीव देण्यासाठी पुरेसा ठरतो. लाकडी पेटीत अतिशय स्वच्छ वस्त्रात लपेटलेला मृतदेह खड्ड्यात ठेवून तिथे त्याचं वास्तव्य 'नाव? आडनाव? तारीख?' घालून कायम करायचं हा भाग

भारतीय हिंदूंमध्ये नसतो.

आम्ही स्मशानातल्या त्या सिमेंटच्या चौथऱ्यावर गेलो आणि आईच्या स्मृती जागण्यापेक्षा मला तिथून माघारी फिरावंसं जास्त वाटलं. तिथे असं काहीतरी होतं, ज्याची मला मनोमन भीती वाटली!

"It was some where near there

I saw what frightened me!"

एक उजाड, भकास मैदान... सर्वत्र काटेरी झुडपं माजलेली... उंचच उंच राठ गवत वाढलेलं आणि मध्ये तो चौथरा... रंगहीन... ओकाबोका... दूरवरपर्यंत नजरेच्या टप्प्यात एकही झाड नाही की फूल नाही... आमच्या पाठोपाठ एक बेवारशी कुत्रं चौथऱ्यावर चढून आलं आणि जळके ओंडके हुंगून शिंकत राहिलं. काही अंतरावर मला नदी दिसली. नदी कसली, एक करड्या गढूळ पाण्याचा ओहोळ मात्र... त्यात जिवंतपणाची कोणतीही खूण नसलेला... ना एखादं मासेमारीचं होडगं, ना एखादा पक्षी, ना कसल्या आवाजाची साद...! असल्या ओक्याबोक्या, गचाळ ठिकाणी काय मी आईच्या स्मृतींना अखेरचं वंदन करणार? ते धुळीचे थर... आणि तो जळिताचा वास... कशाला आले मी इथे...? काय करते आहे मी इथे येऊन...? आता काही काहीच उरलेलं नाही...!!!

काकी

व्हर्जिनिया वूल्फ या जगप्रसिद्ध लेखिकेने एकदा असं लिहिलं होतं की, 'जर मी देवावर खटला भरायचा ठरवला, तर डान्टे गॅब्रिएलची बहीण ख्रिस्तिना रोझेट्टी हिला मुख्य साक्षीदार करीन.' या ख्रिस्तिना रोझेट्टीबद्दल जॅन मार्शने लिहिलेलं आहे की, अतिशय करड्या शिस्तीत आणि कडव्या नीतिनियमांखाली ख्रिस्तिनाचे पालनपोषण झाल्याचा परिणाम म्हणून ती सामाजिक बंधनांचा ताण आणि नैसर्गिक भावनांची गळचेपी यांचा बळी ठरली. ती नेहमी विषण्ण, धीरगंभीर आणि अपराध्यासारखी वावरत असे. तिने तिच्या भावंडांचा सांभाळ केला, तिच्या कविताही दु:खी आणि खिन्न करणाऱ्या असत. तिला कायम नैराश्याचे तीव्र झटके येत. ती स्वत: घरात राहणंच पसंत करी. त्यासाठी तिने घराबाहेरच्या सर्व संधींपासून स्वत:ला वंचित ठेवलं.

मी जर देवावर खटला भरायचं ठरवलं असतं तर माझा पहिला साक्षीदार म्हणून मी माझ्या काकीला उभं केलं असतं.

तसं बघितलं, तर काकीशी माझं रक्ताचं नातं नव्हतं. ती माझ्या काकांची विधवा पत्नी. पण आयुष्यात माझ्यावर सर्वांत जास्त प्रेम करणारी आणि मला खूप काही देणारी माझी काकीच होती. तिच्याबद्दलच्या माझ्या आठवणी अगदी स्पष्ट आणि मनाला भिडलेल्या आहेत. कुटुंबातली ती एकच व्यक्ती अशी होती की, जिच्या आठवणी मला आजही दु:खी करतात आणि मनाला एक प्रकारे अपराधीपणाची जाणीव होते. माझ्या लहानपणी काकीचं घरातलं अस्तित्व केवळ एका सावलीसारखं होतं, पण तिने आमचं संगोपन केलं, आम्हाला हसवलं, खेळवलं आणि गुपचूप आमचे लाडही केले. ती कायम बिनकाठापदराची लाल साडी नेसत असे. आमच्या जातीत विधवेला कोणतेही सुखोपभोग घ्यायला परवानगी नव्हती. त्याची भरपाई म्हणून की काय आयुष्यभर तिने लाल या शुभसूचक रंगाचं वस्त्र नेसून राहायचं अशी पद्धत होती. मी कधीही काकीने पायात चपला घातलेल्या पाहिल्या नाहीत. तिला चपलांची गरजही नव्हती, कारण ती क्वचितच घराबाहेर पडत असे. जवळ जवळ नाहीच. तिने कधी चुकूनही अंगावर दागिने घातले नाहीत. सतत डोक्यावरून पदर

घेतलेला. तो घ्यावाच लागे कारण डोक्यावरचे केस भादरलेले असत.

वडिलांनी १९१० सालापासूनच्या त्यांच्या आठवणी स्वत:च्या हस्ताक्षरात लिहून ठेवल्या होत्या. त्यात त्यांनी, वयाच्या विसाव्या वर्षी मृत्युशय्येवर पडलेल्या आपल्या भावाबद्दल दु:खाने आणि अलिप्तपणे लिहिलेलं होतं. 'अंगणातल्या एका आंब्याच्या झाडाखाली त्याला पलंगावर ठेवलं होतं. आमची आई त्याच्याजवळ बसून रडत होती.' 'आणि मग काकी कुठे होती?' 'तिचे नातलग तिला दूर घेऊन गेले होते का? तिला कळलं का, तिच्यावर कोणता प्रसंग कोसळला होता? काय वय होतं तिचं तेव्हा? तेरा की चौदा? तिला नवऱ्याचा सहवास, शरीरसुख तरी मिळालं होतं?' असे अनेक प्रश्न ते वाचताना माझ्या मनात उमटले. पण वडिलांच्या लिखाणातून त्याची उत्तरं मिळाली नाहीत.

१९२७ साली माझे वडील इंग्लंडहून शिकून आले तेव्हा काकांच्या मोठ्या कुटुंबातून वेगळे झाले आणि त्यांनी स्वतंत्र संसार थाटला. त्या वेळी ते काकीला तिच्या माहेराहून (खेड्यातून) घेऊन आले आणि ती तेव्हापासून आमच्या घरात राहू लागली. हा मोठ्या मनाने त्यांनी घेतलेला निर्णय पुढे चांगलाच व्यवहार्य ठरला. काकी आमच्यासाठी नेहमीच उपलब्ध असे. तिच्यावर विसंबून राहता येत असे, कारण कधी न बदलणाऱ्या ग्रहांच्या गतीप्रमाणे तिचा ठरवून दिलेला दिनक्रम नेहमीच बिनबोभाटपणे सुरू असे. त्यापासून ती कधीच विचलित होत नसे.

१९५६ साली सुरतच्या घरात असलेली काकी.

जितकी वर्षं आम्ही शाळेत जात होतो, तितकी सगळी वर्षं मला नि हंसाला शाळेच्या वेळेवर जेवण तयार ठेवण्याची काळजी काकीने घेतली. आम्ही बरोबर सकाळी दहा वाजता घराबाहेर पडून लांबच लांब बसप्रवास करून शाळेत पोहोचत असू. त्यानंतर दिवसभर शाळेचे तास असत. ज्युनिअर कॉलेजची वर्षं तेवढी त्रासदायक नव्हती. म्हणजे खूप प्रवास करावा लागत नसे, कारण आम्ही कॉलेजच्या आवारातच राहत होतो. आम्ही न थकता घरी आल्यावर, खाण्यासाठी काकीशी हुज्जत घालायचो. गृहपाठ करायला बसण्यापूर्वी तिच्या हातचे गरमगरम पदार्थ आवडीने खायचो. अर्थात हे सगळं कुजबुजत्या आवाजातच चालायचं. आरडाओरडा नसे. रात्रीचं जेवणही काकी अगदी वेळेवर तयार करायची. आम्ही तिला थोडीफार मदत करत असू, पण आमचा मूड असला तर. तेही कुठे भाजी चिरून दे, थोडे तांदूळ निवड, इतपतच. काकी शांतपणे, काळजीपूर्वक आणि दक्षतेने घरातलं सगळं काम करत असे आणि त्याच वेळी माझी आई बागेत भटकणं, शेजाऱ्यांकडे गप्पा मारायला जाणं असा वेळ घालवत असे; नाहीतर काहीतरी खरेदीसाठी बाहेर गेलेली असे.

सगळं कामधाम आवरलं की, काकी तिच्या खोलीत चटईवर बसून पानाचा डबा काढायची. मग एक छान पिकलेलं पान शोधून घ्यायची. त्याला पातळ चुना लावायची, त्यावर सुपारीची आणि तंबाखूची पूड भुरभुरायची आणि सुबकसा त्रिकोणी विडा तयार करायची. आम्ही तिच्याजवळ बसून बारकाईने हा सगळा कार्यक्रम न्याहाळत असू. अर्थातच त्यात नुसतं निरीक्षण हा हेतू नसायचा. आम्ही आशाळभूतपणे बघत बसायचो. मग कधी कधी काकी कमीत कमी पदार्थ घालून आम्हाला छोटे छोटे त्रिकोणी विडे तयार करून द्यायची. त्यात चुना, तंबाखू नसे. पान घेतलं, दोन पातळ काप सुपारीचे टाकले, दोन-तीन दाणे वेलचीचे टाकले की बस्स. झाला आमचा त्रिकोणी विडा तय्यार! आम्ही चावून चावून ते गट्टम करून टाकायचो. पण काकी मात्र तो चघळत राहायची आणि बराच वेळ गालात ठेवून द्यायची. मला वाटतं स्वतःच्या आनंदासाठी काकी तेवढी एकच कृती करत असे पण तेही तिने उत्तरायुष्यात सोडून दिलं.

केशवपन काकीने हूं की चूं न करता स्वीकारलेलं होतं. इतकंच नाही, कधी कधी ती त्यावरून विनोदही करीत असे. आई मोठ्याने ओरडली, 'माझ्या कंगव्यात हे केस कुणाचे आहेत? ताबडतोब उत्तर द्या!' की काकी पुढे येऊन सांगायची, 'अगं मीच घेतला होता तो तुझा कंगवा. माझेच राहिले असतील.' तिचे केस जरा वाढले की ती तक्रार करायची, 'पदर अजिबात डोकीवर राहत नाही गं! त्याला बोलवायला पाहिजे.' मग न्हाव्याला घरी बोलवावं लागायचं. अर्थात बाबा आणि दिनकरसुद्धा त्याच्याकडूनच हजामत करून घ्यायचे म्हणा! बाबा एक मोठी लाकडी खुर्ची

अंगणात मांडायचे. मानेपासून बेंबीपर्यंत न्हावी त्यांना पुढूनमागून पांढरी चादर बांधायचा. ते एका हातात आरसा धरायचे आणि मग न्हाव्याची कारागिरी सुरू व्हायची. एकदा या बाजूने, एकदा त्या बाजूने केस कापता कापता चर्चमधल्या धर्मोपदेशकासारखी त्याची अखंड बडबड चालू असायची. त्यानंतर दिनकरची पाळी. इकडे काकी बिचारी बंद पडवीत तो तिचं मुंडण करायला कधी येतो, याची वाट पाहत बसून असायची. तिचं डोकं भादरायचं म्हणजे त्या न्हाव्याकरता सगळ्यात लवकर आटोपणारं साधं सरधोपट काम. त्याचे पैसेही कमीच मिळायचे त्याला. ते उरकलं की तो जायचा. मग हे तिघंही डोक्यावरून अंघोळ केल्यानंतर आपापल्या दैनंदिन कामाला सुरुवात करीत.

आमच्या उन्हाळ्याच्या सुट्या फार मोठ्या असत. उन्हाळा कडक असे आणि तेवढीच भरपूर कामंही असत. पावसाळा येण्यापूर्वीच ती करावी लागत. जूनच्या पहिल्या आठवड्यात पाऊस सुरू झाला की, प्रत्येक दिवस आणि रात्र कशी उगवेल सांगताच येत नसे. कधी वारा, कधी पाऊस, कधी वादळ, विजा चमकणं, पावसाचं थैमान काही विचारू नका. झाडांवरच्या कैऱ्या उतरवून घ्यायच्या, मग आउट हाऊसमध्ये वाळलेल्या गवताच्या गादीवर त्या पसरवून, वरून जुन्या गोधडीने झाकून ठेवायच्या. म्हणजेच आंब्याची अढी लावून ते पिकायला ठेवायचे. आम्ही पिकण्याअगोदरच आंबे काढून त्यांची वाट लावू नये म्हणून अढी लावली की आमची आई आउट हाऊसला कुलूप लावायची. त्यानंतर गहू, तांदूळ, कडधान्यं हे सगळं वर्षाचं धान्य वाळवून साठवून ठेवावं लागे. मग हळकुंड, मिरच्या, धणे, जिरे हे सगळे मसाल्याचे पदार्थ वाळवून आणि कुटून त्यांची पूड हवाबंद बाटल्यांमध्ये भरून कोठीघरात ठेवून द्यावी लागे. त्याशिवाय पापडाचं पीठ करायचं, खूप मेहनत घेऊन पापड लाटायचे, सुकवायचे आणि पत्र्याच्या डब्यात भरून ठेवून द्यायचे. कैरीचं, लिंबाचं लोणचं वर्षभराचं भरून ठेवायचं. हे सगळं निगुतीने, शास्त्रोक्त पद्धतीने करण्याचं काम काकी करत असे.

असे हे विविध उद्योग मला जरा उन्हात घेऊन जात आणि माझी उन्हाळ्याची सुटी अशी बायकी उद्योगात जात असे. नाहीतर माझी पुस्तकं कायम मला टेबलाशी जखडूनच ठेवीत. धान्यं निवडून भरून ठेवण्यापूर्वी आणि मसाले कुटण्यापूर्वी ते चांगले खडखडीत वाळण्याकरता उन्हात पसरवून ठेवायचे असत. त्या वेळेला हंसा आणि मी राखणदाराचं काम करीत असू. हातात काठ्या घेऊन धान्यावर येणाऱ्या चिमण्या, कावळे, खारी यांना पळवून लावायचो. नंतर मग आम्ही काकीपाशी बसायचो. ती आम्हाला लहान ताटल्यांमध्ये धणे, नाहीतर तांदूळ निवडायला द्यायची आणि मग त्यातले खडे, काड्या, माती कशी काढावी हे आम्हाला शिकवायची. कधी कधी त्यात उंदराच्या वाळलेल्या लेंड्यासुद्धा सापडत. मला

आठवतं, 'काकी, आता काय करू?' म्हणत आम्ही तिच्या मागे मागे हिंडत असू. पुढे व्यावसायिक जीवनात, लेनिनचा अभ्यास करताना, त्याने क्रांतीची योजना आखली, त्याचा प्रबंध वाचनात आला. 'Shto Delat?' (काय करायला पाहिजे? किंवा काय करायचं आहे?) तोच प्रश्न इतक्या वर्षांनी परत समोर आला. काकी म्हणायची, 'चला, आपण लोणचं तपासू या!' त्या मोठ्या चिनीमातीच्या बरणीचं घट्ट लावलेलं झाकण काढून लोणचं ढवळून ठेवावं लागे. ते करत असताना ती आम्हाला हातात फडकं घेऊन माश्या वारण्याचं काम देई. एकीकडे सांगायची, 'बघा हं! एखादी माशी जर का आत शिरली आणि तिने अंडी घातली, तर आपल्या लोणच्यात अळ्या होतील. सगळं लोणचं नासेल.' ती तिचे दोन्ही हात त्या प्रचंड बरणीत खुपसून हातानेच तेल-तिखट-मसाला भरून ठेवलेल्या कैरीच्या फोडी खाली-वर करायची. लोणचं मुरतंय की नाही हे पाहण्यासाठी ती फोडी दाबून बघायची. आणि मग सांगायची, 'हं! आता लाव परत बरणीला झाकण. घट्ट लाव बरं का!' हे सगळं होत असताना माझं, हातातला फडक्याचा झेंडा हलवणं चालूच असायचं. एवढं झालं की, काकी हात धुण्यासाठी निघून जायची.

इतर कामंही अशीच धाडसी आणि कष्टाची असत. प्रत्येक आठ ते पंधरा दिवसांनी काकी छोट्या जात्यावर गहू दळायला बसायची. तिथे आमच्या जवळपास कुठे पिठाची गिरणी नव्हती. विजेवर चालणारी घरगुती पिठाची चक्की आणि तयार आटा, तर पुढे काही दशकांनी भारतीय दुकानांत अवतीर्ण व्हायचा होता. त्या वेळेला त्या जड दगडी जात्यातच धान्य दळलं जाई. ते जातं म्हणजे दगडाचे दोन गोलाकार कापलेले चकतीसारखे तुकडे एकमेकांवर ठेवलेले असत. खालच्या तळीच्या मध्यभागी लाकडी खुंटी ठोकलेली असे. त्यावर वरची तळी ठेवायची. तिला मध्यभागी मोठं भोक ठेवलेलं असे. त्यातून धान्य टाकायचं. वरच्या तळीला दुसऱ्या बाजूला एक दांडा ठोकलेला असे. काकी डाव्या हाताने त्या मधल्या भोकातून मूठभर धान्य टाकायची आणि उजव्या हाताने दांडा धरून तो वरचा दगड गोल गोल फिरवायची. खूप जोरात फिरवलं की दोन दगडांच्या मधून धान्याचं पीठ खाली पडू लागे. ती जातं फिरवत असताना त्या भोकातून धान्य टाकायला मला आवडायचं. पण ते करण्यासाठी मला काकीशी खूप संघर्ष करावा लागे. पुढे कितीतरी वर्षांनी, म्हणजे १९६४ साली माझा या जात्याशी पुन्हा संबंध आला, रशियामधल्या ओडेस्सा गावात, माझी मोठी बहीण सविता आणि तिच्या कुटुंबाबरोबर मी राहत होते तेव्हा. माझे मेहुणे परमानंद हे त्या वेळेला रशियन वकिलातीत भारताचे प्रतिनिधी म्हणून काम करत होते. ओडेस्साला गेल्यावर त्यांच्यापुढे मोठीच समस्या उभी राहिली. त्या वेळेला रशियामध्ये गव्हाचं पीठ तर मिळतच नसे, पण गहूसुद्धा, परराष्ट्र अधिकारी म्हणून विशेष परवानगीने विकत घ्यावा लागत असे.

त्यांना तर रोज ताज्या चपात्या खाण्याची सवय. मग कसं करायचं? शेवटी त्यांनी भारतातून दगडी जातं मागवून घेतलं आणि ते स्वत: सगळ्यांना पुरेल इतकं पीठ त्या जात्यातून काढून घेत. माझे मेहुणे योगाचे नियमित अभ्यासक होते. त्यांची अशी खातरी होती की, दंडाचे स्नायू मजबूत करून शरीरावर साठलेली अतिरिक्त चरबी हटवण्याचा, जातं ओढण्यासारखा दुसरा रामबाण उपाय नाही. बिच्चारी काकी! वर्षानुवर्षं नियमितपणे जातं ओढताना, तिला आपण शरीर सुदृढ करण्याचा व्यायामच करतो आहोत याची पुसटशी जाणीव तरी असेल का?

उन्हाळ्यात काही दिवस काकी तिच्या खेड्यातल्या नातेवाइकांना भेटायला जायची आणि तेवढ्या कालावधीपुरता तिने आमच्या जीवनाला लावलेला सुंदर ताल बिघडायचा. जगण्याची लय विस्कटायची. ती गावी जाते याचा मला फार राग यायचा. हिचं काय काम आहे तिकडं खेडेगावात? इथे आम्हाला झाडलोट, स्वयंपाक सगळं करावं लागतं. आमची आई याबाबतीत दक्ष तर नव्हतीच, उलट गबाळेपणाच जास्त. त्यामुळे काकी गावाला गेल्यावर आम्ही अगदी दिवस मोजत असायचो आणि अखेर ठरलेल्या दिवशी ती परत यायची. येताना आमच्यासाठी घरी बनवलेला चविष्ट खाऊ आणायला विसरायची नाही. शेंगदाण्याची, तिळाची घरी बनवलेली गुळाची चिक्की, त्याच्या त्या सुबक सोनेरी वड्या आम्हाला खूप आवडायच्या. आईच्या सांगण्यावरून ती पिशवीभर, शेतातली मातीची ढेकळं आणत असे. हे मातीचे खडे पाण्यात भिजवले की, त्याची छान मऊ मऊ पेस्ट तयार व्हायची. आमचे केस धुऊन झाले की ही पेस्ट आमची आई केसांवर लावून त्याचा कंडिशनरसारखा वापर करीत असे. केस छान मऊ, चमकदार व्हायचे. १९५५ साली मी अमेरिकेत येईपर्यंत कधी विकतचे, रासायनिक शाम्पू वापरल्याचं आठवत नाही. काकी खेड्यातून परत यायची तेव्हा तिला खूप बरं वाटत असावं. पण तिने कधी तशी काही भावना व्यक्त केली नाही. फक्त म्हणत राहायची, 'बघ, किती काळी होऊन आले मी! गावात अंघोळीला साबण नसतो ना, म्हणून!'

पन्नास वर्षांपूर्वीच्या त्या काळात, एखादीचा नवरा अकस्मात वारला, तर तिला अक्षरश: वंचित, वैराण असं आयुष्य जगावं लागे. त्यामुळे तरुण स्त्रिया वैधव्याला फार घाबरत. त्यांना वाटे, 'कुणाच्याही नशिबी वैधव्य येऊ नये.' अशीच एक माझी फार लहान वयातली आठवण आहे. काकी उदासपणे पुढच्या दरवाजाशी वाट पाहत उभी होती. माझे बाबा आणि आई आम्हाला घरी ठेवून शहरात गेले होते. बाबांचा एक २७-२८ वर्षांचा तरुण चुलत भाऊ अचानक वारला. त्याच्या कुटुंबीयांचं सांत्वन करण्यासाठी ते गेले होते. आई आली ती शोकाने व्याकूळ होऊन मोठमोठ्याने रडतच. तिला धरून आत आणलं, ती मोठ्याने ओरडत होती, 'असं कसं झालंऽऽ? असं कसं होऊ शकतंऽऽऽ?' पुढच्या काही आठवड्यांत आम्ही

मुलांनी नेमकं काय घडलं होतं त्याची माहिती मिळवली. आई-वडील समाचाराला गेले होते. तरुण मुलाचं प्रेत घरात ठेवलेलं होतं. अंत्ययात्रेची तयारी चालली होती. तेवढ्यात त्याच्या बायकोने शौचालयात जाऊन अंगावर रॉकेल ओतलं आणि स्वत:ला पेटवून घेतलं आणि हे सर्वांत पहिल्यांदा लक्षात आलं, ते माझ्या आईच्या. 'कसलातरी जळण्याचा वास येतो आहे,' असं म्हणताना शोध घेतला तेव्हा ही अघटित घटना उघडकीस आली.

१९५७ साली तोंडाच्या कर्करोगाने काकीचा मृत्यू झाला. त्या वेळी मी हार्वर्डला होते. वडिलांची पत्रं येत. त्यात काकीच्या आजारपणाबद्दल सविस्तर वर्णन असे. कशी तिची प्रकृती खालावत चालली होती, तिला रेडिएशन देण्यासाठी वारंवार मुंबईला कसं न्यावं लागत होतं, शेवटी घरीच तिला मरण आलं. माझ्या हॉस्टेलच्या रूमवर मी एकटीच अनावर दु:खाने हमसून हमसून रडले. कुणालाच काही सांगितलं नाही. असह्य दु:खभावनेने मला वेढून टाकलं होतं. स्वत:बद्दल क्वचितच एखादं वाक्य बोलणाऱ्या माझ्या लाडक्या काकीबद्दल बोलायला कुठून सुरुवात करावी तेच मला उमगत नव्हतं. १९५९ साली भारतात परत आल्यावर एक दिवस डोळ्यात पाणी आणून मी बाबांना विचारलं, ''बाबा, तुम्ही एवढे केंब्रिजची पदवी घेऊन आलात, तरीसुद्धा काकीला अशी वागणूक कशी देऊ शकलात?'' माझ्या तोंडून अशा प्रकारचं वक्तव्य ऐकून बाबा गोंधळून गेले. पण मला एक नवीच दृष्टी प्राप्त झाली होती. वर्षानुवर्षं चालत आलेल्या रूढींकडे मी आता वेगळ्या दृष्टिकोनातून पाहू लागले होते. केंब्रिजहून आले तरी काय करणार होते ते? तिला केस वाढवू द्यायचे होते त्यांनी? की भरजरी साड्या आणि दागिने घालू द्यायचे होते? ते काय तिला नोकरीला लावू शकत होते? आणि काकीला तरी हे सगळं करणं आवडलं असतं का? अहो, सुमारे पाऊण शतकापूर्वीच्या काळात प्रत्येक जण, त्यांच्याही पूर्वी अनेक शतकांपासून चालत आलेल्या पोलादी प्रथेचा गुलामच होता! पण माझ्या या बोलण्यावर मात्र बाबांनी प्रतिवादही केल्याचं मला आठवत नाही.

पुढे माझ्या आयुष्यात अनेक प्रसंग आले आणि गेले. पण कुणीही अशा प्रकारचे प्रश्न उपस्थित केले नाहीत. १९६० च्या दशकात मी दिल्ली विद्यापीठात असोसिएट प्रोफेसर म्हणून नोकरी करत होते. एके दिवशी सकाळी सकाळी शेजाऱ्यांची मोलकरीण आली आणि तिने बातमी सांगितली की, तुमच्या शेजाऱ्यांचा जावई वारला. मी गेले, तर ती विधवा मुलगी जमिनीवर बसलेली होती आणि सगळ्या वयस्कर आयाबाया तिच्याभोवती बसून छाती बडवून शोक व्यक्त करीत होत्या. फार जुनी पद्धत होती ही. 'हे मृत्यो, आम्ही तुझं एक कृत्य स्वीकारलं आहे, आता पुन्हा येऊ नकोस' असं सांगणारी ही प्रथा. त्या बायकांनी तिच्या हातातल्या

काचेच्या लाल बांगड्या फोडल्या आणि कपाळावरचं कुंकू पुसलं (ही दोन्ही स्त्रीची सौभाग्यचिन्हं मानली जातात.). त्यानंतर अनेक दिवसांनी मी तिला भेटायला गेले. तू आर्थिकदृष्ट्या स्वत:च्या पायांवर उभं राहणं किती महत्त्वाचं आहे, हे तिला समजावून सांगितलं. ही सूचना फारच मूलभूत होती आणि कदाचित अव्यवहार्यही. कारण तिला तान्हं मूल होतं.

ज्या बायकांचे नवरे अकस्मात मरण पावतात त्यांची कशी कठीण अवस्था होते, हे मी माझ्या कुटुंबात आणि आजूबाजूला पाहत आले आहे. मला असं वाटतं की, दिवसेंदिवस भारतातल्या विधवांचं जिणं हे कमी त्रासदायक होत चाललं आहे आणि पहिल्यासारखं विधवांना कुणी अवलक्षणी किंवा अशुभसूचक मानत नाही. अर्थातच भारतासारख्या विशाल आणि मोठा ग्रामीण भाग असलेल्या देशामध्ये कोणत्याही सामाजिक प्रश्नाबद्दल निश्चित भाष्य करणं हे धाडस ठरण्याची शक्यता जास्त असते. पण एकंदरीत इथल्या विधवांचं जीवन हे कौटुंबिक आणि सामाजिक बंधनाने जखडलेलं, दुय्यम स्वरूपाचं असतं. इथल्या मुली आजही बऱ्याच प्रमाणात अशिक्षित असतात, आई-वडिलांच्या छायेतच वाढतात, त्यांची लहान वयात लग्नं लावली जातात आणि लग्नाच्या बाबतीत त्यांचा विचार घेतला जात नाही. त्यांचं केशवपन आता कुणी करत नसलं तरी त्यांना समाजाची आणि कुटुंबाची बंधनं पाळावीच लागतात. कधी पदरात लहान मूल असलेली तरुण स्त्री विधवा झाली, तर नात्यातल्याच दुसऱ्या तरुणाशी तिचं लग्न लावलं जातं. बहुतेक वेळा दिराशी. त्यामागे समाजातल्या वाईट नजरेच्या पुरुषांपासून तिचं रक्षण करणं आणि तिला पुन्हा एकदा 'सौभाग्यवती' म्हणून मानाने जगण्याची संधी देणं हे हेतू असतात. मात्र शहरामधली एखादी शिकलेली स्त्री विधवा झाली, तर तिचं स्थान कुटुंबात दुय्यमच असतं पण ती नोकरी करून अर्थार्जन करत असते. एक गोष्ट मात्र संपूर्ण जगात सारखीच दिसते की, मुलं जर मोठी असतील तर विधवा सहसा दुसरं लग्न करत नाहीत. ग्रामीण स्त्रिया मुलाकडे राहणं पसंत करतात. शहरातल्या विधवा स्त्रिया, जर मुलाकडे राहणं शक्य नसेल किंवा मुलगाच नसेल तर एकट्याही राहतात, हे मी माझ्या नातलगातच पाहिलं आहे.

जगदीश आणि मी अमेरिकेत राहत असल्यामुळे सण-उत्सव कुटुंबासोबत साजरे करणं आणि दु:खदप्रसंगी हजर राहून त्यांचं सांत्वन करणं या गोष्टींना आम्ही मुकलो. विशेषत: निधनाच्या वार्ता तर आम्हाला नंतर फोन करून सांगितल्या गेल्या. आम्ही कोलंबिया विद्यापीठात नुकतेच नव्या नोकरीत रुजू झालो होतो. १९८० सालची गोष्ट. अजून तिथे रुळलोही नव्हतो, तेव्हा भारतातून फोन आला की, अनसूयेचा नवरा (उण्यापुऱ्या चाळीस वर्षं वयाचा) अचानक वारला म्हणून. अनसूया ही माझ्या नवऱ्याची एकच बहीण. खरं म्हणजे चुलत बहीण. लहानपणीच

तिचे आई-वडील वारल्याने पोरकी झालेली म्हणून जगदीशच्या आई-बाबांनी तिला घरी आणलं. तिला शिक्षण दिलं आणि योग्य वर शोधून तिचं लग्नही करून दिलेलं होतं. सुखसमृद्ध जीवन जगणाऱ्या सात भावांची एकुलती एक बहीण, त्या सगळ्यांच्या मुलांची आत्या म्हणून अनसूयेचं त्यांच्या कुटुंबात विशेष स्थान होतं. मुळात कुटुंब मोठं, त्यात सात दंगेखोर मुलगे. ही एकच गोड मुलगी. त्यात तिच्या अंगी सगळ्यांना आपलंसं करून घेण्याची नैसर्गिक प्रवृत्ती होती आणि स्वभावही आनंदी. मला नेहमी वाटे, हिची ही थट्टामस्करी, खळखळून हसवणं-हसणं यामागे कोणतं दु:ख दडलेलं असेल बरं? मी तिच्याशी बोलले तरी माझ्याबद्दलची आस्था नेहमीच तिच्या बोलण्यातून व्यक्त होत असे. आज ती अहमदाबादमधल्या एका प्रतिष्ठित नर्सरी स्कूलची मुख्याध्यापिका म्हणून काम करते. तिच्या दोन मोठ्या मुली आहेत, त्यांच्या व्यस्त जीवनात भाग घेते, मदत करते. (विधवा असून) इतर सामान्य स्त्रीप्रमाणे राहते आणि कुठे कुठे पर्यटनालाही जात असते.

यानंतर साधारण दहा वर्षांनंतरची घटना. मी मॉस्कोहून आले आणि जगदीशने सांगितलं की त्याचा भाऊ वारला. तो केमिकल इंजिनिअर होता. नुकतीच वयाची पन्नाशी गाठली होती त्याने. कामासाठी झुरिचला गेलेला होता. तिथेच हृदयक्रिया बंद पडून त्याला मरण आलं. दुर्दैव असं की तो बाहेर कुठेतरी कोसळून पडला, तेव्हा त्याचा पासपोर्टही त्याच्याजवळ नव्हता. पासपोर्ट हॉटेलच्या रूमवरच राहिला होता. त्यामुळे तो कोण, कुठला हे कुणालाच कळू शकलं नाही. घरचे लोक पाच दिवस झुरिचमध्ये या हॉटेलमधून त्या हॉटेलमध्ये आणि हॉस्पिटलमध्ये शोध घेत फिरले तेव्हा एका शवागारात त्याचं मृत शरीर सापडलं. माझ्या विधवा जावेची परिस्थिती फारच कठीण झाली. कारण नवऱ्याच्या अकस्मात मृत्यूमुळे आर्थिक नियोजनात प्रचंड अडथळे आलेच शिवाय तिने राहायचं कुठे, हा प्रश्न निर्माण झाला. नंतर काही महिन्यांनी मी तिला भेटायला गेले, तेव्हा ती म्हणाली, "माझं जीवन संपलं!" हे म्हणताना तिचा आवाज ऐकू न येण्याइतका क्षीण झाला होता. आता ती अहमदाबादमध्ये एक छोटासा व्यवसाय करते. मी गेले की स्वत:च्या कारमधून मला अहमदाबादमध्ये फिरवते. दोन मुलं आहेत. दोघंही अमेरिकेत स्थायिक झाली आहेत. त्यांच्याशी संपर्क ठेवून असते.

काही दशकांपूर्वी काकीला जे विधवापण भोगावं लागलं, त्यापेक्षा आजकालच्या हिंदू विधवांचं जगणं वेगळं आहे. पण विधुरांच्या जगण्याहूनही ते वेगळं आहे का? परवाच माझ्या वाचण्यात आलं की, भारतात चार कोटी ५० लाख विधवा आहेत. पण असा विधुरांचा आकडा काही मिळू शकला नाही मला. एखाद्या विधवेशी किंवा घटस्फोटितेशी हिंदू पुरुषांनी विवाह करू नये असा पूर्वापार चालत आलेला सांस्कृतिक संकेत आहे. याचं मूळ फार जुन्या काळच्या पवित्र समजल्या जाणाऱ्या ग्रंथांमध्ये

सापडतं. त्यामध्ये असे उल्लेख सापडतात की, जी स्त्री तिच्या विवाहाच्या वेळी कुमारिका होती, तिच्याच पुत्राला पुढे पित्याच्या चितेला अग्नी देण्याचा अधिकार असतो. कदाचित स्त्रिया विधवा राहून कौटुंबिक जबाबदाऱ्या पूर्ण करण्यातच, स्वत:च्या वैयक्तिक भुका, भावना आणि इच्छा बाजूला ठेवणं पसंत करीत असाव्यात किंवा घराबाहेरच्या कामात स्वत:ला गुंतवून घेत असाव्यात. १९६६ साली माझी भेट, भारताचे तत्कालीन अर्थमंत्री मोरारजी देसाई यांच्याशी झाली. त्या वेळी माझी ती विद्ध करून टाकणारी घटस्फोटाची प्रक्रिया चालू होती. मोरारजीभाईंनी मला सरळ सांगितलं की, तू समाजकार्य सुरू कर आणि बघ, तुझं हे वैयक्तिक वैफल्य वगैरे सगळ्यांची कशी वाफ होऊन उडून जाते की नाही ते! मानसशास्त्रज्ञ फ्रॉइडने, भारतीय सांस्कृतिक संदर्भात विधवांच्या मन:स्थितीचं पृथक्करण कसं केलं असतं कोण जाणे! कारण भारतात कुठलाही निर्णय घेताना तुम्हाला काय करायची इच्छा आहे यापेक्षा अशा वेळी कसं वागण्याची आपली परंपरा आहे यालाच प्राधान्य दिलं जातं. मी माझ्या नणंदांच्या घरी जाते, तेव्हा त्यांच्या दिवाणखान्यात पतीची मोठमोठी तैलचित्रं अगर फोटो लावलेले दिसतात. त्याद्वारा त्यांना त्यांच्या दिवंगत पतीच्या आठवणी स्वत:साठी, मुलांसाठी आणि नातवंडांसाठी जिवंत ठेवाव्या असं वाटत असतं.

कधी कधी मात्र जुन्या रीतिरिवाजांना स्मार्टपणे आणि सोईस्करपणे बगल दिली जाते. मालतीचा मुलगा म्हणजेच आमचा पुतण्या आहे विशाल नावाचा. त्याचं लग्न ठरलं. तो एमआयटी द्विपदवीधर आणि बायको आमच्या माहेरच्या गावची म्हणजे सुरतची आर्किटेक्ट झालेली मुलगी. आम्ही गेलो लग्नाला. हिंदू धार्मिक पद्धतीच्या लग्नाच्या वेळी मुलीचे आई-वडील आणि मुलाचे आई-वडील पाटावर शेजारी शेजारी बसतात. समोर नवविवाहित दाम्पत्य असतं आणि गुरुजी मंत्रोच्चार करत विधी सांगत असतात. अशीच पद्धत आहे. हिंदू महाकाव्य रामायणामध्ये अशी कथा वर्णन केलेली आहे की, ज्या वेळी महाराणी सीतेला राक्षसराजा रावणाने पळवून नेलेली होती आणि प्रभू रामचंद्रांना मोठा यज्ञ करायचा होता तेव्हा त्यांनी सीतेची सुवर्णमूर्ती घडवून घेतली आणि सीतेच्या ऐवजी त्या मूर्तीशेजारी बसून धर्मकार्य पार पाडलं. देवांना आणि राजांना असे पर्याय करून सुटका करून घेता येते, पण माणसं मात्र त्यांनी घालून दिलेले नियम वाटेल तो त्याग करून पाळायचा प्रयत्न करतात. विशालच्या लग्नात सगळ्यांना वाटत होतं की, त्याचे वडील वारलेले आहेत, तेव्हा काकांपैकी एक जण सपत्निक पूजेला बसतील. पण आश्चर्याची आणि माझ्यासाठी कौतुकाची बाब म्हणजे, गुरुजींची संमती घेऊन मालतीने काही विधी 'आई' म्हणून एकटीने पार पाडले. तसं करण्यासाठी त्या गुरुजींचं मन वळवलं. सांगता मात्र घरातले ज्येष्ठ म्हणून विशालच्या थोरल्या काकांनी केली.

याउलट जगदीशची बहीण अनसूया हिने मात्र सांगितलं की, तिची डॉक्टर मुलगी वैशाली हिचं कन्यादान मी आणि जगदीशने न्यू यॉर्कला करावं (आम्ही मुलीचे मामा-मामी या नात्याने). आम्ही ते मान्य केलं आणि १९९० साली आमच्या कोलंबियाच्या घरात मोठ्या आत्मविश्वासाने ते कार्य पार पाडलं. सगळ्या नातेवाईक आणि स्नेहीमंडळींना बोलावलं, ब्राह्मणाला बोलावलं. फुलं, पताकांनी घर सजवलं. होमासाठी समिधा म्हणून छोटी लाकडं गोळा केली, ती मायक्रोवेव्हमध्ये वाळवली आणि 'फायर अलार्म' तेवढ्यापुरता डिसकनेक्ट करून छोट्या कोळशाच्या शेगडीत लाकडं पेटवून होम केला. वधू-वरांनी त्याच्याभोवती सात फेरे घेतले. मंत्रोच्चारासहित विवाहाच्या शपथा घेऊन एकमेकांना (घरी केलेल्या) झेंडू फुलांच्या वरमाला घातल्या. छानपैकी शाकाहारी गोडधोड जेवणाची मेजवानी होती. सगळं केलं, पण उणीव होती ती भारतीय लग्नातल्या माणसांच्या गर्दीची आणि हातात आइसक्रीमचे कोन घेऊन मांडवभर बागडणाऱ्या बालगोपालांची! अनसूयेने स्वत:होऊनच लग्नविधीपासून दूर राहण्याचं ठरवलं होतं. आम्ही तिला वैशालीच्या लग्नाचे फोटो काढून पाठवले.

मला वाटतं की, अलीकडच्या काळात भारतामध्ये, शहरी भागात आमच्या काकीच्या वेळेला होती तितकी विधवांची समस्या व्यापक आणि जाचक राहिलेली नाही. कारण आता मुली शिकतात, त्यांची लग्नं उशिरा होतात आणि पुरुष तरुणपणात दगावण्याचं प्रमाणही कमी झालेलं आहे. सगळ्यांचंच आयुर्मान वाढलेलं आहे. असं जरी असलं, तरी मला आजही म्हणावंसं वाटतं की, स्त्री एकदा विधवा झाली की तिने जन्मभर विधवा म्हणूनच जगायचं हा नियम स्त्रियांनी आपणहून स्वीकारलेला नसून सामाजिक बंधनांमुळे त्यांना तो पाळावा लागतो. नाहीतरी विधवा आणि घटस्फोटितांचे पुनर्विवाह पाश्चात्त्य देशांतदेखील अगदी हळूहळूच रुळत गेले. सांस्कृतिक चालीरीतीतल्या सुधारणा मुंगीच्या पावलानेच पुढे सरकतात हेच यातून स्पष्ट होतं.

जगदीशच्या मागे मी जिवंत राहिले, तर मी माझे अमेरिकन जीवन कोणत्या प्रकारे चालू ठेवीन? की मी भारतात परत जाईन? आमची मुलगी मोठी आहे, लग्न होऊन स्वत:च्या जीवनात रमली आहे. मग मलाही माझ्या नणंदांचं अनुकरण करावंसं वाटेल? त्यांनी काही अमेरिकन बायकांसारखा पुन्हा लग्न करण्याचा पर्याय स्वीकारला नाही. मलाही अमेरिकेत राहून भारतीय स्त्रीसारखं एकटं जगावंसं वाटेल? असे विचार आले की मनाला त्रास होतो. या निर्णयाचा विचारही भयभीत करून सोडतो. संस्कृतिभिन्नतेलाही भेदून जाणारा हा निर्णय... मला काय चांगलं, काय वाईट याचा विचारही करावासा वाटत नाही. माझे भारतातले स्नेहीसोबती साहजिकपणे भारतीय आदर्शांचा पुरस्कार करतात. ते सांगतात की, म्हातारपणात,

पती किंवा पत्नी गेल्यावर माणसांनी कुटुंबातच राहिलं पाहिजे. म्हणजे त्यांना एकटेपणाचा त्रास होत नाही. जोडीला अमेरिकेतल्या वृद्धांची अनिश्चित, निराधार अवस्थाही वर्णन करतात. ते विचारतात, 'तुला नाही वाटत, काकी विधवा झाल्यावर खेडेगावात राहिली असती, त्यापेक्षा शहरात तुमच्या घरी सुखात राहिली म्हणून?' 'आणि काय गं, समजा अमेरिकेत तू एकटी राहिलीस आणि पुढे पुढे तुला एकाकी, असहाय वाटायला लागलं तर?'

मला माझ्या विधवा सासूबाई आठवतात. शेवटी शेवटी त्या मुंबईत होत्या. त्या वेळी त्यांची मुलगी अनसूया, त्यांच्या सात सुना, एक परिचारिका या सगळ्या जणी त्यांच्या न्यूरोसर्जन मुलाच्या मार्गदर्शनानुसार त्यांची देखभाल करीत होत्या. त्या वारल्या, तेव्हा माझ्या मोठ्या जावेने त्यांच्या हातातल्या सोन्याच्या चार बांगड्या काढून माझ्या हातात घातल्या. मी त्यांची सर्वांत शेवटी घरात आलेली सून होते. मरताना त्यांनी तशी इच्छा व्यक्त केलेली होती म्हणे. त्यांना मृत्यू आल्यानंतर काही वेळाने लगेच अंत्यसंस्कार करण्यात आला. तोही विद्युतदाहिनीमध्ये! त्या वेळी संपूर्ण मोठा परिवार हजर होता. नंतर सगळे मिळून साधं जेवण जेवलो. पण इतक्या आठवणी, गप्पा आणि लोकांचं येणं-जाणं चाललं होतं की, शेवटी शेजारी येऊन विचारू लागले, कसलं फंक्शन चाललं आहे तुमच्याकडे?

भारतामध्ये मृत्यूनंतर दुखवटा म्हणून शांततेने शोक करण्याची पद्धत आहे. पण माझ्या सासूबाई अत्यंत समृद्ध आयुष्य जगल्या. संतती, संपत्ती, वैभव, कीर्ती सगळंच त्यांना भरपूर लाभलं. त्यामुळे त्यांच्या मृत्यूनंतर उत्सव करणंच खरंतर उचित ठरलं असतं. माझी आई, वडिलांच्या मागे बारा वर्षं हयात होती. माझ्या भावाने आणि भावजयीने तिची काळजी घेतली. शेवटी ती ४५ दिवस कोमामध्ये होती. तिच्या सर्जन झालेल्या नातवाने तिची चांगली काळजी घेतली. दर शनिवार-रविवारी खूप लांबचा प्रवास करून तो तिच्यासाठी येत असे.

परंतु मी जर एकटी राहिले तर माझं कसं होणार शेवटी? मला माहीत आहे, फारच धनवान आणि असामान्य व्यक्ती वगळता इथलं जनजीवन हे औपचारिक आणि जोडप्यांभोवती विणलं गेलेलं असतं. एकटी स्त्री किंवा विधवा यांचं जीवन यामुळे अवघड होतं. त्यामुळे ती स्त्री समाजापासून वेगळी पडण्याचा धोका संभवतो. अमेरिकन मुला-मुलींचं भारतीय तरुणांसारखं नसतं. ठरावीक वयानंतर ते स्वतंत्र आयुष्य जगतात. त्यांना ज्या पद्धतीने जगायचं असेल, तसं ते जगू लागतात. त्यामुळे पिढ्यांमध्ये निश्चितपणे अंतर पडतं. माणसं एकमेकांपासून तुटतात. त्यामुळे असं घडतं की, माणसं एकटी झाली, तरी फार काळ एकटी न राहता, लगेच दुसरा जोडीदार शोधायला लागतात आणि या कामात त्यांचे मित्र, हितचिंतक आणि मोठी झालेली मुलं त्यांना सर्वतोपरी मदत करतात. मला वाटतं, त्यामुळे

विधवा आणि विधुर यांचा फायदा होतो. कसंही असलं, तरी 'स्वत: पुढे चालत राहायचं' या मजबूत अमेरिकन संकल्पनेप्रमाणे माणसं स्वत:च्या हिमतीवर जगत राहतात. पाहिजे तर जुन्या आठवणी जपून ठेवतात किंवा त्यांचा पूर्ण त्याग करूनही पुढे जीवन चालू ठेवू शकतात. याउलट भारतीय माणसाची संकल्पना असते की, जीवन हे चालू राहतं, आपण त्याच्यासोबत (जमेल तसं जुळवून घेत) जगलं पाहिजे. भारतीय जीवन माणसाला भूतकाळाशी जखडून ठेवतं. अमेरिकन जीवनशैलीत माणसाला काय आवडतं, त्याची इच्छा काय आहे याला महत्त्व आहे, तर भारतात माणसं मन मारून, इच्छा दाबून ठेवून जगायला शिकतात.

मी माझ्या भारतीय स्नेह्यांना सांगते की, मला अमेरिकेतल्या अशा बऱ्याच स्त्रिया माहीत आहेत ज्या आपल्या विधुर वडिलांची किंवा विधवा आईची, ते थकल्यावर चांगली काळजी घेतात. त्यानंतर तिथे हॉस्पिस म्हणजे असहाय, अपंग, वृद्धांना किंवा आजारी माणसांना मदत करणारी एक व्यवस्था असते. ही व्यवस्था मूळ इंग्लंडमध्ये सुरू झाली पण आता अमेरिकन जनजीवनात घरात काळजी घ्यायला कुणी नसेल तर किंवा सतत रुग्णाची सेवा करून थकलेल्या व्यक्तींना थोडासा दिलासा देण्यासाठी ही पर्यायी व्यवस्था चांगलीच रुळलेली आहे. या ठिकाणी मी माझ्या भारतीय हितचिंतकांना आठवण करून देऊ इच्छिते की, त्यांनी भारतीय कुटुंबव्यवस्थेचं, अतिशयोक्त गुणवर्णन करू नये. आपल्या कुटुंबात, अधिकारशाहीच्या वातावरणात मनावर ठसवण्यात आलेला आज्ञाधारकपणा नवी पिढी झुगारून देते आणि म्हातारपणी एकट्या झालेल्या वृद्धांना जीवनाच्या अखेरीस स्वत:च्याच कुटुंबाकडून उपेक्षा, हेळसांड सहन करावी लागते अशीही उदाहरणं घडत असतात. टॉलस्टॉयची याबद्दलची कथा सुप्रसिद्ध आहे. असंच एक कुटुंब असतं. नवरा, बायको, मुलगा आणि म्हातारे आजोबा. आता निरुपयोगी झालेल्या म्हाताऱ्याला एका कोपऱ्यातल्या खोलीत ठेवलेलं असतं. त्याला जेवण, खाणं-पिणं सगळं एका लाकडी वाडग्यातून तिथेच पुरवलं जातं. एक दिवस त्यांचा लहान मुलगा, एका लाकडाच्या ओंडक्यापासून तशाच प्रकारचा वाडगा तयार करताना पाहून आई-वडील विचारतात, 'तू काय करतोस?' त्यावर मुलगा उत्तरतो, 'तुम्ही म्हातारे झाल्यावर तुम्हाला मला वाडग्यातून जेवण द्यावं लागेल ना, तो वाडगा तयार करतो आहे.' हे उत्तर ऐकल्यावर आई-वडिलांचे डोळे उघडतात आणि त्याच दिवसापासून म्हाताऱ्याला सगळ्यांबरोबर डायनिंग टेबलावर जेवायला वाढलं जाऊ लागतं.

पण वृद्धांच्या सेवेचं महत्त्व ठसवणाऱ्या टॉलस्टॉयच्या गोष्टीतल्या तरुणांसारखी उदाहरणंसुद्धा आता आजूबाजूला सापडतील असं नाही.

काकीच्या अखेरच्या दिवसांत माझ्या आई-वडिलांनीच तिची सेवा केली.

कर्तव्य आणि दयाबुद्धी असं दोन्ही होतं त्यामध्ये. खरं म्हणजे काकीवर तिचं विधवेचं जिणं लादलं गेलं होतं. पण त्याविषयी यत्किंचितही तक्रार न करता ती आलेल्या परिस्थितीला शरण जाऊन आमच्या कुटुंबात आनंदाने राहिली याचीही त्यांना जाणीव होती. ग्रामीण भारतात आजही विधवेला अनेक प्रकारच्या बंधनांत राहावं लागतं. बंधनं तिने आपणहून स्वीकारलेली नसतात, तर ती तिच्यावर लादली जातात. शिवाय ती निर्दयही असतात, कारण आजही वैधव्य हा स्त्रीचा अपराध किंवा कलंकच मानला जातो. शहरी भागात विधवेच्या वागण्यावर इतके कडक निर्बंध नसले, तरी 'विधवा' हे लेबल असतंच. तो कलंक समजोत किंवा नावावर शिक्का लागो, पण ही विधवा झाली की नेहमी विधवाच राहते. अतिशय काटेकोरपणे समाजात पेरल्या गेलेल्या आणि भरपूर किमती देऊन वाढवलेल्या या सामाजिक रीतीभाती अशा आहेत की ज्यामुळे नेहमी मुलींना स्वत:ला पुसून टाकून, स्वत:चं अस्तित्व विसरून इतरांना देतच राहावं लागतं, समर्पितच व्हावं लागतं. मुलीला वाढवताना (मुलग्याला नाही) आई-वडील तिला आनंदाने सर्वांना सामावून घेणारी व्यक्ती म्हणून तयार करतात, त्यामुळे ती 'स्वत:ला काय करावं वाटतं' आणि 'तिने कसं वागावं अशी इतरांची अपेक्षा आहे' यात फरकच करू शकत नाही (इतरांच्या अपेक्षेनुसारच वागायची तिला सवय होते).

पूर्वीच्या काळी म्हणजे काही दशकांपूर्वी पाश्चात्त्य समाजातही 'स्वत:च्या भावना व्यक्त करायच्या नाहीत. मितभाषी राहायचं' ही सवय, मुलींच्यात रुजवली जात असे. 'लाइव्ह्ज ऑफ गर्ल्स ॲन्ड विमेन' या पुस्तकात लेखिका एलिस मन्रो याबद्दल लिहिते, 'लोकांची आयुष्यं... उदास, साधी, ज्यांचा नीट थांगही लागू नये अशा, स्वयंपाकघराच्या चकित करणाऱ्या अंधाऱ्या गुहेत, छपराखाली सुरक्षित... आम्हाला प्रत्येक बाबतीत व्यवहारी राहण्यासाठी शिकवलं जाई. प्रोत्साहन दिलं जाई. मी ज्या सामाजिक वातावरणात वाढले तिथे *असं करण्याने मला खुशी मिळेल का?* हा प्रश्न कुणी स्वत:ला विचारत नसे. स्वत:चं समाधान हा भागच नव्हता. आणि मी अशी व्यक्ती होते की, कशातही चपखल बसत नसे. मला नेहमी वाटत राहायचं... इथून बाहेर पडलं पाहिजे.'

हे अनेक दशकांपूर्वीचं कॅनडातलं वर्णन आहे. त्या काळात भारतातल्या विधवा स्त्रियांना गावंढळ भावनातिरेक, गाडून टाकलेली दु:खं आणि निराधार मिथक कथा किंवा गूढ कथा सहन करत जगावं लागे. स्त्रियांच्या शिक्षणामुळे फरक पडू शकतो पण शिकलेल्या भारतीय स्त्रिया, तरुणपणी वैधव्य आलं, तरी विधवा म्हणून जगत राहणं स्वेच्छेने पसंत करतात आणि बाहेरचे जाणकार निरीक्षक, रूढींचे रक्षणकर्ते आणि कुटुंबातले वडीलधारे यांना आपल्या प्रतिष्ठेची आणि स्वार्थाचीच चिंता असते. त्याचाच ते पाठपुरावा करत राहतात. विधवांची स्थिती बदलण्याची कुणाला

काळजी नसते आणि उत्साहही नसतो. त्यामुळे भारतातल्या विशेषकरून हिंदू विधवांना, एखाद्या अजस्त्र अजगराने गिळलेल्या भक्ष्याप्रमाणे यातून जीव वाचवून बाहेर कसं पडायचं, याच विवंचनेत दिवस काढावे लागतात. प्रचलित पुरुषप्रधान समाजव्यवस्थेने विधवांचं जिणं अगदी दु:खमय करून टाकलेलं आहे. पण त्यांच्यात शिरून, त्यांच्यात राहून त्या जीवनाचा अनुभव घेतल्याशिवाय ही व्यवस्था विधवांना न्याय कसा देऊ शकणार?

त्या घरात लहानाची मोठी होत असताना माझ्या आपोआप लक्षात येत गेलं की, काकी ही अविश्रांत, सहानुभूतिशून्य जीवन जगत राहणार. तिची त्यातून सुटका तर नाहीच पण तिला मानसुद्धा नाममात्रच द्यायचा असतो. कधी कधी तिचं नाही ऐकलं, तिच्या इच्छेकडे दुर्लक्ष केलं तरी चालतं. घरातल्या वातावरणातून मिळत असलेल्या संकेतांमुळे माझंही विचारहीन, परोपजीवी बांडगुळात रूपांतर झालं होतं जणू. आता मी जेव्हा काकीच्या फोटोतल्या चेहऱ्याकडे पाहते तेव्हा तिच्या चेहऱ्यावर वार्धक्याच्या खुणांपेक्षा शतकानुशतकं हिंदू स्त्रियांच्या दडपल्या गेलेल्या नैसर्गिक भावनांच्या खुणा मला अधिक दिसतात. तिने दिलेल्या भेटी, तिने केलेलं प्रेम यामुळे माझं पोषण झालं आणि आठवणींचा वारसा मिळाला. दिवसभराच्या कंटाळवाण्या दिनचर्येला खंबीरपणे कसं तोंड द्यावं, हे मी तिच्याकडून शिकले. सकाळची न्याहारी तयार करायची, संध्याकाळचा स्वयंपाक करून ठेवायचा आणि मग दिवसभराच्या कामाला विराम द्यायचा. अगदी सहज, समतोल वृत्तीने.

काकीच्या जगण्याच्या कधी न थांबणाऱ्या गतीमुळे मला आश्वासन मिळायचं की, प्रत्येक दिवस हा जगण्याचा एक भाग असतो. हा प्रवास चालूच राहणार आहे. त्यात कधी चढ येईल, कधी उतार लागेल. कधी समाधान होईल, तर कधी निराशा वाट्याला येईल. पण जीवन चालूच राहिलं पाहिजे. जेव्हा माझ्या आईचे वेगवेगळे विचित्र मूड्स बदलायचे आणि वडिलांचं आमच्याकडे लक्ष नसायचं तेव्हा मला काकीच्या पदराचाच आसरा होता. एकंदरीत, आपण काही गमावलं तरी त्याचं दु:ख करत बसायचं नाही, ही जगण्याची कला मला मिळाली ती काकीकडून, 'अनेक गोष्टी या गमावण्यासाठीच निर्माण झालेल्या असतात, मग त्या गमावणं हे काही संकट समजण्याचं कारण नाही.'

बालपण आणि किशोरावस्था

भारतात प्रचलित असलेल्या चांद्रमास पंचांगातल्या तिथींच्या चांगल्या आणि वाईट फळांच्या मध्ये माझा जन्मदिवस अडकला. त्याचं असं असतं की, चांद्रमासाच्या पहिल्या पंधरा रात्री आकाशात चंद्र रोज थोडा थोडा मोठा दिसतो आणि पंधराव्या रात्री, पौर्णिमेला पूर्ण चंद्रबिंब दिसतं (वर्तुळाकृती). सोळाव्या रात्रीपासून रोज थोडा थोडा कमी होऊन तिसाव्या म्हणजे अमावस्येच्या रात्री आकाशात चंद्र दिसतच नाही. हिंदू धर्मात ही बिनचंद्राची काळी रात्र अशुभ मानली जाते. माझ्या जन्माच्या वेळी आईला प्रसूतिवेदना होऊ लागल्या आणि तिला दवाखान्यात नेलं, तेव्हा सगळ्यांना भीती वाटली की, ही अमावस्येला म्हणजेच अशुभ दिवशी प्रसूत होईल की काय? माझा जन्म आश्विन शुद्ध प्रतिपदेला म्हणजे पवित्र दिवशी व्हावा म्हणून तिची प्रसूती पुढे ढकलण्यात आली (याच दिवशी देवीचा नवरात्रोत्सव सुरू होतो). पुढे दिवाळी हा दिव्यांचा सण आणि लक्ष्मीपूजन ही ऐश्वर्यदेवतेची पूजा याच महिन्यात असते. म्हणून तो शुभलक्षणी महिना.

खरंतर मानव जेव्हा 'चंद्र म्हणजे आकाशाला पडलेलं भोक' असं समजत होता, त्या काळातल्या या संकल्पना. मला अजूनही कोडं पडलं आहे की, सत्तर वर्षांपूर्वी भारतातल्या एका लहान शहरातल्या प्रसूतिगृहात थेट चंद्राच्या गतीवर मात करण्यासाठी अशी कोणती वैद्यकीय युक्ती वापरली असेल? तो निर्णय माझ्या आईनेच घेतला होता की काय तेही मला माहीत नाही. पण तिला त्या अत्यंत वेदनादायक परिस्थितीत खूप जास्त वेळ ठेवल्याचा तिच्या आणि माझ्या, दोघींच्या प्रकृतीवर अनिष्ट परिणाम झाला. जन्माला येतेवेळी माझा ओठ सुजलेला होता, नाक वाकडं झालेलं होतं आणि डोक्यावर रक्ताच्या गाठीच गाठी चिकटल्या होत्या. जेव्हा आईने त्या अवस्थेत मला पाहिलं, तेव्हा ती म्हणाली, "फेकून द्या या पोरीला कचऱ्यात. कोण लग्न करणार हिच्याशी?"

पण नंतर सगळं काही व्यवस्थित झालं. मला तातडीने मुंबईला नेऊन नाक ठीक करण्यात आलं. तो एक वैद्यकीय चमत्कारच म्हणायचा आणि उशीर केल्यामुळे निर्माण झालेले सगळेच दोष दुरुस्त करण्यात आले. माझी अधिकृत

जन्मतारीख १२ ऑक्टोबर ही त्यामुळे फक्त एक रुक्ष तपशील होऊन राहिली. पुढे मी वडिलांना सांगितलं की, कोलंबसाने अमेरिका शोधून काढली, तीही १२ ऑक्टोबर १४९२ रोजी. त्यामुळे अमेरिकेत या दिवशी मोठा उत्सव साजरा केला जातो. पण असं सांगून काहीच फरक पडला नाही. उलट पुढे आयुष्यात जेव्हा जेव्हा माझ्यावर काही दुर्दैवी प्रसंग आले तेव्हा तेव्हा वडील आठवण करून देत की, 'नाहीतरी तू अमावस्येच्या अंधाऱ्या रात्री जन्माला आलेलीच मुलगी आहेस.'

मला लहानपणीच्या खूप कमी गोष्टी आठवतात. पण माझ्याहून एक वर्ष सात महिन्यांनी लहान असलेल्या हंसाबरोबर मी प्राथमिक शाळेला जायची त्या आठवणी मात्र पक्क्या आहेत. प्राथमिक शाळा, हायस्कूल आणि कॉलेज अशा तिन्ही ठिकाणी आम्ही एकत्रच गेलो. फक्त ती माझ्यापेक्षा एक इयत्ता मागे असायची. आमची प्राथमिक शाळा तीन विधवा चालवत असत. त्यांची नावं आणि रूपं मला आजही स्पष्ट आठवतात. प्रमुख होत्या पार्वतीबेन. दुसऱ्या, नाकावर चश्मा ठेवून वावरणाऱ्या शारदाबेन आणि तिसऱ्या होत्या महालक्ष्मीबेन. यांनी केशवपन केलेलं होतं. त्यांच्या डोक्याला आम्ही 'काळ्या मक्याचे खुंट' म्हणत असू. ते नेहमी जाड्याभरड्या पांढऱ्या साडीच्या पदराखाली झाकलेलं असायचं आणि त्या चपला न घालता कायम अनवाणीच असत. या तिघींनी आम्हाला कडक शिस्तपालन आणि काटेकोरपणे नियम पाळायला शिकवलं. सत्तर वर्षांपूर्वीच्या माझ्या शाळेच्या स्मृती माझ्या मनात आहेत त्या शांत गाभाऱ्यासारख्या. त्यात कोणताही चमकदारपणा नसला तरी जीवनभर पुरणारं पोषण होतं.

मला अभ्यास करायला आवडायचं. अंकगणित आणि इंग्रजीमध्ये भरपूर गुण मिळायचे. मी सांघिक खेळातही भाग घेत असे. त्यात मुलींसाठीचे पळण्याचे आणि उड्या मारण्याचे खेळ समाविष्ट केलेले असत. मी नेहमी वर्गात पहिली यायचे. त्यामुळे सगळ्या शिक्षकांची आवडती असे. शिक्षक आम्हाला चांगलं कसं वागावं ते सांगत. मुलींना शीलरक्षणाचं महत्त्व समजावून देत. मला आठवतं, एकदा शाळेतल्या सगळ्या मुलींना एकत्र बसवून एक सभा घेतली होती. आम्ही सर्व जणी मांडी घालून जमिनीवर बसलो होतो. चर्चचे एक सुधारक विचारांचे मोठे अधिकारी आलेले होते. त्यांनी आम्हाला पूर्ण जीवनभरासाठी चहा आणि कॉफी सोडून द्यायला सांगितलं होतं. पण सात आणि आठ वर्षांच्या मुलांना ज्या वेळी फक्त 'आता सुटी कधी लागणार?' किंवा 'माझा बर्थडे कधी आहे?' अशाच गोष्टीत स्वारस्य असतं, त्या वेळेला आयुष्यभरासाठी एखाद्या अनिष्ट पदार्थाचा त्याग करायला सांगितला, तर ते त्यांच्या मनापर्यंत नीट पोहोचू शकत नाही. पण त्या वेळेला मी आणि हंसाने अगदी तत्परतेने हात वर करून तयारी दर्शवली. दुसऱ्या दिवसापासूनच आमचं कोको आणि ओव्हल्टीन घेणं सुरू झालं. अर्थात आमच्या बाबांनाही ते आवडलं.

पुढे १९५१ साली मुंबईला गेले, तेव्हा मी कॉफी प्यायला सुरुवात केली.

नंतर आम्ही हायस्कूलमध्ये गेलो. हेही गर्ल्स हायस्कूलच होतं. ते आमच्या घरापासून तीन ते चार मैल दूर होतं. शहराच्या अगदी मध्यभागी. आम्ही सात वर्षं दररोज बसने प्रवास करून जायचो आणि यायचो. आम्ही दोघी आसपास राहणाऱ्या मुलींसोबत स्पेशल बसने जात-येत असू. जर का एखादे दिवशी बस चुकली, तर वैताग! एवढं अंतर चालत जावं लागे, तेही भरभर. नाहीतर पहिला तास चुकणार! शाळा गुजराती माध्यमाची होती. अगदी मॅट्रिकपर्यंत. पण जसजशा इयत्ता वाढत जात, तसतसे इंग्रजीचे पेपरही वाढत होते. गणित, फिजिक्स, केमिस्ट्री हे माझे आवडते विषय इंग्रजीतून शिकवले जात. अर्ध्या अभ्यासक्रमापासून आम्हाला दुसरी एक भाषा, दुय्यम भाषा म्हणून निवडावी लागे. मी पर्शियन, फ्रेंच न घेता संस्कृतची निवड केली आणि पुढे जीवनभर संस्कृतच्या प्रेमातच राहिले. संस्कृतमधलं ते गुंतागुंतीचं व्याकरण, काव्यमय कथारूपांतरं, मोहमयी शब्दरूपं (कधी कधी एकेक पानभर लांबणारी) यांनी मला कायम मंत्रमुग्धच करून ठेवलं. त्यानंतर रशियन भाषेने असंच मला बांधून ठेवलं. इतक्याच ओढीने.

आमची शाळा सार्वजनिक एज्युकेशन सोसायटीमार्फत चालवली जायची. माझे वडील त्या संस्थेचे आजीव सदस्य होते. शाळेचा कारभार चालवणं, अभ्यासक्रम ठरवणं, शिक्षकांच्या नेमणुका करणं, प्रवेश कोणत्या विद्यार्थ्यांना द्यायचा या सगळ्यावर या संस्थेचं नियंत्रण होतं. म्हणूनच की काय, आमचे शिक्षक सर्व सारखे शिकलेले, निष्ठावान होते. त्यामुळे आम्हाला जे शिक्षण मिळालं, त्याचा शैक्षणिक दर्जा मुंबईच्या नावाजलेल्या शाळांच्या बरोबरीने असे. पण पुढे मला समजून चुकलं की, अशा चांगल्या संस्थेतून शिकून आले असले, तरी माझ्यावर 'सुरतची मुलगी' हा शिक्का कायम राहिला. याचा अर्थ 'लहान गावातली गावंढळ मुलगी.' त्याशिवाय आमच्या शाळेत विविध जातिधर्माच्या मुली होत्या. पारशी, ख्रिश्चन, इस्मायली (बोहरा) आणि हिंदू अशा सर्व धर्मांच्या मुली असत. इस्मायली विद्यार्थिनींसाठी स्वतंत्र प्रार्थना हॉल होता. त्या संपूर्ण बुरखा घालूनच शाळेत येत. शाळेच्या प्रांगणात मात्र बुरखा काढून वावरत असत.

माझ्या संपूर्ण शालेय कारकिर्दीत मरियम नावाच्या इस्मायली मुलीशी माझी चढाओढ असायची. माझा कायम पहिला नंबर यायचा आणि तिचा दुसरा. मॅट्रिक झाल्यावर मी कॉलेजला गेले आणि तिचं शिक्षण थांबलं. शाळेत असेपर्यंत कोणत्याही प्रार्थनासभेत (ज्यात देवाचा संबंध येतो) मी भाग घेतल्याचं आठवत नाही. आम्ही मुलांविषयीसुद्धा कधी काही बोलत नसू. मुलं कधी आसपास दृष्टीसही पडत नसत. मी खेळात भाग घ्यायचे, वक्तृत्व स्पर्धा जिंकायचे आणि मोठ्या उत्साहाने गॅदरिंगच्या कार्यक्रमात, आयोजनात सहभागी व्हायचे. माझे आवडते सर

होते 'तलती सर'. ते आम्हाला गणित शिकवायचे. नेहमी पांढरा लांब कोट, पांढरी पॅन्ट, काळी टोपी आणि काळे बूट अशाच वेषात असायचे. ते पारशी होते पण आम्हाला तसा काही फरक कधी जाणवला नाही. ते कामात दक्ष, काटेकोर आणि कारागिरासारखे कुशल होते. बीजगणित आणि भूमितीतला प्रत्येक सिद्धान्त ते आम्हाला उलगडून दाखवीत. मग पायरीपायरीने, एकाखाली एक ओळीत कसं मांडायचं, समीकरणं कशी लिहावी हे समजावून द्यायचे. त्यांच्या आकृत्या काळजीपूर्वक काढलेल्या, स्पष्ट नावं दिलेली असत. अनावश्यक वर्णनाचा फापटपसारा टाळत असत. तसंच आम्हीही स्पष्ट, व्यवस्थित लिहावं, असा त्यांचा आग्रह असे. 'जर समीकरणातील अचल अक्षराची बाजू बदलायची असेल तर त्याचं चिन्ह बदलतं. हं! म्हणा माझ्यामागे,' त्यांच्यामागून आम्ही घोकलेलं मला अजून आठवतं. त्यांचा असा ठाम विश्वास होता की, गणितातलं अभिजात सौंदर्य आणि जादू कळण्यासाठी आधी आपला पाया पक्का होणं गरजेचं असतं. मला ते पुढे कॉलेजमध्ये शिकत असताना कळलं.

आमचा शाळेचा दैनंदिन कार्यक्रम जोरदार आणि भरगच्च असायचा. आई-बाबांची करडी नजर आमच्यावर असायची. तरीपण आमच्या काही-काही खोड्या, गुप्त कारवाया चालू असायच्या. वडिलांची कॉलेजमध्ये मीटिंग चालू असली आणि आई खरेदीला बाहेर गेली की आम्ही संधी साधून घराबाहेर सटकायचो. हंसा, मी आणि दिनकर बंगल्याच्या मागच्या गेटमधून बाहेर पडायचो आणि तसेच चालत चालत जवळच्या शेतात शिरायचो. तिथे चिंचेची, जांभळाची आणि जंगली खजुराची झाडं होती. त्यांना भरपूर फळं लागलेली असत. मग आम्ही दगडांनी त्यातली काही फळं पाडायचो आणि ती खात खात घराकडे पळत यायचो. आंबट, हिरव्या, गाभुळल्या चिंचा खाल्ल्या की आमचे घसे धरत असल्यामुळे आम्हाला चिंचा खायला मनाई होती. मात्र आम्ही खाल्ल्यावाचून राहत नसू. एकदा आम्हाला समजलं की, गावाबाहेर एक विमान कोसळलं आहे. झालं. आम्ही दोघी तेवढ्यासाठी तंगडतोड करत त्या अपघाताच्या जागी पोहोचलो. आम्हाला वाटलं, तिथे जमिनीला मोठं भगदाड पडलं असेल, त्यात माणसांच्या शरीराचे तुकडे पडले असतील, कुजू लागले असतील, इत्यादी इत्यादी. पण तिथे फक्त मोठं काळं भोक जमिनीला पडलेलं दिसलं. आम्हाला तिथे लुडबुडताना पाहून वैतागलेल्या पोलिसाने दरडावून आम्हाला घरी हाकललं. आणखी एकदा असंच आम्ही शेतात भटकत एका जुन्या पडक्या भिंतीपाशी गेलो. तिथे घोडं मरून पडलेलं होतं आणि मानेवरची पिसं झडलेली गिधाडं त्या प्रेतावर तुटून पडत होती. कोणत्याही संस्काराविना चाललेला घोड्याचा अंत्यविधीच होता तो. आम्ही कदाचित धाडसी कृत्यं करून दुसऱ्यांच्या जीवनातल्या सनसनाटी घटनांतून आमच्या मिळमिळीत जीवनात मसाले भरण्याचा प्रयत्न करत होतो.

एक दिवस काकीने सांगितलं की, तिला कोठीघरात एक उंदराचं पिटुकलं दिसलं आणि ते धान्याच्या मोठ्या पिंपामागे लपलंय म्हणून. दिनकरने हाती काठी घेतली आणि त्या उंदराला पकडायची मोहीमच सुरू झाली. हंसाला आणि मला त्याने काम दिलं. दोन लाटणी घेऊन दोन्ही बाजूंनी पिंपाच्या मध्ये मध्ये लाटणी खुपसून आवाज करायचा. असं करता करता बिचारं ते पिलू घाबरून बाहेर पडलं, ते दिनकरने लावलेल्या सापळ्यातच. मग त्याने तो पिंजरा घेतला आणि थेट नदीवर जाऊन उंदराच्या पिलाला सोडून आला.

भावंडं (डावीकडून उजवीकडे) : पद्मा, दिनकर (भाऊ), सविता आणि हंसा सुरतमध्ये असताना.

क्रिकेटच्या खेळातही आमच्या दिनकरचाच पुढाकार असायचा. पुढे केव्हातरी ते माझ्या लक्षात आलं की, तो आम्हा बहिणींवर म्हणजेच मुलींवर अन्याय करत होता. क्रिकेट खेळताना कॅप्टन, अम्पायर आणि बॅट्समन या तिन्ही महत्त्वाच्या भूमिका तोच निभावत असे. आम्ही एखादा कॅच सोडला की तो आम्हाला काही दंड करायचा आणि विकेट घेतली की बोनसही देत असे. बॅट्समनची वैभवशाली भूमिका नेहमी त्याची एकट्याचीच असे (जणू त्याने मक्ताच घेतलेला होता). मला तो बॉल टाकायला सांगायचा. हंसाला नेहमी विकेटकीपर म्हणून तीन स्टम्पांच्या मागेच उभं राहावं लागायचं. क्रिकेट खेळायच्या वेळेला माझा भाऊ एकदम ताठ्यात वागू लागायचा. आमच्यावर भाव मारण्याचा प्रयत्न करायचा. 'स्पिन' किंवा 'गुगली' कशी टाकावी लागते याचं प्रात्यक्षिक दाखवायचा. 'बॉल नीट धर. उगीच त्याच्याशी चाळा करू नकोस.' 'बॉलला थुंकी लावणं म्हणजे चीटिंग होतं,' अशी मला तो

ताकीद देत राहायचा. वास्तविक मला थोडंच माहीत होतं, क्रिकेटच्या बॉलशी टॅम्परिंग कसं करतात ते? त्यात वडील आम्हाला तो टणक बॉल (वरून टणक चामडं आणि आतमध्ये जड धातूसारखं काहीतरी भरलेला) वापरू द्यायचे नाहीत. त्यांना भीती वाटायची, तो बॉल लागला तर आमची डोकी फुटतील! म्हणून आम्ही टेनिसबॉलवर तडजोड केलेली होती. तो सुरक्षित होता. पण फार उडायचा, त्यामुळे खेळातलं कौशल्य आणि आव्हानच संपून जायचं. अर्थात नेहमीच असं होत नव्हतं. एकदा दिनकरने प्रख्यात ऑस्ट्रेलियन क्रिकेटर डॉन ब्रॅडमनसारखी बॅट फिरवली आणि असा काही फटका मारला की तो बॉल थेट बाबांच्या बदामी बागेच्याही पलीकडे गेला आणि विकेटच्या खूप जवळ उभ्या असलेल्या हंसाच्या तोंडावरच बॅटचा तडाखा बसला. इतका जोरात की तिला तातडीने हॉस्पिटलमध्ये न्यावं लागलं. जखमेला टाकेसुद्धा घालावे लागले.

हिवाळा सुरू झाला की, आम्ही गच्चीवरून पतंग उडवायला सुरुवात करायचो. पतंग उडवणं हे आजतागायत सुरतचं वैशिष्ट्य राहिलं आहे. पतंगाच्या भयंकर स्पर्धा घेतल्या जातात. लोक अविचाराने जीव धोक्यात घालतात. कागद, प्लॅस्टिक, कापड यातून वेगवेगळ्या रंगांचे, आकाराचे लहान-मोठे पतंग बनवून विकण्याचा एक फार मोठा उद्योगच उभा राहिला आहे. जर जागतिक ऑलिम्पिकमध्ये पतंग उडवण्याच्या स्पर्धा घेतल्या गेल्या, तर आमच्या सुरतमधल्या टीमलाच सगळी पदकं मिळतील यात शंका नाही! मला वाटत होतं की, अमेरिकेत पतंग उडवण्याकडे किरकोळ गंमत म्हणून फक्त पाहिलं जातं. पुढे मला कळलं की, इ.स. १७५२ साली बेन फ्रँकलिन नावाचा शास्त्रज्ञ त्याचा मुलगा विल्यम याच्याबरोबर पतंग उडवत असताना वादळ झालं आणि ढगात चमकणाऱ्या विद्युतशक्तीचा त्याला शोध लागला. या अमेरिकेत साध्या साध्या दिसणाऱ्या घटनांमधून चकित करणारे शोध कसे काय लागत असतात? अर्थात आमच्या सुरतमध्येपण आम्ही पतंग उडवताना नवनवीन शोध लावत होतो म्हणा! पतंग उडवणं हा स्पर्धात्मक खेळ असतो, त्यामुळे दुसऱ्यांचे पतंग 'काटता' यावेत म्हणून त्याचा मांजा अधिकाधिक पक्का आणि धारदार करण्याचे प्रयोग आम्ही दिनकरच्या आधिपत्याखाली करत होतो. कोणत्याही एका फुटलेल्या काचेचा कुटून कुटून चुरा करायचा, तो चुरा शिजवलेल्या भातात कालवायचा आणि हे मिश्रण पतंगाच्या दोऱ्याला संपूर्ण चोळून चोळून लावायचं. मग तो दोरा चांगला वाळवायचा आणि वाळल्यावर तो कडक मांजा चक्रीला गुंडाळून पतंग उडवायची जय्यत तयारी करून ठेवायची. दिनकर पतंगाला सुत्तर (सुतवलेला 'सन'चा धागा पतंगातून ओवून घ्यायचा) लावायचा आणि पतंग उडवायला सुरुवात करायचा. मांजाची चक्री माझ्या किंवा हंसाच्या हातात असे. तो मांजा सारखा सैल सोडावा किंवा आखडून घ्यावा लागे. मध्येच

दिनकर ओरडायचा 'ढील दे, ढील दे!' पतंग आकाशात हळूहळू उंच तरंगे. दुसरा एखादा पतंग जवळ आला की, दिनकर झुप्कन त्याचा पतंग खाली घेई. तो दुसरा पतंग मांजापासून सुटून खाली पडला म्हणजेच 'कटला' की आम्ही जिंकायचो. आजही पतंगाच्या सीझनमध्ये सुरत शहरात पतंगापायी अनेक अपघात होतात. दुसऱ्याच्या पतंगाचा पाठलाग करून काटण्याच्या नादात किंवा कटलेला पतंग पकडण्याच्या प्रयत्नात अनेक मुलं छतावरून किंवा गच्चीवरून पडून हातपाय मोडून घेतात. काही जण आपला जीवही गमावतात. सगळ्यांच्या नजरा वर आकाशात उडणाऱ्या पतंगांकडे लागलेल्या असतात. त्या वेळेला गल्लीतून जाणंदेखील धोक्याचं ठरू शकतं. माझा एक पुतण्या खूप वेगाने मोटारसायकल चालवत एका गल्लीतून चालला असताना, पतंगाच्या काच लावलेल्या मांजामुळे त्याचा गळाच कापला गेला. इतका की, तातडीने हॉस्पिटलमध्ये नेऊन उपचार केले नसते, तर तो मेलाच असता. असं असतं आणि आपण म्हणतो, न्यू यॉर्क शहरातल्या गल्ल्या 'खतरनाक' आहेत म्हणून!

आम्ही सिनेमेसुद्धा बघत होतो. आमचे वडीलच आम्हाला टॉकीजमध्ये सिनेमा बघायला नेत असत. इथे अधूनमधून प्रसिद्ध अमेरिकन सिनेमे दाखवले जात असत. १९४० च्या दशकात टारझन, लॉरेल आणि हार्डीचे सिनेमे बहुसंख्य लोकांना आवडायचे, असं म्हटलं तर कुणाला आश्चर्य वाटू नये. आम्हा मुलांना तर ते खूपच आवडायचे कारण त्यात संवाद फार थोडे असत आणि ॲक्शननेच सगळी गोष्ट समजायची. हसू यायचं, भीतीही वाटायची. खूप मजा यायची. टारझन बनलेल्या जॉनी वैसमुलरचं पिळदार शरीर आम्हाला आवडायचं. तितकीच त्याची तुरळक शब्दांची, प्राण्यांच्या आवाजाची भाषा पसंत पडायची. पुढे कित्येक दिवस आम्ही त्याची नक्कल करत राहायचो. त्याचा तो जंगलातला ४० फूट लांबीचा झोका, त्याचा हत्ती त्याला सिंहाच्या तावडीतून सोडवून सोंडेतून कसं वाहून आणतो, हे सगळं आम्हाला आठवत राहायचं. जंगलातले ते हत्ती, माकडं, चित्ते, मगरी; निरागसपणे, एक शब्दही न बोलता तळ्यात विहार करणारे टारझन आणि जेन. बालपणी त्यांच्यासोबत जंगलात रमले नाहीत व आठवत नाहीत असे कुणीही भारतीय तरुण-तरुणी नसतील. या झाडावरून त्या झाडावर माकडासारखा उड्या मारत खेळणारा टारझन पाहताना देहभान विसरून, चिकटवल्यासारखे आम्ही घट्ट खुर्च्यांमध्ये बसलेले असायचो. याउलट लॉरेल आणि हार्डीचा सिनेमा बघताना बाबा आणि आम्ही सगळे हसून बेजार व्हायचो. पडद्यावर फिट्ट असणारी ही अमेरिकन अभिनेत्यांची जोडगोळी भारतीय प्रेक्षकांना अक्षरश: पोट धरून गडबडा लोळेपर्यंत हसवायची. माझा अमेरिकन विनोदी चित्रपटांशी पहिला परिचय झाला तो लॉरेल-हार्डी ही जाड्या-रड्याची जोडी पाहूनच. लुकडा लॉरेल आणि ढोल्या हार्डी. लॉरेल

हा फाटक्या शरीराचा, कायम गोंधळलेला, चाचरत बोलणारा, तर हार्डी म्हणजे गलेलठ्ठ, शिष्ट आणि अहंमन्य. लॉरेलच्या चेहऱ्यावर कायम दु:खी, केविलवाणा भाव, तर हार्डीच्या चेहऱ्यावर बोलके, अनावर हास्य. स्टॅन लॉरेल सारखा डोकं खाजवत राहणार आणि ऑलिव्हर हार्डी गळ्यातल्या टायशी खेळत राहणार. दोघं मिळून साध्या साध्या प्रसंगांचं प्रचंड घोटाळ्यात रूपांतर करत राहायचे. पण लॉरेल आणि हार्डी हे कधीही मला अपरिपक्व, थिल्लर किंवा हिंसक वाटले नाहीत. नंतर मला अमेरिकन टीव्हीवर आणि सिनेमात जो विनोद पाहायला मिळाला, त्यापेक्षा लॉरेल आणि हार्डीचा विनोदी अभिनय वेगळा आणि अस्सल होता. खरं सांगायचं तर डब्ल्यू. सी. फील्ड्स आणि जॉर्ज बर्न्स यांचा अभिनय मला नीट समजला नाही. त्यामुळे त्याचा आनंद नीट घेता आला नाही. त्यासाठी अमेरिकेत जन्मून तिथेच मोठं व्हावं लागतं. अनेक वर्षांनंतर 'सेनफेल्ड' (Seinfeld) पाहिला. त्यात कशाचा कशाशी ताळमेळ नाही. पण तो मला आवडला कारण तोपर्यंत मी पक्की 'न्यू यॉर्कर' झाले होते.

आम्ही हिंदुस्थानी शास्त्रीय संगीत शिकावं, असा वडिलांचा कटाक्ष असे. म्हणजे त्यात करिअर करण्याइतकं नाही, पण जीवनात संगीताचा आनंद घेता यावा इतकं तरी आम्हाला ते यायला पाहिजे, असं त्यांना वाटे. म्हणून आम्ही १३-१४ वर्षांच्या होतो, तेव्हा त्यांच्या 'दिलरुबा' वादन शिकवणाऱ्या गुरुजींकडे आमचं शिक्षण सुरू झालं. मला वाटतं, बहुतेक वडिलांचं त्यांच्याकडून शिकून झालेलं असावं त्या वेळी. आम्हा मुलींना शिकवण्यासाठी ते योग्य शिक्षक होते, कारण ते भारतीय संगीतासारखेच वयोवृद्ध होते. तेसुद्धा ब्राह्मणच होते. परंपरांचं पालन करण्यात कर्मठ. त्यामुळे लवकरच माझे त्यांच्याशी खटके उडू लागले. शनिवार-रविवारी ते आम्हाला शिकवायला यायचे. आम्ही जमिनीवर चटई घालून व पुढ्यात पेटी म्हणजेच हार्मोनिअम घेऊन बसायचो. आमच्याजवळ वही-पेन्सील पण असायची. अधूनमधून ते पेटीवर स्वरमाला वाजवायचे आणि आम्हाला ती पाठ करायला सांगायचे. स्वत: एकीकडे पायावर थापट्या मारून ताल देत असायचे. कल्पना करा, तबल्याशिवाय शास्त्रीय कंठसंगीत आम्ही कसं शिकत असू! मग तेच स्वर आम्हाला ते लिहून घ्यायला सांगायचे. नंतर ते आम्हाला पेटीवर वाजवून दाखवावे लागत. असं आमचं 'विचक्षण' संगीत शिक्षण काही काळ चालू राहिलं. मग मला पहिली मासिक पाळी आली. त्याबरोबर शिक्षकांनी जाहीर केलं की, 'ते' चार दिवस मी हिला शिकवणार नाही. मला असं 'घाणेरडी' ठरवणाऱ्या सरांचा मला खूप राग आला आणि मी त्यांच्याकडे संगीत शिकणं सोडून दिलं.

मासिक पाळीचे चार दिवस मला 'अस्पृश्य' ठरवणाऱ्या शिक्षकांचा तर मी निषेध केलाच पण त्यानिमित्ताने, आमच्या घरात वडिलांच्या मूकसंमतीने आईने

आणि काकीने दूर बसण्याची जी पद्धत चालू ठेवली होती तीही मी समूळ उपटायचा निश्चय केला. ती बंद केली, तेव्हाच माझा आत्मा शांत झाला. नाहीतर अगोदर जिची पाळी चालू असेल तिला स्वयंपाकघरात प्रवेशच निषिद्ध होता. आपल्या हाताने पाणी किंवा जेवण वाढून घ्यायचं नाही, सगळ्यांसोबत जेवायला बसायचं नाही असे नियम होते. पुढे अमेरिकेत आल्यावर कळलं की, अतिपुराणवादी कट्टर विचारांच्या ज्यू समाजातही ही प्रथा पाळली जात होती. त्या 'अवघड' दिवसांमध्ये स्त्रीला पूर्ण विश्रांती देण्याकरता मुळात ही प्रथा निर्माण झाली होती. मी १९४७ साली म्हणजेच वयाच्या सोळाव्या वर्षी कॉलेजमध्ये प्रवेश केला. त्या वेळी निश्चयाने, माझा एकतर्फी निर्णय जाहीर करून टाकला की, 'मी चार दिवस बाजूला बसणार नाही. त्याही काळात मला पाहिजे तशी घरात फिरेन. हव्या त्या वस्तूला स्पर्श करेन. वर्षातले ४८ दिवस मी अस्पृश्य होऊन राहणार नाही.'

माझ्या शालेय जीवनात मला वारंवार मलेरिया होत असे. त्यामुळे शाळा बुडायची. शाळेत गेल्यानंतर हुडहुडी भरून ताप चढला की, तशाच अवस्थेत घामाने डबडबलेली, थरथर कापणाऱ्या मला टांग्यात घालून घरी पाठवून देण्यात येई. दुसऱ्या महायुद्धाचा काळ होता. त्या वेळी अमेरिकन सैनिक हे फिलिपीन्समध्ये जपानी सैन्याबरोबरच डासांशी मुकाबला करण्यात व्यस्त होते. त्या वेळेपर्यंत डीडीटीचा शोध लागलेला होता. पण क्विनाईनसारखा परिणाम करणारी रासायनिक औषधं क्लोरोक्विन वगैरे अजून अवतरायची होती. पुढे त्या मलेरियातून मला फायलेरियाही झाला होता. हासुद्धा डास चावूनच फैलावणारा आजार आहे. त्याच्यामुळे माझ्या दंडांची भयंकर आग व्हायची आणि ते सुजून भोपळ्याएवढे झाले होते. एकदा तर माझा ताप १०६ डिग्रीच्या वर गेला होता. मी काहीबाही बरळू लागले. त्यामुळे वडिलांच्या काळजाचा ठाव सुटला! ते सारखे माझ्याजवळ बसायचे. मध्येच उठून अस्वस्थ येरझारा घालायचे. माझ्या कपाळावर स्वत: कोलन वॉटरच्या पट्ट्या ठेवायचे. मला तेव्हा आपण कुणीतरी 'खास व्यक्ती' आहोत असं वाटायला लागलं होतं. शेवटी क्विनाईनचा मारा करून अखेर एकदाची दर ऋतू बदलताना येणाऱ्या मलेरियापासून माझी सुटका झाली. मी त्यावर मात केली.

शाळा, अभ्यास, शाळेची प्रगतिपत्रकं याबद्दलचे विचार सतत माझ्या डोक्यात असायचे. त्या गोष्टींचं मला जरा जास्तच वेड होतं. त्यामुळे आईचे आणि माझे संबंध नेहमी जरा तणावाचेच राहिले. तिला वाटायचं मी सारखं अभ्यास एके अभ्यास न करता घरकामात लक्ष घालावं. कारण कधी ना कधी लग्न करून मला दुसऱ्या कुटुंबात जायचंच होतं. तिथे मी 'आदर्श सून' ठरावं अशी तिची इच्छा होती. माझे वडीलदेखील आईशी पूर्ण सहमत होते. त्यामुळे अधूनमधून 'मूडी' आहे, 'चारचौघींसारखी नाही', 'विक्षिप्त आहे' असं माझं वर्णन करायचे. मुलींनी शिकलंच

पाहिजे, असं त्यांचं मत होतं खरं, पण ते मर्यादित अर्थाने. शिक्षणात सर्वोच्च स्थान मिळवण्याची माझी महत्त्वाकांक्षा असल्याने, त्यांच्या त्या मताचा मी सोईस्कर फायदा घेतला असावा. मी दहा वर्षांची असताना त्यांनी मला ऑक्स्फर्ड इंग्रजी शब्दकोश (पॉकेट डिक्शनरी) आणून दिला आणि मी 'टाइम्स ऑफ इंडिया'चा इंग्रजी अंक वाचला पाहिजे, असं सांगितलं. आणि वरून असंही म्हणाले, ''काही झालं तरी शेवटी ती 'त्यांची' भाषा आहे.'' जणू मला ताकीद दिल्यासारखं सांगत होते. आता मला 'न्यू यॉर्क टाइम्स' वाचण्याचं जे व्यसन जडलं आहे, त्याची मुळं मला भारतात 'रोजचा पेपर' वाचण्याच्या लागलेल्या सवयीत दिसतात.

माझ्या वडिलांनी इंग्लंडहून आणलेली पुस्तकं आमच्या पुढच्या हॉलमधल्या कपाटांमध्ये विषयवार आणि लेखकांच्या नावांनुसार व्यवस्थित लावून ठेवलेली होती. तो क्रम मला इतका व्यवस्थित माहीत झालेला होता की, क्रमांकानुसार पुस्तकांची यादी करण्याची गरजच पडली नाही. ही पुस्तकं वाचता वाचताच मला साहित्याची रुची निर्माण झाली. एखादं पुस्तक कुठे ठेवलेलं आहे ते मी डोळे मिटूनही सांगू शकत असे. पण त्यामध्ये अमेरिकन लेखकांची पुस्तकं नव्हती आणि क्वचितच एखादं गुजराती पुस्तक दिसायचं. तसंच त्यात तत्त्वज्ञानावरचीदेखील पुस्तकं नव्हती. माझ्या वडिलांनी केंब्रिजला असताना प्लेटो, ॲरिस्टॉटल, कान्ट, देकार्त या सगळ्यांची पुस्तकं नक्कीच वाचली असणार. पण ते त्यांना तिथेच ठेवून आले होते. शेक्सपिअरची सर्वच्या सर्व ३७ नाटकं त्यांनी उदासीन राखी रंगाच्या कव्हरमध्ये ठेवली होती. याउलट डिकन्सची पुस्तकं गर्द निळ्या रंगात बाइंडिंग केली होती. प्रत्येक कादंबरीचं नाव त्यावर सोनेरी रंगात कोरलेलं होतं. अर्ध्या शेल्फभरून हार्डीच्या कादंबऱ्या होत्या आणि बाकीच्या शेल्फमध्ये इंग्रजीमधले रोमँटिक कवी, बर्नार्ड शॉ, इब्सेन, डोस्टोव्हस्की आणि जेन ऑस्टिन, तसंच ब्रॉन्टे भगिनी होत्या. ज्या दिवसापासून मी इंग्रजी पुस्तकं वाचायला सुरुवात केली, त्या दिवसापासून माझ्या आठवणी या पुस्तकांशी घट्ट जोडल्या गेल्या. अगदी वेगळ्या काढता येऊ नयेत इतक्या घट्ट. तो थरार, भावनेचे चढ-उतार, कधी मूड गेला तर परत आणणं हे सगळं माझं या वाचनाच्या अनुभवाशीच निगडित झालेलं आहे. मागे वळून पाहताना माझ्या लक्षात आलं की, माझी वाचनाची अभिरुची उच्च दर्जाची होती. पण ती फक्त इंग्रजी साहित्यापुरतीच मर्यादित राहिली. अमेरिकन लेखक आणि मोठमोठे तत्त्वज्ञ यांच्याकडे माझं लक्षच गेलं नाही. मग हार्वर्डला ग्रॅज्युएशन करत असताना ही उणीव मी भरून काढली. पण उन्हाळ्याच्या लांबलचक सुट्यांमध्ये मी वडिलांच्या होम-लायब्ररीतल्या सगळ्या पुस्तकांचा वाचून फडशा पाडलेला होता. फक्त मध्ये मध्ये थोडा व्यत्यय येई इतकंच. मी १९५१ साली पुढील शिक्षणासाठी मुंबईला गेले तोपर्यंत आमच्या घरात रेडिओ नव्हता. टेलिफोनही

नव्हता. टीव्ही तर नंतर जवळ जवळ वीस वर्षांनी भारतात आला. त्यामुळेच की काय, मला टेलिफोन किंवा रेडिओची जास्त सवय नाही किंवा 'आवडता लेखक नेटवर वाचू' असा विचारही कधी माझ्या मनात येत नाही.

तेराव्या-चौदाव्या वर्षी इंग्रजी साहित्य वाचायला सुरुवात करायची असेल तर मला नाही वाटत की डिकन्सशिवाय कुणी असू शकेल म्हणून. माझा तर त्याच्या गोष्टींनी ताबाच घेतलेला होता. त्यातली ती वर्णनं... कठोर भाषेकडून अति कठोर भाषेकडे जाणारी... लंडनच्या गुन्हेगारी विश्वात नेऊन पोहोचवणारी... मग तरुण नायकाला अचानक एखादा दयाळू उपकारकर्ता भेटणं आणि त्याला सुंदर बायको आणि संपत्ती मिळणं... शेवटी आनंदीआनंद होणं... वगैरे. 'जग फार क्रूर असतं पण शेवटी सगळं काही सुरळीत चालू होतं' असा सुखदायक संदेश मला मिळाला तो संपन्न आणि गुंतागुंतीच्या कादंबऱ्या मी एकापाठोपाठ वाचत गेले तेव्हा. मात्र कादंबऱ्यांत असायचे प्रसंगांमागून प्रसंग, घटनेतून घटना, वर्णनंच वर्णनं, सजावटीवर सजावटी. त्यातच आम्ही गुंग होऊन जायचो.

वडिलांच्या संग्रहापैकी मला अपघाताने आकर्षित केलं ते आर्थर कॅनन डॉयलच्या पुस्तकांनी. वडील एकदा म्हणाले, हा चांगला लेखक आहे, म्हणून मी त्याची पुस्तकं वाचू लागले. आणि मग होम्स आणि वॅटसनच्या जुगलबंदीतला रहस्यमय थरार अनुभवायला सुरुवात झाली. अर्थात होम्स सोडवत असलेली खुनाची रहस्यं. त्यातले खून खरे असतील असं मला तेव्हाही वाटायचं नाही. त्या सगळ्या बेकर स्ट्रीटच्या फसव्या कल्पना होत्या. जेन ऑस्टिनचं 'प्राइड ॲन्ड प्रेज्युडाइस' वाचताना मला वाटलं होतं त्यातले श्री. आणि श्रीमती बेनेट हे माझ्या आई-बाबांसारखेच आहेत. काही काही गोष्टींपासून जाणीवपूर्वक दूर राहणारे श्री. बेनेट माझ्या वडिलांसारखे आणि भूतकाळात अप्रामाणिक असणारी, आणि स्वत:च्या पाच मुलींना योग्य स्थळं मिळवून देण्याकरता नाना कारस्थानं रचणारी श्रीमती बेनेट मला माझ्या आईसारखी वाटे. सतत आपली प्रापंचिक कर्तव्यं करण्यात गुंतलेली स्त्री.

मॅट्रिकला असताना मी 'क्राइम ॲन्ड पनिशमेंट' ही प्रेमकथा वाचली. अगदीच दरिद्री आणि बिघडलेला प्रयत्न होता तो. कॉन्स्टन्स गार्नेट नावाच्या बाईंनी मूळ रशियन कादंबरीचं भाषांतर इंग्रजीत केलेलं होतं. 'व्हिक्टोरियन काळातला उत्साह आणि एडवर्डच्या काळातल्या गद्य शैलीने' लिहिणाऱ्या या लेखिकेने केलेलं भाषांतर वाचून मी इतकी अस्वस्थ झाले की 'ही कादंबरी मूळ रशियन भाषेतली वाचेन' असा निश्चयच केला. त्या वेळी मी वाचत होते आणि माझ्या प्रतिक्रिया उमटत होत्या. त्या मी ज्या संस्कारात वाढले, ज्या परिस्थितीत लहानाची मोठी झाले त्या अनुषंगानेच होत्या. त्या वेळी मला जग जसं दिसत होतं, तेवढाच दृष्टिकोन होता. पुस्तकातली काही पात्रं खूप जवळची वाटत. त्यांच्या जीवनप्रवासाबद्दल जवळीक

वाटे. कधी कधी तर त्यांची सुख-दु:खंसुद्धा आपलीच आहेत असं वाटे. 'डिकन्स हा शोषक, भांडवलशाही, मध्यमवर्गीय विश्वाचं दर्शन घडवतो' किंवा 'ऑस्टिन ही मध्यमवर्गीयांच्या जीवनाची सखोल निरीक्षक आहे, त्यातला प्रत्येक बारकावा ती वाचकांपुढे मांडत असते.' 'पाप आणि पापक्षालन या थोर तत्त्वाभोवतीच *क्राइम अ‍ॅन्ड पनिशमेंट* ही कादंबरी विणली गेली आहे,' अशा गोष्टी मला फार नंतर समजायला लागल्या.

शाळेमध्ये 'उत्तम गुणांनी मॅट्रिक उत्तीर्ण होणं' हे ध्येय असल्यामुळे भरपूर मेहनत घेऊन एप्रिल १९४७ मध्ये मी मॅट्रिकची परीक्षा दिली. मॅट्रिकची परीक्षा म्हणजे मॅरेथॉनची शर्यत होती. संपूर्ण राज्यभरातले (तेव्हाचा मुंबई प्रांत- यात गुजरातचाही समावेश होता.) विद्यार्थी एकाच दिवशी, एकाच वेळी ठरलेल्या विषयाचा पेपर सोडवत असत. तेही अशा काळात की, प्रश्नपत्रिका आणि उत्तरपत्रिका ट्रेनने एका ठिकाणाहून दुसऱ्या ठिकाणी पाठवल्या जात असत. इलेक्ट्रॉनिक संपर्क साधनं अस्तित्वात आलेली नव्हती. बोर्डाची परीक्षा चार दिवस चालायची. रोज तीन-तीन तासांचे दोन पेपर आणि मध्ये एक तासाची सुटी. माझा नंबर कॉलेजमध्ये आला होता. आसपासच्या शहरातून आलेले पुष्कळ विद्यार्थी-विद्यार्थिनी माझ्याबरोबर पेपर सोडवत होते. मला आठवतं, मधल्या सुटीत कॉलेजचं आवार पालकांच्या गर्दीने फुलून जायचं. हिरवळीवर, झाडांखाली पालकांचे, मित्रमंडळींचे जथेच्या जथे दिसत. आपापल्या पाल्याला मधल्या सुटीत जेवणाचे डबे, पाण्याच्या बाटल्या, चहा-कॉफीचे थर्मास घेऊन येत आणि दिलासा देऊन जात. आमच्या वेळेला राज्यभरातून ४८ हजार विद्यार्थी मॅट्रिकच्या परीक्षेला बसले होते. एकूण आठ विषय म्हणजे ८०० गुणांची परीक्षा असे. इंग्रजी, गणित (दोन पेपर्स), फिजिक्स, केमिस्ट्री, संस्कृत, इतिहास आणि भूगोल असे आठ विषय.

मी गणितात सर्वाधिक गुण मिळवावेत आणि मिळवेन अशी तलती सरांची अपेक्षा होती. मी बीजगणितातली सूत्रं तोंडपाठ करून ठेवलेली होती. भूमितीतल्या प्रमेयांची घोकंपट्टी करून त्यावरील प्रश्नांची खूपच प्रॅक्टिस केली होती. गच्चीवर फेऱ्या घालत घालत संस्कृत क्रियापदांची रूपं मुखोद्गत केलेली होती, इंग्रजीमधल्या 'फिगर्स ऑफ स्पीच' बाय हार्ट केल्या होत्या. मला सर्वच पेपर्स चांगले गेले होते. पण निकाल थेट जून महिन्याच्या पहिल्या आठवड्यात. इतक्या दिवसांनंतर कोण जाणे काय होतं ते? असा अगदी अंत पाहण्याइतका तो प्रतीक्षेचा काळ होता आणि त्यात सगळ्यांच्या माझ्याकडून असलेल्या भरमसाट अपेक्षा! ज्या दिवशी निकाल लागणार होता, त्या दिवशी माझे बाबा नेमके मुंबई विद्यापीठाच्या सिनेटच्या मीटिंगसाठी मुंबईला गेलेले होते. निकाल जाहीर झाला. माझ्यासहित सगळ्यांच्या अपेक्षा पूर्ण झाल्या. मी बोर्डात दुसरी आले. माझ्यापेक्षा दोन गुण जास्त मिळवून

मुंबईचा एक मुलगा पहिला आलेला होता. त्याचं नाव मधुकर बापट. हे नाव मी जन्मभर विसरणार नाही. गणितात मला २०० पैकी १९७ गुण मिळाले. निकाल कळल्याबरोबर खूप लोक माझं अभिनंदन करण्यासाठी आमच्या घरी येऊ लागले. काकी आणि आई पाहुण्यांसाठी चहा-फराळ बनवता बनवता दमून गेल्या. प्रत्येक जण 'तू राज्यात सुरतचं नाव गाजवलंस' असं म्हणून माझं कौतुक करत होता, शाबासकी देत होता, गुणगान करत होता. आमचे तलती सरसुद्धा आले. त्यांनी माझ्यासाठी सोन्याचा मुलामा दिलेला किमती पेन सेट (फाउंटन पेन आणि बॉलपेन) आणला होता. वडील मुंबईहून कधी परत येतात इकडे माझं लक्ष लागलं होतं. ते आले. आल्याबरोबर त्यांनी रेल्वेत झालेलं संभाषण सांगितलं. येताना डब्यातले लोक बोलत होते, "माहितीय? आपल्या सुरतची मुलगी बोर्डात दुसरी आलीय. पहिल्या नंबरपेक्षा फक्त दोनच गुण कमी आहेत तिला!" त्यावर बाबा म्हणाले, "ती माझीच मुलगी असणार!" बाबांनी मला मिठीत घेतलं. काळजीभरल्या कातर स्वरात म्हणाले, "तुझ्या डोक्यावर आज काट्यांचा मुकुट चढला बाळ!" मी इतक्या परमानंदात आणि समाधानात बुडालेली होते की, वडिलांनी उच्चारलेल्या बायबलमधल्या प्रसिद्ध वचनाचा खरा अर्थ त्या वेळेला माझ्यापर्यंत पोहोचलाच नाही!

निकालाच्या दिवशी मला उत्स्फूर्त आनंद झाला होता, स्पष्ट जाणवत होता! पुढे परिणामस्वरूप कोणत्या अभद्र घटना घडणार होत्या, कोणता ताण माझ्यावर कायमचा येऊन बसणार होता, त्याचं पुसटसं सावटदेखील त्या निखळ आनंदभावनेला स्पर्शून गेलं नाही. तशी शक्यताच नव्हती. मला इंग्रजीमध्ये सर्वाधिक गुण मिळाले होते. त्याचं बक्षीस जाहीर झालं. त्या वेळेला हिंद सायकल्स लिमिटेड कंपनीतर्फे सर्वाधिक गुण मिळवणाऱ्या विद्यार्थ्याला आणि विद्यार्थिनीला एकेक सायकल बक्षीस म्हणून दिली जात असे. दिनकरने माझं गुणपत्रक (मार्कशीट) वगैरे जोडून त्या कंपनीला लिहिलं होतं की, माझ्या बहिणीला असे असे गुण मिळाले आहेत, तरी तिला एक 'लेडीज सायकल' पाठवून द्यावी. नंतरच्या काळात ती सायकल माझी मुक्तिदात्रीच ठरली. पट्कन तिच्यावर बसून पाहिजे तिथे जावं आणि 'मी घरात नाही' हे आईच्या लक्षात येण्याआधी परतही यावं, असं चिक्कार भटकंतीस्वातंत्र्य त्या सायकलमुळे मला मिळालं.

आणखी एक अशीच चांगली संधी मिळाली ती मी कॉलेजमध्ये प्रवेश घेतल्यानंतर टायपिंग शिकायचं ठरवलं तेव्हा. खरं म्हणजे माझी एक साधीशी, निरुपद्रवी इच्छा होती; तिच्यामुळे माझी शैक्षणिक प्रगती अधिक वेगाने होऊ शकणार होती. पण बाबांना त्याचं काहीच महत्त्व वाटत नव्हतं. त्या वेळी सुरत शहरात फक्त एकच टायपिंग क्लास होता. तो होता शहराच्या मधोमध आणि आम्ही राहत होतो गावाबाहेर. एवढ्या लांब, वाहतुकीतून सायकल चालवत मी नीट

जाऊ शकेन का, अशी काळजी त्यांना कदाचित वाटत असावी किंवा असंही वाटत असेल, हिला हे फालतू टायपिंग शिकून काय करायचं आहे? ते कुणी शिकावं, ज्यांना सरकारी ऑफिसात कारकुनी करायचीय त्यांनी! म्हणूनही ते मला टायपिंग शिकायला परवानगी देत नसावेत. मग मी त्यांच्या नकळत, गुपचूप टायपिंग शिकायचं ठरवलं. माझी ती खडखड आवाज करणारी सायकल घेऊन मी शहराच्या त्या गर्दीच्या रस्त्यावरील वाहतुकीतून वाट काढत जात असे आणि परत येत असे. आई-वडिलांच्या मर्जीविरुद्ध लढा देत मला शिकायचंच होतं. मनाचा निश्चय अपराधी भावनेवर मात करत होता. मी घरी सांगून टाकलं की, मी आता लायब्ररीत जाऊन अभ्यास करणार आहे. पुढील चार वर्षं मी सुरत कॉलेजमध्ये जाऊन पदवीपर्यंतचं शिक्षण पूर्ण केलं. माझा मुख्य विषय होता अर्थशास्त्र. राज्यशास्त्र आणि राज्यघटनेचा इतिहास हे विषय दुय्यम होते. आता आम्ही खुद्द कॉलेजच्या आवारात, कॉलेजने दिलेल्या बंगल्यात राहायला आलो होतो. यामुळे माझ्या स्वातंत्र्यात भरच पडली. कॉलेजच्या लायब्ररीत खूप सुंदर पुस्तकांचा संग्रह होता. वर्तमानपत्रं, मासिकं येत असत. हे सगळं घरापासून अगदी हाकेच्या अंतरावरच होतं. मग काय! माझा सकाळी उठल्यापासून झोपेपर्यंतचा मिळेल तेवढा सगळा वेळ लायब्ररीच्या शांत अशा वाचनमंदिरात जात असे. वाचनमंदिरात खूप शांत-सुंदर वातावरण असे. खिडकीतून दूरवरच्या नदीचं दृश्य दिसत असे.

पहिल्या दोन वर्षांतलं माझं सगळ्यात मोठं आकर्षण आणि थरार कोणता असेल तर माझ्या वडिलांची शेक्सपिअर, थॉमस हार्डी आणि इंग्रजीमधले अनेक प्रेमकवी यांच्यावरची लेक्चर्स ऐकणं. प्रा.डी.जी.वशी यांची मॅथेमॅटिक्सची लेक्चर्स, प्रा. के. एस. त्रिवेदी यांची कालिदासाच्या उत्तमोत्तम संस्कृत नाटकांवरची आणि गीतेतल्या सुविचारांवरची लेक्चर्स म्हणजे माझ्यासाठी पर्वणीच असायची. खरंतर गणित आणि संस्कृतच्या प्राध्यापकांची नावं मी विसरूनही गेले असते. पण त्यांचं परिपूर्ण शिकवणं, विषयाशी तादात्म्य पावणं, प्रभावी वाणी यामुळे माझा वर्गातला लेक्चर्स ऐकण्याचा अनुभव म्हणजे 'देता किती घेशील दो कराने?' असा होता. त्यांनी दिलेले ज्ञानकण किती वेचू असं मला होऊन जायचं. ते एक आव्हानच वाटायचं.

प्राध्यापक त्रिवेदी हे सर्वार्थाने पारंपरिक संस्कृत अध्यापकांसारखे दिसायचे. डोक्यावर मोठा पांढराशुभ्र फेटा, त्याचा शेमला पाठीवरून कंबरेपर्यंत रुळणारा, पांढरा लांब कोट, तितकंच पांढरं धोतर आणि मोजाशिवाय घातलेले काळे बूट असा त्यांचा पेहराव असे. ते बुटके आणि सडपातळ (वामनमूर्ती) होते. खुर्चीवर बसून संस्कृत काव्यपंक्तींचा आणि गद्यउताऱ्यांचा अर्थ समजावून सांगायचे तेव्हा त्यांचे पाय खुर्चीखाली लोंबताना आम्हाला दिसायचे. पण त्यांनी कधीही उभं राहून

शिकवलं नाही. नेहमी खुर्चीत बसूनच शिकवत असत. मी संस्कृत श्लोक आणि कविता पाठ करून म्हणत असे. त्यात वर्णन असायचं, 'आंब्याच्या मोहोराच्या मादक सुगंधाने निळ्या फळमाश्या आंब्यावर झेपावू लागत. ते पाहून प्रेमविव्हळ झालेल्या तरुणी वेड्यासारख्या आपल्या प्रेमवीरांकडे धाव घेत. ते कुठेतरी नदीकिनाऱ्यावर गर्द झाडीत एखाद्या वृक्षामागे ठरलेल्या संकेतस्थळी वाट पाहत थांबलेले असत.' आता मी करते आहे ते त्याचं इंग्रजी रूपांतर म्हणजे निव्वळ त्याचं टरफलच आहे असं वाटेल. कारण मूळ संस्कृत काव्यातलं ते अतिशय उत्तेजित करणारं वातावरण, तो अनुप्रासाचा संगीतमय शब्दखेळ इंग्रजीमध्ये पकडणं अशक्यच आहे. विशेषकरून निळ्या माशीची प्रणयजीवनातली महत्त्वाची भूमिका यात अधोरेखित होऊ शकत नाही. पुढे याच निळ्या माशीबद्दल अमेरिकन शास्त्रज्ञांनी लिहिलेलं वाचलं ते माझ्या उमलत्या वयात ऐकलेल्या संस्कृत कवीच्या वरताण होतं. त्यांनी त्या गरीब बिचाऱ्या कीटकांना (निळ्या माश्यांना) 'वर्तणूक परिवर्तन'बद्दलच्या शास्त्रीय चाचण्यांकरता 'नमुने' म्हणून वापरलं होतं.

आमचे प्रा. त्रिवेदी अगदी खुजे, त्याउलट प्रा. वशी म्हणजे उंच, उत्साही, तरतरीत, नाकेडोळे अगदी देखणं व्यक्तिमत्त्व. उजव्या हातात खडू, डाव्या हातात डस्टर घेऊन प्लॅटफॉर्मवर फिरत फिरतच शिकवायचे. बीजगणितातली साचेबद्ध सूत्रं, कॅलक्युलसमधल्या विविधतापूर्ण गमती, प्रोबॅबिलिटीची थिअरी, ट्रिग्नॉमेट्रीच्या आकृत्या सगळं एकामागून एक इतकं सहज उलगडत जायचं की, मला वाटत होतं मी बहुतेक गणित विषय प्रमुख घेऊनच पदवी घेईन आणि त्यात पुढचं शिक्षणही घेईन. पण दुसऱ्या वर्षी मला गणिताचे पेपर खूप अवघड गेले. माझ्या लक्षात आलं की, शिकताना ते सगळं सोपं वाटत असलं, तरी त्याचा शिस्तबद्ध अभ्यास आपल्याला जमायचा नाही.

माझ्या बाबांनी आम्हाला शेक्सपिअरची पाच नाटकं शिकवली. 'हॅम्लेट', 'मॅकबेथ', 'ए मिडसमर नाइट्स ड्रीम', 'दि टेम्पेस्ट' आणि 'अॅज यू लाइक इट'. आता मागे वळून पाहताना मला वाटतं, ज्यांची सांस्कृतिक बैठक, सामाजिक पार्श्वभूमी, मानवी नातेसंबंधाची समज हे सगळं फार फार वेगळं असणाऱ्या मूठभर विद्यार्थ्यांपर्यंत त्यांनी शेक्सपिअरचं उत्तुंग वाङ्मय कसं पोहोचवलं असेल! फारच आश्चर्याची गोष्ट आहे. शेक्सपिअरचं वाङ्मय वैश्विक आहे, हे जरी मान्य केलं, तरी पन्नास वर्षांपूर्वीच्या सुरतसारख्या भारतातल्या एका छोट्याशा शहरात त्यांनी हे कसं साध्य केलं असेल? मला वाटतं त्यांनी मद्याचं चेसिंग करतात ना तसं केलं असेल. शेक्सपिअरच्या काव्यातली जादू उलगडून दाखवताना त्यांनी मानवी भावभावनांचं प्रमाण जरा जास्तच घातलं असेल. प्रेम, मत्सर, उत्कट महत्त्वाकांक्षा, रक्तरंजित कारनामे, मधूनच जादूटोणा, असं करून एक वेगळंच मोहात पाडणारं पेय तयार

करून दिलं असेल. मग पोरं मंत्रमुग्ध झाली नसती, तरच नवल!

इंग्रजी प्रेमकवींची कविता शिकवतानासुद्धा ते थेट भिडत असत. अर्थ सगळ्यात महत्त्वाचा. मग मध्ये मध्ये नीतितत्त्वं, नादमाधुर्य, कल्पनासौंदर्य आणि तालबद्ध शब्दरचना यांच्या अंगाने कविता समजावून देत. याचाच परिणाम म्हणून की काय नंतरच्या काळातले आधुनिक अमेरिकन कवी जॉन अ‍ॅशबेरी यांची चकित करून सोडणारी प्रतीकात्मक कविता मला नीट समजू शकली नाही. माझी मुलगी अनुराधा हिने १९९८ साली येल विद्यापीठातून इंग्रजी साहित्य हा विषय घेऊन पदवी प्राप्त केली. एकदा तिच्याशी बोलताना 'आधुनिक कविता अगदीच निराशा करतात' असं मी म्हटलं आणि व्हिक्टोरियन कवींचं गुणगान करू लागले तेव्हा तिने अगदी सहज म्हटलं की, 'त्या तुझ्या व्हिक्टोरियन काळातल्या कविता ना, अगदी गोऽड गोऽड नुसत्या 'बुड्ढीके बाल'सारख्या पोकळ!' हे ऐकलं आणि माझा संतापाने अगदी भुगा होऊन गेला. पन्नास वर्षांपूर्वी, माझ्या तरुण वयात दंतकथेप्रमाणे अमर होऊन राहिलेल्या कवींना ही फटक्यात 'खिजगणतीत' कशी काय काढू शकते? तो आसुरी प्रतिभेचा बायरन, दिव्य काव्यप्रतिभा असलेला शेली, मती गुंग करणारा कीट्स, निसर्गकवी वर्ड्सवर्थ आणि वैभवशाली टेनीसन...!! या सगळ्यांच्यात कसा काही अर्थ नाही हे दाखवण्यासाठी तिने आणखी एक गुगली टाकला. "तुला माहितेय, कीट्सने सुरुवातीला केलेल्या पानाफुलांच्या फुलपाखरी कवितेला बायरन काय म्हणायचा? तो म्हणायचा, ती म्हणजे 'अंथरुणात शू शू केल्यासारखी कविता' (Piss-a-bed poetry)." शीऽ शीऽऽ मला वाटलं, अटलांटिक महासागर पार करावा आणि सरळ एमिली डिकन्सन, बिली कॉलिन्स आणि एलिझाबेथ बिशप वाचायला घ्यावी. असो.

आता पुन्हा माझ्या कॉलेजमधल्या दिवसांकडे वळू या. शेक्सपिअर आणि काही कवींव्यतिरिक्त हार्डीने माझं इंग्रजी वाचनविश्व खूप जास्त व्यापून टाकलं. इतकं की सुट्ट्यांमध्ये हार्डीच्या कादंबऱ्या वाचून काढणं हाच माझा कार्यक्रम असायचा. त्याची ती संभाषण केल्यासारखी लेखनशैली, त्या कथा आणि नशिबानुसार होणारा त्यांचा जीवनप्रवास यांनी मला खूपच मोहिनी घातली होती.

मी जेव्हा कॉलेजच्या तिसऱ्या वर्षात गेले आणि आता मुख्य विषय कोणता घ्यावा याचा विचार झाला, तेव्हापासून माझा हा संस्कृत आणि इंग्रजी साहित्यातला स्वैरसंचार कमी होत होत बंदच झाला (इथे अमेरिकेत तिसरं वर्ष म्हणजे ज्युनिअर इअर. आमच्या वेळेला भारतात अकरा वर्षं शालेय शिक्षण आणि पुढे चार वर्षं कॉलेजची असत). मी अगदी सहजच प्रमुख विषय म्हणून अर्थशास्त्राची निवड केली. माझ्या थोरल्या बहिणीने म्हणजे सविताने 'इंग्रजी साहित्य' घेऊन बी.ए. केलं होतं. म्हटलं आपण तिच्यापेक्षा वेगळा विषय घ्यावा. म्हणून मी अर्थशास्त्र घेतलं.

पण तो माझ्या आयुष्यातला सर्वांत 'स्मार्ट' निर्णय ठरला. पदवीपर्यंत आम्हाला अगदी प्राथमिक स्वरूपाचं अर्थशास्त्र शिकवलं जाई. जॉन स्टुअर्ट मिलपासून ॲडम स्मिथ आणि डेव्हिड रिकार्डोपर्यंत; आल्फ्रेड मार्शलपासून जॉन मेनार्ड केनेसपर्यंत यच्चयावत थोर अर्थशास्त्रज्ञांचा आम्हाला परिचय करून देण्यात आला. पण ती पुस्तकंसुद्धा मूळ ग्रंथ नव्हते. इंग्लंडमध्ये तयार झालेल्या संक्षिप्त, सोप्या आवृत्त्या घेतलेल्या होत्या. त्यामुळे माझं शिक्षण कडक, काटेकोरपणे झालेलं नव्हतं. त्यात वर्णनाचा भाग जास्त होता. आम्हाला घटना माहिती झाल्या पण त्याचं विश्लेषण कळलं नाही आणि त्यातल्या गणिताचा तर पत्ताच नव्हता.

कॉलेजच्या तिसऱ्या आणि चौथ्या वर्षामध्ये मला राज्यपातळीवरील वक्तृत्व स्पर्धेत बक्षिसं मिळाली. त्या स्पर्धांकरिता गुजरातची राजधानी अहमदाबाद इथे मी आईबरोबर प्रवास करून जात असे. माझी भाषणं खरोखर चांगली होत असावी. उत्कट भावना, स्पष्ट शब्दोच्चार आणि उदाहरणं देत आपलं म्हणणं पटवून द्यायची हातोटी असल्यामुळे, त्या दोन वर्षांत मला चार सुवर्णपदकं मिळाली. याबरोबरच मी बी.ए.च्या फायनल परीक्षेची तयारी करत होते. ही परीक्षादेखील बोर्डाचीच परीक्षा होती. मुंबई विद्यापीठाची. प्रांतभरातले, अर्थशास्त्राचे विद्यार्थी विविध केंद्रांतून एकाच वेळी परीक्षेचे पेपर सोडवत असत. ब्रिटिश परीक्षापद्धतीनुसार, वार्षिक परीक्षेतील गुणांवरच विद्यार्थ्यांची गुणवत्ता ठरत असे. ६० ते ७० टक्के गुण मिळवणारे विद्यार्थी प्रथम श्रेणीचे ठरत. ७० टक्क्यांच्या वर डिस्टिंक्शन (विशेष योग्यता) मिळे. मी ठरवलं होतं, मॅट्रिकप्रमाणेच बी.ए.च्या परीक्षेतही उत्तुंग यश मिळवायचं. त्यामुळे झपाटल्यासारखी अभ्यास करत होते. कसाबसा खाण्यापिण्यासाठी, झोपेसाठी वेळ काढायचा. उरलेला सर्व वेळ अभ्यासाला.

परीक्षेला साधारण महिनाभराचा अवकाश असताना मला अचानक घाबरल्यासारखं वाटायला लागलं. अजिबात अभ्यासच करावासा वाटेना. मी हंसाला सांगू लागले की, या वर्षी मी 'ड्रॉप' घेणार आहे. परीक्षेला नाही बसणार. रात्र रात्र मी झोपत नसे. पलंगाला पाठच लावायला मला नको वाटायचं. मला मरण जवळ आल्यासारखं वाटायला लागलं होतं. वाटायचं, आपण झोपेतच मरून तर नाही ना जाणार? मला विचित्र स्वप्नं पडू लागली. कधी दिसायचं, काकीचं पिठाचं जातं आपल्या पाठीला बांधलं आहे आणि खोल खोल पोकळीत आपण बुडून जात आहोत. परीक्षा देऊन काय करायचं असे विचार येत. हळूहळू या जगण्यात तरी काय अर्थ आहे, असं वाटण्यापर्यंत मजल गेली. शेवटी वडिलांनी मला सेव्हन्थ डे ॲडव्हेंटिस्ट हॉस्पिटलमधल्या अमेरिकन डॉक्टरला दाखवण्यासाठी नेलं. तिथे माझी हकिगत सविस्तर ऐकून घेतल्यानंतर ती डॉक्टर असं काहीतरी बोलल्याचं आठवतं, "फार पूर्वीपासून या जीवनाचं प्रयोजन काय? यावर अनेकांनी विचार केला. पण कुणालाही उत्तर सापडू

शकलं नाही.'' तिने सांगितलं की, माझी समस्या ही वैद्यकीय अखत्यारीतली नाही. पण काकीने मात्र तिचा स्वत:चा खास असा उपाय केला. बदाम घातलेलं गरम दूध ती मला रात्री देऊ लागली. आईने देवाला साकडं घातलं, 'माझ्या लेकीला बरं वाटू दे. तिच्यावर आलेलं अरिष्ट टळू दे. तिची परीक्षा सुखरूप पार पडू दे. ब्राह्मण भोजन घालीन.'

हा माझा 'नर्व्हस ब्रेकडाउन'चा पहिला ॲटॅक (तीव्र नैराश्याचा झटका). तेव्हा माझं वय होतं एकोणीस वर्षांचं. मला अतीव दु:ख वाटत होतं. चिंता किंवा वैताग नव्हता पण मला कशाचं वाईट वाटतंय, का दु:ख होतंय, हे मी कुणालाच सांगू शकत नव्हते. मला खूप थकल्यासारखं, अगदी गळून गेल्यासारखं वाटे. मी सतत एकटी एकटीच राहून बौद्धिक काम करत माझ्या क्षुद्र मेंदूत विचार करण्यातच वेळ घालवायचे आणि तसतसं माझं मनही विस्कटत जायचं.

'All the wicked shadows coming tramp, tramp, tramp
With the black night overhead...'

(अशुभाच्या अभद्र सावल्या रखडत खुरडत येत असलेल्या आणि डोक्यावर काळीकुट्ट रात्र...)

या नैराश्याच्या खोल दरीतून मला बाहेर कसं काढावं हे कुणालाच कळत नव्हतं. कारण मुळात मला झालंय तरी काय? कशामुळे मी इतकी खोल नैराश्यात गेलेय? आणि माझ्या दु:खाची नेमकी तीव्रता किती हे कुणालाच माहीत नव्हतं. फक्त हंसा मात्र सतत माझ्या मागे मागे असायची. मला खायचा आग्रह करायची, सारखी सांगायची, 'असा धीर सोडू नकोस, अभ्यास तर तुझा संपूर्ण तयार आहे. ड्रॉप घ्यायचा विचारच मनात आणू नकोस. तू परीक्षेला बसणार आहेस. नक्की बसणारेस. मी तुला परीक्षेला बसायलाच लावीन.' आम्ही दोघी बाहेर फिरायला जायचो. तेव्हा ही माझी धाकटी बहीण माझी मैत्रीण व्हायची. मला सांगायची, 'आत्ता आपल्यापुढे ताबडतोब करायला काय आहे? अभ्यास आणि परीक्षा. त्यावरच आपण लक्ष देऊ या. जीवन, मरण वगैरे सगळ्याचा अर्थ नंतर शोधता येईल.' असं होता होता, परीक्षा एका आठवड्यावर येऊन ठेपली, तेव्हा मला भान आलं. नीट जेवावं, झोप घ्यावी, परीक्षेला बसावं असं वाटायला लागलं. हंसा बिचारी दररोज मला वर्गापर्यंत सोडायला यायची. मी पेपर लिहीत असताना ती वर्गाबाहेर उभी राहायची. परीक्षकांची नजर चुकवून हळूच उघड्या खिडकीतून माझ्याकडे पाहून हसून हात हलवायची. अखेर मी परीक्षेचे सगळे पेपर सोडवले आणि दोन महिन्यांनी येणाऱ्या निकालाची वाट पाहू लागले.

आता त्या घटनेकडे मागे वळून पाहताना मला जाणवतं की, माझा असा नर्व्हस ब्रेकडाउन झाला होता, अनेक दिवस मी खोल नैराश्याच्या गर्तेत भोवंडत होते

पण या घटनेतून मी किंवा आमच्या घरचे कुणीच काही शिकले नाहीत. कारण त्या काळात अशा वागणुकीकडे 'आजार' म्हणून कुणी बघत नव्हतं. त्यामुळे पुन्हा जीवनात असं घडू नये म्हणून कोणती काळजी घ्यावी, काय टाळावं, असा काहीच विचार मी तेव्हा केलेला नव्हता.

जूनच्या पहिल्या आठवड्यात परीक्षेचा निकाल लागला. एव्हाना माझी सारी दुःस्वप्नं बाजूला झालेली होती. मी परीक्षेत सर्व प्रश्न सोडवले असावे, सगळ्यांची उत्तरं बरोबर लिहिली असावी. त्यामुळे जितके विद्यार्थी अर्थशास्त्र विषय घेऊन परीक्षेला बसले होते, त्या सर्वांपेक्षा मला जास्त गुण मिळाले. मी, 'सुरतची मुलगी' मुंबई विद्यापीठात अर्थशास्त्र विषयात पहिल्या वर्गात, प्रथम क्रमांक मिळवून उत्तीर्ण झाले. विद्यापीठाच्या सर्व फेलोशिप्स (शिष्यवृत्त्या) मला मिळाल्या. आमच्या सुरत कॉलेजमध्ये अर्थशास्त्र विषय पदव्युत्तर परीक्षेसाठी घेण्याची सोय नव्हती. त्यामुळे मला पुढील शिक्षणासाठी मुंबईला जावं लागणार होतं. आता माझे वडील पेचात सापडले. त्यांना मला नकार देता येईना. कारण मला इतक्या शिष्यवृत्त्या मिळाल्या होत्या की, 'बॉम्बे स्कूल ऑफ इकॉनॉमिक्स अॅन्ड सोशिऑलॉजी'चा दोन वर्षांचा माझा पूर्ण खर्च विद्यापीठच करणार होतं. त्यामुळे त्यांच्या आणि माझ्या नियंत्रणापलीकडे घटना घडलेल्या होत्या. मनातून त्यांना वाटलंच असणार की, 'आपण ठामपणे नकार द्यायला हवा होता. पोरीला घराबाहेर दुसऱ्या शहरात शिकण्यासाठी पाठवायला नको होतं.'

मला पुसटशीदेखील कल्पना नव्हती की, मुंबई म्हणजे माझ्यासाठी दगाबाज नंदनवन ठरणार होती. तिथे गेल्यावर माझ्या जीवनातला स्वर्ग कायमचाच हरवणार होता!

अंतरिक्षातल्या तरल ईथरमधून सरळ फेकली गेले...
उभी पेटलेली... जळत... हिडीस, भेसूर ज्वाळांतून...
थेट खाली... अंतहीन गर्तेत अधोगतीच्या...
अशीच माझी अवस्था व्हायची होती.

आजतागायत मुंबईनगरी मला आठवते ती 'परमानंदाच्या मार्गातून मला कायमचं दूर करून दुःखात लोटणारं शहर' म्हणूनच!

फसवणुकीची कर्मकहाणी

१९५१ साली, जुलैच्या सुरुवातीला मी रेल्वेने मुंबईला जायला निघाले. माझ्याबरोबर होत्या दोन सूटकेस, बाबांनी दिलेली सूचनांची यादी, आईने दिलेला शकुनाचा नारळ, काकीने दिलेला फराळाचा डबा. निघताना आईने बजावून सांगितलं होतं, 'तो नारळ गाडीच्या खिडकीतून नदीत टाक बरं का!' काकीने दिलेला फराळ खाताना मला माझ्या भावंडांची आठवण येत होती. लहान वयातच सुज्ञ आणि समंजसपणे वागणारी माझी धाकटी बहीण हंसा आणि कुणीही सहज वळवून घ्यावा असा माझा मोठा भाऊ दिनकर. आता मुंबईला हॉस्टेलमध्ये राहायला गेल्यावर लगेच त्यांना पत्रं लिहायचं मी ठरवून टाकलं.

आमचं हॉस्टेल मुंबईला मरिन ड्राइव्ह इथे अगदी समुद्रकिनारीच होतं. एक उंच, अनाकर्षक, चौकोनी इमारत. त्यात दीडशे खोल्या. माझी खोली चौथ्या मजल्यावर होती. तिथल्या खिडकीतून उजवीकडे समुद्राचा थोडा तुकडा दिसायचा. डावीकडे एक गल्ली आणि मरिन लाइन्स स्टेशनकडे वळणारी ट्रेन दिसत असे. माझे एक मामा मरिन लाइन्सला राहत होते. म्हणजे हॉस्टेलपासून दोन स्टेशन्स पलीकडे. त्यांच्याकडे वडिलांनी माझं स्थानिक पालकत्व सोपवलं होतं. हॉस्टेलमध्ये गेल्यावर मी लगेच बॅगांतून माझे कपडे, पुस्तकं काढली आणि व्यवस्थित लावून टाकली. आजूबाजूच्या खोल्यांतल्या मुलींच्या ओळखी करून घेतल्या. हॉस्टेलचे नियम माहीत करून घेतले. मुख्य म्हणजे हॉस्टेलपासून मध्य मुंबईतल्या फोर्ट भागात असणाऱ्या 'बॉम्बे स्कूल ऑफ इकॉनॉमिक्स'पर्यंत कसं पोहोचायचं, तो बसचा मार्ग माहीत करून घेतला. वडिलांनी लिहून दिलेल्या नियमांच्या यादीतला एक नियम होता, 'कुणी परक्या माणसाने लिफ्ट देऊ केली तर ती नम्रपणे नाकारायची.' या नियमाची मी त्वरित अंमलबजावणी सुरू केली.

पुढचं सगळं सोपं होतं. मला हे माहीत होतं की, सुरतच्या संकुचित वातावरणातून बाहेर पडून मला बाहेरच्या विशाल जगात प्रवेश करायचा होता आणि मग एक दिवस समुद्र पार करून अमेरिकेला जायचं होतं. मात्र पुढील आव्हानांना तोंड देण्याची कोणतीही तयारी मी केलेली नव्हती. माझ्या कुटुंबीयांचे स्नेहबंध, ज्या

शिस्तीत मी लहानाची मोठी झाले होते ते नियम यांच्यावर मी किती अवलंबून होते, याची मला जाणीवच नव्हती. मला फक्त दिसत होत्या भविष्यातल्या लुकलुकत्या चांदण्यांसारख्या शक्यता. स्वत:च्या हिमतीवर तिथपर्यंत पोहोचायला मी फार अधीर झाले होते. मला वडिलांविषयी आदर आणि अभिमान होता. आईचा धाक वाटायचा. काकीबद्दल प्रेम होतं. हंसा आणि दिनकर तर माझे 'जीवश्च-कंठश्च' होते. बस्स! इथे माझं भावनिक आणि सामाजिक विश्व संपत होतं. त्यापलीकडे असलेल्या बाह्य जगाबद्दल मी अनभिज्ञ होते. शाळा आणि कॉलेज हाच काय तो माझा बाहेरच्या जगाशी आलेला संपर्क. त्यातून खरं जग कसं असतं त्याची थोडी जाणीव मला झाली होती तेवढीच. पण बाहेरच्या लोकांशी ओळखी करून घ्यायच्या, मैत्री वाढवायची, असं मी कधी केलेलं नव्हतं. माझ्या स्वत:च्या ओळखीचे असे फार थोडे लोक होते. शाळा-कॉलेजमध्ये मला फक्त एकच मैत्रीण होती.

आपण सगळ्यांमध्ये मिसळून राहणारी तरुणी व्हावं असं कधी मला वाटलं नाही. माझ्या आईकडून मला सौंदर्य मिळालं होतं त्यामुळे माझ्यात घमेंडखोर ताठा आणि चढेलपणा आलेला होता. बौद्धिक गोष्टी, त्याबद्दलची ध्येयं यांनाच मी सर्वोच्च प्राधान्य देत असे. बाकी हे मैत्रीचे बंध वगैरे मला 'क्षुद्र' वाटत असत. कधी अनोळखी माणसांत जावं लागलं, तर मला संकोच वाटे. विशेषत: तिथे अनोळखी पुरुष असतील तर विचारूच नका. मला फक्त दोनच पुरुष माहिती होते- एक आमचे बाबा आणि दुसरा दिनकर. त्यातही बाबा म्हणजे माझे सर्वेसर्वा होते. अख्ख्या पुरुषजातीचं प्रतिनिधित्व त्या एकाच व्यक्तीत एकवटलं होतं. तसे दिनकरचे मित्र घरी यायचे. पण त्यांच्याशी बोलण्याचा प्रसंग क्वचितच येत असे. बोलणं झालं, तरी क्रिकेटबद्दल नाहीतर कॉलेजमधल्या एखाद्या घटनेबद्दल, तेही जुजबी. ते मित्र गेले की त्यांना कसं इंग्रजी बोलता येत नाही, कसे मॅनर्स नाहीत म्हणून तो शेरे मारायचा. मीही त्याच्या सुरात सूर मिसळायचे. लैंगिक विषयावर तर कधीही आणि कुणाशीही मी बोललेली नव्हते. वयाच्या एकोणिसाव्या वर्षी 'सेक्स' म्हणजे काय? लैंगिक समागम कसा करतात याविषयी मी पूर्ण अनभिज्ञ होते.

विचार करण्यासारखी गोष्ट आहे. भारतातल्या मध्यमवर्गीय परिवारात, ५० वर्षांपूर्वी, चांगल्या तरुण झालेल्या मुलीला लैंगिक क्रिया आणि रतिसुखाची रहस्यं माहीत नव्हती! माहीत होणार तरी कशी? घरामध्ये तर असे विषय वर्ज्यच होते पण याविषयी जाणून घेण्याचं खूप कुतूहल असं मला वयात येतानाही कधी वाटल्याचं आठवत नाही. माझ्या परीक्षेतलं यश, अभ्यास इतर स्पर्धा यात मी इतकी गुंतून गेलेली होते की पुरुषांकडे माझं कधी लक्षच गेलं नाही. मला लैंगिक भावना कधी जाणवल्याच नाही, कारण ते काय असतं हेच मला माहीत नव्हतं. मुंबईला मी आले तेव्हा 'साधी भोळी' कसली, मूर्खच होते. पण हे मला फार उशिरा कळायचं होतं.

सुरुवातीला मी आपली 'बॉम्बे स्कूल ऑफ इकॉनॉमिक्स'च्या पायऱ्या चढून जायची, उतरून यायची, लेक्चरला बसायची, लायब्ररीत बसून अभ्यास करायची, आवारात चक्कर मारायची आणि क्वचित कधीतरी रस्ता ओलांडून समोरच्या कॉफी हाऊसमध्ये जायची तेही फक्त वर्गातल्या मुलींबरोबर.

कधी कधी माझा मूड बदलायचा. नव्या ओळखी करून घ्याव्या की नाही, असं साशंक वाटू लागायचं. पण एकंदरीत मी ज्या नव्या जगात प्रवेश केला आहे, ते काही अगदी 'विश्वास ठेवण्याच्या लायकीचं नाही' असं मला वाटत नव्हतं. शिवाय मी तरुण होते,

'मी तरुण... शरीर तरुण... हवा होती चैतन्यमयी...

जगणं माझं झालं होतं प्रकाशाचं लेणं...' या हिंदोळ्यावर मी झुलत होते.

माझे केस इतके दाट आणि लांब होते की दहा डोकी झाकू शकले असते. माझी लांबलचक वेणी थेट कंबरेपर्यंत रुळत असे. सगळ्यांना ठाऊक होतं की, मी बी.ए.ला इकॉनॉमिक्समध्ये विद्यापीठात पहिली आले होते. मला एम.ए.लाही पहिलीच येण्याची इच्छा होती. तसं मी ठरवलंही होतं. पण तसं घडणार नव्हतं.

आता साठ वर्षं होऊन गेली त्या घटनेला. त्याची माझी पहिली भेट नेमकी कोणत्या परिस्थितीत झाली, त्याचा तपशील आता मला नीटसा आठवत नाही. पण पुढे त्या माणसाने माझ्या निरागसपणाचा, कुणावरही सहज विश्वास ठेवण्याच्या स्वभावाचा गैरफायदा घेत, हळूहळू मला संकटांच्या मालिकेकडे खेचत नेलं. मीही आंधळ्यासारखी त्याच्या मागे जात राहिले आणि ती संकटांची मालिका त्याला सोडल्यानंतरही कित्येक वर्षं माझा पिच्छा पुरवत राहिली. मी कधी त्याला तुच्छ लेखू शकले नाही, पण माफही करू शकले नाही. तो वारला, त्याची राख झाली तरीही माझ्या मनात निर्माण झालेला त्याच्याविषयीचा तिटकारा मी पुसून टाकू शकले नाही, कारण तो माझ्या अस्तित्वाचा भाग होऊन बसला होता. माझ्यासारख्या निरागस मुलीने त्याच्यावर विश्वास टाकला आणि त्याने तिचं एका घायाळ, अपराधी भावनेखाली पिचलेल्या, दु:खी स्त्रीमध्ये रूपांतर केलं. मी त्याचं नावसुद्धा घेऊ इच्छित नाही. मी त्याचा उल्लेख आर.बी. असा करेन.

प्रथम मी आर.बी.ला पाहिलं ते आमच्या स्कूलच्या कॉरिडॉरमध्ये. मला वाटतं, माझ्या दृष्टीस पडावं म्हणूनच तो तिथे रेंगाळत असावा. पण त्याच्या नजरेत किंवा वागण्यात तो माझ्यावर भाळलाय किंवा विशेष काही त्याने मला हेरलंय, असे भाव वगैरे नव्हते. रूपाने सामान्य, किंचितसं टक्कल, नेहमी पांढरा फुल बाह्यांचा शर्ट, पांढरी पॅन्ट, चामड्याचा पट्टा आणि व्यवस्थित पॉलिश केलेले चामड्याचे शूज अशा वेषात तो असायचा. तो आमच्या बॉम्बे स्कूल ऑफ इकॉनॉमिक्समध्येच शिकत होता. माझ्यापेक्षा एक वर्ष पुढे. त्याचा विषय होता सोशिऑलॉजी (समाजशास्त्र).

त्याचबरोबर मुंबई विद्यापीठाच्या लॉ कॉलेजमध्ये तो कायद्याचाही अभ्यास करत होता.

आर.बी. एक सामान्य विद्यार्थी होता. त्याने कोणतंही विशेष असं शैक्षणिक यश मिळवलेलं नव्हतं. तो नेहमी मित्रांच्यात असायचा. त्यातले काही आमच्या स्कूलमधले होते. तो त्यांच्यात धाडसी, उमदा, बेफिकीर तरुण म्हणून कधी उठून दिसला नाही. 'पोरींची हृदयं चोरणारा'सुद्धा वाटत नव्हता. उलट सौम्यपणे वागणारा, आपलं काम बरं आणि आपण बरे अशा पद्धतीने वागणारा सालस मुलगा वाटायचा. पण तो गाडीतून कॉलेजला येत असे. त्याच्याकडे मोठी निळी अमेरिकन कार होती. त्या काळात कुणा विद्यार्थ्याकडे कार असणं ही फार विशेष गोष्ट होती. ती कारच माझ्या सगळ्या कर्तृत्वावर बोळा फिरवायला कारणीभूत ठरली.

जेव्हा आर.बी.ने पहिल्यांदा मला 'हॅलो!' म्हटलं, तेव्हा मी खूपच संकोचले होते. कारण पहिल्यांदाच कुणी परका तरुण माझ्याशी बोलत होता. त्याला माझ्याशी मैत्री करायची असेल म्हणून मुद्दामच, सहज वावरल्यासारखा माझ्या पुढे-मागे रेंगाळतो आहे, अशी मला शंकाही आली नाही. नंतर कळलं की, त्याला माझ्याबद्दल आणि आमच्या कुटुंबाबद्दल बरीच माहिती होती. त्याचे वडील निवृत्त व्यावसायिक होते. सुरतजवळच्या एका छोट्या शहरात ते राहत असत. दिवसेंदिवस छोट्या छोट्या संभाषणापासून सुरुवात होऊन आता आम्ही त्याच्या मित्रमंडळींसोबत अधूनमधून समोरच्या कॉफी हाऊसमध्येही जायला लागलो होतो. आधी मित्र बरोबर असायचे, नंतर हळूहळू आम्ही दोघंच जाऊ लागलो. मलाही त्याच्याशी बोलताना वाटत होतं की, आम्ही एकमेकांचे चांगले मित्र होऊ शकतो. कॉफी हाऊसमध्ये बसण्याचा वेळ वाढत चालला. मग त्याच्या मित्रांसोबत शनिवारी पुण्याला मीसुद्धा सहलीला जाऊ लागले. आमच्या गप्पा अगदी साध्या विषयावर चालायच्या. दैनंदिन घटना, कॉलेजमधलं वातावरण, देशातलं राजकारण, शहरातल्या बातम्या, हवामान असे अगदी व्यवहारातले विषय असायचे. साहित्य, संगीत, कला याविषयी कोणतंच बोलणं होत नसे. मी व्यवहारी पुरुषांच्या घोळक्यात पडले होते. एका अगदी वेगळ्या, अनोळखी विश्वाकडे खेचली जात होते. त्याबद्दल विचित्र आकर्षण वाटू लागलं होतं. एका अव्यवहारी, बुद्धिनिष्ठ कुटुंबात मी काचेच्या घरात राहिल्यासारखी अलगद मोठी झाले होते. पण या नव्या जगाच्या मागण्यांशी मला संघर्ष करावा लागणार होता. ते माझं विधिलिखित असावं.

एप्रिल १९५२ मध्ये शैक्षणिक वर्ष संपता संपता माझं लक्ष पूर्ण विचलित झालेलं होतं. अभ्यासावर मन एकाग्र करण्यासाठी मला स्वत:ला बळेच तयार करावं लागायचं. कित्येक वेळा तेही जमायचं नाही. मी स्वत: कडक आणि कणखर स्वभावाची असल्यामुळे आर.बी.ला शारीरिकदृष्ट्या अजून दूर ठेवलेलं होतं. त्याच्याबरोबर

एकटी असताना मी नेहमी चांगलं वागायची. याचं कारण शारीरिक लगट कुठवर करू द्यायची, कुठे कठोरपणे प्रतिबंध करायचा, असं आम्हाला घरातून कुणी कधी सांगितलं नव्हतं. लाजाळूपणा आणि नखरेल अदा यातला फरक मला कळत नव्हता. मुद्दाम असं काही वागायचं असतं हेच मला माहीत नव्हतं. आपण त्याच्याशी अगदी चांगलंच वागलं पाहिजे हे फक्त मला समजत होतं. बाहेरून मी व्यवस्थित दिसत असले तरी माझ्या मनात संघर्ष चालू असायचा. मनावर सतत एक दडपणाची भावना असे. हा नवा प्रवाह मला कुठे घेऊन चालला आहे? माझ्या भविष्यावर याचा काय परिणाम होणार आहे? माझ्या भूतकाळाशी हा कितपत मिळताजुळता आहे? आणि सगळ्यात मोठा विचार म्हणजे बाबांना हे सगळं कळल्यावर त्यांची प्रतिक्रिया काय होईल? आमच्या साध्या स्नेहाचं रूपांतर हळूहळू घनिष्ठ संबंधात होऊ लागलं होतं. जवळीक वाढत होती. मी त्याच्याबरोबर असं बाहेर जायला नको आहे. त्याला माझा हात धरायला किंवा मिठी मारायला, चुंबन घ्यायला मी परवानगी द्यायला नको आहे. विचार करकरून मला थकल्यासारखं वाटू लागलं. कशातही मन लागेना. शेवटी मी वडिलांना पत्रात त्याच्याबद्दल लिहिलं. केवळ 'नुकतीच माझी वर्गातल्या एका मुलाशी ओळख झाली आहे' इतकं सहज लिहावं, तसं लिहिलं.

त्यावर वडिलांची झालेली प्रतिक्रिया अत्यंत स्पष्ट आणि धक्कादायक होती. त्यांनी लिहिलं होतं की, 'ताबडतोब त्या मुलाशी भेटणं-बोलणं बंद कर. त्याच्या वडिलांनी महायुद्धाच्या काळात अवैध मार्गांनी पुष्कळ पैसा जमा केला आहे. त्या मुलाचं नावही कुणी 'चांगला' म्हणून घेत नाही. कॉलेजच्या पहिल्या-दुसऱ्या वर्षापासूनच 'पोरींना नादी लावून फसवणारा' म्हणून त्याची ख्याती आहे.' मी आर.बी.शी बोलताना हे सांगितलं, तेव्हा हा मुद्दा कधीतरी येणारच आहे, याची कल्पना असल्यासारखी त्याची प्रतिक्रिया सुनियोजितपणे समोर आली. तो शांतपणे मला सांगू लागला, "गावातल्या लोकांनी माझ्या वडिलांविषयी आणि माझ्याविषयी अशाच कंड्या पिकवून ठेवलेल्या आहेत. त्या छोट्या शहरातल्या 'गावगप्पांचा' आम्हाला नेहमीच असा त्रास होत असतो. आता आपल्याच गावात राहणाऱ्या, कॉलेजमध्ये शिकणाऱ्या मुलींशी ओळख होणारच. माझी राहणी जरा स्टायलिश आणि विचार सुधारकी आहेत इतकंच. त्यावरून गावातल्या 'अतृप्त आत्म्यां'नी मत्सरापोटी लैंगिक गैरवर्तनाच्या खोट्यानाट्या अफवा पसरवल्या आहेत. माझ्या तशा कोणत्याही भानगडी नाहीत." एवढंच सांगून तो थांबला नाही. मी कसा फक्त तुझ्यावरच प्रेम करतो, किती जास्त प्रेम करतो, तुला त्रास देण्याचं माझ्या कधीही मनात येणं शक्य नाही, मी कायम तुला प्रेमाने आणि सन्मानाने वागवेन हे सगळं आळवून आळवून सांगत राहिला. अशा तऱ्हेने प्रथमच जमलेले माझे प्रेमसंबंध

'वडिलांच्या इच्छेला मान देऊ की स्वत:चं मन ओढ घेतंय, त्या वाटेने जाऊ?' या द्वंद्वात सापडले. मी वार्षिक परीक्षा दिली आणि उन्हाळ्याच्या मोठ्या सुटीसाठी मुंबई सोडून सुरतला परतले. माझं मन मात्र मला प्रचंड वेगाने मुंबईकडे (त्याच्याकडे) ओढत होतं. मी त्याच्या प्रेमात पडल्याची मला खातरी वाटू लागली.

संपूर्ण उन्हाळाभर मी घरी होते, पण मला घरी असल्यासारखं वाटलंच नाही. सुरत जणू माझ्यासाठी आता 'परदेश' झालं होतं. मी अशी काही वागू लागले होते, जणू मला जगण्याची उत्कट भावनिक लय गवसलेली होती. ती अतिशय स्वच्छ, तेजोमय होती. माझ्यावर पाळत ठेवणाऱ्या नियमांनी तिला जखडलेलं नव्हतं. हंसाचे सुटीतले नेहमीसारखे बायकी उद्योग म्हणजे वाळवणं इ. चालले होते. त्यात ती गुंतलेली होती आणि दिनकर वेगवेगळ्या खेळांत रमलेला होता. काकी घरात होती पण माझं तिच्याकडे फारसं लक्षच गेलं नाही. आता मी वेगळीच कुणीतरी होऊन आले होते. मी स्वत:ला 'मॉडर्न' समजू लागले होते. त्यांना काय माहीत, जीवन कसं जगायला पाहिजे ते? इथले स्थानिक प्रश्न आणि जागतिक पातळीवरच्या जटिल समस्या यातला फरक थोडाच त्यांना समजू शकणार होता? वडील माझ्या मागे लागलेले होतेच. 'तू हे प्रेम वगैरेचं खूळ डोक्यातून काढून टाक.' ते त्याला (calf love) अननुभवी छोट्यांचं प्रेमप्रकरण म्हणायचे. 'ते सगळं मनातून बाजूला कर. पहिल्यासारखी निर्मळ मनाची हुशार मुलगी हो. अभ्यासावर लक्ष केंद्रित कर,' असं मला सांगण्याची प्रत्येक संधी ते साधत असत. त्यांच्या दृष्टीने ते सगळं इतकं साधं होतं. इकडे आई माझ्यावर बहिरी ससाण्यासारखी नजर ठेवून होती. त्यामुळे आर.बी.शी फोनवर बोलणंच काय, पत्रानेदेखील संपर्क करता आला नव्हता. मला अगदी एकटी पडल्यासारखं वाटत होतं.

वडिलांनी झालं गेलं माफ करून, माझ्यावर पुन्हा एकदा विश्वास ठेवला आणि उरलेलं शिक्षण पूर्ण करण्यासाठी मला मुंबईला पाठवलं. सगळा खर्च मला मिळालेल्या शिष्यवृत्तीतूनच केला जाणार होता. मुंबईला जायला निघताना मी मनाशी निश्चय केला की, 'इथून पुढे आर.बी.पासून फटकून राहायचं. जास्तीत जास्त वेळ आपल्या हॉस्टेलच्या रूमवरच घालवायचा. अगदी पूर्वी होते, तशीच स्कॉलर म्हणून राहायचं.' मी परत मुंबईत आले आणि हॉस्टेलवर राहू लागले. दोनच दिवसांनंतरची गोष्ट. कॉलेजमधून संध्याकाळी हॉस्टेलवर परत आले तर तिथे आर.बी. एका मुलीबरोबर गप्पा मारत उभा होता. ती त्याची धाकटी बहीण होती असं नंतर कळलं. ती आमच्याच हॉस्टेलवर राहायला आली होती. माझ्या खालच्या मजल्यावर तिला रूम मिळाली होती. त्यांच्याशी औपचारिक बोलून मी तिथून सटकले. रूममध्ये येऊन कडी घातली आणि मनातल्या अनावर भावना अश्रूंवाटे मोकळ्या होऊ लागल्या— 'कुणी एखादा दुष्टात्मा माझ्यावर हल्ला करण्यासाठी

टपून बसला होता की काय? का हे दु:स्वप्न परत माझ्या जीवनात प्रवेश करतंय? काय करू आता? छे छे! त्याच्या या बहिणीशीदेखील संबंध ठेवायचा नाही. तिला टाळलंच पाहिजे. वेगळ्या वेळी जेवायला जायचं, तिच्याहून वेगळ्या वेळेला हॉस्टेलमधून बाहेर पडून स्कूलमध्ये जायचं, तिथेही आर.बी.ला टाळायचं असंच सुरू केलं पाहिजे. बाबांना दिलेलं वचन मला पाळलंच पाहिजे. सगळ्या मोहांना दूर सारून अभ्यासावर लक्ष केंद्रित करायला पाहिजे.'

पण ते कसं शक्य होतं? मला अशा पूर्वनियोजित लपंडावाशी दोन हात करण्याचा अनुभव नव्हता. तशी मला फारशी इच्छाही नव्हती. माझ्याही नकळत मी त्यांच्याकडे ओढली जाऊ लागले आणि प्रवाहपतितासारखी कधी धारेला लागले हे कळलंच नाही. आठवड्यामागून आठवडे जात होते. हळूहळू त्याच्या बहिणीशी माझं थोडंफार संभाषण होऊ लागलं. कधी तिच्या गाडीतून मी हॉस्टेलपासून स्कूलपर्यंत जाऊ लागले. आर.बी. तिला कॉलेजमध्ये सोडायला यायचा. मग मला कळलं की, तिचं लग्न झालेलं होतं आणि शेवटच्या वर्षीचं शिक्षण पूर्ण करण्याकरता म्हणून ती हॉस्टेलवर राहायला आलेली होती. पण हे कारण खरं होतं का? कुणास ठाऊक? एक चुकीचा माणूस माझ्या मोहात पडलेला होता. माझ्या ध्येयापासून मला विचलित करून, माझं सर्वस्व लुटून, केवळ शारीरिक जवळिकीच्या द्वारा मला आपलंसं करू पाहत होता, हे माझं कमनशीब असावं. लैंगिक क्रिया म्हणजे माझ्याकरता तरी एक प्रश्नचिन्हच होतं. तो असभ्यपणा होता का? की आनंददायक होतं? सुख होतं का? मला कल्पना नव्हती. मी मनात विचार करायचे. मलाही त्याबद्दल कुतूहल वाटत होतं का? बाप रे! आपण हे धाडसच करतोय वाटतं! खरं म्हणजे आधीच सावध राहायला पाहिजे होतं. मी अशा माणसावर विश्वास टाकला होता, ज्याला आपली कृती चांगली आहे की वाईट हा विचारच करायचा नव्हता. आपण नैतिक सचोटीने वागतो आहोत की निव्वळ लुबाडणूक करत आहोत याच्याशी त्याला काही देणं-घेणं नव्हतं. खरंतर शतकानुशतकं यासंबंधीचे नियम अतिशय स्पष्ट आणि खणखणीतपणे प्रस्थापित झालेले होते. तरुण कुमारिकेला लैंगिक समागमासाठी तिच्या आई-बापांनी परवानगी देता कामा नये. समाजानेही त्या गोष्टीला मान्यता देऊ नये. इतकंच नाही तर त्या क्रियेला त्यांनी विवाहाच्या मंगल कोंदणात बसवलं. पवित्र अग्नीच्या समोर, देवाब्राह्मणांच्या साक्षीने 'नातिचरामी'ची शपथ घेऊन वराने तिचा हात हातात घ्यायचा, सात प्रदक्षिणा घालायच्या आणि नंतर सर्वांचे आशीर्वाद घेतल्यानंतरच तो तिचा उपभोग घेऊ शकेल.

माझा मात्र कौमार्यभंग झाला तो एका अमेरिकन कारच्या मागच्या सीटवरती. कुणीतरी बळेच दाब देऊन आचके दिल्यासारखी ती क्रिया. मला फार किळस येत होती. वाटलं, कुणीतरी आपल्याला सगळी फुलं ओरबाडून, विद्रूप करून शरमेच्या,

अपराधाच्या जगात ढकलून दिलंय! माझी कोमल निरागसता, श्रद्धा, निर्मळ आनंद सगळं सगळं लुटलं गेलं!!

'अंधारून आलं, तसा समुद्र उसळू लागला खडका खडकामधून
त्यातच मिसळले माझे दोन दुःखाश्रू...
मर्त्य जगातलं पाप करून झालं होतं...!!!'

कधीतरी मी स्वत:ला सावरलं. मला खूपच असहाय वाटत होतं, शक्तिपात झाल्यासारखं. त्याच वेळेला जणू एका विध्वंसक शक्तीने माझ्या जीवनात प्रवेश केला होता.

मी शारीरिक नीतिनियमांचा भंग केला होता. कुटुंबाच्या लौकिकाला काळं फासलं होतं. आई-वडिलांच्या प्रेमाला पारखं होण्याचा मोठाच धोका पत्करला होता. पण हे सगळं मी माझ्या सुखासाठी केलं होतं? मुळीच नाही. मी एक अपरिपक्व-कमकुवत मनाची मुलगी. तारुण्य आणि परिस्थितीने भोवंडलेली, काय करावं हे न सुचल्यामुळे, वेड्यासारखी प्रवाहात पडून वाहत निघाले होते. नंतर भीती आणि आशंका यांनी मला पूर्णपणे विळख्यात घेतलं. पण भविष्यात आर.बी. हाच माझ्या आयुष्यातला एकमेव खराखुरा पुरुष असणार आहे, या भावनेचा मी स्वीकार केला. पण त्याच्या प्रियाराधनात ना कोणती नजाकत होती, ना कसला आनंद! ही वस्तुस्थिती माझ्या लक्षातच आली नाही; परंतु जे काय घडलं होतं, त्याचे परिणाम मला भोगावे लागणारच होते. उत्तुंग शैक्षणिक यशस्वितेचं माझं भव्य, दिमाखदार स्वप्न चुरगाळून गेलं. आनंद तर माझ्या आयुष्यातून बादच झाला. पण सवयीने दिनक्रम चालू राहिला. प्रतिक्षिप्त क्रियेसारखा. प्रत्येक वेळी आमचा शरीरसंबंध झाला की, मला गोंधळल्यासारखं व्हायचं, भीती वाटायची, शरमही वाटायची. या सगळ्यातून माझी सुटका व्हायची ती 'मी त्याच्यावर प्रेम करते आहे' असं मी स्वत:ला बजावून सांगायची, तेव्हा. मी स्वत:ची अशी खातरी पटवू लागले की, 'आपण त्याच्यावर प्रेम करतो आहोत ना, मग त्याच्यावर विश्वास ठेवलाच पाहिजे.' मी सारखी त्याला सांगत राहायची, 'मला कधी त्रास देणार नाहीस ना? प्लीज, मला कोणतीही इजा करू नकोस!'

ख्रिसमसच्या सुटीत मी सुरतला गेले, तेव्हा मला तातडीने हॉस्पिटलमध्ये नेऊन ॲपेंडिक्सचं ऑपरेशन करावं लागलं. गावात अफवा पसरली की, हिला दिवस गेले होते, म्हणून घाईघाईने गर्भपात करून घेतला. या आरोपामुळे माझ्या भावाची एका परिचिताबरोबर मारामारी झाली. माझी आई तर आरोप खराच समजून माझ्यावर निर्दयपणे अतिशय संतापली! एक घुसमटलेली शांतता आणि तीव्र संताप यांच्यामध्ये आमचं घर आंदोलत राहिलं होतं. हे बहुतेक सगळं आईच्या मूडप्रमाणे घडायचं.

मी ऑपरेशननंतर बरी झाल्यावर वडिलांनी मला विचारलं की, 'तुझे त्या मुलाबरोबर शारीरिक संबंध आले होते का?' मी गप्प राहिले. मला वाटतं त्याच क्षणी 'हिचं लग्न आता करूनच टाकलं पाहिजे' हा वडिलांचा निर्णय झाला असावा. अगदी पक्का निर्णय. त्यावर कोणती चर्चा नाही, वादविवाद नाही आणि त्यात बदल करण्याचा तर प्रश्नच नव्हता. वडील मुंबईला आले. आर.बी.ला भेटले. तो माझ्यासाठी 'सुयोग्य वर' होता हे सिद्ध करायला त्याला कोणतेही विशेष प्रयत्न करावे लागले नाहीत. 'स्थळ' म्हणून सगळं योग्यच होतं. तो आमच्याच पोटजातीचा होता. चांगला शिकलेला होता. सधन कुटुंबातला होता. माझं शेवटचं सेमिस्टर पूर्ण झालं. मी एम.ए.ची परीक्षा दिली आणि लगेच माझं लग्न झालं. तारीख १६ जून १९५३. अगदी साधा समारंभ, कुणाला कसलाच आनंद किंवा उत्साह नव्हता. आई सारखी रडते आहे, हजार सूचना करते आहे, कसं होईल माझ्या लेकीचं म्हणून बेचैन आहे, असलं काहीही झाल्याचं मला आठवत नाही. कारण मी साधीभोळी, निष्पाप, 'कुँवारी कन्या' थोडीच होते? मला कसलाही अनुभव नाही, पुढे काय वाढून ठेवलं असेल याची कल्पनाही नाही आणि एकदम अनोळखी घरात जाऊन नांदायचं आहे, असा काहीच प्रकार नव्हता. कसंही करून माझ्यापासून सुटका करून घ्यायची होती, बस्स! मग लग्न करून घराबाहेर घालवली काय आणि तशीच पाठवून दिली काय; काय फरक पडणार होता? आता मला परतीची वाट नव्हती हे निश्चित!

लग्नानंतर काही महिन्यांनी, वडील माझ्या एका खोलीच्या नव्या संसारात आले होते. पुढच्या छोट्या खोलीत खुर्चीवर बसले होते. एका अर्ध्या भिंतीपलीकडे छोटंसं स्वयंपाकघर आणि बाथरूम होतं. मी त्यांना सांगत होते की, 'इंडियन टेरिफ कमिशन'मध्ये मला संशोधकाची नोकरी मिळाली आहे आणि आर.बी.सुद्धा एका नव्या चांगल्या नोकरीच्या शोधात आहे म्हणून. मी दिलेला चहा घेत वडील शांतपणे खुर्चीत बसले होते. एकीकडे माझ्या त्या खुराड्यासारख्या संसाराचं निरीक्षण करत होते. माझ्या बोलण्याकडे त्यांचं लक्ष तरी होतं की नाही कोण जाणे! कारण त्यांनी त्यावर कोणतीही प्रतिक्रिया व्यक्त केली नाही. मी त्यांना पोहोचवायला म्हणून जिना उतरून खाली गेले. ते काहीही न बोलता, खिन्न मनाने पावलं टाकत रस्त्यावरच्या गर्दीत मिसळून दिसेनासे झाले. आर.बी. नोकरीचा शोध घेत होता आणि मी अमेरिकेला जाण्यासाठी स्कॉलरशिप मिळवण्याच्या प्रयत्नात होते. त्याचा मला पूर्ण पाठिंबा होता. इतकंच नाही तर तो मला प्रोत्साहनही देत होता. कदाचित माझ्याबरोबर त्यालाही अमेरिकेला जायला मिळेल, अशी त्याला आशा वाटत होती. मला आठवतंय, त्या वेळी मुंबई प्रांताच्या शिक्षणमंत्री होत्या श्रीमती नाईक-निंबाळकर. त्यांनी मला बोलावून घेतलं आणि पूर्व किनाऱ्यावरच्या एका प्रतिष्ठित

महिला महाविद्यालयाची चार वर्षांची संपूर्ण फेलोशिप देऊ केली. पण मी ती स्वीकारली नाही. मी त्यांना स्पष्ट सांगितलं की, मला एखाद्या प्रतिष्ठित अमेरिकन विद्यापीठात जाऊन पुरुषांशी स्पर्धा करण्याची इच्छा आहे. माझं उत्तर ऐकून त्या चकित झाल्या. म्हणाल्या, "तरुण मुली, तू कोणत्या संधीला नकार देते आहेस, हे तुला कळतंय ना?"

लग्नानंतर साधारण सहा महिन्यांनी आर.बी.ने गोव्यामध्ये जाऊन खाणीच्या व्यवसायात प्रवेश करण्याचा प्रस्ताव आणला. ती त्याच्यासाठी नव्या व्यवसायाची उत्तम संधी होती म्हणे. पण मी त्याच्याबरोबर गेले नाही. मुंबईतच राहिले. ते घर सोडलं आणि एका कुटुंबात पेइंग गेस्ट म्हणून राहू लागले. लॅबर्नम रोड नावाच्या शांत गल्लीत ते घर होतं. घरात दोघी विधवाच राहत असत. समोर पोलीस ठाणं आणि गल्लीच्या शेवटापाशी बसथांबा होता. विवाहित जोडप्यातल्या नवऱ्याने परदेशात राहून पैसे कमवायचे आणि बायकोने इकडे घर सांभाळायचं यात तेव्हाही भारतात कुणाला काही वावगं वाटत नसे आणि आत्ताच्या काळातही कुणाला त्यात काही गैर वाटत नाही. माझा ऑफिसचा दिनक्रम कंटाळा यावा इतका संथ-शांत होता. एखाद्या व्यवसायातली उत्पादनं आणि त्यांच्या किमती याबद्दलची माहिती जमा करणं हे माझं काम होतं. ज्यांना टेरिफ कमिशनकडून संरक्षण हवं असे त्या उद्योगधंद्यांची माहिती मला जमवावी लागे. याबरोबरच अमेरिकेत फेलोशिप मिळवण्यासाठी अर्ज करण्याचं काम एकीकडे चालूच होतं. अमेरिकन असोसिएशन ऑफ युनिव्हर्सिटी विमेन (एएयूडब्ल्यू) यांच्यातर्फे दिल्या जाणाऱ्या एका फेलोशिपसाठी, मला मुलाखतीचं बोलावणं आलं. ही मुलाखत संस्थेच्या मुंबईतल्या प्रतिनिधी घेणार होत्या. त्यांनी एका पारशी आणि एका खिश्चन स्त्रीला प्राधान्य दिलं. मला तिसऱ्या क्रमांकावर ठेवलं. कदाचित बहुसंख्य हिंदूंच्या देशात, इतर धर्मीयांना संधी देण्यासाठी त्यांनी हे धोरण ठेवलं असावं. शिवाय मला एम.ए.च्या परीक्षेत फक्त हायर सेकंड क्लास मिळाला होता. त्याचाही हा परिणाम असेल. हा माझ्यासाठी मोठाच धक्का होता. तरीपण मी ज्यांच्या घरी राहत होते, त्या खानदानी प्रेमळ माणसांसोबत मी ते वर्ष शांतपणे व्यतीत करू शकले.

वडिलांकडून मला घरच्या घडामोडी नियमित समजत असत. हंसासाठी स्थळं पाहणं चाललं होतं. दिनकरसाठी गुणसंपन्न वधू शोधण्याचं आईचं काम अखंड चालू होतं. कधी कधी ते लिहायचे की, हिमालयात बर्फ पडायला लागल्यामुळे सुरतेत थंडीची लाट आलेली आहे (हिमालय पर्वत सुरतपासून सुमारे दोन हजार मैल अंतरावर आहे). आर.बी. नियमित पत्र लिहिणाऱ्यांपैकी नव्हता. त्याच्याकडची खबरबात कळणं जसजसं अनियमित होऊ लागलं, तसतसं माझ्या लक्षात येऊ लागलं की, तो ज्या खाणउद्योगात पाऊल टाकायला गेला होता, त्यात त्याचं काही

खरं दिसत नाही. माझ्यापासून एक वर्षभर दूर राहून त्याने जो पैसा आणि वेळ त्यासाठी खर्च केला, तो सगळा व्यर्थच गेला!

शेवटी तो मुंबईला परत आला. मग आम्ही एका चांगल्या, प्रसन्न ठिकाणी एक बेडरूमच्या फ्लॅटमध्ये राहू लागलो. माझ्या मनाने पुन्हा उभारी घेतली. वाटलं, 'चला! आता पुढे आपल्याला चांगले दिवस येणार...!' घरात मिळवती अशी मी एकटीच होते. त्याला येऊन काही आठवडे झाले आणि माझ्या लक्षात आलं की, मला दिवस गेले आहेत. मळमळ, उलट्या, अन्नावर वासना नसणं अशी गरोदरपणाची सुरुवातीची लक्षणं सुरू झाली होती. पण त्याहीपेक्षा मला जास्त त्रास होत होता आर.बी.चा. तो सारखा माझ्यावर दडपण आणत होता. 'गर्भपात करून घे, गर्भपात करून घे' असं म्हणत होता. तो बेरोजगार होता आणि मी असहाय. भारतात गर्भपात कायदेशीर होता. झालं. आम्ही एक डॉक्टर शोधला. त्याच्या अद्ययावत साधनांनी सुसज्ज अशा क्लिनिकमध्ये माझा गर्भपात करून घेतला. तो निर्णय त्याचा होता, पण मीही त्याला संमती दिलेली होती, 'असं करणं पाप आहे' किंवा 'माझ्या मानसिक, भावनिक स्वास्थ्यावर त्याचा खूप वाईट परिणाम होईल' अशा प्रकारचा कोणताही वादाचा मुद्दा न काढता. दोघांच्या संमतीने माझा गर्भपात उरकून घेतला होता. पन्नास वर्षांपूर्वी भारतातलं कुणीच असा विचार करत नव्हतं. आजही या गोष्टींचा फारसा विचार होताना दिसत नाही. गर्भपात करून घे असं आर.बी. अगदी आग्रहाने सांगत असला, तरी नोकरी नसल्यामुळे आमच्यावरचा आर्थिक बोजा वाढू नये याचीही त्याला काळजी होतीच. लवकरच मला शोध लागला की, त्याने शेअरच्या खरेदी-विक्रीमध्ये दहा हजार रुपये गमावले होते. आताच्या काळात ही रक्कम किरकोळ वाटत असली, तरी त्या काळी एका बेरोजगार माणसाच्या दृष्टीने ही रक्कम फार मोठी होती. म्हणजे त्याला माझ्या गरोदरपणाबद्दल वाटणारी धास्ती ही आर्थिक विवंचनेतून आली होती, असं मला तेव्हा समजलं.

या घटनेला पन्नास वर्षं होऊन गेल्यानंतर, 'गर्भपाताची कारणं आणि त्यामागची मानसिकता' किंवा 'गर्भपात करणं हे नीतिपूर्ण आहे काय?' अशी चर्चा करताना, तेहेतीस वर्षांची, अमेरिकेत जन्माला आलेली आणि तिथेच मोठी झालेली माझी कन्या, मला मोठ्या काळजीने विचारत होती, ''ममा, तुझ्यावर बलात्कार केला गेला होता काय?''

तिचा म्हणजे निखळ आधुनिक अमेरिकन दृष्टिकोन.

''नाही. नाही,'' मी उत्तर दिलं.

''मग तुलाच गर्भपात हवा होता?''

''तसं नाही. पण मी त्या गोष्टीला संमती दिली होती.''

''पण तुझी इच्छा होती की नाही?'' तिला जाणूनच घ्यायचं होतं. ती खोदून

खोदून विचारत राहिली. शेवटी म्हणाली, ''तुला मदत मिळायलाच हवी होती.''

मग मी तिला तपशिलात जाऊन काही माहिती पुरवली. ''मला आजारी असल्यासारखं वाटत होतं. माझ्यावर दडपणही होतं. शिवाय मला नोकरी करायची होती आणि भारतात गर्भपाताला कायद्याने परवानगी होती.''

ते एक नकोसं गरोदरपण होतं. त्याच्याकडे वैद्यकीय समस्या म्हणून पाहायला पाहिजे होतं. उगीच 'ती एका जीवनाची सुरुवात आहे' आणि 'धर्मग्रंथ याविषयी काय म्हणतात?' असं खोलात शिरून प्रश्नातली गुंतागुंत वाढवण्यात काय अर्थ आहे? मी त्या गरोदरपणाकडे आरोग्याची समस्या म्हणून पाहिल्यामुळे तो निर्णय घेतल्यानंतर माझ्या मनावर फारसा विपरीत परिणाम झाला नाही. शरमेची किंवा लाजिरवाणी भावना मनात घर करून राहिली नाही. पण पुढे असं लक्षात आलं की, ती आरोग्यदृष्ट्याही मोठीच गुंतागुंत होती. पण मी समजत होते, त्यापेक्षा फार वेगळ्या कारणामुळे. मी तो गर्भपात करण्याचा निर्णय घेतला हे माझं सुदैवच होतं. त्याच्यामुळेच भविष्यातल्या उज्ज्वल कारकिर्दीकडे माझ्या जीवनाची वाटचाल सुरू झाली. मात्र 'आपण लग्नापूर्वीच वासनेला बळी पडलो' या अपराधाची बोच आणि त्याबद्दल वाटणारी शरमेची भावना यांच्याशी मला बराच काळ झगडत राहावं लागलं. कारण ज्या संस्कारांत मी वाढले होते, त्यानुसार लग्नाशिवाय लैंगिक सुख उपभोगणं हा 'चारित्र्यावरचा कलंक' समजला जाई.

गर्भपात करून घेतल्यानंतर एक-दोन आठवड्यांनी मी डॉक्टरांकडे तपासणीसाठी गेले. मला पोटात फारच खळबळल्यासारखं वाटत होतं, दुखत होतं आणि योनीतून कसलासा काळपट स्राव सुरू झाला होता. अंतर्वस्त्रावरचे ते डाग पाहून मी धास्तावले. व्यवस्थित क्लिनिकमध्ये जाऊन तज्ज्ञ डॉक्टरांकडून गर्भपात करवून घेतलेला होता. त्याचे असले काही परिणाम व्हायला नको होते. डॉक्टरांनी काही विशिष्ट चाचण्या करून घ्यायला सांगितलं. त्याचे रिपोर्ट घेऊन लगेच भेटायला बोलावलं. त्या दिवशी ते डॉक्टर जे शब्द बोलले, ते मला आजही जसेच्या तसे आठवतात. ''तुम्हाला गोनोरिआ या गुप्तरोगाची लागण झालेली आहे. रोग वाढू नये असं वाटत असेल तर नवऱ्याबरोबर शारीरिक संबंध येता कामा नये.'' डॉक्टरांनी मला अँन्टिबायोटिक्स लिहून दिली आणि आर.बी.ला भेटायला बोलावलं. पण त्याने ते सगळं हसण्यावारी नेलं. म्हणाला, ''काही नाही गं! आम्ही सार्वजनिक मुतारीत जातो ना, तिथे झाला असेल हा संसर्ग. त्यात काही विशेष नाही.'' आणि हे त्याचं सांगणं मला वेडीला पटलं. त्यानंतर कितीतरी दिवस मी त्याच्यावर पूर्ण विश्वास ठेवून जगत राहिले.

मी एखादी कोडगी, मंदबुद्धी मुलगी होते? की मला सत्याचा स्वीकार करायचा नव्हता? मला काय ठाऊक नव्हतं, लोकांना गुप्तरोग कशामुळे होतात ते? मग मी

काय करायला पाहिजे होतं? नवऱ्याशी भांडायला पाहिजे होतं? आणि भांडूनतंडून त्याला सोडून जायचं होतं? कुठे? वडिलांकडे परत? म्हणजे कबूल करायचं त्यांच्यापुढे की, तुमचं बरोबर होतं, माझंच चुकलं असं? माझ्यासारख्या मुलीने एका गुप्तरोगाने पछाडलेल्या पुरुषाशी लग्न केलं म्हणून ते डॉक्टरदेखील विस्मयचकित झाले. बाहेरून सभ्य आणि प्रतिष्ठित वाटणाऱ्या माझ्या नवऱ्याकडून मला या घाणेरड्या रोगाची लागण झाली, हे सांगताना त्यांनाच फार अवघड वाटत होतं. खरंच काय कारण होतं मला असा भयानक रोग होण्याचं? ज्यांच्याशी चर्चा करून सल्ला घ्यावा असा मित्र-मैत्रिणीदेखील नव्हत्या मला. नवऱ्याने गर्भपाताचा एवढा हट्ट का धरला होता? कशासाठी? का एवढ्या आग्रहाने मी गर्भपात करावा म्हणून तो माझ्या मागे लागला होता? आपल्याला गुप्तरोग झाला आहे, हे त्याला आधीपासून माहीत होतं? नक्कीच त्याला 'माहीत नाही' असं कसं शक्य आहे? हं! तो गोव्यात एक वर्षभर राहत होता, नाही का? पण ठीक आहे. त्या क्षणी मी त्याने सांगितलेल्या संसर्गाच्या कारणावर विश्वास ठेवायचं ठरवलं आणि तो गर्भपात, मला झालेली गुप्तरोगाची लागण याबद्दल कुणाला काहीही समजू दिलं नाही.

यानंतर काही दिवसांनी एएयूडब्ल्यूच्या निवड समितीकडून मला एक पत्र आलं. याच समितीने काही दिवसांपूर्वी मुलाखत घेऊन मला फेलोशिप नाकारली होती. माझ्यापेक्षा जास्त गुण मिळवून फेलोशिप पटकावणारी स्त्री मद्रास ख्रिश्चन कॉलेजमध्ये अध्यापिका होती. तिला त्या संस्थेने रजा मंजूर न केल्याने तिला ती फेलोशिप घेता येणार नव्हती. म्हणून आता ती माझ्याकडे आली होती. निवड समितीने मला कळवलं होतं की, मी ताबडतोब यू.एस. ग्रॅज्युएट डिपार्टमेंटकडे अर्ज पाठवावा आणि लहानपणापासून जिकडे जाण्याचं स्वप्न उराशी बाळगलं होतं, त्या दूरदेशी जाण्याची तयारी करावी. जर मी दैवावर विश्वास ठेवणारी असते, तर नक्कीच म्हटलं असतं की, त्या क्षणी नियतीनेच मला सुदैवाच्या वाटेवर नेऊन सोडलं. मला एमआयटीच्या इकॉनॉमिक्स विभागात प्रवेश घ्यायचा होता, पण समितीच्या चेअरमननी मला रॅडक्लिफ कॉलेज इथे अर्ज पाठवण्यास सांगितलं.

मी अमेरिकेत जावं यावर आर.बी.ची सकारात्मक प्रतिक्रिया होती. मास्टर्स डिग्रीसाठी नऊ महिन्यांपर्यंत स्कॉलरशिप मिळणार होती. मग त्यानंतर तोही तिकडे येऊ शकला असता आणि मुंबईच्या नोकरीतल्या अनिश्चिततेपासून त्याची सुटका होऊ शकली असती.

त्याच्या कुटुंबीयांनाही तसंच वाटत होतं. त्याच्या वडिलांनीच मुंबईहून दक्षिण फ्रान्समार्गे न्यू यॉर्कला जाण्याचं बोटीचं तिकीट काढण्यासाठी पैसे दिले. माझ्या आई-वडिलांना मला दूरदेशी जाऊ देण्याशिवाय पर्यायच नव्हता. माझं लग्न झालं होतं आणि मला एकटीला समुद्रप्रवास करून अमेरिकेला पाठवायचं की नाही हा

निर्णय माझ्या नवऱ्यानेच घ्यायचा होता. पण मी जर त्या वेळी अविवाहित असते, तर त्यांनी मला पाठवलं असतं की नाही कोण जाणे! याची मला आजही शंका वाटते.

उरलेले काही आठवडे मी आर.बी.सोबत संमिश्र भावनेने घालवले. थोड्या अपेक्षा, थोडा गोंधळ, काहीसा आनंद, काही आवरासावर, थोडी अपराधी भावना आणि पुष्कळशी कृतज्ञता! सुख आणि दुःख या दोन धाग्यांनी मनाला पीळ पडला होता. तो पीळ मी स्वतःच सोडवणार होते, त्याच्यापासून हजारो मैल दूर जाऊन. त्याहीपेक्षा त्याने आजवर माझ्यावर जे जे प्रसंग आणले होते; आधी चलाखीने मला आपलंसं करून घेतलं, लग्न केलं, पाठोपाठ लैंगिक दुर्वर्तन-व्यभिचार, त्यातून मला गुप्तरोग जडला या सगळ्या घटनाक्रमाकडे अलिप्तपणे पाहून त्याचं व्यवस्थित, परखड मोजमाप मी करू शकेन अशा जागी जाऊन राहण्याची मला नितांत गरज होती. या सगळ्या घटनांच्या परिणामांशी त्याला सोडल्यानंतरही पुढे अनेक वर्षं मला झुंज द्यावी लागली. स्वतःला दोषी न मानता, त्याचं काय होईल याची चिंता न करता, स्वतःच्या निर्णयात कोणतेही बदल न करता, आर.बी.ला माझ्या आयुष्यातून हद्दपार करण्यासाठी मला फार फार धैर्य एकवटावं लागलं!

हार्वर्ड : जादुई जागृतीची चार वर्षं

(१९५५-५९)

ऑगस्ट महिन्यातल्या कोंदट पावसाळी दुपारी, एका ब्रिटिश बोटीत बसून मी मुंबईचा किनारा सोडला. माझ्या माहेरचे म्हणून एक मामा आणि दिनकर आले होते. त्यांना मिठी मारून मी निरोप घेतला. वडिलांनी त्यांचे आशीर्वाद आणि एक भेटवस्तू पाठवली होती. एक छोटी, जुनी म्हणूनच मौल्यवान अशी चामड्याची ब्रीफकेस. वडील १९२७ साली केंब्रिजहून आले, तेव्हा त्यांनी इंग्लंडहून आणलेली. आर.बी.च्या वडिलांनीही मला चकचकीत हँडल असलेली आणि मध्ये घडीचे कप्पे असणारी नवी ब्रीफकेसच घेऊन दिली. कागदपत्रं ठेवायला अधिक सोईस्कर अशी. या दोन्ही अगदी परस्परविरुद्ध भेटवस्तू अजूनही मी जपून ठेवल्या आहेत. आर.बी.चं कुटुंब बहुसंख्येने मला बोटीवर निरोप द्यायला जमलं होतं. जणू काय त्यांना दाखवून द्यायचं होतं की, 'बघा! आम्ही किती उदार आणि सुधारकी विचारांचे आहोत! आम्ही स्वखुशीने आमच्या सुनेला शिक्षणासाठी अमेरिकेला पाठवतो आहोत!' माझ्या आई-वडिलांचा पाठिंबा असणं हे इथे संदर्भहीनच ठरत होतं. माझं लग्न झालं होतं आणि माझा उदार नवरा मला स्वखर्चाने स्वत:पासून खूप दूर अशा अमेरिकेसारख्या देशात नऊ महिन्यांकरता पाठवणार होता. बस्स! हेच सगळ्यांना विशेष वाटत होतं. खरोखर मी आईला कळवलंसुद्धा नव्हतं की, तिने मोठ्या काटकसरीत राहून तोळ्यातोळ्याने जमा करून ठेवून, मला लग्नात दिलेले सगळे सोन्याचे दागिने मी आर.बी.जवळच ठेवून जाणार होते. कारण मी पुन्हा त्याच्याकडे येणार होते. त्याला नियमितपणे पत्र लिहिण्याचं वचन दिलं. पण त्याच्यापासून दूर होऊन त्याच्याकडे पाहू लागले तसतसे आम्ही कायमचे दूर राहणार हे निश्चित होत गेलं. माझं अमंगळ गुपित माझ्याबरोबरच होतं, पण त्याबद्दल कुणालाही काही माहीत झालेलं नव्हतं. मलाही हे माहीत नव्हतं की, काही वर्षांनंतर, मी शोधायला निघालेलं दूरवरचं नवं गाव मला भेटणार होतं आणि तिथे त्या अमंगळ गुपितापासून माझी सुटका होणार होती.

त्या दहा दिवसांच्या बोटीच्या प्रवासाबद्दल मला फार थोड्या आठवणी येतात. आम्ही एडन बंदरावरून नंतर सुएझ कालव्यामधून मार्सिलसला गेलो. त्यापूर्वी कान्सहून मी नव्या अमेरिकन बोटीत बसल्याचं आठवतं. मला बोट लागली वगैरे नाही. कारण अरबी समुद्र कधी नव्हे इतका शांत होता. लहानपणापासून मी शुद्ध शाकाहारी होते. त्यांच्या जेवणात मला चालणारे ब्रेड आणि उकडलेल्या भाज्या हे दोनच पदार्थ होते. पण ते मला मिळेपर्यंत खूप वाट पाहावी लागे. मला अगदी दम धरवत नसे. याचं कारण साधं होतं. हे पदार्थ वाढायला 'गोरे पुरुष' वेटर होते. चित्र नेमकं कसं उलट झालं होतं पाहा! (निदान मला तरी तसं वाटलं.) ब्रिटिशांच्या अमलाखालील एका जिल्ह्याच्या ठिकाणी वाढलेली भारतीय मुलगी होते मी! आणि ते ब्रिटिश वेटर्स मोठ्या अदबीने मला रोज जेवण वाढत! ती बोट एडनच्या किनाऱ्याला लागली. आम्ही फेरफटका मारायला बाहेर पडलो. पाहतो तर काय, ते शहर भारतीय दुकानांनी अगदी खच्चून भरलेलं होतं. दुकानाबाहेरही बऱ्याच भारतीय वस्तू मांडून ठेवलेल्या दिसल्या. सुएझ कालव्यातून जाताना, आमच्या भूगोलाच्या पुस्तकातल्या नकाशात पाहिलेली ती किरकोळ पाण्याची रेघ मला प्रत्यक्ष पाहायला मिळाली. दोन्ही बाजूचे किनारे मी पाहू शकत होते— झोप आल्यासारखी पेंगुळलेली माडाची झाडं, रस्त्याने जाणारे असंख्य सायकलस्वार आणि उंटाच्या गाड्यांमधून माल घेऊन जाणारे लोक. मी अजून भारतीय विश्वातच होते. आमची बोट पोर्ट सैदला थांबली. अनेक लोक समुद्रात नाणी टाकत होते आणि लगेच पाण्यात बुड्या मारून लहान पोरं ती काढून नेत होती. हे सगळं अजूनही चालत असेल का?

मार्सिलस आणि कान्सच्या मधून मला नव्या अमेरिकन बोटीत बसायचं होतं. यासाठी जवळ जवळ आठवड्याचा अवधी होता. महेंद्र राज नावाच्या एका भारतीय आर्किटेक्टशी माझा बोटीवर परिचय झाला होता. ते म्हणाले, ''तुम्ही माझ्याबरोबर पॅरिसला चला.'' मी तयार झाले. नंतर मला कळलं की, ते पॅरिसला ली कॉर्ब्युझियर यांना भेटायला चालले होते. पंजाबची नवी राजधानी चंडीगढ या शहराची रचना करणारे हेच ते वास्तुशिल्पकार. ज्या वेळी १९४७ साली भारताला ब्रिटिशांकडून स्वातंत्र्य मिळालं त्या वेळी पंजाबचा काही भाग पाकिस्तानात गेला. त्यामध्ये जुनं राजधानीचं शहर लाहोरही गेलं. मग पंडित नेहरूंनी नवी राजधानी उभी करण्यासाठी फ्रान्सहून ली कॉर्ब्युझियरना बोलावून घेतलं. महेंद्र राज यांचे बॉस या प्रसिद्ध फ्रेंच आर्किटेक्टसाठी काम करत होते.

मी महेंद्रना विचारलं, ''ली कॉर्ब्युझियर यांनाच हे काम का दिलं गेलं?''

''कारण त्यांना संपूर्ण शहराची उभारणी करणं खूप आवडतं. शाही वास्तू, साध्या इमारती, नवीन तंत्रज्ञान या सगळ्यांचा ते असा काही मिलाफ घडवतात की पारंपरिक इमारतींपेक्षा अगदी वेगळ्या आधुनिक इमारती आकार घेतात. त्यांच्या

वास्तुरचनेच्या संकल्पना आधुनिक आणि पुढारलेल्या, भविष्याकडे पाहणाऱ्या होत्या. पंडित नेहरूंना पंजाबसाठी नवी राजधानी घडवताना अगदी असंच बांधकाम अपेक्षित होतं.''

दुसऱ्या दिवशी आम्ही ली कॉर्ब्युझियर यांच्या ऑफिसमध्ये गेलो. अजिबात मनात न भरणारी जागा. इकडेतिकडे कागदपत्रांचे गठ्ठे, वेगवेगळ्या आकाराची खुर्च्या-टेबलं कशीतरी ठेवलेली. त्यांच्या नावाला, कीर्तीला अगदी न शोभणारं ऑफिस होतं. त्यांची मीटिंग चालू असताना मी लांबून निरीक्षण करत होते. विविध साइट्स, इमारती, घरं, चर्चेस यांची रचना करण्याच्या वेगवेगळ्या शक्यता ते पडताळून पाहत होते. स्वत: कॉर्ब्युझियर हातातल्या पेनने भराभर स्केचेस काढत होते. नापसंत आकृत्यांचे कागद चुरगाळून शेजारच्या बास्केटमध्ये टाकत होते. शेवटी ते माझ्याकडे वळले. मी हार्वर्डला चालले आहे हे कळताच ते म्हणाले, ''माझा एक मित्र, जोसेफ लुईस सर्ट असतो तिकडे. तो हार्वर्डच्या आर्किटेक्चर स्कूलला शिकवतो. मी एक पत्र देतो. जाऊन भेट त्याला.''

तिथून निघताना महेंद्रांनी त्या कचऱ्याच्या बास्केटमध्ये चुरगाळून टाकलेल्या स्केचेसचे बोळे उचलून घेतले. इकडे मी मात्र एका देदीप्यमान व्यक्तीने दुसऱ्या देदीप्यमान व्यक्तीला माझ्यासंदर्भात 'une charmant dame des Indes' असे कौतुकाचे शब्द लिहिलेले पत्र अनमोल ठेवा म्हणून सांभाळून घेऊन चालले होते. परत येताना आम्ही फ्रेंच किनाऱ्यावरच्या ग्रेस या ठिकाणी असलेल्या अत्तराच्या कारखान्याला भेट दिली. मला संस्कृत काव्यात वर्णन केलेल्या समुद्रमंथनाच्या मिथक कथेची आठवण झाली. एवढ्या मोठ्या विशाल सागराचं देवांनी मंथन केलं. तो संपूर्ण घुसळून काढला आणि चिरंतन आयुष्य प्रदान करणाऱ्या अमृताचे काही थेंब मिळवले. ग्रेस या ठिकाणी मी सुगंधी द्रव्य काढण्याची प्रक्रिया पाहिली. सुगंधी फुलांच्या पाकळ्यांचा अक्षरश: डोंगर चुरगाळून त्यातून काही थेंब अत्तर तयार केलं जातं. चमत्कृतिपूर्ण मिथक कथांच्याही वरताण करणारं असं हे कलात्मक तंत्रज्ञान नव्हे काय!

फ्रान्सच्या किनाऱ्यावरचं मला नेहमी आठवणारं एक दृश्य म्हणजे शेवटच्या दिवशी हॉटेलच्या बाल्कनीतून दिसणारे वाळूत सूर्यस्नान घेणारे स्त्री-पुरुष. मी जसजशी अधिकाधिक त्यांच्याकडे पाहत होते, तसतशी गोंधळात पडत होते. अर्धनग्न शरीरांचा एवढा मोठा समुदाय बघताना माझ्या संस्कारी मनाची निषेधात्मक प्रतिक्रिया इतकी जबरदस्त होती की, सूर्यप्रकाशात न्हाऊन आरोग्यप्राप्ती करून घेण्याचा त्यांचा मूळ हेतू माझ्या डोक्यात शिरूच शकत नव्हता. संपूर्ण वस्त्रांनिशी नद्यांमध्ये बुड्या मारून पापं धुऊन काढणारे भारतीय आबालवृद्ध आणि हे सगळे कपडे उतरवून सूर्याच्या उन्हात पहुडलेले फ्रेंच स्त्री-पुरुष. केवढा मोठा विरोधाभास!

असल्या किनाऱ्यावर वेळ घालवणं 'व्यर्थ, निष्फळ' असं मला वाटत होतं. काहीच न करता नुसतं वाळूत झोपून राहायचं? काय 'बोअर' असेल नाही? त्यातली मजा किंवा मर्म मला कळणंच शक्य नव्हतं. भारतातल्या परंपरावादी घरातून आठच दिवसांपूर्वी तर बाहेर पडले होते आणि अगदी अनोळखी अशा परदेशी लोकांच्या प्रथांची, पद्धतींची तुलना करून मारे योग्य-अयोग्य ठरवायला निघाले होते!

अमेरिकन बोट आकाराने अजस्र होती. पुढे मला जाणवत गेलं की अमेरिकेतल्या सगळ्याच गोष्टी आकाराने फार मोठ्या असतात. 'बाप रे! एवढी अजस्र राक्षसी बोट केवळ या लाटा वाहून नेणार?' एखाद्या निसर्गनियमाचा भंग केल्यासारखंच वाटत होतं आणि अटलांटिक महासागर अरबी समुद्रासारखा शांतही नव्हता. तो होता दंगलखोर. त्यामुळे कधी कधी मला बोट लागायची आणि डेकवरून येताना मी हमखास माझ्या केबिनचा रस्ता चुकायचे. मी कधी कुठली ठिकाणं शोधून काढली नव्हती की अनोळखी ठिकाणी गेले नव्हते त्यामुळे भौगोलिक दिशा समजण्याचं किंवा लक्षात ठेवण्याचं जे कौशल्य असतं, ते माझ्या अंगी विकसित व्हायचंच राहून गेलं. लहानाची मोठी होत असताना मी कधी ते शिकले नाही. माझ्यातल्या या उणिवेचा त्रास मला आजतागायत भोगावा लागतो आहे.

लवकरच माझ्या लक्षात आलं की, अमेरिकन विद्यापीठांमध्ये शिकायला जाणाऱ्या तरुणांचा एक गटच माझ्यासोबत प्रवास करत आहे. त्यांच्यासोबत मी थोडी बिअरही चाखून पाहिली. 'आपल्याला चढली तर?' या भीतीने जास्त घेतली नाही. आम्ही एकमेकांचे पत्तेही लिहून घेतले. पण पुढे त्याचा काहीच उपयोग झाला नाही. पुढे मला कळून चुकलं की, असा सहज मित्रपरिवार वाढवण्याइतका वेळच माझ्याकडे असणार नव्हता.

न्यू यॉर्क बंदरावर मला घ्यायला मिस पर्ल स्मार्ट आलेली होती. एएयूडब्ल्यूतर्फे तिला पाठवण्यात आलं होतं. ती मला आजही चांगली आठवते. ठेंगणी-ठुसकी, नाकीडोळी नाजूक, फिकट तपकिरी केस, डोळ्यांवर चश्मा आणि गुडघ्याखाली पोहोचणारा सुती पोशाख घातलेली. तिने मला उतरवून घेतलं आणि माझी काळजी घ्यायला सुरुवात केली. अगदी पद्धतशीर. कोणत्याही उत्सुक किंवा आगाऊ चौकश्या न करता. बोट न्यू यॉर्क बंदरात नांगरण्यात आली, त्यापूर्वी स्वातंत्र्यदेवतेचा पुतळा मला दुरून दिसला असलाच पाहिजे पण तो पाहिल्याचं मला आता स्मरत नाही.

पन्नास वर्षांपूर्वीच्या माझ्या न्यू यॉर्क शहराबद्दलच्या आठवणी मला आता पुन्हा आठवून पाहिल्या पाहिजेत. कारण आताची माझी मतं त्याबद्दल वेगळी आहेत. ती मध्ये येऊ देता कामा नये. मिस स्मार्ट मला न्यू यॉर्क स्टॉक एक्स्चेंज दाखवायला घेऊन गेली. अमेरिकन भांडवलशाहीचा आधारस्तंभ असलेल्या संस्थेचं कामकाज

कसं चालतं, ते माझ्यासारख्या अर्थशास्त्राच्या विद्यार्थिनीला माहिती करून देण्याचा तिचा उद्देश होता. पण माझ्यावर मात्र त्या भेटीचा उलटाच परिणाम झाला. शेअर्सच्या व्यवहाराकडे तेव्हापासून मी पूर्णच पाठ फिरवली. आम्ही तेव्हा रेडिओ सिटीमधली रॉकेट्सही पाहिली. त्या तरंगत्या आकृत्यांच्या सामुदायिक तालमीत काही कलात्मकता असलीच तरी ती मला समजू शकली नाही. मला जे महत्त्वाचे शोध लागले, ते वेगळेच होते आणि अमेरिकन स्टँडर्डप्रमाणे अगदीच 'किरकोळ'! योगायोगाने मला ऑटोमॅट यंत्र दिसलं आणि मला प्रथमच कळलं की, एखाद्या मशिनमध्ये ठरावीक नाणी टाकली की आपल्याला हवं ते खाणं अगदी व्यवस्थित पॅक केलेलं, पाहिजे तेवढंच त्या मशिनमधून बाहेर येतं. त्या वेळेला न्यू यॉर्कमध्ये माझी अवस्था अगदी 'एलिस-इन-वंडरलँड'सारखी झालेली होती. त्या मशिनमध्ये गोल फिरणाऱ्या नाना रंगांच्या मिठाईच्या वाट्या पाहून मी मोहून गेले. तोपर्यंतचा माझा अनुभव असा होता की, अन्न हे शिजवावं लागतं किंवा पैसे देऊन विकत घ्यावं लागतं. पण या अमेरिकेचं वेगळंच होतं. फार पूर्वी ऑलिव्हर वेन्डेल होम्सने वर्णन करून ठेवलेल्या शहरात मी होते. 'इथे संपूर्ण अमेरिका खंडातील व्यवसाय आणि वित्तव्यवस्था यांचं लोणी चाखायला मिळतं,' असं या शहराचं वर्णन त्याने केलं होतं, बस्स! आता माझी एकच इच्छा होती की, एखाद्या ऑटोमॅटमध्ये जायचं. थोडी नाणी टाकून आपल्या पसंतीचं डेझर्ट घ्यायचं आणि तिथल्या एका कोपऱ्यात शांतपणे बसून अगदी शेवटच्या कणापर्यंत ते लोणी (क्रीम) चाटूनपुसून खायचं. मग मी रोज अनेक ऑटोमॅटमध्ये जाऊन खाऊ लागले.

एकदा मी रस्त्याने जाताना 'इथे ऑटोमॅट कुठे आहे,' असं विचारलं. तो माणूस म्हणाला, "एक ब्लॉक सोडून पलीकडच्या ब्लॉकमध्ये." आणि मी आपली चालतेय, चालतेय. शेवटी आणखी एकाने सांगितलं की, न्यू यॉर्कमध्ये 'ब्लॉक' म्हणजे पूर्ण गल्लीच असते. शेक्सपिअरप्रमाणे आकाशाला भिडणाऱ्या इथल्या इमारती पाहून मीही विस्मयचकित होऊन गेले होते. त्याहीपेक्षा त्या बांधताना जी शांतता होती, ते माझ्या फार लक्षात राहिलं. नाहीतर आमच्याकडे भारतात, माणसं रस्त्याच्या कडेला सिमेंट आणि काँक्रीट यांचं मिश्रण कालवताना दिसतात. मग ती माणसं घमेली भरून डोक्यावर घेऊन बांधलेल्या बांबूच्या मंडपीवरून चढतात व गवंड्याकडे नेऊन देतात. बायका डोक्यावरून विटा वाहत असतात. हळूहळू चालत जातात. त्यांची मुलं तिथेच बाजूच्या धुळीत खेळत असतात. सर्वत्र गडबड, गोंधळ, आरडाओरडा चालू असतो. पण इथलं अमेरिकन तंत्रज्ञान वेगळंच. कमीत कमी मजुरांचा वापर करून इमारतीचं बांधकाम करतात. पुढे कोलंबिया कॉलेजमध्ये पदवी परीक्षेच्या विद्यार्थ्यांना शिकवताना मी नेहमी हे बांधकामाचं उदाहरण देत असे.

मिस स्मार्ट माझ्यासोबत केंब्रिजपर्यंत आली आणि तिने मला माझ्या वसतिगृहात

आणून सोडलं. हे वसतिगृह म्हणजे दोनमजली लाकडी इमारत होती. मागे मोठं आवार होतं. हे संस्थापकाचं घर म्हणून ओळखलं जात होतं. हे वसतिगृह 'ॲप्पियन वे' या मार्गावर होतं. हे मी वडिलांना कळवलं तेव्हा, हे एका रोमन हायवेचं नाव आहे, असं त्यांनी लिहिलं. या संस्थापकांच्या घरात १०-१२ विद्यार्थ्यांसाठी स्वयंपाकघर होतं. त्यात विशेष फर्निचर नव्हतं. हॉलमध्ये सर्वांना वापरण्यासाठी एक टेलिफोन बसवलेला होता. माझी खोली पहिल्या मजल्यावर म्हणजे भारतात आपण तळमजला म्हणतो तिथे होती. तिला अंगणात उघडणाऱ्या दोन खिडक्या होत्या. तिथे पलंग, टेबल-खुर्ची आणि दोन कप्प्यांचं पुस्तकांचं शेल्फ होतं. मिस स्मार्टने मला एक गुलाबी रग दिला, तो मी जाताना तिला परत करायचा होता. अशा प्रकारे अमेरिकनांची काटकसर आणि ग्रीकमधल्या स्पार्टन लोकांप्रमाणे कमीत कमी गरजा ठेवून, माझं अमेरिकेतल्या युनिव्हर्सिटीतलं जगणं सुरू झालं.

'लिटौर सेंटर ऑफ पब्लिक ॲडमिनिस्ट्रेशन'मध्ये आमचं इकॉनॉमिक्स डिपार्टमेंट होतं. केंब्रिज कॉमन्समधून थोडं अंतर चालत जावं लागे. चालत जायला साधारण १५ मिनिटं लागत. पण हवामानानुसार थोडं कमी-जास्त होत असे. मी अधिकृतपणे रॅडक्लिफ कॉलेजमध्ये पदव्युत्तर कोर्ससाठी प्रवेश घेतला असला, तरी मागच्या आवारात, हार्वर्डच्या विद्यार्थ्यांबरोबर वर्गात शिकत असे. लिटौर वाचनालयाचा वापर करी आणि तिथल्याच प्राध्यापकांचे मार्गदर्शन घेत असे. प्रा. सेमूर हॅरिस हे अर्थशास्त्र विभागाचे प्रमुख होते. त्यांनी नवीन आलेल्या पदवी परीक्षेच्या विद्यार्थ्यांसाठी सेंटरच्या सभागृहात पहिलं दिशादर्शक व्याख्यान दिलं होतं. पुढे मला समजलं की, लेखी परीक्षेच्या वेळी आम्हा (तिघी) विद्यार्थिनींना पुरुष विद्यार्थ्यांपासून वेगळ्या वर्गात बसवण्यात आलं. आम्हाला अशी वेगळी वागणूक का, असा प्रश्न विचारण्याचं मला तेव्हा सुचलं नाही. त्या काळात मी खूप उत्साहात असायचे आणि आपल्या पुढे कोणती शैक्षणिक आव्हानं आहेत इकडेच माझं लक्ष असायचं. कदाचित अर्थशास्त्राची माझी तयारी कमी असेल, पण माझी शिकायची तयारी होती. इतकंच नाही तर स्पर्धा करून जिंकायचीही इच्छा असायची.

पुढे मला बऱ्याच वेगवेगळ्या गोष्टी कळणार होत्या. त्यातलं एक होतं हवामान. पहिल्यांदा माझी समजूत अशी झाली होती की, उत्तरपूर्व अमेरिकेतलं हवामान हे लहरी किंवा बेभरवशाचं आहे. भारतात आमच्या गावी कसं, उन्हाळ्यात हवा गरम व्हायची, खूप गरम व्हायची, मग अति गरम व्हायची. सूर्य अगदी निर्दयपणे तळपत असायचा. हे सगळं मार्चच्या शेवटापासून जूनच्या मध्यापर्यंत दर वर्षी झालं की जूनच्या मध्यापासून सप्टेंबरच्या मध्यापर्यंत पावसाळा असे. धुवाधार पाऊस कोसळायचा. इमारती, झाडं, माणसं सगळ्यांना अक्षरशः धुऊन काढायचा. त्या काळात शक्यतो घरातच राहायचं. बाहेर गेलं तरी डोक्यावर काहीतरी घेऊनच

जावं लागायचं. असं केलं की, ऊन आणि पाऊस दोन्हीपासून संरक्षण मिळे. त्यामुळे उद्या हवामान कसं असणार आहे किंवा पुढच्या महिन्यात कशी हवा राहणार आहे याची कुणी चौकशीच करत नसे. त्यामुळे सप्टेंबर संपून ऑक्टोबर महिना उजाडला आणि अचानक झाडांचे रंग पालटून पानं आपोआप गळायला लागली, जणू तारुण्य संपून एकदम म्हातारपण पसरलं आणि नंतर लगेच कडाक्याची थंडी पडून बर्फाचा उदास-भकास, उघड्या स्मशानासारखा परिसर दिसू लागला. या सगळ्यासाठी माझ्या मनाची तयारी नव्हती. हे असं अचानक होतं यावर माझा विश्वासच बसत नव्हता. बारा महिने सूर्याचं ऊन असणाऱ्या देशातली मी मुलगी. माझ्या कसं लक्षात यावं की, ऋतुमानाप्रमाणे मी स्वत:च्या जीवनशैलीत बदल केला पाहिजे? पृथ्वीच्या सूर्याभोवती फिरण्याचा अंदाज घेऊन, नेमका कोणता ऋतू बदलणार आहे, त्यानुसार कपड्यांची तजवीज करून ठेवली पाहिजे? वर्गातल्या मित्र-मैत्रिणी विचारू लागल्या, 'तुझ्याकडे वुलनचा कोट आहे का? हातमोजे, स्टॉकिंग्ज, कान झाकले जातील अशी गरम टोपी, हिवाळ्यात घालायचे बूट आहेत का?' सर्वांनी एकमुखाने सांगितलं की, हिवाळ्याची अशी सगळी तयारी अगोदरच करून ठेवणं फार गरजेचं असतं. तसं हंसाने आणि मी लहानपणी बर्फ पाहिलेलं होतं. फक्त चित्रात. त्याचं काय होतं, आमच्या शेजारच्या घरात श्री. ब्राउन यांचं कुटुंब राहायचं. स्वातंत्र्यपूर्व काळात ते सुरत इलेक्ट्रिसिटी कंपनीचे जनरल मॅनेजर होते. त्यांच्या कचऱ्याच्या डब्यात पडलेली ख्रिसमसची ग्रीटिंग कार्ड्स उचलून आम्ही पाहायचो. त्यात घरासमोर पडलेले पाच-सहा बर्फाचे कण, फुलं-पानं, घंटा-लाइट्स यांनी सजवलेली घरं वगैरे देखणी दृश्यं आम्ही पाहायचो. त्यावरून ते सगळं रम्य वाटायचं. पण जेव्हा बर्फाचे लक्षावधी कण आभाळातून खाली पडतात, साचतात, आदळतात, सैरावैरा धावतात आणि आपल्याला त्यांना तोंड द्यावं लागतं तेव्हा ते सगळं फार त्रासदायक ठरतं. मी आपली तर्क करत राहिले. बर्फाचा पाऊस पडतो तेव्हा वादळी वारे वाहत असतील? आणि विजांचा लखलखाट होत असेल?

मिस स्मार्टने मला हिवाळ्यासाठी तयार व्हायला मदत केली, पण कोणतीही तयारी नसताना मी पहिल्या हिमवर्षावात सापडले, त्याच्यानंतर. आधी नाही. त्याचं काय झालं, मला स्थानिक एएयूडब्ल्यूच्या शाखेने 'न्यू इंग्लंड' या ठिकाणी भारतावर माहितीपर व्याख्यान देण्याकरता बोलावलं होतं. परतीच्या प्रवासात बस बोस्टनमध्ये शिरली आणि मी उतरले ती बर्फाच्या पातळ थरावरच! पायात साधे उघडे सँडल्स. चकित झालेला बस ड्रायव्हर माझ्या उघड्या पावलांकडे पाहतच राहिला होता. सगळ्या जणी विचारू लागल्या, 'आता हिवाळ्यात तू साड्या नेसायचं बंद करणार ना?' माझ्यापुढे दोन पर्याय होते. एक साडी नेसून आगळंवेगळं आणि परदेशी दिसत राहायचं आणि दुसरा पर्याय होता तिथले कपडे वापरायला

लागून व्यावहारिक बनायचं. मी अर्थातच ठामपणे पहिला पर्याय निवडला. अंगावर तो जडच्या जड कोट चढवायचा, डोक्यावर मऊ फरची भली मोठी उबदार टोपी घालायची, साडीच्या आत, पायांवर जाड वुलनचे स्टॉकिंग्ज चढवायचे, हातात चामड्याचे हातमोजे घालून मी केंब्रिज कॉमन्समधून चालत जायचे, अडखळायचे आणि कधी दाणदाण पावलं टाकत चालायचे. स्नोबूट घालून हार्वर्ड स्क्वेअरच्या परिसरात फिरत असे. कधी दिसायचं धूसर. काही वेळा घसरून पडलेही असेन. पण एकदाही हाड वगैरे मोडल्याचं आठवत नाही आणि थंडीचा कडाका वाढल्यानंतर कधी बिळात दडून बसल्याचंही आठवत नाही.

मग आजूबाजूचं म्हणजे न्यू इंग्लंडचं नैसर्गिक जग हळूहळू माझ्या परिचयाचं होऊ लागलं. अर्थात एका वेळी एक पान इतक्याच वेगानं. मी उष्ण कटिबंधातल्या देशात वाढले होते. भरपूर वृक्ष, रोपटी, फुलं-पानं असलेला प्रदेश. तिथे सहजच झाडं ओळखायची, त्यांचं वर्णन, कौतुक करायचं अशी सवय लागलेली. पानगळीच्या रंगवर्षावाने, त्या समूह सौंदर्याने, माझ्या मनात अनावर इच्छा निर्माण झाली की, 'सरत्या ऑगस्टच्या हवेत आपल्या केशरी ठिणग्यांनी बहर आणणाऱ्या त्या पानांना

१९५६ साली हार्वर्डमधील पहिल्या हिवाळ्यात एका बाळासमवेत पद्मा.

स्पर्श करावा. तो स्पर्श अनुभवावा.' मी ती पानं वेचली. त्यातली दोन, पाइनच्या सुयांबरोबर (सूचिपर्ण) वडिलांना भारतात पाठवून दिली. आठवडे गेले, महिने झाले, वर्षं लोटली. आता मला त्यातली अनेक झाडं ओळखता येऊ लागली. 'आल्डर', 'आस्पेन', 'पॉप्लर' व 'बर्च' हे वृक्ष मी पहिल्यांदाच पाहिले. आता माझ्या नैसर्गिक भवतालात मी एकरूप होत होते. मी जेव्हा पहिल्यांदा बर्च वृक्ष पाहिला, तेव्हा एखाद्या झाडाचं खोड इतकं पांढरंशुभ्र असू शकतं? आणि त्याचा स्पर्श इतका गुळगुळीत असू शकतो यावर माझा विश्वासच बसेना. हळूहळू माझा तिथला मुक्काम वाढत वाढत नऊ महिन्यांवरून चार वर्षांपर्यंत लांबला तसं जाई-जुई, जास्वंदी, कण्हेर, बोगनवेल हे सगळं मनातून मागे गेलं. आता मी फॉरसीथिअस, डॉगवूड, चेरी ब्लॉसम्स, गुलाबी-पांढऱ्या नि जांभळ्या मॅग्नोलिआ आणि माझी आवडती लिलॅक्स यांच्या फुलण्याची वाट पाहू लागले. हिरवे मजबूत दांडे भोसकल्यासारखे जमिनीतून उगवून, सैनिकांसारखे शिस्तीत रांगेत ताठ उभे राहावेत आणि मग त्यांचीच सुंदर सुंदर ट्युलिप्स, क्रॉकसेस आणि डॅफोडिल्स व्हावी ही दृश्यं माझ्या परिचयाची होऊन गेली. दूर देशात मागे सोडून आलेल्या रंगांची आणि सुगंधांची खंत काढत, 'परदेशी' म्हणून मला जगायचं नव्हतं.

पहिल्या वर्षी सप्टेंबरच्या मध्यावर लेक्चर्स सुरू झाली, तेव्हा कोणता कोर्स निवडायचा, ते माझं पक्कं ठरलेलं होतं. त्याचे वर्ग केव्हा असतात आणि हार्वर्डच्या आवारात ते कुठे कुठे भरतात हे मला माहीत झालेलं होतं. पहिल्या वर्षीचा आमचा अभ्यासक्रम हा अर्थशास्त्राचा इतिहास, चलनविषयक अर्थशास्त्र आणि संख्याशास्त्रीय पद्धती या संदर्भात अर्थशास्त्राची मूलभूत माहिती देणारा होता. त्यामध्ये गणिताचा आणि संगणकीय कौशल्याचा चिक्कार वापर केलेला होता. हे तर पुढील काळात सर्वव्यापीच ठरणार होतं. पण या गोष्टी मला खूप आवडल्या असंही नाही आणि मी त्यांना घाबरलेही नाही. धोरणात्मक प्रश्न हे योग्य उदाहरणं देऊन आणि आवश्यक ती माहिती मिळवून हाताळायचे. संगणकीय तंत्रांचा आणि माहितीचाही पुरेपूर उपयोग करून घ्यायचा असं पहिल्या दिवसापासून मी ठरवलेलंच होतं. माझी अशी खातरी पटलेली होती की, मला सामाजिक शास्त्रज्ञ व्हायचं असेल तर मला धोरणविषयक प्रश्न हे नि:पक्षपातीपणाने निवडावे लागतील आणि त्यांचं निराकरण जोमदारपणे तसंच प्रयोग आणि निरीक्षण करून करावं लागेल. नाहीतर काय मी असला प्रयोग करणार होते? न्यू यॉर्कमध्ये कुत्र्यांना घेऊन फिरणाऱ्या लोकांपैकी काही लोक निवडायचे आणि त्यांच्याबरोबर फिरत फिरत त्यांना प्रश्न विचारायचे, 'तुम्ही कुत्र्यांनी केलेली घाण उचलत का फिरत असता?' 'यामागे नेमका उद्देश काय? आपल्याला दंड भरावा लागू नये की आणखी काही?' छे! माझ्या संशोधनाचा विषय हा उच्च पातळीवरचाच असायला पाहिजे होता. समजा, 'रशियाची सध्याची

अर्थव्यवस्था ही अमेरिकेच्या मुक्त व्यापारपद्धतीच्या नियमानुसार चालवली असती तर ती कितपत अधिक निर्मितिक्षम बनली असती?' जर त्यात प्रशंसनीय फायदा झाला असता तर स्टॅलिनने जो मार्क्सवाद आणि लेनिनवाद उसना घेतला, त्याविरुद्ध सॉलिड केस तयार झाली असती. पण माझी आवड अशी होती की, मला गणित सोडायचं नव्हतं आणि झपाट्याने वाढणाऱ्या कॉम्प्युटर सॉफ्टवेअरशी नातं जोडायचं होतं. अमूर्त, गूढ सिद्धान्तांची मला आवडही नाही आणि त्यात गतीही नाही. मी रिचर्ड क्वान्टच्या 'अर्थशास्त्रीय गणित' या कोर्ससाठी माझं नाव नोंदवलं. यात माझे सगळे निकष पूर्ण होत होते. शिवाय क्वांट यांनी एकेका धड्याचं जे स्पष्ट, अभिरुचिपूर्ण विवेचन केलं आणि भरपूर उदाहरणं देऊन स्पष्टीकरण केलं, ते ऐकताना मला भारतात कॉलेजच्या पहिल्या-दुसऱ्या वर्षाला असताना शिकलेल्या ऐजीन व्हॅल्यूज आणि ऐजीन व्हेक्टरची आठवण होत असे.

अलेक्झांडर जर्शेन्क्रॉन यांचा अर्थशास्त्राच्या इतिहासाचा तास सकाळी नऊ वाजून काही मिनिटांनी असायचा. सरत्या सप्टेंबरातल्या प्रकाशात न्हात मी जेव्हा आवारातून हार्वर्ड हॉलकडे जायचे, तेव्हा चॅपेलमधल्या घंटांचा नाद हवेत भरून असायचा. तो ऐकल्यानंतरही बराच वेळ त्याचा प्रतिध्वनी माझ्या कानात गुंजत राहायचा. प्रांगणाच्या मधोमध असलेलं ते चॅपेल मला विसंगत वाटायचं. अमेरिकेचा सर्वधर्मसमभाव विशेषत: शैक्षणिक क्षेत्रात प्रबळ असेल अशी माझी कल्पना होती. भारतात सगळीकडे मंदिरं असतात पण अशी कॉलेज आणि विद्यापीठात क्वचितच दिसतात. पण ती चर्चची घंटा माझी तासाची घंटा होण्यापूर्वी नेमकी २० मिनिटं आधी का वाजायची? 'आपण वर्गासाठी तयार होण्याची ती सूचना असते,' मला सांगितलं गेलं. 'खरंतर उठायचं, कपडे घालायचे, बूट चढवायचे आणि निघायचं. एवढ्यासाठी २० मिनिटांपेक्षा कमीच वेळ पुरतो.'

"म्हणजे सकाळी तुम्ही शॉवर नाही घेत?" मी विचारलं.

"आम्ही संध्याकाळी शॉवर घेत असतो. तेही फक्त शनिवारी संध्याकाळी. पण आम्हाला वाटलं, तुम्ही इंडियन्स गंगेत बुडी मारल्याशिवाय घरातून बाहेरच पडत नसणार," असा वर मिस्कील टोमणा. मी फक्त हसले आणि मनोमन ठरवलं, या आपल्या अमेरिकन वर्गमित्रांच्या लाडीगोडी लावत केलेल्या मूर्ख बडबडीला चोख प्रत्युत्तर द्यायला आपण पुढच्या वेळेपासून तयार राहिलं पाहिजे.

जर्शेन्क्रॉन 'मागासलेपणाचे फायदे' या विषयावर ऐतिहासिक संदर्भात त्यांच्या अभिनव कल्पना विशद करून सांगत असत- 'एखादी अर्थव्यवस्था जेवढी मागासलेली, तेवढा इतरांचं अनुकरण करून तिचा जास्त फायदा होत असे.' मी मागच्या बाकावर बसून त्यांच्याकडे बघत असे. एखाद्या भक्ष्य शोधणाऱ्या चित्त्यासारखे ते प्लॅटफॉर्मच्या एका टोकापासून दुसऱ्या टोकापर्यंत झपाझप फेऱ्या मारायचे. समोर बसलेल्या

श्रोतृवर्गाकडे त्यांचं अजिबात लक्ष नसायचं. त्यांच्या त्या हालचालींची गती मोजता मोजता माझ्या लक्षात आलं की, ते फार देखणे आणि पहिल्या दर्जाचे विद्वानही होते. त्यांचं व्यक्तिमत्त्व व्यासपीठावर उठून दिसणारं होतं. हे सगळं लक्षात येता येता हेही समजून चुकलं की, 'अर्थशास्त्राचा इतिहास' या विषयात आपल्याला अजिबात स्वारस्य नाही. पुढे काही वर्षांनंतर जर्श्चेन्क्रॉनच्या लिखाणाकडे मला पुन्हा वळावं लागलं, ते रशियन इतिहासाच्या अत्यंत त्रासदायक पर्वाची उकल करून घेताना.

एडवर्ड चेंबरलेन आम्हाला मक्तेदारीची स्पर्धा याविषयी लेक्चर देत असत. त्यांच्याआधी, कॉलेजपातळीवर अर्थशास्त्र शिकवताना, 'स्पर्धात्मक मॉडेल' हा विषयाचा गाभा असायचा. जणू काही तेच अमेरिकन बाजारपेठेचं प्रातिनिधिक स्वरूप समजलं जायचं. पण एडवर्ड चेंबरलेन यांनी यापासून अगदी भिन्न अशी स्वत:ची थिअरी मांडली. त्यानंतर काही दशकांनी पदवी परीक्षेच्या विद्यार्थ्यांना मी 'चेंबरलेन मॉडेल' समजावून देताना आवर्जून सांगत असे की, ज्यांनी ही थिअरी शोधून काढली त्यांनी कल्पनातीत असं काही शोधून काढलेलं आहे. त्यांना मी 'स्टारबक' कॉफीचं उदाहरण देत असे. मी सांगायचे, 'माझ्या घराजवळच असलेलं 'स्टारबक'चं कॉफी शॉप, हे इतर कॉफी शॉप्सपेक्षा मला आवडतं. कारण ते घरापासून अगदी जवळ आहे. जणू माझं दुसरं घरच. तिथल्या 'कॅफे लॅटे'चा सुगंध 'सुपर्ब' असतो. तिथले मफिन्स 'फ्रेश' असतात. मुख्य म्हणजे तिथल्या शांत कोपऱ्यात बसून कोणताही व्यत्यय न येता मी पुस्तकावर काम करू शकते. ती जागा, कॉफीचा प्रकार आणि तो परिसर यामुळे स्टारबक कॉफीला विशेष पसंती मिळते. याचाच परिणाम म्हणून त्या दुकानात कॉफीचे भाव चढे ठेवलेले आहेत. जर स्पर्धात्मक बाजारपेठेच्या तत्त्वानुसार हे जास्तीचे फायदे काढून टाकले तर कॉफीचे भाव कमी होतील. आता मागे वळून पाहिलं तर असं लक्षात येतं की, चेंबरलेन यांनी शोधून काढलेला फॉर्म्युला काही सिद्धान्तांत मूलभूत फरक करणारा नव्हता. आता तर अर्थशास्त्राच्या पुस्तकात त्याची फक्त ओळख करून देण्यापुरता एक धडाच असतो. पण आम्हाला मात्र एक सेमिस्टरभर याचा अभ्यास करावा लागला होता.

चलनविषयक अर्थशास्त्रात अल्विन हॅन्सेन आणि जॉन विल्यम्स यांच्यापेक्षा केनेस जास्त प्रभावशाली होता. मला केनेसची 'जनरल थिअरी' उग्र, भीतिदायक वाटायची. तिच्या मी क्वचितच वाटेला जायची. मी जास्त करून अल्विन हॅन्सेनवरच अवलंबून असायची. त्याने केनेसची थिअरी इतकी सोपी करून दाखवली होती की, असं वाटायचं, केनेस म्हणजे आपला कुणीतरी परिचित सामान्य माणूस असावा आणि त्याने जागतिक महामंदीबद्दलची गुंतागुंतीची धोरणं आपल्याला उलगडून सांगितली आहेत; पण फक्त औपचारिक सिद्धान्त मांडून आपलं थोडंफार ज्ञान वापरलं आहे इतकंच.

मी संख्याशास्त्रीय प्रणालींचा अभ्यास गाय ऑर्कूट यांच्याबरोबर केला. त्यांच्या लेक्चरमध्ये संख्याशास्त्रीय सिद्धान्त आणि त्यांचा वापर करून समस्या सोडवणं असं दोन्ही असायचं. ते बोलायचे अतिशय शांतपणे पण मुद्देसूद. पद्धतशीरपणे फॉर्म्युले वगैरेंचा वापर करून सोडवून दाखवायचे आणि विद्यार्थ्यांना आपल्या जीवनात याचा कसा वापर करता येईल यावर त्यांचा भर असायचा. मला आठवतंय, लॅबमध्ये तासन्‌तास बसून मी टाइम-सिरीजचे प्रॉब्लेम्स सोडवत बसायचे. त्या मशिन्सवर असंख्य संख्या मारताना ती करकरायची, कुरकुरायची. पण मॅन्युअलमध्ये सांगितल्याप्रमाणे टप्प्याटप्प्याने मी ती गणितं करतच राहायची आणि त्या संदर्भातले अंदाज काढायचा प्रयत्न करायची. असे अंदाज काढण्यासाठी अगदी प्राथमिक असं फॉर्ट्रन सॉफ्टवेअरसुद्धा तेव्हा विकसित झालेलं नव्हतं. त्याचंच पुढे विकसित रूप आलं आणि अत्यंत गुंतागुंतीचे प्रॉब्लेम्स सोडवणं शक्य झालं, पण ते १९५७ साली. त्याच्याआधी काहीच नव्हतं.

पण माझ्या पुढच्या मोठ्या समस्या याहून वेगळ्याच होत्या. माझ्या अमेरिकन प्रोफेसर्सचे उच्चार मला नीट समजायचेच नाहीत. त्यांचे शब्द तोंडातल्या तोंडात गुंडाळल्यासारखे व्हायचे आणि एकदम कर्कशपणे बाहेर यायचे. अर्थाचा विपर्यास करणारे भयंकर उच्चार! पश्चिम अमेरिकेतले ते टणत्कार आणि दक्षिण अमेरिकेतलं हेल काढून बोलणं यांच्यापुढे माझं भारतीय इंग्रजी कितीतरी चांगलं वाटायचं! पण पुढे वर्षामागून वर्षं गेल्यानंतर मला समजलं, अमेरिकेत तुम्ही कशा प्रकारे इंग्रजी बोलता, यामुळे काहीच फरक पडत नाही. मी जेव्हा नवीनच टीचिंग फेलो म्हणून काम करू लागले तेव्हाची गोष्ट. हार्वर्डच्या पदवी परीक्षेचा वर्ग होता. मी मोठ्याने विचारलं, 'अमुक एक शब्द कसा उच्चारला पाहिजे? कुठल्या अक्षरावर जोर दिला गेला पाहिजे?' तेव्हा मागून एक आवाज आला, 'प्रोफेसर, जुळवून घ्या!' किती खरं होतं त्यांचं!

आता मागे वळून पाहताना, शिकवतानाचा माझा उत्साह, शिस्त आणि उत्सुकता यांचं नवल वाटतं. मी खूप समरस होऊन लेक्चर्स देत असे. पाठ्यपुस्तकातील नेमका कुठला भाग वाचला पाहिजे, कोणत्या संदर्भात कुठला महत्त्वाचा आहे याच्या टिप्स त्यांना देत असे. म्हणजे आम्ही भारतात करायचो, तशी मुखपृष्ठापासून मलपृष्ठापर्यंत पुस्तकाची पारायणं करायला नकोत. अभ्यासक्रमात कशाकशाचा उल्लेख आहे, तेवढ्यावर लक्ष केंद्रित करायला मी शिकले. ज्ञान मिळवायचं, ज्ञान वाढवायचं म्हणून मिळेल ते वाचत सुटायचं, असं करणं सोडलं. दोन्हीत फरक असा की, नेमक्या भागावर लक्ष केंद्रित केल्यामुळे गुण निश्चित वाढतात, तर भरपूर आणि सारं काही वाचण्याचा फायदा आयुष्यभर मिळत राहतो. पहिल्या सेमिस्टरला मला तीन 'ए' मिळाले. वाटलं, चला! आपल्याला इथेही 'नाडी सापडली!'

रॅडक्लिफ कॉलेजच्या डीन बर्निस ब्राउन क्रॉन्खाइट यांनी मला त्यांच्या घरी जेवणाचं आमंत्रण दिलं. भारतातून त्यांचे एक मित्र आले होते, त्या वेळी. मला वाटलं, 'आपण कुणी विशेष आहोत!'

हा सगळा वरवरचा कैफ असला, तरी आतून कधी कधी मला परक्या ठिकाणी असल्यासारखं वाटायचं. घरची खूपच आठवण यायची. स्वत:च्या प्रकृतीची काळजी वाटायची. मला गोनोरिआची लागण झाली होती, त्यावर मुंबईत उपचार केलेले होते पण वाटायचं, इथे कॉलेजच्या क्लिनिकमध्ये जाऊन पुन्हा एकदा तपासून खातरी करून घ्यावी, सगळं ठीक झालंय ना? पुढे बऱ्याच वर्षांनंतर, गर्भाशयाच्या अंतस्त्वचेवर झालेल्या वाढीचं चुकीचं निदान झाल्याचे परिणाम मला भोगावे लागले. जेव्हा आपल्याला मूल हवं, असं ठरवलं तेव्हा आधी त्या वाढीचा नायनाट करून घ्यावा लागला.

हार्वर्डमध्ये असताना मी दररोज आर.बी.चं पत्र आलंय का, ते पाहायला केंब्रिज कॉमन्सजवळच्या फाउंडर्स हाऊसमध्ये जायची. मेलबॉक्समधली पत्रं उलटीसुलटी करून बघायची आणि निराश होऊन परत फिरायची. मी दररोज काय पाहिलं, कसला शोध लागला, कोण भेटलं, काय मिळालं याचा आनंद वृत्तान्त त्याला लिहून पाठवायची. त्यावर प्रतिक्रिया देण्यातली त्याची असमर्थता मला कळायची नाही असं नाही; पण माझं मन ते मान्य करायला तयार नव्हतं. परत येऊन मी लायब्ररीत बसून त्याला लांबच लांब पत्रं लिहायची. 'त्याने मला अमेरिकेला येऊ दिलं म्हणून मी त्याचे आभार मानायची. मला कसं एकटं वाटतं, ओशाळं वाटतं ते लिहायची आणि प्लीऽऽऽज मला पत्र पाठव ना म्हणून त्याची करुणा भाकायची. अक्षरश: हात पसरून भीक मागायची!

खरंतर आमच्या आधीच्या विरहावरून माझ्या हे लक्षात यायला पाहिजे होतं की, तो काही वारंवार पत्र लिहिणाऱ्यातला नव्हता. आजूबाजूचा निसर्ग, पक्षी, फुलं, आकाशाचे बदलणारे रंग याचं त्याला काहीही अप्रूप नव्हतं. कुठल्या पुस्तकांचं वाचन किंवा कसल्या कल्पना सुचणं असंही काही नव्हतं. क्वचित कधीतरी तो मला भेटवस्तू पाठवत असे. मग मला पुन्हा प्रेमाचं भरतं येत असे. कृतज्ञतेचा वर्षाव, एकनिष्ठ पत्नी करते ते सगळे सोपस्कार मी करीत असे. काही झालं तरी मी त्याच्यासोबत अग्नीला सात प्रदक्षिणा घालून सहजीवनाची शपथ घेतली होती. देवाब्राह्मणांच्या साक्षीने आणि आई-वडिलांच्या आशीर्वादाने समारंभपूर्वक त्याची पत्नी झाले होते. मला त्याची होऊन राहणं भाग होतं.

पण मी दूर होते ते फार बरं झालं. मला सातत्याने मिळणारं शैक्षणिक यश म्हणजे माझं टॉनिकच होतं. हळूहळू मला शॉपिंग व स्वयंपाक करणं, नवीन ओळखी करून घेणं हे अंगवळणी पडू लागलं. हॉस्टेलवर राहणाऱ्या माझ्या बऱ्याच

मैत्रिणी अमेरिकन होत्या. मी रोजच्या रोज नियमितपणे भात आणि हिरवे वाटाणे शिजवून खाते आणि जोडीला एखाददुसरा ग्लास दूध पिऊन राहते याचं त्यांना फार नवल वाटायचं. मी दुकानात जायचे. आलं, लसूण, ताजी कोथिंबीर, पातीचा कांदा मला हवा असायचा. मी शोधत राहायचे. पण सतराव्या शतकात प्रॉटेस्टंट जिथे पहिल्यांदा येऊन वस्ती करून राहिले, त्या उत्तर पूर्व अमेरिकेत, त्या काळात या वस्तू सहसा माझ्या नजरेसही पडत नसत. मिळणं तर दूरच. कॉर्न, गाजरं, कांदे, बटाटे सगळीकडे होते. पण मला हिरव्या मिरच्या, छोटी चमकदार वांगी (ज्यांची माझी काकी मस्त 'भरली वांगी' बनवायची) आणि भेंड्या हव्या असायच्या. दुकानात जिथे मटण, चिकन मिळायचं त्या काउंटरला जाणं मी टाळायची. पण कधी कधी मला खूश करणारे शोध लागायचे. उदा. डफनट्स, पीनट बटर इत्यादी. ते डफनट्स तर मी एक दिवसाआड खायची. जेली भरलेले डफनट्स खात असूनही माझं वजन एका औंसानेही वाढलं नाही. 'पीनट बटर आणि जेली सँडविच' म्हणजे अमेरिकेने जगाच्या खाद्यपदार्थ संग्रहात घातलेली मोलाची भर आहे याबद्दल माझी हळूहळू खातरी झाली. भारतात आले की, पीनट बटरच्या आठवणीने मी बेचैन होऊ लागले. पुढे १९८० च्या दशकात वारंवार रशियाला जावं लागे. तेव्हा तिथे अन्नाचा तुटवडा आणि अनियमित पुरवठा होत असे. प्रत्येक वेळी मी आपली पीनट बटरची बरणी माझ्यासोबतच नेत असे.

जेव्हा वर्गावर शिकवायचं नसे तेव्हा मी माझा पुष्कळसा वेळ लिटौर लायब्ररीच्या सोनेरी सहवासात घालवत असे. तिथे माझी ठरलेली खुर्ची होती. दरवाजाकडे पाठ करून ठेवलेल्या या खुर्चीत बसल्यानंतर डोळे आणि मन पूर्णपणे समोरच्या पुस्तकावर केंद्रित होई. काउंटरवरच्या व्यक्तीशी औपचारिक 'हॅलो' किंवा 'आमच्या अभ्यासक्रमामध्ये अमुक आहे का?' असं विचारण्यापुरतं संभाषण होई. त्यातूनच पुढे थोड्याशा ओळखी झाल्या आणि अभ्यासाव्यतिरिक्तही थोडं बोलणं होऊ लागलं. पण मी वेगळी होते. जणू दूरच्या ग्रहावरचा विचित्र प्राणी! मला ते तरुण आठवतात. तिघंही गोरे, भुऱ्या केसांचे अमेरिकन. माझ्या आजूबाजूलाच बसायचे नेहमी आणि मुद्दामच काहीतरी विषय काढून गप्पा मारायला बघायचे आणि शेवटी म्हणायचे, ''अगं! तू इथे काय करते आहेस? तू तर हॉलिवूडमध्ये असायला हवंस!'' पण ते काहीही बोलले तरी मी कधी त्यांची फारशी पर्वा केली नाही.

एकदा माझा एक युरोपियन वर्गमित्र म्हणाला, ''आता इथे इतके इंडियन्स वाढायला लागलेत, त्यांचं निर्बीजीकरण करायला पाहिजे.''

मी म्हटलं, ''त्याचा काही उपयोग होणार नाही. त्यांना मुलं फार आवडतात आणि गरिबांनाही मतदानाचा हक्क असतोच ना!''

थोड्या दिवसांनी तोच माझ्याकडे पुन्हा आला आणि त्याच्या तुटलेल्या

रेनकोटचं बटण शिवून देण्याची त्याने मला विनंती केली. असं? तुला मी मोलकरीण वाटले काय? मी माझ्या मोठाल्या काळ्या डोळ्यांनी त्याच्यावर अशी काही नजर रोखली की तो वरमला आणि तिथून निघूनच गेला. दुसऱ्या वर्षाला असतानाची अशीच एक घटना मला आठवते. एक दक्षिण आशियाई पाहुणा विद्यार्थी माझ्या शेजारी बसून त्याच्या अंघोळीच्या वेळचं दृश्य वर्णन करत होता.

"काय हे अमेरिकन लोक! उघड्या स्टॉल्समध्ये, चक्क घोड्यासारखे नग्न उभे राहून शॉवर घेत असतात. शीऽ किती ओंगळ दृश्य दिसतं ते!"

मी फट्कन त्याला म्हटलं, "कशाला बघायचं ते? आपण पहाटे पाचलाच उठून अंघोळ उरकून घ्यावी."

त्या वेळेला त्याला मी बहुधा साळुंकी गट्टम करून आलेल्या मांजरीसारखी दिसली असणार. पुन्हा काही तो माझ्या नजरेसमोर आला नाही.

माझे दुसऱ्या सेमिस्टरचे गुण खूपच चांगले आले. रॅडक्लिफ कॉलेजतर्फे मला दुसऱ्या वर्षासाठी फेलोशिप देऊ करण्यात आली. मी आर.बी.ला कळवलं. आणखी एका वर्षासाठी अमेरिकेतला मुक्काम वाढवायला त्याने संमती दिली. त्याने लिहिलं की, आता मी तिकडे येऊन तुझ्याजवळ राहण्याची संधी शोधेन. मग मीही त्याला कळवलं की, मीपण आता आणखी काम करेन, काटकसर करून पैसे साठवीन आणि तुला मदत करीन. मग मी समर स्कूलमध्ये प्रॉक्टरचं काम घेतलं. तिथल्या आवारातल्या एका हॉलमध्ये राहायला गेले. अमेरिकन सैनिकांची जुनी ब्लँकेट पांघरुणं म्हणून वापरू लागले. संध्याकाळी लहान मुलांना सांभाळायची कामं करू लागले. दिवसा वाइडनर लायब्ररीत बसून वाचन करत असे. प्रॉक्टर (शिस्त राखणारा) म्हणून माझं एक काम काय होतं माहिती आहे? रॅडक्लिफ कॉलेजचे विद्यार्थी फक्त झिरझिरीत रेनकोट आणि आत नुसती शॉर्ट पॅन्ट घालून डायनिंग हॉलमध्ये येत नाहीत ना, हे पाहणं. काय दिसत होते ते!

मला आठवतं, एकदा केंब्रिज कॉमन्समधली लहान मुलं, 'जिप्सी वुमन, जिप्सी वुमन' म्हणत माझ्या मागे धावू लागली. मी त्यांना म्हटलं, "मला तुमची सायकल द्या बरं जरा!" त्याचं त्यांना खूपच आश्चर्य वाटलं. मी सायकलवर चक्कर मारून दाखवलं, तेव्हा हसून, ओरडून माझ्या मागे तीही धावत होती. माझं कौतुक करत होती. त्यांनी कधीच एखाद्या स्त्रीला साडी नेसून सायकल चालवताना पाहिलेलं नव्हतं. माझी साडी जमिनीवर लोळताना पाहिली की, ट्रक ड्रायव्हर ओरडायचे, 'हे लेडी, युअर स्लिप इज शोविंग!' ते माझ्या वेशभूषेबद्दलच बोलत असायचे, पण मला त्या सुरुवातीच्या दिवसांत ते कळत नसे. जे तिथे राहून शिकत असत, त्या जोडप्यांच्या मुलांना सांभाळण्याचं काम मी करत असे. त्यातून प्राप्ती थोडीच व्हायची. मात्र अमेरिकन उपनगरातलं कौटुंबिक जीवन कसं असतं त्याची

कल्पना आली. पण 'बेट्टी फ्रायडन' वाचल्यानंतर त्या कल्पना विसंगत होत्या असं लक्षात आलं. त्या काळात टीव्ही पाहिल्याचं मला आठवत नाही. ती मुलं बिचारी शहाण्या मुलांसारखी लवकर झोपी जायची. मग मी वाचत बसायची.

दुसऱ्या वर्षी अर्थशास्त्राचे अधिक प्रगत अभ्यासक्रम होते. वासिली लेओनटेफ आम्हाला 'इकॉनॉमिक थिअरी' शिकवत आणि 'लिनिअर प्रोग्रॅमिंग'साठी रॉबर्ट डॉर्फमन होते. लेओनटेफनी शिकवलेली 'इनपुट-आउटपुट' प्रणाली म्हणजे त्या काळातल्या 'पृथक्करणात्मक आणि प्रायोगिक तत्त्वाचा वापर' याबद्दलचा सर्वोच्च आदर्श ठरावा अशी होती. ते सविस्तरपणे सावकाश शिकवायचे, त्यात कधी बीजगणितासारखी XYZ ची भाषा वापरायचे. शिकवता शिकवता चालत खिडकीपाशी

१९५७ साली हार्वर्डमध्ये असताना केंब्रिज कॉमन्सला सायकलवरून जाणारी पद्मा.

जायचे. तिथे जमलेला बर्फ हाताने गोळा करायचे आणि बर्फाचा तो गोळा हळूच कुणा येणाऱ्या-जाणाऱ्यावर फेकून मारायचे. डॉर्फमन फळ्यावर खडूने फॉर्म्युले लिहिताना च्युइंगम चघळत असायचे. नुकत्याच प्रकाशित झालेल्या त्यांच्या एखाद्या पुस्तकातले ते फॉर्म्युले असत. डॉर्फमन, पॉल सॅम्युएल्सन आणि रॉबर्ट सोलॉव तिघं मिळून पुस्तकं लिहीत. वर्गात आम्ही फक्त पाच विद्यार्थी होतो. त्यातला एक डेल जार्गन्सन हा अगदी कुशाग्रबुद्धीचा आणि विषयावर पूर्ण लक्ष केंद्रित करणारा माणूस. सध्या हार्वर्ड युनिव्हर्सिटीत प्रोफेसर म्हणून काम करतो. हा माझा जवळचा मित्र. डॉर्फमन आम्हाला खूप होमवर्क देत असत. अशीच एकदा एका असाइनमेंटमध्ये

मी माझ्या वर्गमित्राची मदत मागायला गेले. तो मला जास्त काही अपमानकारक बोलला नाही, पण उपदेश केल्यासारखं म्हणाला, ''बाळ, या देशात प्रत्येक गोष्ट स्वत:ची स्वत:च करायची असते.'' त्या दिवसापासून मी पुन्हा कुणाकडे मदत म्हणून मागितली नाही.

त्या वर्षी नदीपलीकडे असलेल्या मॅसेच्युसेट्स इन्स्टिट्यूट ऑफ टेक्नॉलॉजी म्हणजेच एमआयटीमधून सॅम्युएल्सन आणि सोलॉव हे दोघं हार्वर्डला पाहुणे प्राध्यापक म्हणून येऊ लागले. नुकतंच सॅम्युएल्सनचं 'फाउंडेशन्स' हे पुस्तक प्रकाशित झालेलं होतं. ते लेक्चर देऊ लागले की, फळ्यावर लिहिलेले आकडे, फॉर्म्युले जणू जिवंत झाल्यासारखे भासत. त्यांची ती अफाट बुद्धिमत्ता आणि विद्वत्तेची चमक यामुळे आम्ही मंत्रमुग्ध होत असू. सोलॉव यांनी १९५६ मध्ये 'रिव्ह्यू ऑफ इकॉनॉमिक्स अॅन्ड स्टॅटिस्टिक्स'मध्ये एक लेख लिहिला होता, तो फार वेगळ्या वाटेवर नेणारा ठरला. त्यात त्यांनी प्रगतीची प्रदीर्घ वाट चालून आलेल्या अमेरिकन अर्थव्यवस्थेचे दोन भाग स्पष्ट केलेले होते. एकीकडे मजुरांची संख्या आणि भांडवल यांची वाढ झाली होती आणि दुसरीकडे उत्पादनक्षमताही वाढलेली होती. त्यानंतर जवळ जवळ वीस वर्षांनी, महायुद्धानंतर झालेल्या रशियाच्या आर्थिक वाढीच्या कारणांची मीमांसा करताना मी सोलॉव यांचं 'इकॉनॉमिक मॉडेल' आणि 'संख्याशास्त्रीय रचनाकृती' यांचा आधार घेतला. मी गॉटफ्राइड हॅबर्लरची 'आंतरराष्ट्रीय व्यवसाय सिद्धान्ता'वरची लेक्चर्सही ऐकली. त्यांचे विशिष्ट ऑस्ट्रियन उच्चार मला सहज समजले. त्यांनी मोठ्या मेहनतीने 'व्यावसायिक नफा - तुलनात्मक आणि निव्वळ' यातला फरक वर्गाला समजावून सांगितला. तुलनात्मक व्यावसायिक नफ्याच्या विचारातून परस्पर देशांच्या उद्योगाला चालना मिळते, हेही पटवून सांगितलं.

दुसऱ्या वर्षाच्या शेवटी लेक्चर्स संपली, अभ्यास पूर्ण झाला. आता मी दोन तासांच्या तोंडी परीक्षेची तयारी करू लागले. या परीक्षेत पास झाले तर मी पीएच.डी. करू शकणार होते. माझी चार विषयांची परीक्षा घेतली जाणार होती. कोणते प्राध्यापक कोणत्या विषयाची परीक्षा घेणार, हे परीक्षेच्या आदल्या संध्याकाळी समजणार होतं. 'अर्थशास्त्रीय सिद्धान्त' या विषयाची परीक्षा प्रा. चेंबरलेन किंवा प्रा. लिओनटेफ घेणार होते. त्यांना वाटेल तशी विद्यार्थ्यांची निवड होणार होती. 'आंतरराष्ट्रीय व्यावसायिक सिद्धान्त' या विषयात मला कितपत गती आहे, ते प्रा. हॅबर्लर किंवा तरुण प्राध्यापक रॉबर्ट बाल्डविन अजमावणार होते. पण 'संख्याशास्त्र' आणि 'चलनविषयक अर्थशास्त्र' कुणाकडे होतं? मी घाबरत होते. अगदीच अपरिचित प्रश्न विचारले तर? नंतर ही पीएच.डी. पात्रतेसाठीची मुलाखतीची पद्धत अमेरिकन विद्यापीठांतून काढून टाकण्यात आली आणि त्याऐवजी लेखी परीक्षा घेतली जाऊ

लागली. पण त्या वेळी ती अनिवार्य होती.

त्या घाबरवून टाकणाऱ्या अनुभवाला सामोरे जाण्यासाठी मी सिद्ध होत होते. त्यात एकेक जणाने अशा काही कहाण्या ऐकवल्या की दिलासा मिळण्याऐवजी मी अधिकच भांबावून गेले. जर्मन विषयाची तोंडी परीक्षा म्हणजे सर्वांत अवघड असे. विद्यार्थ्यांच्या कुवतीप्रमाणे प्रश्न बदलले जात. सगळ्यात कमी कुवत असलेल्या विद्यार्थ्याला विचारीत, 'Where did Goethe go?' त्यापेक्षा बऱ्या विद्यार्थ्याला विचारीत, 'Who went to Weimar?' आणि सगळ्यात अवघड प्रश्न असे, 'Who went where?' या मिस्कील गोष्टींनी माझी चिंता कमी झाली नाही की, मी त्या गोष्टी कुणाला सांगू शकले नाही. शेवटी तोंडी परीक्षेत मी चांगली उत्तरं दिली. उत्तीर्ण झाले. आता पीएच.डी.चा प्रबंध लिहिण्याकरता माझा अमेरिकेतला मुक्काम आणखी वाढणार होता.

पुन्हा एकदा माझं ते चक्र सुरू झालं. झपाटल्यासारखं काम करायचं, काहीतरी थोडंफार खायचं, झोप अनियमित घ्यायची. मी तीव्र नैराश्याच्या गर्तेकडे पुन्हा एकदा

१९५८ साली हार्वर्डच्या रॅडक्लिफ ग्रॅज्युएट सेंटरजवळ पद्मा.

वाटचाल करू लागले होते. खरंतर मला ते अगोदरच समजायला पाहिजे होतं. पण पहिल्यासारखी मी आता अनभिज्ञ आणि अननुभवी राहिलेली नव्हते. पूर्वीच्या अनुभवावरून मी या अवस्थेचा सामना करण्यासाठी सज्ज झाले होते. माझ्या करिअरमधला कष्टमय वाटचालीचा भाग संपून, पुढच्या भागाकडे मी चालले होते; जो तुलनेने संथ, स्वास्थ्यपूर्ण असणार होता. हे एक बरं होतं. या खेपेला मी दु:खी झाले नाही किंवा 'काय अर्थ आहे या सगळ्याला?' असं वाटण्याइतपत निराशा आणि पूर्ण अस्तित्वच रिक्त वाटणं असं काही झालं नाही. कारण माझी जीत झालेलीच होती. पण मला खूप थकल्यासारखं, शक्तिहीन झाल्यासारखं वाटत होतं. साधारण आठवडाभर मी एकटी-एकटीच राहिले, खूप कमी खाल्लं, कुणालाही भेटत नव्हते, सारखी एकटीच झोपून राहायचे. मग माझ्या लक्षात आलं की, कुणीही इतक्या दिवसांत मला पाहायला आलं नव्हतं. कुणी दारावर टक्टक् केली नाही की, कशी झाली तुझी परीक्षा, म्हणून विचारायला आलं नाही. 'न्यू इंग्लंड'चे लोक कसे कमालीचे फटकून राहणारे आहेत याची मला तेव्हा पहिल्यांदा जाणीव झाली. कधी तुम्हाला वाटलं आणि तुम्ही घरात दडूनच राहायचं ठरवलंत तर तुम्ही एकटेच राहाल. कुणी ढुंकूनही तुमच्याकडे पाहणार नाही.

एक आठवड्यानंतर मी पुन्हा सज्ज झाले आणि मे महिन्यातल्या उन्हात बाहेर पाऊल टाकलं. आता उन्हाळ्यासाठी हे फाउंडर्स हाऊस सोडून नवीन जागा शोधायला हवी होती. तेव्हा मला सापडली बार्बारा. बार्बारा बर्मन (खरंतर बर्गमन). १९५७ च्या उन्हाळ्यात तिने मला स्वत:बरोबर राहायला बोलावलं. तिची माझी मैत्री झाली नसती तर ग्रॅज्युएट स्टुडंट म्हणून माझा हार्वर्डचा अनुभव कसा झाला असता, याची मी कल्पनाच करू शकत नाही. तिचा सहवास अगदी उबदार आणि उत्साहवर्धक असे. तिच्या प्रभावामुळे मी हळूहळू मोकळी वावरू लागले. बार्बारा एकदम तेजतर्रार बुद्धिमती होती. ती प्रचंड वाचायची. साधे कपडे वापरायची. क्वचित सिगारेट ओढायची. तिचं साधं बोलणंही उत्साहाने सळसळणारं आणि त्यात खळाळत्या हसण्याची विरामचिन्हं! प्रत्येक वेळी ती मला एखादी गोष्ट, एखादा चुटका सांगायची आणि टाळी वाजवून हसायची. तिचं संसर्गजन्य हसू... मीही हसायला लागायची. ती नेहमी एक वाक्य म्हणायची, 'तुला सांगते किड्डो (पोरी), हे स्पॅनिश लोक जर प्लायमाउथला पहिल्यांदा आले असते ना, तर हा देश फार फार वेगळा झाला असता!' या वाक्याचा अर्थ मला पुरेसा समजायला मध्ये काही दशकं जावी लागली.

ती म्हणायची, 'आपण तुला हिंडवून आणू. माऊपॅसान्टपासून साकी आणि ओ. हेन्रीपर्यंत.' असं घोषित करून तिने ते काम अंगावर घेतलं आणि सहज पूर्ण करून टाकलं. 'तुला साकीमधली ती लहान मुलीची गोष्ट खूप आवडेल. त्या

छोट्याशा मुलीने खूप खूप बक्षिसं मिळवली. ती पदकं घेऊन जंगलातून घराकडे जात असताना त्यांचा आवाज झाला. तो ऐकून जंगलातले लांडगे तिला पळवून घेऊन गेले. त्यांनी तिला अधाशीपणे खाऊन टाकलं.' कथेचा कसला हा जबरदस्त क्लायमॅक्स! मला शैक्षणिक यशाची जी अनिवार लालसा होती त्याच्याबद्दल तर ती सावध करत नव्हती? तिला स्वयंपाक करण्याचा उत्साह फार होता. तशी काही ती सुगरण नव्हती; पण तिला माझ्या खाण्याविषयी नेहमी काळजी वाटायची. नेहमी म्हणायची, 'तुझ्या त्या व्हेजिटेरियन खाण्यामधून काही प्रोटिन्सच जात नाहीत तुझ्या पोटात.' ती सांगायची की, तिने शाकाहार सुरू केला आणि तिच्या हिरड्यांमधून रक्त यायला लागलं. तिनेच मला बेक्ड बीन्स, चीझ, अंडी खायला शिकवलं. एकदा आमचा एएयूडब्ल्यूचा काही कार्यक्रम होता. संध्याकाळी तिकडून आल्यावर मी तिला सांगितलं, "आज मी चिकन खाल्लं. काय करू? शेवटच्या क्षणी कसं काय सांगायचं, 'मला नॉनव्हेज चालत नाही' म्हणून? माझी नाही जीभ रेटली!"

बार्बाराने चिंतायुक्त स्वरात उत्सुकतेने विचारलं, "कसं लागलं गं ते?"

मी फाजीलपणाने उत्तर दिलं, "सांगू? जुना टेनिसचा बूट खाल्ल्यासारखं वाटलं!"

बार्बाराने ताड्‌कन विचारलं, "अस्सं? किती टेनिस शूज चघळलेस आजपर्यंत?"

उघडच आहे, मी खाद्यपदार्थांविषयी बोलताना सभ्यपणाची मर्यादा ओलांडली होती. खरंच, एखाद्या आवडीनिवडीमुळे जीवनात किती फरक पडतो, नाही?

पुढे अनेक वर्षांनी माझ्या भयंकर कडक शाकाहारी कन्येबरोबर मी 'प्राण्यांचे हक्क' या विषयावर चर्चा करत होते. तिने आकडेवारी मिळवली होती. त्यांच्या मेससाठी एकेका खोलीत २० हजार कोंबड्यांना डांबून ठेवलं जात होतं. मला वाटलं, त्या वेळेला मी माझी शाकाहाराची पसंती सोडून मेजवानी देणाऱ्या त्या यजमानीणबाईंच्या आवडीचे मांसाहारी पदार्थ का खाल्ले? का नाही सांगितलं तिला की, मी शाकाहारच घेते म्हणून? तिने घेतलं असतं समजून.

एकदा मला कळलं की, बार्बारा पियानो वाजवते. 'किड्डो, आपण तुला वेस्टर्न क्लासिकल म्युझिकची ओळख करून देऊ या. चला!' असं म्हणून तिने मला ऐकवायला सुरुवात केली. मला स्पष्ट आठवतं, तिने मला पहिल्यांदा ऐकवला बुडापेस्ट स्ट्रिंग क्वार्टेटने 'ए' मेजरमध्ये वाजलेलं शूबर्टचं ट्राउट क्विंटेट. मला ते खूपच पकड घेणारं वाटलं होतं. दुसरी रेकॉर्ड होती बिथोवनची. आर्कड्यूक ट्रायो 'बी' फ्लॅटमध्ये वाजवलेली. आर्थर रुबिनस्टेनचा पियानो आणि त्याला जस्चा हैफेट्झची व्हायोलिनची साथ. मग मला ते आणखी ऐकावंसं वाटू लागलं. एखादी कॉन्सर्टो.

"कॉन्सर्टो म्हणजे काय असतं?" मी विचारलं.

बार्बाराने सांगितलं, "कॉन्सर्टो म्हणजे एकाच वाद्यावर धून वाजवली जाते. यात व्हायोलिन, पियानो किंवा बासरी असते आणि साथीला वाद्यवृंदही असतो. ते खूप तंत्रशुद्ध असतं. पण ऐकायला दैवी सुरांसारखं, भान हरपून टाकणारं!"

मग मी तासन्तास कॉन्सर्टोज ऐकण्यात घालवू लागले. हैफेट्झ, डेव्हिड ऑइस्ट्रॅख, यहुदी मेनुहीन सगळे एकाहून एक सरस व्हायोलिनवादक. त्यांनी वाद्यवृंदासोबत वाजवलेले मोझार्ट, मेन्डेलसॉन, ब्रॅहम्स आणि टीचायकोव्हस्की यांचे कॉन्सर्टोज! मला तो नादच लागला. मग मी $33\frac{1}{3}$ आर.पी.एम. रेकॉर्डचा संग्रह करायला सुरुवात केली. त्या वेळी त्या सेलमध्ये २.९९ डॉलरला एक याप्रमाणे या रेकॉर्ड मिळायच्या. कोलंबिया आणि वेस्टमिंस्टरच्या डझनावारी आर.सी.ए. एकदम स्वच्छ दिसणाऱ्या तबकड्या; सगळ्यांना डायमंड नीडल्स लागत असत! त्या माझ्याबरोबर समुद्रप्रवास करून भारतात गेल्या, मी परत आले तेव्हा परत आल्या. पाश्चात्त्य शास्त्रीय संगीताच्या रम्य विश्वात माझी पहिली पावलं पडली त्याची आठवण जागवत राहिल्या. मला ठाऊक आहे, तरुण वादकांच्या सीडीज, आयट्यून्स यांच्या जमान्यात त्या $33\frac{1}{3}$ आर.पी.एम. रेकॉर्ड्स अगदीच केविलवाण्या, आउटडेटेड, फेकून द्याव्या इतक्या हास्यास्पद वाटतात. म्हणून काय झालं? या नव्या सीडीज अगदी छोट्या, कॉम्पॅक्ट असतात. त्यांच्यावरचे खड्डे, ओरखडे डिजिटल तंत्रज्ञानाने गायब केलेले असतात. कदाचित आवाजही जुन्या रेकॉर्डपेक्षा चांगला येत असेल पण बार्बाराच्या संगतीत, मला पाश्चात्त्य संगीतातलं र ट फही कळत नव्हतं तेव्हा... हार्प आणि हार्पसिकॉर्ड यांच्यातला फरकसुद्धा माहीत नव्हता त्या दिवसांत... बार्बाराचं बोट धरून त्या आनंददायी संगीतमय ठेव्यांचा एकेक करून शोध घेतला, त्यातलं माझं निर्मळ सुख या सीडीज निर्माण करू शकणार आहेत का?

हळूहळू माझा बार्बाराच्या स्नेहीमंडळींशी परिचय होऊ लागला. बायारा अरौटुनोव्हा, तिचा नवरा व्हिक्टर मॅनुसेविच हा बोस्टन सिंफनी ऑर्केस्ट्रामध्ये व्हायोलिनवादक होता. तुलनात्मक साहित्याभ्यास विभागातही जर्मन भाषेची तज्ज्ञ ब्लूमा गोल्डस्टेन होती. या सगळ्यांना वाटायचं, मी म्हणजे अजून कोशात असलेली अळी आहे. माझं फुलपाखरात रूपांतर होताना सुंदर भारतीय रंग आणि अमेरिकन धाडस मी आत्मसात करावं. एकदा बार्बाराच्या लक्षात आलं की, मी 'व्ही' आणि 'डब्ल्यू'चा उच्चार एकसारखाच करते. दोन्हीतला फरक मला समजत नाही. म्हणून तिने माझ्याकडून एक वाक्य म्हणायचा सराव करून घेतला : 'Victor the wonderful violinist has vim, vigour and vitality.' पण यातलं काहीच व्हिक्टरमध्ये नव्हतं.

लवकरच मला 'पद्मोचूका' हे रशियन टोपणनाव मिळालं आणि माझा उल्लेख

सगळे 'नो गुडनिक' (no goodnik) म्हणून करू लागले. एकदा साडी नेसलेली मी मैदानातल्या एका एल्मच्या वृक्षाखाली वाचत बसले होते. मला पाहून दुरूनच ब्लूमा ओरडली, "ए, जंगली बये, तुला इंग्रजी वाचता येतं का?" येणारे-जाणारे बरेच लोक माझ्याकडे वळून पाहू लागले. मी तत्क्षणी ताड्कन ओरडून उत्तर दिलं, "ए, तुझी बकवास बंद कर, ब्लूमा!" मला वाटतं, त्या वेळेस मी 'रेमंड चॅन्डलर' वाचत असावी.

तिसऱ्या वर्षी मला 'टीचिंग फेलो' म्हणून नेमणूक मिळाली. आता मी हार्वर्ड कॉलेजच्या पदवी परीक्षेच्या विद्यार्थ्यांना शिकवू लागले. मुलांच्या लक्षात आलं असेल की, मी विलक्षण सुंदर दिसत होते. माझे इंग्रजी उच्चार थोडे वेगळे येत असले, तरी त्यांनी मला समजून घेतलं. सॅम्युएल्सन यांच्या 'प्रिन्सिपल्स ऑफ इकॉनॉमिक्स' या पाठ्यपुस्तकाला अनुसरून शिकवत असे. हे पाठ्यपुस्तक अग्रगण्य मानलं जायचं. पुढच्या दहा वर्षांत पाठ्यपुस्तकं लिहिणाऱ्या अनेक उदयोन्मुख लेखकांनी या पुस्तकाला प्रमाण मानून लिहिलं. पुढे लवकरच एक फोटोग्राफर आला आणि मी वर्गात शिकवताना माझा फोटो काढून घेऊन गेला. १९६० साली, हार्वर्डच्या चार विद्यार्थ्यांना मी शिकवत आहे असा तो फोटो वृत्तपत्रात झळकला. माझ्या वडिलांनी तो 'टाइम्स ऑफ इंडिया'मध्ये पाहिला आणि मला कात्रण पाठवून दिलं. माझा आनंद गगनात मावेना. मला वाटलं आपल्याला पंख फुटले आहेत!

मी स्लाविक डिपार्टमेंटमध्ये नाव घातलं आणि रशियन भाषेचा अभ्यास करू लागले. बायारा माझी शिक्षिका होती. मी लहानपणी भारतात इंग्रजी शिकले होते. जुन्या पद्धतीने ते व्याकरणाचे नियम, स्पेलिंग्ज सगळं पाठ करून लक्षात ठेवावं लागे. पण अमेरिकेत पन्नास वर्षांपूर्वीदेखील भाषा शिकवणं वेगळं असे. त्यात फार घोकंपट्टी नसायची. मात्र वर्गात अगदी सूक्ष्म भेदाभेद ओळखत, कसून वर्गपाठ करून घेत. मी रशियन भाषेच्या टेप्स ऐकल्याचं आठवत नाही पण वर्गात संपूर्ण रशियन भाषाच ऐकायला मिळे. बायारा सोपी सोपी वाक्यं बोलत सुरुवात करायची. हळूहळू खूप कौशल्याने मोठी वाक्यं, गुंतागुंतीची शब्दरचना ऐकायला मिळायची आणि वर्गात व्याकरण, वाक्यरचना यांचा तोंडी सराव करून घेतला जाई. त्यामुळे असं झालं की, मी लवकरच रशियन बोलायला लागले. पूर्वी आम्ही इंग्रजी शिकायला लागलो, तेव्हा आधी दहा वर्षं वाचत, लिहीत राहिलो आणि त्यानंतर इंग्रजीमध्ये बोलायला सुरुवात केली.

शिवाय अगदी त्या वेळेससुद्धा, नवीन शिकणाऱ्यांना तो विषय मनोरंजक वाटला पाहिजे असा इथे दृष्टिकोन होता. उदाहरणार्थ 'No sooner... than' हा वाक्प्रचार (रशियन भाषेत) वापरायला कसं शिकवावं? बायाराने वर्गाला सांगितलं की, 'हं! हे वाक्य पूर्ण करून दाखवा no sooner had it stopped raining than...' ('kak tol'ko perestal dozd'). मी वाक्य पूर्ण केलं... 'I Stepped outside.' (पाऊस थांबला नाही तोच मी बाहेर पडले). भारतात एवढा मुसळधार पाऊस दर वर्षी अनुभवल्यानंतर मी आणखी कसा विचार करू शकणार होते? आमच्या वर्गातल्या दुसऱ्या एका मुलाने वाक्य पूर्ण केलं, 'पाऊस थांबला नाही तोच के.जी.बी.ने दार वाजवलं' ('KGB stuchal V dver'). त्याला बहुतेक स्टॅलिन राजवटीची खोलवर माहिती असावी म्हणून तो मिस्कीलपणे असं म्हणाला. पण मला असं वाटत होतं की, वाऱ्यावादळाचा धिंगाणा चालू असतानाच दारावर के.जी.बी.ची थाप पडली असेल. असो.

'थँक्सगिव्हिंग डे'ला सुटीच्या दिवशी संध्याकाळी आम्ही वर्गात असंच शाब्दिक 'थँक्सगिव्हिंग डिनर' शिजवलं होतं. रशियनमध्ये टर्कीला 'इंडेइका' (indeika) म्हणतात. आम्ही वाक्य केलं, 'भारतीय स्त्रीने 'इंडियांका'ने इंडेइका खाल्ली.' एकदा एका धड्यात आइन्स्टाईनचं सुप्रसिद्ध वाक्य रशियनमध्ये केलं होतं. स्वत:च्या पोशाखाबद्दल बोलताना आइन्स्टाईन म्हणाला होता, 'मी कसे कपडे घालतो यामुळे काहीच फरक पडत नाही, कारण इथे कुणीच मला ओळखत नाही.' पुढे काही वर्षांनी मला समजलं की, प्रत्यक्षात आइन्स्टाईन म्हणाला होता, 'मी कसेही कपडे घातले तरी काय फरक पडणार आहे? इथे तर प्रत्येक जण मला ओळखतो.' म्हणजे रशियनमध्ये करताना त्यात दोन नकारात्मक शब्द यायला हवे होते. 'Nobody does not know me' ('nikto menya ne znaet') 'मला कुणी ओळखत नाही असे नाही.'

मी १९५९ साली भारतात परत आले आणि पुन्हा दिल्ली विद्यापीठात रशियन भाषेचं शिक्षण घेऊ लागले. एव्हाना आइन्स्टाईन मागे पडला होता. आता आमचे धडे होते 'ट्रॅक्टर ड्रायव्हरला सलाम', 'धन्य आहे तो फॅक्टरी कामगार', 'कम्युनिस्ट पार्टी सदस्यांची महानता' वगैरे वगैरे. भारत-रशिया सांस्कृतिक अदलाबदल कार्यक्रमाच्या सौजन्याने (Indo-Soviet Cultural Exchange Programme) रशियन भाषेच्या पुस्तकामध्ये अशी पुष्कळ मुखवट्यांची नाटकं छापली जायची.

हार्वर्डला असताना मी हार्वर्ड स्क्वेअर आणि केंब्रिजच्या आवाराबाहेर फारशी कधी गेले नाही. पण एकदोनदा मित्रमंडळींसमवेत शरद ऋतूमध्ये पानगळीचा आनंद घेण्यासाठी गेले होते, त्यामुळे कंटाळवाण्या रुटीनमधून चांगला बदल झाला होता. एकदा मी वॉशिंग्टनला जाऊन भारताच्या राजदूतांना भेटले. त्यांना मी शिक्षणक्षेत्रातली तारका वाटले होते. मी एमआयटीमध्ये गेले होते. तिथे १९५६-५७ साली अर्थशास्त्र विभागात रुजू झाले. जगदीश भगवती आणि रोनाल्ड फाइन्डले यांच्याबरोबर मी तिथे केंडाल स्क्वेअरजवळच्या एका भोजनगृहात लंचला जायची. सध्या रोनाल्ड कोलंबियामध्ये आमचे सहकारी आहेत. त्या वेळेला जगदीश एमआयटीच्या थकवून

टाकणाऱ्या वेळापत्रकाबद्दल तक्रार करायचा. तो म्हणायचा, 'मी केंब्रिज विद्यापीठा (इंग्लंड)मध्ये शिकत असताना आमची लेक्चर्स अगदी आरामात चालायची. एमआयटीच्या एकदम विरुद्ध. मी जर पुन्हा इथे आलो ना तर शिक्षक म्हणूनच येईन बाबा.' त्याचं ते बोलणं मला चांगलं आठवतं. तो शैक्षणिक वर्ष संपल्यानंतर इंग्लंडला परत गेला. ऑक्स्फर्डला न्युफील्ड कॉलेजमध्ये फेलो म्हणून रुजू झाला.

माझं आपलं वाइडनर लायब्ररीत पुस्तकं धुंडाळणं, हार्वर्ड कूपमध्ये स्वस्त दरातली पुस्तकं आणि रेकॉर्ड्स जमवणं, केंब्रिजच्या मूळ परिसरातली झाडं-फुलं यांचा धांडोळा घेणं चालू होतं. माझ्याकडे पैसे फारसे नसायचे. शेवटच्या वर्षी माझा पगार होता महिन्याला १९० डॉलर्स. त्यातले १०० डॉलर्स मी एका खोलीच्या माझ्या घराचं भाडं भरत असे. हार्वर्डच्या शैक्षणिक आव्हानांपेक्षा पलीकडे शोध घेण्यासारखं आणखी होतं तरी काय?

१९५० ते ६० या दशकाच्या शेवटापर्यंत अमेरिकेचं वातावरण राजकीयदृष्ट्या तसंच सांस्कृतिक दृष्टीने अगदी शांत असं होतं. मी तिथून बाहेर पडल्यानंतरच्या दशकात ही शांतता भंग व्हायला सुरुवात झाली. अर्थातच वेगवेगळ्या प्रकारचे प्रश्न उपस्थित होऊ लागले होते. बार्बाराकडून मला ते अधूनमधून कळत राहायचं. अगदी व्यवस्थापकाची नोकरी करणाऱ्यांचं कामाच्या ठिकाणचं वातावरण यापासून ते आंतरराष्ट्रीय शीतयुद्धातली अमेरिकेची भूमिका इथपर्यंत. खासकरून अमेरिकेतल्या कुटुंबांची संरचना आणि नैतिकतेच्या लिंगविषयक संकल्पना, चालीरीती याविषयीचे प्रश्न उभे राहत होते. पण माझ्या निरीक्षणाप्रमाणे हे सगळे प्रश्न आणि समस्या छापील माध्यमाद्वारे मांडल्या जात होत्या. त्यासाठी रस्त्यावर उतरून मोर्चे वगैरे काढले गेले नाहीत. पुढच्या काळात टेलिव्हिजन हे संदेशवहनाचं प्रमुख साधन बनलं, पण त्या वेळेला ते माध्यम अर्भकावस्थेत होतं.

वर्गाच्या वेळेव्यतिरिक्त जेव्हा आम्ही विद्यार्थी बाहेर अनौपचारिक पार्ट्या, गेटटुगेदर किंवा लंचसाठी चर्चस्ट्रीटवरच्या चायनीज रेस्टॉरंटला जायचो तेव्हा असे विषय चर्चेला यायचे. कधी कधी यावर अगदी गरमागरम चर्चा होत आणि पुन्हा नेहमीप्रमाणे साध्या गप्पा चालत. मला जाणवत होतं की, आम्ही भारतात कॉलेजमध्ये होतो त्यापेक्षा इथलं वातावरण वेगळंच आहे. तिकडे मी लेक्चर्स झाल्यावर लायब्ररीत बसून अभ्यास करायचे आणि मग मैत्रिणींबरोबर मजा करायला बाहेर पडायचे; कधी जेवायला, कधी कॉफी प्यायला. मग तिथे आमच्या गप्पा व्हायच्या. कुणाच्या घरी काय घडलं, सुटीत कोण कुठे जाणार आहे किंवा रात्री जेवणाचा विशेष बेत काय आहे, अशा विषयांवर चर्चा झडत. त्यात औपचारिकतेपेक्षा व्यक्तिगत जिव्हाळा जास्त असायचा. त्याच्या उलट माझ्या लक्षात येऊ लागलं की, हार्वर्डमधले वर्गातले किंवा लायब्ररीत ओळख झालेले मित्र-मैत्रिणी हे अलिप्त

असत. मौजमजा करण्याची प्रवृत्ती नसायची. फक्त आपला दैनंदिन कार्यक्रम व्यवस्थित झाला पाहिजे, काही तात्कालिक समस्या असल्या तर सोडवायच्या आणि तेवढ्यापुरतंच संभाषण ठेवायचं असं त्यांचं वागणं होतं. संभाषण व्हायचं ते एखाद्या नवीन आलेल्या पुस्तकाविषयी किंवा काही चालू घडामोडींबद्दल, नाहीतर अमेरिकेचे राष्ट्राध्यक्ष काय म्हणाले, त्याबद्दल. मी एखादा प्रश्न विचारून, काहीतरी शेरा मारून त्यात भाग घेण्याचा प्रयत्न करायचे. तेही नाही जमलं, तर गप्प राहून जे काही कानावर पडेल ते आपलं ऐकत राहायचं, माहिती जमा करायची बस्स!

त्या वेळेला आम्हा उदयोन्मुख अर्थशास्त्रज्ञांपुढे हिट अ‍ॅन्ड हॉट समस्या होती, युद्धोत्तर काळात रोजगाराच्या दृष्टीने अमेरिकन अर्थव्यवस्थापकांना करावी लागणारी तडजोड. अगोदरच्या अनौपचारिक व्यवस्थेहून पूर्णपणे वेगळं असं संस्थात्मक आणि औद्योगिक वातावरण निर्माण होत होतं. मी डेव्हिड राईझमनचं 'द लोन्ली क्राउड' वाचलं. त्यात त्यांनी असं ठासून सांगितलेलं होतं की, 'जुन्या परंपरागत समजुतींना नव्या व्यावसायिकतेपुढे लोटांगण घालावंच लागेल.' कंपनीच्या व्यवस्थापकाचं तोंड आतल्यापेक्षा बाहेरच्या दिशेने जास्त वळू लागलेलं होतं. नवीन व्यावसायिक व्यवस्थेत रुळण्याकरता ते आवश्यक ठरत होतं. आधुनिक भाषेत सांगायचं तर, 'एकटं लढत राहण्यापेक्षा आपलं नेटवर्क असलेलं चांगलं.' अशा तऱ्हेने उद्योग क्षेत्रातलं नवं सत्य लक्षात आल्यानंतर चायनीज राइस नूडल्सवर ताव मारता मारता आमचं एका गोष्टीवर एकमत झालं की, अमेरिकेच्या वेगवेगळ्या उपनगरांत स्थायिक झालेल्या मध्यम व्यवस्थापकांसाठी राईझमनने 'आपल्या वागण्यात कसकशा सुधारणा, बदल केले पाहिजेत' याचा वस्तुपाठच घालून दिलेला आहे.

कुणीतरी विल्यम व्हाइटच्या 'द ऑर्गनायझेशन मॅन'बद्दल सांगितलं. त्यात त्याने नियमानुसार वागत, जबाबदारीचं ओझं वाहत शिणून, वैतागून गेलेल्या, सतत बॉसच्या तालावर नाचणाऱ्या व्यवस्थापकाचं व्यक्तिचित्र रेखाटलं आहे. 'द मॅन इन द ग्रे फ्लॅनल सूट' या चित्रपटाचा सभ्य, कष्टाळू नायक; उपनगरातल्या कुटुंबाचं त्याचं सुंदर चित्र एका काळ्या गुपिताच्या सावलीने काळवंडून जातं. महायुद्धाच्या काळातल्या अनैतिक वागण्यातून जन्माला आलेलं अनौरस मूल, हेच ते कटू सत्य असतं. महायुद्धोत्तर काळातल्या उपनगरीय जीवनावर झालेल्या सर्व परिणामांची सांगड घालणारी अशी ती कथा मला अगदी काळजाला हात घालणारी वाटली. मला असं वाटलं की, स्वत:च्या वागण्याची संपूर्ण जबाबदारी घेऊन जिम राथने सर्व परिस्थिती अमेरिकन पद्धतीने, समर्थ पुरुषाला शोभेल अशा पद्धतीने हाताळली होती. मी ज्या वेळी तो चित्रपट पाहिला त्या वेळी ग्रेगरी पेकचं रोमन पुरुषी सौंदर्य आणि त्याचा तो खणखणीत गंभीर आवाज यामुळे इतकी भारावून गेले होते की, मला वाटलं अशा पुरुषाला डोना रीडने त्याच्या पापाबद्दल क्षमा केली यात काहीच आश्चर्य नाही.

पण बार्बाराने मला आठवण करून दिली की, त्या काळातला सर्वांत सुस्वभावी आणि समजूतदार माणूस तर व्हाइट हाऊसमध्ये बसलेला होता. त्याचं नाव होतं ड्वाइट डी. आयसेनहॉवर. ज्या वेळेला रशियाबरोबर अणुशस्त्र स्पर्धा वाढत गेली आणि शीतयुद्धाने जोर पकडला त्या वेळी आयसेनहॉवर यांनी, अमेरिकन सैन्यबळाचा गैरवापर टाळला पाहिजे, अशी सावधगिरीची सूचना दिली. त्यांची कारकीर्द संपता संपता त्यांनी, ताकीदच देऊन ठेवली होती की, चुकीच्या ठिकाणी बळाचा वापर झाला तर ती फार मोठ्या प्रमाणात विध्वंसक चूक ठरू शकते आणि मग सैनिकी शक्ती आणि औद्योगिक ताकदीला हवा असो की नको असो, अत्यंत बेभरवशी अशा लोभीपणाचा प्रभाव वाढीस लागतो. म्हणजे त्यांना काय सांगायचं होतं? किंवा यामागे त्यांचं काय धोरण होतं? हे मला विशेष काही समजलं नव्हतं. शिवाय त्यांनी वापरलेला शब्द - 'मिलिटरी-इंडस्ट्रिअल कॉम्प्लेक्स' म्हणजे नक्की काय? तिथे मी अडले होते. त्यांनी सांगितलेली आणखी एक गोष्ट मला चांगली आठवते. ते म्हणाले होते, 'मला असं सुचवावंसं वाटतं की, अमेरिकेत जे प्रचंड उत्पादन होत आहे, अतिरिक्त धान्य पिकत आहे ते जगभरातल्या उपाशीपोटी जगणाऱ्यांपर्यंत पोहोचवलं पाहिजे आणि त्याचा फायदा अमेरिकन शेतकऱ्यांना करून दिला पाहिजे.' १९६० च्या दशकात या योजनेअंतर्गत भारत देशही त्यातला एक लाभार्थी असणार होता.

कदाचित दुसऱ्या महायुद्धानंतर अमेरिकेची होणारी आर्थिक भरभराट, उद्योगविश्वातले बदल आणि परराष्ट्र धोरणातली त्यांची कनवाळू भूमिका याविषयीचं माझं आकलन अपुरं पडत असेल, पण या बदलांचं निरीक्षण मात्र मी नेटाने चालूच ठेवलेलं होतं. आता विचार करताना वाटतं, मला काही फारसा वाव तरी कुठे होता? मला फारच थोडी भारतीय माणसं माहीत होती आणि घडामोडी मात्र मला अमेरिकेतल्या जाणून घ्यायच्या होत्या. अशा रीतीने, हार्वर्डमध्ये माझं अमेरिकीकरण अगदी तावूनसुलाखून झालं. कष्टाने, अनियमितपणे, कधी नकळतही पण मला ही जाणीव पक्की झाली की, आपल्याला जर परिपूर्ण आणि पूर्णवेळची 'करिअर वुमन' व्हायचं असेल तर आपण अंतर्बाह्य व्यावसायिक दृष्टिकोन आपलासा केला पाहिजे. विचारांनी आणि कृतीनेही. जसजशी वर्षं उलटली तसतसं मला उमगत गेलं, नव्हे खातरीच पटली की, भरपूर पदव्या आणि मन-बुद्धीची शिस्त एवढ्याच गोष्टी एखाद्या स्त्रीला पुढे जाण्यासाठी पुरेशा नसतात आणि अमेरिकेसारख्या देशात तर नाहीच नाही.

पण लवकरच माझ्या लक्षात आलं की, मला नव्याने कळलेली व्यावसायिकता ही संकुचित आहे. फक्त ऑर्गनायझेशन मॅन आणि मिलिटरी-इंडस्ट्रियल कॉम्प्लेक्स समजून घेण्याइतकी मर्यादित - माझी शैक्षणिक महत्त्वाकांक्षा जबर होती. नवनवीन कल्पना मला आवडत असत पण माझी सांस्कृतिक जडणघडण भारतीय होती.

'अमेरिकन स्त्रीच्या वैषयिक भावना दडपल्या गेल्या असून, ती पराभूत झालेली आहे' असा दृष्टिकोन मला पचवता आला असता का? त्यासाठी मधली विशाल दरी ओलांडून जाणं मला पेलणारं होतं? त्याहीपेक्षा एक गट असं मानणाऱ्यांचा होता की, हा लैंगिक संबंधांचा सगळा इमलाच कुजून गेला आहे, तेव्हा संपूर्ण खोलून त्याची पुनर्रचना केली पाहिजे. त्याचे विचार मान्य करून त्याच्या मागून जाणं मला परवडलं असतं का?

शक्यच नाही. 'फक्त शरीरसुखासाठी लैंगिक समागम (स्वैरपणे कुणाशीही) हेच खरं स्वातंत्र्य आणि हेच खरं आरोग्यदायक' हा विचार मी कशी काय स्वीकारू शकणार होते? हग हेफनर याने 'प्लेबॉय' नावाच्या चकचकीत मासिकात हा 'सुखाचे अंतिम निर्वाण' असा विचार मांडला होता. त्याने असं स्पष्टपणे सुचवलं होतं की, (कुणाशीही केवळ शरीरसुखासाठी संभोग) हा विचार जे अमलात आणतील त्यांना स्थिर कौटुंबिक जीवनाची प्राप्ती होईल आणि ईश्वराचीदेखील प्राप्ती होऊ शकेल. मला त्या बाष्कळ विचाराचं मुळीच आकर्षण वाटलं नाही. 'अर्थशून्य, मूर्ख बडबड' समजून मी त्यापासून दूर राहिले.

याहीपेक्षा जबरदस्त बॉम्बगोळा टाकला तो बेट्टी फ्रेडन हिने. १९५७ मध्ये तिच्या वर्गमित्रांचं पुनर्संमेलन होतं, स्मिथ कॉलेजमध्ये शिकलेल्यांचं. तिथे त्यांनी 'अ नेमलेस एकिंग डिससॅटिस्फॅक्शन' (एक अनामिक दुखरं असमाधान) असं नाव देऊन सगळ्या उपनगरातल्या चारी बाजूंनी बंदिस्त जीवन जगणाऱ्यांची एक पाहणी केली. तिने ते पुढे तिच्या 'द फेमिनाइन मिस्टेक' या पुस्तकात 'नाव नसलेली समस्या' म्हणून वर्णन केलेलं आहे. त्यातली उपनगरात राहणारी नायिका गूढ पण गुलामासारखं नीरस, कंटाळवाणं जीवन जगत असते. नवरा, मुलं यांची काळजी घ्यायची, घराकडे पाहायचं, तोच तो राबवणारा दिनक्रम. मला कळेना हे कसं काय शक्य होतं? मीसुद्धा श्रीमंत उपनगरातल्या लहानग्यांना सांभाळण्याचं काम करत होते. पण त्या स्त्रिया 'गुलामांच्या प्रतिनिधी' आहेत असं काही दिसत नव्हतं. मात्र पुढे अमेरिकन कुटुंबव्यवस्थेत प्रश्न उभे राहिलेच आणि ते स्त्रियांची गुलामगिरी, लैंगिक दडपण यांच्या पलीकडे पोहोचले.

फक्त 'मुक्त लैंगिक व्यवहाराचा पुरस्कार' आणि 'स्त्रियांची घुसमटणाऱ्या उपनगरी जीवनातून सुटका' यांच्यावरच का थांबायचं? त्या काळातलं 'आत्मसंतुष्ट गतानुगतिकतेचं फॅड' समूळ नष्ट करायचे प्रयत्न का करायचे नाहीत? झालं. तेही झालंच. १९५६ साली ॲलन गिन्सबर्गने 'ऑर्गनायझेशन मॅन अनझिप्ड' काढली. हा त्याच्या 'हॅंग लूज' चळवळीचा मुखवटा होता. हा माणूस फार हिंमतवान होता. त्याने सॅन फ्रान्सिस्कोमध्ये त्याचं 'हाउल ॲन्ड अदर पोएम्स' हे पुस्तक प्रकाशित केलं. त्यात त्याने व्यक्तिस्वातंत्र्य आणि सर्जनात्मक अभिव्यक्ती यांचा पुरस्कार

करत, गतानुगतिकतेच्या विरोधात झेंडा फडकावला. पुढे अनेक वर्षांनी मी जेव्हा ते लहानसं पुस्तक वाचायला घेतलं, तेव्हा 'सत्ता आणि संपत्ती या दैत्याच्या सैनिकांनी सरड्याच्या जिभेने गिळून टाकला, माझ्या आत्म्याचा बंडखोरपणा' हे वाचताना मला कुणीतरी खाड्‌कन गोळी घातल्यासारखं वाटलं आणि मी ते पुस्तक ताबडतोब खाली ठेवलं.

अशा प्रकारे माझ्या आजूबाजूला परिवर्तनाचे वारे वाहत होते आणि मी त्यापासून दूर राहत होते पण नाही नाही म्हणता, माझ्यावरही त्याचा परिणाम झालाच आणि माझ्यातही बदल होऊ लागले. त्या वेळी मी ऐन तारुण्याच्या बहरात होते. एकीकडे विद्यार्थ्यांना लेक्चर्स देताना, प्रबंधासाठी शांतपणे लिखाण करताना माझ्या मनात सहजपणे माझ्या दोन वर्षांच्या वैवाहिक आयुष्याबद्दलचे विचार यायचे. त्यातल्या घटना आठवायच्या. मला प्रत्येक बाबतीत गृहीत धरून वागणाऱ्या, क्वचितच माझ्या पत्रांना उत्तर देणाऱ्या बेजबाबदार नवऱ्याबद्दल विचार येत. उघडपणे हे जगाला सांगून त्याच्यापासून दूर होण्याइतकं धाडस माझ्या अंगात नव्हतं, तरी मला तसं वाटायला लागलं.

ब्लूमा, बार्बारा, बायारा यांच्याशी माझा स्नेह जडला होता. पण मी माझ्या वैवाहिक जीवनाबद्दल त्यांना सांगितलं नव्हतं. मी जाणूबुजून मध्ये पडदा टाकलेला होता आणि त्याच्यामागे काय आहे ते त्यांना दाखवायची मला भीती वाटत होती. त्यातला तपशील क्लेशकारक होता म्हणूनही असेल कदाचित किंवा लग्नामुळे मी बिकट परिस्थितीत सापडले आहे, हे स्वत:शी किंवा इतरांजवळ कबूल करण्याची माझ्या मनाची तयारी नव्हती म्हणूनही असेल. मी त्याचं काही देणं लागते, ही भावना मनात होती आणि हे तर त्याला चांगलंच ठाऊक होतं. कारण दर आठवड्याला नियमितपणे मी त्याला पत्र लिहून 'आपलं जन्मोजन्मीचं नातं आहे आणि मी सदैव तुझीच राहीन' अशा भावना व्यक्त करत होते. मला बार्बाराशी याविषयी बोलायलाच पाहिजे होतं. पण काय सांगू तिला? किती सांगू? सगळं सांगून मोकळी होऊ? कुठून सुरुवात करू?

अखेर १९५८ च्या उन्हाळ्याच्या शेवटी शेवटी मला मनाची तळमळ सहन करणं, सगळं मनात ठेवणं असह्य वाटायला लागलं. तीन वर्षं सगळं काही चारचौघींसारखं ठीक असल्याचा देखावा मी करत राहिले होते. एका आत्मकेंद्री, संधिसाधू माणसाच्या नादी लागून, त्याच्या स्वभावाची पारख न करता आल्यामुळे मी स्वत:चं जगणं दुरापास्त करून घेतलं हे सांगायला मला फार जड जाणार होतं. माझं आयुष्य ठीक नव्हतं, पूर्ण विस्कटलेलं होतं हे मी कोणत्या तोंडाने सांगणार होते? पण दुसऱ्या बाजूने पाहिलं तर माझी फसवणूकच केली गेली नव्हती का? माझ्याशी लबाडीच केली होती त्याने. स्वत:ला गुप्तरोग असल्याचं माहीत असूनही,

माझा उपभोग घेऊन त्याने मला तो घाणेरडा रोग दिला होता. जन्मभराची धडकी भरण्यासारखा विश्वासघात केला नव्हता का त्याने माझा? मी बार्बाराला जेवायला बाहेर घेऊन गेले म्हणा किंवा तिच्याबरोबर दूरवर फिरायला गेले, असं काही केल्याचं मला आठवत नाही. पण माझी इतक्या दिवसांची घुसमट, मनाला छळणाऱ्या शंका-कुशंका हे सर्व मी तिला अर्ध्यामुर्ध्या वाक्यांमधून, अर्धवट संभाषणाच्या तुकड्यांमधून कसंतरी एकदाचं सांगून टाकलं. मला कशी गुप्तरोगाची लागण झाली होती आणि त्यासाठी मी रॅडक्लिफच्या दवाखान्यात तपासणीसुद्धा करून घेतली, हे तिला सांगितलं. ती एवढंच म्हणाली, "इतकं सगळं झाल्यावरही तू त्या नवऱ्याला सोडून कसं दिलं नाहीस? हे जरा विचित्रच वाटतं."

मी जर भारतातल्या सर्वांना सोडून हजारो मैलांवरच्या देशात एकटी येऊन राहिले नसते तर मी कधीच घटस्फोटाचा निर्णय घेतला नसता. कल्पना करा. भारतातल्या कुणाशीही माझं समोरासमोर बोलणं होत नव्हतं. अगदी माझ्या वडिलांशीसुद्धा नाही. त्यांनी मला स्पष्टच सांगितलं असतं की, 'लग्नाचा निर्णय तुझा स्वत:चा होता, आता तो तूच निभावून नेला पाहिजेस!' आईशीपण माझं बोलणं व्हायचं नाही. नाहीतर ती म्हणाली असती, 'तरी आम्ही तुला सावध केलं होतं...' फार कशाला, आर.बी.शी तरी माझं समक्ष बोलणं कुठे झालं? बोलले असते तरी त्याने तोच तो खुलासा केला असता, खोटीनाटी कारणं दिली असती आणि वर गळ घातली असती की, 'तू माझी क्षमाशील, एकनिष्ठ पत्नी आहेस, मला समजून घे.'

पण मी त्याला लिहून कळवलं की, 'तू माझा गैरफायदा घेतलास. इतकंच नाही तर माझी प्रतारणाही केलीस.' एक लांबलचक पत्र लिहून त्यात सगळा घटनाक्रम, आमची संभाषणं सगळं लिहून शेवटी लिहिलं, 'तुझ्यापासून घटस्फोट घेण्याचा माझा निर्णय पक्का झाला आहे.' नंतर काही आठवड्यांनी माझ्या वडिलांचं मला एक भलं मोठं पत्र आलं. त्यांना माझ्या त्या उद्रेकी लिहिण्याचं फार आश्चर्य वाटलं होतं. आर.बी.ने ते सगळं त्यांना जाऊन सांगितलं होतं. त्यामुळे त्यांनी माझी चांगली खरडपट्टी काढून पुढे लिहिलं होतं की, 'तुझं डोकं ठिकाणावर आहे का? नसल्यास त्याला ठिकाणावर आण.' मग मात्र मी वडिलांना आमच्या छोट्या वैवाहिक जीवनाची सगळी खरी कहाणी पत्रातून लिहिली. त्याने मला करायला लावलेला गर्भपात, 'गोनोरिआ' या गुप्तरोगाची लागण याविषयी सविस्तर लिहिलं आणि इतरांना क्लेश नकोत म्हणून मी कुणालाही 'माझ्या वैवाहिक जीवनाचे धिंडवडे' न सांगता सगळं एकटी कसं सहन करत राहिले तेही लिहिलं.

दुर्दैवाने या समुद्रपार करून येणाऱ्या पत्रापत्रीच्या जंजाळात आम्ही अडकलो. तरी माझ्या वडिलांची आमच्या सुरतच्या फॅमिली डॉक्टरांशी योगायोगाने भेट झाली तेव्हा ते बोलले. केवळ त्या एका छोट्या गोष्टीमुळे या पत्रापत्रीचा गैरसमज करून

देणाऱ्या जंजाळातून माझी सुटका झाली. त्यांनीही सांगितलं, तुमची मुलगी एक विचित्र समस्या घेऊन माझ्या मुंबईच्या डॉक्टर मित्राला भेटली होती म्हणून. पुढे मला कळलं की, माझ्या आईने आमच्या फॅमिली डॉक्टरांकडून सगळी रुजवात करून घेतली आणि जेव्हा तिचा माझ्या सांगण्यावर पूर्ण विश्वास बसला तेव्हा तिने हा विवाहसंबंध तोडून टाकण्याच्या माझ्या निर्णयाला पाठिंबा दिला. म्हणाली, ''माझ्या मुलीला काय त्रास होत असेल मी समजू शकते. जो तिच्याशी इतका विश्वासघातकीपणे वागला, त्याच्याकडे परत नांदायला तिने जाऊ नये हेच योग्य.''

यानंतर मग मी माझं शिकवणं, फावल्या वेळात काम करून पैसे मिळवणं, माझा प्रबंध पूर्ण करणं यावर लक्ष केंद्रित करत राहिले. साधारण १९५९ साली मे महिन्याच्या पूर्वार्धात मी प्रबंध सादर केला. लेओनटेफच्या इनपुट-आउटपुट फॉर्म्युल्यात थोडा बदल करून तो भारतीय माहितीला कसा लागू करता येईल यावर मी प्रबंध लिहिला होता. नंतर हार्वर्ड जर्नलमध्ये 'रिव्ह्यू ऑफ इकॉनॉमिक्स ॲन्ड स्टॅटिस्टिक्स' यावर माझा एक शोधनिबंधही प्रसिद्ध झाला. 'खड्ड्यात गेलं बाकी सगळं, पण मला माझी डॉक्टरेट करायचीच आहे' अशा प्रकारचा माझा निर्धार वगैरे नव्हता, पण एक साधी गोष्ट कळलेली होती की, आता मला स्वत:च्या बळावरच सगळं करायचं आहे आणि मायदेशी परत जाण्यापूर्वी माझी पीएच.डी. पूर्ण व्हायला हवी. त्या वेळेला अमेरिकेतून भारतात येण्यासाठी थेट विमानं नसत. मध्ये कुठेतरी मुक्काम करून मग पुढे जावं लागे. मग मी जगदीशला लिहिलं की, 'भारतात परत जाताना मी तुझ्याकडे ऑक्स्फर्डला थांबून पुढे गेले तर चालेल का?' त्या वेळेला अटलांटिक समुद्र ओलांडून केलेल्या हवाई प्रवासाबद्दल आता मला अजिबात काही आठवत नाही. तब्बल चार वर्षं अमेरिकेत राहिल्यानंतर पहिल्यांदाच भारतात परत जायचं या विचाराने मी जास्त उत्तेजित झालेले होते, म्हणून असेल कदाचित. पण मी ऑक्स्फर्डला गेले, जगदीशला तिथल्या अभ्यासू वातावरणात पाहिलं आणि पुढे भारतात आले. मुंबई विमानतळावर दिनकर माझी वाटच पाहत होता. मी आल्याचं कळल्यावर लांब लांब ढांगा टाकत वडील थेट बंगल्याबाहेरच्या बागेच्या फाटकापर्यंत आले. मला पोटाशी घट्ट धरत म्हणाले, ''आज चार वर्षांनंतर तुला पाहतोय बेटा!''

दिल्लीतली हतबुद्धता

१९५९-६८

१९५९ चा मे महिना सरता सरता मी मायदेशी परतले. काही दिवस झोपेत वावरल्यासारखी अवस्था झाली होती माझी. आजूबाजूचं वातावरण विचित्र वाटत होतं. महत्प्रयासाने मी त्याच्याशी जुळवून घेण्याचा प्रयत्न करत होते. हवेला घाणेरडा वास येत होता. पाण्याची चव वेगळी वाटत होती. बागेतले वृक्ष अनोळखी भासत होते. घराशेजारचा गुलाबी फुलांचा ऑलिअँडर पाहून मला तिकडे मी सोडून आलेल्या 'लिलॅक'ची आठवण यायची. 'इथलं सूर्याचं छळवादी ऊन' आणि 'उकडवून काढणारी उष्णता' यामुळे माझी त्वचा भाजून निघत होती. मी घरातच बसून राहायची नाहीतर बागेत आंब्याच्या सावलीत जाऊन 'आता माझं काय होणार पुढे?' म्हणून चिंता करत बसायची. गेल्या चार वर्षांत मी गुजराती बोललेच नव्हते. शेजारी माझी चौकशी करायला यायचे. कुटुंबातली 'अमेरिका-रिटर्न्ड' मुलगी म्हणून येऊन भेटायचे. पण मला त्यांची नावं लवकर आठवायची नाहीत. हजारो मैलांवर असलेली दृश्यं, आवाज आणि चेहरे मला आठवत राहायचे. मी घरापासून फारच जास्त काळ दूर राहिले होते.

घरात एक नवं माणूस आलं होतं. १९५७ साली दिनकरचं लग्न होऊन २३ वर्षांची कुसुम, सून म्हणून आमच्या घरात आलेली होती. तीपण तशी नवीच होती म्हणून दोन परके एकत्र यावेत तशी आमची जवळीक वाढू लागली. कुसुम गोरी, लहानशी, नाजूक चणीची, आईच्या पसंतीची सून होती. बोलायची कमीच आणि हसायची त्याहून कमी. चपळपणे या खोलीतून त्या खोलीत जात घरची कामं उरकत असायची आणि सगळ्यांच्या मागण्या पूर्ण करत राहायची. माझा तिच्याशी विशेष स्नेहबंध जुळू लागला. हंसाचं लग्न होऊन ती पुण्याला गेलेली होती. तिला एक मूलही झालं होतं. महिनोन्महिने तिची गाठ पडत नसे.

मला काम करायचं होतं. कोणतीही नोकरी, लांबच्या, जवळच्या गावी कुठेही मला चालणार होती. वडील माझ्यासाठी नोकरी शोधण्याचा खूप प्रयत्न करत होते.

जणू काही मी एक चारचौघींसारखी परीक्षा देऊन पदवी मिळवली असावी. जगातल्या एका प्रख्यात विद्यापीठातून अत्युच्च पदवी मिळवून आल्यासारखी कोणतीच जाणीव दिसत नव्हती. मला आठवतं, एकदा एका जवळच्याच शहरात मला मुलाखतीसाठी बोलावलं. मी तिथे गेले. मुलाखत घेणारे जे कमिटीचे सदस्य होते, त्यांना धड ठाऊकही नव्हतं की त्यांना नेमका कसा उमेदवार पाहिजे. माझ्या एवढ्या सगळ्या पदव्यांचं आणि गुणवत्तेचं काय करावं हेही त्यांना कळेना! इंग्रजी आणि गुजराती अशा मिश्रभाषेतून आम्ही एकमेकांशी बोललो. 'आणंद' नावाच्या दुसऱ्या एका गावी वडिलांनी पाठवलं. गुजरातच्या उत्तरेकडे असलेलं हे गाव 'दुग्धव्यवसायाची राजधानी' म्हणून ओळखलं जातं. तिथे कॉलेजमधल्या विद्यार्थ्यांपेक्षा गाईंची संख्या जास्त होती. तिथे काम करण्यापेक्षा मी इलिनॉइसमधल्या पिओरिया गावातल्या कॉलेजातही शिकवू शकले असते. या प्रकाराचा मला मनोमन वीट आला.

माझ्या लग्नाचाही एकदा सोक्षमोक्ष लावायला हवा होता. त्यासाठी वडिलांनी एक वकील शोधला. त्यांच्या मोठ्या एकत्र कुटुंबात वाढलेला, त्यांच्या लांबच्या चुलत भावाचा मुलगा असा उंच, शिडशिडीत, लांब पायांचा माणूस. नेहमी वकिलाला शोभेलसा काळा कोट, काळी टोपी आणि पांढरी पॅन्ट घालणारा. याला कायद्याचं चांगलं ज्ञान होतं. पुढे अमेरिकेत परतल्यावर मी टीव्हीवर बेन मॅटलॉक या नटाला पाहिलं की, गावाकडच्या त्या हुशार वकिलाचीच मला आठवण येत असे. त्याच्याकडे काम सोपवण्याचं सगळ्यात मोठं कारण म्हणजे तो आमचं काम फुकटात करून देई. अधूनमधून माझी आई त्याला आठवण करून देई की, 'खरंच रे बाबा! आमच्या घरात वाढलास त्याचे उपकार लक्षात ठेवून वागतो आहेस. मी पाहिलंय ना तुला रांगताना, लहानाचा मोठा होताना!' बिच्चारा! पण त्याची समस्या वेगळीच होती. माझे वडील म्हणजे त्याचे काका गावातली प्रतिष्ठित आणि आदरणीय व्यक्ती. त्यांच्याविषयी लोकांच्या मनात अत्यंत आदरभाव. असं असताना त्यांच्या मुलीने कोर्टात अर्ज केला होता घटस्फोटासाठी आणि तो खटला चालवावा लागत होता त्याला. या गोष्टीची त्याला शरम वाटायची. त्याचं मत असं होतं की, स्वतःच्या पसंतीने नवरा निवडून लग्न केलंय ना, मग कितीही आवश्यक असलं तरी स्त्रीने असे जाहीरपणे संबंध तोडायलाच नकोत. कारण शेवटी ती कुटुंबाची बदनामीच. प्रतिष्ठेवर कलंक. मला वाटतं, हेच मत माझ्या आईचं आणि बाबांचंदेखील होतं. म्हणजे मी स्वतःच्या हिमतीवर आणि हुशारीवर हार्वर्ड विद्यापीठाची पीएच.डी. मिळवून आले, ते काहीच नाही. पण ते मला कुळाला बट्टा लावणारी मुलगी समजत होते! आधी स्वतःच्या पसंतीच्या मुलाशी प्रेमात पडून लग्न केलं आणि नंतर हेच लग्न मोडण्यासाठी कोर्टात दावा लावला! हे सगळं घडलं केव्हा तर भारतातल्या एका लहान शहरात पन्नास वर्षांपूर्वी...!

मला एकटेपणाच्या घुसमटीतून बाहेर ओढून काढण्यासाठी एखादा चमत्कारच होण्याची गरज होती आणि तसा तो समोर आला, 'टाइम्स ऑफ इंडिया'मधल्या एका जाहिरातीच्या रूपाने. 'दिल्ली स्कूल ऑफ इकॉनॉमिक्स' यांना एका असोसिएट प्रोफेसरची गरज होती. माझी थोरली बहीण सविता हिचं लग्न परमानंद देसाई यांच्याशी झालेलं होतं. ते परराष्ट्र मंत्रालयात अधिकारपदावर नोकरी करीत होते. तिला मनोज आणि सुकुमार ही दोन मुलं होती. तिचं कुटुंब दिल्लीतच स्थायिक झालेलं होतं. हे दोन्ही भाचे माझे खूप लाडके झाले पुढे. त्या वेळेला मला रस्ताच सापडला होता. फक्त स्वत:च्या मनाची तयारी करायची, बॅग भरायची आणि दिल्लीच्या रेल्वेप्रवासाच्या तिकिटासाठी पैसे जमा करायचे एवढंच मला करावं लागणार होतं. पण हे ऐकल्यावर वडील इतके अस्वस्थ झाले की, त्यांनी मला पैसे द्यायला चक्क नकार दिला. शेवटी माझ्याजवळ थोडे पैसे शिल्लक होते, त्यातले काही वापरून तिकीट काढलं. दिल्लीला गेले. मुलाखत चांगली झाली आणि मला नोकरीही मिळाली. तिथल्या तिथे नेमणुकीचं पत्र देण्यात आलं. त्या वेळी सविता-परमानंद एका खोलीच्या घरात मुलांसह राहत होते. ते ठिकाण विद्यापीठापासून खूप दूर, दिल्लीच्या दुसऱ्या टोकाला होतं. बसने जायला एक तासापेक्षा जास्त वेळ लागायचा. तेही ती वाटेत कुठे बंद पडली नाही तर. मग या सगळ्या परिस्थितीचा अंदाज घेऊन मी निर्णय घेतला की, आपण विद्यापीठातच राहायचं आणि आपला रशियन भाषेचा अभ्यास पुढे चालू करायचा. वेळ मिळाला तर हिंदुस्थानी शास्त्रीय संगीतही शिकायचं.

इकडे सुरतमध्ये, मी विवाह रद्द करण्यासाठी दाखल केलेल्या दाव्याचं पुढे काहीच झालं नाही. १९५५ च्या हिंदू विवाह कायद्यामध्ये, उजव्या पक्षांचा विरोध असतानाही नेहरूंनी जोरदार पुढाकार घेऊन, धार्मिक पद्धतीने झालेला विवाह रद्द करण्याची तरतूद लोकसभेत पास करून घेतली. ही सुधारणा हिंदू, शीख, जैन व बौद्ध या सर्वांना लागू होती. ब्रिटिश कायद्याप्रमाणेच यात पतीला किंवा पत्नीला अत्यंत कठीण परिस्थितीत झालेला विवाह रद्द करून घटस्फोट मिळण्यासाठी किंवा कायदेशीर विभक्त होण्यासाठी याचिका दाखल करण्याची मुभा देण्यात आली. यासाठी कारणं कोणती असली पाहिजेत? व्यभिचार, धर्म बदलणं किंवा संन्यास घेणं, प्रापंचिक व्यवहारांचा त्याग अशा प्रकारे व्रत अंगीकारणं, वेड लागणं किंवा कुष्ठरोगासारखा असाध्य रोग होणं या कारणांनीदेखील घटस्फोटासाठी अर्ज करता येणार होता. जोडप्यामध्ये लैंगिक समागम होऊ शकत नसेल किंवा कायदेशीर विभक्त होण्याचा हुकूमनामा निघाल्यानंतर दोन वर्षांपर्यंत शरीरसंबंध किंवा वैवाहिक व्यवहार न झाल्यास घटस्फोट घेता येणार होता. माझ्या असं लक्षात आलं की, जर नवऱ्याला तीन वर्षांपासून संसर्गजन्य गुप्तरोग असेल तर त्याची पत्नी कायदेशीररीत्या

विभक्त होण्याच्या हुकूमनाम्यासाठी अर्ज करू शकते. दुसऱ्या शब्दात सांगायचं तर नवरा सातत्याने व्यभिचार करणारा आणि गुप्तरोगातून मुक्त होण्यासाठी उपचार करून न घेणारा असला पाहिजे. पण यांपैकी कोणतंही कारण माझ्या बाबतीत पुरेसं सिद्ध करता आलं नसतं. उदाहरणार्थ, एखाद्या बाहेरख्याली नवऱ्याचा गावात बोभाटा करणं तसं सोपं असतं, कारण तिथे जिभा कशाही सैल सोडल्या जातात. पण तीच गोष्ट न्यायाधीशांपुढे सिद्ध करण्यासाठी भक्कम पुरावे सादर करावे लागतात. म्हणून आम्ही कायद्याने संमत केलेला दुसरा पर्याय निवडला 'कायदेशीर विभक्त होण्याचा.'

त्यासाठी आवश्यक असणारी कारणं तशी कठीणच होती— व्यभिचार, कुष्ठरोग किंवा गुप्तरोग, लग्न झालं त्या दिवसापासून वेड लागलेलं असणं, दोन वर्षं टाकून देणं (लैंगिक व्यवहार बंद) किंवा अमानुषपणे वागणं, मानसिक छळ करणं. याचिका दाखल करतेवेळी त्याला किंवा तिला गुप्तरोग झालेला असेल तर तेही कारण चालू शकतं. पण ते कारण काही मला चालणार नव्हतं. वकील म्हणाले, "आपण मानसिक छळ, क्रूर वागणूक हे कारण देऊ शकतो." स्वत:ला गुप्तरोग झालेला आहे हे आधीच माहीत असताना, मला कल्पना न देता लग्न केलं आणि मला त्याची लागण झाली हे कारण मानसिक छळासाठी पुरेसं ठरलं असतं.

तसंच करायचं ठरलं. निर्णय झाला तरी प्रकरण अगदी गोगलगाईच्या गतीने पुढे सरकत होतं. अधूनमधून ते वकील महाशय कागदाचा गठ्ठा घेऊन यायचे. पुढच्या हॉलमध्ये बैठक जमवून कुसुमने दिलेल्या चहा-फराळाचा आस्वाद घेत आईबरोबर रसाळ घरगुती गप्पांचा फड रंगायचा. त्या वेळी माझे बाबा नेमके कॉलेजच्या कोणत्यातरी मीटिंगमध्ये अडकलेले असत. कोर्ट केसचं प्रकरण लवकर पुढे नेण्याची निकड कुणालाच नव्हती. याचिका दाखल केल्यानंतर दोन्ही बाजूच्या वकिलांनी बाजू मांडायची, मग दोघांचे साक्षीदार तपासायचे यासाठी कोर्ट पुन्हा वेळ खाणारच होतं. पण त्यासाठी तब्बल तीन वर्षं जातील असं मला वाटलंच नव्हतं. पण समोरच्या पक्षाकडून अनपेक्षित हरकती येत राहिल्या, पळवाटा निघत राहिल्या आणि दिवस सरत राहिले.

अशीच एकदा कोर्टाच्या तारखेसाठी मी दिल्लीहून रात्रीच्या गाडीने सुरतला चालले होते. चेअरकारचं तिकीट होतं. तारीख होती २२ नोव्हेंबर १९६३. लाउडस्पीकरवरून घोषणा झाली, 'अमेरिकेचे राष्ट्राध्यक्ष जॉन एफ. केनेडी यांना अज्ञात व्यक्तींनी गोळ्या घालून ठार केलं.' मला भारतात परत येऊन चार वर्षं झालेली होती. घरी पोहोचेपर्यंत माझं मन हार्वर्डच्या आठवणींनी भरून वाहत होतं. वाटलं, आत्ताच्या आत्ता अमेरिकेत फोन लावावा आणि विद्ध करून टाकणाऱ्या या दु:खांतिकेबद्दल माहिती करून घ्यावी. घरी पोहोचले तर माझे वडील रडत होते.

डोळे पुसत म्हणत होते, 'अरेरे! त्याला मारायला नको होतं! फार चांगला माणूस होता. त्याने बरंच काही चांगलं केलं असतं राष्ट्राचं. तेवढ्या ताकदीचा होताच तो!' असा तो तीव्र दुःखाचा क्षण मी वडिलांबरोबर वाटून घेतला. पण ज्या कामासाठी मी वीस तासांचा रेल्वेप्रवास करून आले होते ते काम मात्र झालंच नाही. न्यायाधीशांनी माझ्या वकिलांना सांगितलं की, विरुद्ध पक्षाचे वकील कोर्टात हजर नाहीत त्यामुळे सुनावणी होऊ शकणार नाही. त्या वेळेपर्यंत अनेकदा अशा तारखा पुढे ढकलण्यात आलेल्या होत्या. त्या काळात घटस्फोटाच्या किंवा कायदेशीर विभक्त होण्याच्या केसेस फारशा दाखल होत नसत. त्यामुळे एका स्त्रीने दाखल केलेला हा दावा चट्कन निकालात निघू नये अशी त्या न्यायाधीशांचीसुद्धा इच्छा होती की काय कोण जाणे!

शेवटी त्या न्यायाधीशांनी माझी कायदेशीर विभक्त होण्यासाठी केलेली याचिका फेटाळून लावली.

अमेरिकेत असताना मी आरबीला लिहिलेली, प्रेमाने आणि पातिव्रत्याने ओतप्रोत भरलेली शंभर पत्रं त्यांनी पुरावा म्हणून कोर्टात सादर केली. न्यायाधीशांनी माझा मानसिक छळाचा मुद्दा त्यामुळे रद्दबातलच ठरवला. त्यांच्या मते, खरा बळी तर या प्रकरणात माझा नवराच होता, कारण मी अमेरिकेला गेले, तिथे तीन वर्षं राहून पदव्या मिळवल्या आणि डोक्यात 'अमेरिकेची हवा' गेल्यामुळे लग्न मोडायला निघाले. त्याने मात्र मायदेशी राहून पत्नीचा विरह मुकाट्याने सोसला! त्या न्यायाधीशांनी, भारतीय स्त्रीने पारंपरिक पातिव्रत्याची मूल्यं आणि नियम यांचा कसा आदर राखला पाहिजे याविषयी मला भलं मोठं प्रवचन दिलं.

याचा अर्थ, मला जर भारतात राहायचं असेल, तर जिच्यावर माझं कोणतंही नियंत्रण नाही, अशा परिस्थितीपुढे अनिच्छेने मान तुकवत राहावं लागणार होतं. स्वत्वाला तिलांजली द्यावी लागणार होती. यातून बाहेर पडण्याचा मार्ग नव्हता. इकडे आई-वडिलांकडून विशेष मायेचा ओलावा नसल्याने मी एकटी पडले होते. माझ्याकडे उच्च दर्जाची शैक्षणिक पात्रता होती, उत्तम नोकरी होती. पण ते पुरेसं नव्हतं. सामाजिक प्रतिष्ठेला मी अपात्र ठरले होते. स्त्री विवाहित असली पाहिजे, तिला घर-संसार, मुलं-बाळं असली पाहिजेत. या समाजमान्य पदव्या (की लेबल्स?) तिच्याकडे असल्या तरच समाज तिला स्वीकारणार. मी कोण होते? विवाहिता, विधवा, घटस्फोटिता, वंध्या की कुमारी? मला कोणत्याच गटात टाकता येत नव्हतं. मग माझी जागा कुठे? अडगळीत नाहीतर बंदिवासात!

दिल्लीच्या नोकरीमुळे मला आर्थिक स्वातंत्र्य मिळालं. माझा पूर्ण दिवस कामात जात होता. मुख्य म्हणजे सुरतपासून दूर माझी बहीण आणि तिची मुलं यांच्या प्रेमळ सहवासात मला राहायला मिळत होतं. आता ते मोठ्या, तीन

बेडरूम्सच्या फ्लॅटमध्ये राहायला गेले होते. पण हे घरही विद्यापीठापासून दूर, पार दुसऱ्या टोकाला होतं. दिल्ली स्कूल ऑफ इकॉनॉमिक्समध्ये पदवी परीक्षेचं शिक्षण घेण्यासाठी देशभरातून आणि परदेशातूनही विद्यार्थी येत. शिक्षकही देशभरातून तसंच परदेशातून दिल्ली स्कूल ऑफ इकॉनॉमिक्समध्ये शिकवायला येत. जगदीशसुद्धा इंग्लंडहून दिल्ली स्कूल ऑफ इकॉनॉमिक्समध्ये प्राध्यापक म्हणून आले. आल्याबरोबर त्यांनी माझ्याशी लग्न करण्याचा मनोदय जाहीर केला. ही गोष्ट १९६३ ची. आता आम्ही एकमेकांचे सहकारी म्हणून काम करत होतो. स्कूलमध्ये आमची ऑफिसेस शेजारी शेजारी होती. पण आम्ही एका घरात राहत नव्हतो. तिथे मी मायक्रोइकॉनॉमिक्स आणि इकॉनॉमिक प्लॅनिंग शिकवत होते. वर्गातल्या शंभराच्या वर विद्यार्थ्यांना शिकवण्याची आता मला सवय होऊन गेली होती. पण मुलं सगळी शांतपणे ऐकून घ्यायची. प्रतिक्रिया व्यक्त करत नसत. त्यामुळे मला ते काम कंटाळवाणं वाटू लागलं. हार्वर्डमध्ये अगदी कलात्मक पद्धतीने माझं प्रशिक्षण झालं होतं. पण अर्थशास्त्र ही विद्याशाखा अगदी भराभर म्हणजे ढांगा टाकत, उड्या मारतच पुढे पुढे चाललेली होती. त्यामुळे त्याच्याशी जुळवून घेत मलाही पुढे पुढे जावं लागे. नव्या नव्या विषयांवर विचार करायचा, त्यांचा जोरकस पाठपुरावा करायचा आणि त्यावर अभ्यासपूर्ण लेख प्रसिद्ध करायचे. पण मनातून मी फार उदास, रिक्त असायची. सतत एका मानसिक, भावनिक दडपणाखाली वावरत असे. माझे एकदोघं विद्यार्थी

१९६३ साली दिल्लीतील पद्मा.

माझ्या प्रेमात पडले होते. वर्गाव्यतिरिक्त बाहेर भेटून त्यांनी ते प्रेम व्यक्तही केलेलं होतं. त्यांनादेखील वाटायचं, ही बाई इतकी उदास का असते? हिने थोडं उत्साही, आनंदी असलं पाहिजे. माझी आनंदहीन अवस्था उघडपणे दिसत असे.

मला ही नोकरी मिळाली होती ती माझी पात्रता डावलूनच. खरं म्हणजे पूर्ण प्राध्यापिका म्हणून नोकरी मिळण्याइतकी माझी शैक्षणिक पात्रता होती, पण मला ते प्राध्यापकपद देण्यात आलं नाही. त्याऐवजी माझ्यापेक्षा कमी शिकलेल्या एका पुरुष सहकाऱ्याला ते देण्यात आलं. तो अलिगढ मुस्लीम विद्यापीठाचा पीएच.डी.धारक होता. माझे इतर पुरुष सहकारी म्हणाले, ''काही झालं, तरी तो पुरुष आहे ना मॅडम! पुरुषांना घर चालवावं लागतं!''

दिल्लीत जरा स्थिरस्थावर झाल्यावर मी विद्यापीठाच्या 'आधुनिक भाषा विभागा'च्या दोन वर्षांच्या पदविका अभ्यासक्रमाला प्रवेश घेतला आणि रशियन भाषेचा अभ्यास सुरू केला. त्या वेळेला आपल्याला 'रशियन अर्थतज्ज्ञ' बनायचं आहे असा कोणताही हेतू मनात नव्हता. पण मी बारा-तेरा वर्षांची होते तेव्हापासून मनात एक उत्कट इच्छा होती की, आपण 'डोस्टोव्हस्की' अगदी मूळ रशियन भाषेतून वाचायचा. हार्वर्डमध्ये बायाराकडून रशियन भाषा शिकायला सुरुवात केली तेव्हाही मला ती भाषा आवडायला लागली होतीच. त्यातली ती सिरिलिक लिपीतली मुळाक्षरं, सहा विभक्ती प्रत्यय, तीन लिंगं आणि चकित करून टाकणारी काळाची रूपं हे सगळं कठीण असूनसुद्धा मला त्या भाषेचा मोह पडला होता.

दिल्ली विद्यापीठात सकाळी आठ वाजता रशियन भाषेचे वर्ग सुरू व्हायचे. आठवड्यातून पाच दिवस. मी घरून सकाळी लवकर निघायची. सातची पहिली बस पकडायची आणि तासभर प्रवास करून आठपर्यंत क्लासमध्ये पोहोचायची. त्या वेळी नेहरू आणि ख्रुश्चेव भारत-रशिया मैत्रीचा जोरदार पुरस्कार करत होते. व्यापार आणि शिक्षणविषयक प्रशिक्षणाच्या द्विस्तरीय कार्यक्रमाअंतर्गत अनेक भारतीय विद्यार्थी रशियात जाऊन येत होते. त्याची जोरदार मोहीमच सुरू झाली होती.

आमचे एक शिक्षक होते, प्राध्यापक चक्रवर्ती. ते अतिशय सुरेख, ओघवती रशियन भाषा बोलायचे. उच्चारही अगदी निर्दोष. मात्र ते इंग्रजी बोलायला लागले की, लगेच कळायचं हा माणूस बंगाली असला पाहिजे. कारण त्यांचे इंग्रजी शब्दांचे उच्चार अस्सल देशी म्हणजेच बंगाली होते. याउलट आमचे प्राध्यापक किस्सेलॉफ हे मूळचे रशियन. रशियाच्या इतिहासातले चढ-उतार अनुभवलेले अस्सल, खरेखुरे रशियन. दुसऱ्या महायुद्धाच्या वेळी मुसोलिनीच्या उत्तर आफ्रिकेच्या मोहिमेवर जाऊन लढाई करून आलेले होते ते. सहा फूट उंच आणि अत्यंत सडसडीत, एखाद्या शिसपेन्सिलीसारखे. ते तिडमिड तिडमिड चालत वर्गात यायचे, तेव्हा त्यांची वाकडी झालेली पायाची बोटं सँडलमधून बाहेर पडल्यासारखी दिसायची.

मला आश्चर्य वाटायचं, या माणसाला बंदूक पेलवत असेल?

झालं असं होतं की, महायुद्ध संपत आलं त्या सुमारास मुसोलिनीच्या फौजेतल्या थकल्याभागल्या जवानांना एका ब्रिटिश प्लॅटूनने सहजी नामोहरम केलं. त्याबरोबर त्यातल्या रशियन सैनिकांनी ताबडतोब शरणागती पत्करली. मग त्यांना युद्धकैदी म्हणून भारतात आणलं गेलं आणि हिमालयाच्या पायथ्याशी असलेल्या एका तुरुंगात डांबण्यात आलं. युद्ध संपल्यावर त्यांना सोडून दिलं गेलं. त्यात हे किस्सेलॉफ होते. ते भारतातच राहिले. पुढे दिल्ली विद्यापीठात रशियन भाषा शिकवू लागले. माझ्यासारख्यांचे चुकीचे रशियन उच्चार सुधारू लागले आणि शुद्धलेखन शिकवू लागले. स्पेलिंगच्या चुकाही काढू लागले.

रशियन भाषेसारखंच, तितकंच मला मोहात पाडलं ते संस्कृतने. सहा वर्षं मी ती आत्मसात करण्यासाठी झगडत होते. श्लोक पाठ करायचे, म्हणायचे, गीता वाचायची. कालिदासाच्या संस्कृत नाटकात मी गुंतून गेले होते. त्यातल्या त्यात जर्मन कवी गटेला वेड लावलं, त्या 'शाकुंतलम्'मध्ये. तरी गटेनं ते जर्मन भाषेत वाचलं होतं, तेही इंग्रजी अनुवादावरून केलेलं. त्यामुळे मूळ संस्कृत भाषेचं सौंदर्य, शब्दवैभव यांना तो मुकला. मी मात्र मूळ संस्कृतमध्ये वाचल्यामुळे मला 'शाकुंतलम्'चा रुचिपूर्ण आस्वाद घेता आला. मूळ संस्कृत लिपी, आठ विभक्ती प्रत्यय, तीन लिंगं सगळ्यांची मिळून अत्यंत गुंतागुंतीची तरीही अगदी गणिती पद्धतीने परिपूर्ण झालेली रचना. 'शाकुंतलम्' म्हणजे भाषेला लाभलेला सालंकृत संगीतमय गालिचाच जणू. अक्षरशः एकेक पानभर शब्दांची माळ पुढे-मागे प्रत्यय लावता लावता मूळ रूपच चक्रव्यूहात हरवून गेलेलं. ते सोडवताना फार मजा यायची. आपल्याला एखाद्या कसलेल्या डिटेक्टिव्हसारखं अगदी धीराने आणि पद्धतशीरपणे अनावश्यक घटना मागे सारत आणि नको ते पुरावे तिथेच सोडत मुख्य संशयितापर्यंत (म्हणजे शब्दाच्या मूळ क्रियापदापर्यंत) पोहोचावं लागतं.

रशियन भाषेच्या व्याकरण आणि वाक्यरचनेनेही मला असंच उत्तेजित केलं. विशेषणं ही अगदी अचूक निवडली पाहिजेत, नामांना साजेशी. नामंदेखील व्यवस्थित असली पाहिजेत, एकवचनी किंवा अनेकवचनी, स्त्रीलिंगी, पुल्लिंगी किंवा नपुंसकलिंगी, विभक्ती प्रत्यय अचूक लावलेला इत्यादी. मला अपूर्ण भूतकाळ आणि पूर्ण भूतकाळ नीट समजायचे नाहीत. अपूर्ण भूतकाळात चालू राहिलेली किंवा पुन:पुन्हा झालेली क्रिया दिसते, तर पूर्ण भूतकाळ एकदाच घडून गेलेली, पूर्ण झालेली क्रिया दर्शवतो. रशियन भाषेत मला दोन वेगवेगळी क्रियापदं वापरावी लागत. 'मी वडिलांना नेहमी पत्र लिहीत असे' (I often wrote (pical) to Father) आणि 'काल मी वडिलांना पत्र लिहिलं' (Yesterday I wrote (napical) to Father). प्रत्येक क्रियापदाची अशी दोन वेगळी रूपं असत. त्याचे ठरलेले नियम होते (बदल

कसा होतो त्याचे). रशियन भाषेत शब्दांची लघुरूपं करण्याचा एक प्रकार आहे. त्यामुळे भाषेला एक वेगळीच नजाकत प्राप्त होते. याचा अभ्यास करायला मला मनापासून आवडायचं. म्हणून हार्वर्डमध्ये मला 'पद्मोचूका' म्हणायचे तेदेखील मला आवडत होतं (महाराष्ट्रात शांताक्का, कर्नाटकात शांतम्मा म्हणतात तसं).

वर्गात आम्हाला निना पोटोपोव्हा यांच्या 'रशियन भाग एक आणि भाग दोन' या पुस्तकावरून शिकवत. त्यातलं सगळंच इतकं जड, भारी होतं की, मला वाटायचं सोव्हिएट मिलिटरी ॲकॅडमीचं प्रशिक्षण शिबिर आहे की काय हे? प्रत्येक नियम हा सोप्यापासून अवघडापर्यंत पद्धतशीरपणे बांधत नेलेला. प्रत्येक पुढचा धडा हा मागच्या धड्याचा पुढचा भाग असे. त्यात भरपूर उदाहरणं असायची. प्रॅक्टिससाठी अभ्यास दिला जाई तोपण मिलिटरीच्या मार्चिंग ऑर्डर्ससारखा खणखणीत, रुक्ष, कोणतीही दया-माया न दाखवणाऱ्या भाषेत आणि तोही न थकता, न चुकता केलाच पाहिजे. त्या दोन वर्षांत मला रशियाचा भूगोल, इतिहास, निसर्गसौंदर्य याबद्दल खूप माहिती मिळाली. त्या देशात कोणकोणते शूरवीर जन्माला आले आणि रशियन राजवटीत त्यांनी कोणकोणते पराक्रम केले, किती यश मिळवलं हे सगळं माहीत झालं. चेकॉव्ह, तुर्जेनेव्ह, गॉर्की यांच्या ग्रंथांमधले उतारेही आम्हाला अभ्यासायला होते. त्यांच्यामुळे रशियन राजवटीबद्दलचा धडधडीत प्रचार थोडा सौम्य झाला होता. पण त्यात डोस्टोव्हस्कीचं काही असल्याचं आठवत नाही.

एक मात्र झालं. रोज दिल्ली विद्यापीठापर्यंत जाताना आणि येताना जो बसप्रवासाला वेळ लागायचा तो रशियन व्याकरणाच्या पाठांतरासाठी मला छान उपयोगी पडत असे. कारण बस निघत होती त्याच ठिकाणाहून मी बसमध्ये चढायची. मग जिथे इतर प्रवाशांचा त्रास कमीत कमी होईल अशी जागा पकडून, नामांची धातुसाधित रूपं, क्रियापदांची पूर्ण भूतकाळाची आणि अपूर्ण भूतकाळासाठीची रूपं हे सगळं पाठ करायचं. या अभ्यासामुळे अध्यात्माचा बाम लावल्यासारखा माझा तो बसप्रवास सुखदायक होत असे. कधी कधी ती बस मध्येच बंद पडायची. मग सगळे प्रवासी खाली उतरून पुढच्या बसची वाट पाहत थांबायचे. मी मात्र कधीही सहप्रवाशांशी जास्त संबंध ठेवत नसे. बसमध्येही नाही आणि रस्त्यावर थांबले असतानासुद्धा नाही. पण नेहमीच ते शक्य होई, असं नव्हतं.

एकदा अशीच मी पोटोपोव्हाचं जाडजूड पुस्तक वाचत माझ्या सीटवर बसलेली असताना एक माणूस शेजारच्या सीटवर येऊन बसला आणि निर्लज्जासारखा, शरीराचा जो भाग कधीच उघडा ठेवू नये तो उघडा केला. मी 'कंडिशन्ड रिफ्लेक्स' लिहिणाऱ्या पेट्रोविच पॉवलोव्हचा धडा वाचत होते. त्यात त्यांनी तरुणांना बजावून सांगितलेलं होतं की, कसलाही अडथळा येऊ न देता विज्ञानाचा पाठपुरावा करा. शेजारी बसून वेडेचाळे करणाऱ्या त्या 'कुत्र्या'ला मी हातातल्या पोटोपोव्हाच्या

दणकट पुस्तकाने मारहाण करत सहज हाकलू शकले असते. मला कदाचित मारहाण केल्याबद्दल पोलीस ठाण्यात जावं लागलं असतं. मग मी समाजाला उच्छाद आणणारी व्रात्य कार्टी आहे, याचा आणखी एक पुरावा माझ्या वडिलांना मिळाला असता. स्वत:ची प्रतिष्ठा जपण्यासाठी स्त्रियांनी असले लहानसहान अपमान सहन करायला शिकलं पाहिजे. तर शेवटी मी ती रशियन भाषेची पदविका मिळवली. त्यात मला विशेष प्रावीण्य मिळालं.

नंतर मी गायन शिकायचं ठरवलं आणि माझी मोठी बहीण सविता हिची परवानगीही मिळवली. तिने माझ्यासाठी एक मास्टरजी शोधले. ते दर शनिवार-रविवारी घरी येऊन मला शिकवत असत. स्टार्चचा शर्ट, कडक इस्त्री केलेली पॅन्ट, चकचकीत पॉलिश केलेले टोकदार बूट अशा वेषातले ते संगीताचे शिक्षक मोटारसायकल घेऊन येत. त्यांना संगीतातलं चांगलं ज्ञान होतं. भरपूर रागांची तयारी होती. कंठसंगीत शिकताना तबल्याची साथ अत्यावश्यक असते. पेटी ही तितकी आवश्यक नाही. नसली तरी चालते. पण आमचे मास्टरजी तबला आणि पेटी दोन्ही तेवढ्याच उत्साहाने आणि अचूक तयारीने वाजवू शकत.

पहिल्यांदा आम्ही तानपुरा लावून घ्यायचो. तानपुरा हे वाळवलेल्या भोपळ्यापासून बनलेलं तंतुवाद्य. भोपळ्याला लांब लाकडी पोकळ दांडी बसवून त्यावर चार तारा ताणून बसवलेल्या असतात. तानपुऱ्याच्या तारा जुळवून घेतल्या की मला विशिष्ट सुरात गायला मदत होत असे. मग आम्ही एखादा राग निवडत असू. प्रत्येक रागात पाच किंवा सहा सूर विशिष्ट क्रमाने गायचे असतात. त्याचा अभ्यास फार मेहनतीने करावा लागतो. एकाच रागातल्या तीन-तीन, चार-चार स्वरांच्या सुरावटी विलक्षण वेगाने गाव्या लागतात. ते सगळं विशिष्ट पद्धतीने गळ्यात बसावं लागतं. कधी गाण्याचे तेच शब्द वेगवेगळ्या सुरावटीवर म्हणायचे असत. मला सगळ्यात अवघड जायचा आणि पुन:पुन्हा पाठ करावा लागायचा तो म्हणजे सरगमचा अभ्यास. पाश्चात्त्य संगीतातले मूळ सात स्वर 'डो, रे, मी, फा, सो, ला, टी, डो' (Do, Re, Mi, Fa, So, La, Ti, Do) हे वेगवेगळ्या मिश्रपद्धतीने म्हटले जातात ना तसंच काहीसं हे सरगम म्हणणं. पण प्रत्येक रागातले जे विशिष्ट सूर असतात त्यातलेच दोन दोन-तीन तीन सुरांचे तुकडे जलद गतीने म्हणायचे. (उदाहरणार्थ सारेग, रेगप, गपध, पधसा-राग-भूप)

जेव्हा मी हे सरगम किंवा पलटे म्हणताना चुकायचे, तेव्हा मास्टरजी मला ते पेटीवर वाजवून दाखवायचे. मग मी त्यांच्यामागे म्हणायची. आपण सुरात गातो आहोत याची काळजी घ्यायची. कधी कधी ते तबला वाजवून स्वत:च पलटे म्हणून दाखवत. पण वरच्या सुरात जलद म्हणताना त्यांचा आवाज फाटत असे. माझा आवाज दमदार होता. तो तिन्ही सप्तकात फिरू शकत असे. अगदी मंद्र सप्तकातल्या

पंचमापासून तार सप्तकातल्या गंधारापर्यंत मी सहज गात असे. पण त्यावर मेहनत घेऊन माझं गाणं सुंदर, सुश्राव्य कसं होईल, ते करण्याची गरज होती.

पण माझी समस्या वेगळीच होती. मास्टरजी तबल्यावर जी तालाची आवर्तनं वाजवायचे त्याच्याशी मला माझं गाणं जुळवून घ्यावं लागायचं. हा ताल कधी नऊ मात्रांचा, कधी बारा मात्रांचा, तर कधी सोळा मात्रांचा असे. त्यातही वेगवेगळ्या तालबद्ध रचना असत. शिवाय गाण्यातल्या विशिष्ट शब्दांच्या जागी स्वरांचे समूह वापरून पुन्हा ते तालात बसवावं लागे. गायक आणि तबलावादक यांनी रागाचे आणि तालाचे नियम सांभाळून तालबद्ध, सांगीतिक आलापी घेत राहायचं. विशिष्ट स्वरांची मर्यादा सांभाळत अनेक वळसे घेत गाणं जिथून सुरू होतं त्या स्वरावर येऊन थांबायचं आणि तालाचं आवर्तनही बरोब्बर पूर्ण झालं पाहिजे.

मी माझ्या वहीत गाणी आणि स्वरांचं नोटेशन लिहून घेतलं होतं. कधी कधी मास्टरजी मला वही समोर न ठेवता गायला सांगायचे आणि पुढच्या तासाच्या वेळी मला ते पाठ म्हणून दाखवावं लागे. हे नवीनच होतं. पण खरंतर फार जुनं होतं. कारण जवळ जवळ दोन हजार वर्षांपर्यंत हिंदुस्थानी शास्त्रीय संगीत हे गुरूकडून शिष्याकडे अशाच पद्धतीने चालत आलेलं होतं, कोणत्याही प्रकारे लिहून न ठेवता. थेट विसाव्या शतकाच्या सुरुवातीला स्वरलिपी वगैरे लिहून ठेवण्याची पद्धत सुरू झाली.

अशा प्रकारे दोन वर्षं अभ्यास केल्यानंतर माझी गाणं सादर करण्याइतकी तयारी झाली. तशी संधीही चालून आली. १९६२ साली चीनने भारतावर आक्रमण केलं त्या वेळी भारतीय सैनिकांच्या मदतीसाठी दिल्ली स्कूल ऑफ इकॉनॉमिक्सतर्फे करमणुकीचा कार्यक्रम करायचं ठरलं. मास्टरजींनी मला साथ करण्याचं कबूल केलं आणि मी माझ्या आयुष्यातला पहिला आणि एकमेव गाण्याचा कार्यक्रम सादर केला. पण स्वत: जाहीरपणे श्रोत्यांसमोर गाणं यापेक्षा आपण काही चांगलं काम करतो आहोत ही प्रबळ इच्छाच मला वाटतं काम करून गेली असावी. सभागृह प्रेक्षकांनी खच्चून भरलं होतं. आम्ही काही हजार रुपये जमा करू शकलो. मी लगेच माझ्या वडिलांना पत्र लिहून माझं कर्तृत्व कळवलं!

वडिलांचं उत्तरादाखल आलेलं लांबलचक पत्र. त्यात त्यांनी अतिशय संतापाने लिहिलं होतं की, 'भरमैफलीत गायल्यामुळे तुझ्या चारित्र्यावर शिंतोडे उडतील, हा धोका तू पत्करायला नको होतास.' त्यांच्या म्हणण्यातही तथ्य होतं. त्या काळात मैफलीत गाणाऱ्या काही कलावतींच्या कलेची वाहवा झाली तरी त्यांच्या चारित्र्याबद्दल नको त्या वावड्या उठत. विशेषत: उत्तर हिंदुस्थानी शास्त्रीय गायन हे देवाची सेवा म्हणून अर्पण केलं जात असे आणि अशा भक्तिसंगीतातून ब्राह्मण पुजाऱ्यांचा फायदा होत असे. शास्त्रीय गायक राजदरबारातही गात असत. मुघल सम्राट तर

त्यांच्यावर व्यक्तिगत देणग्यांची खैरात करीत आणि त्यांच्याकडे काही 'खास' मागण्याही करीत. पण मी जेव्हा भरसभेत गायले, त्या वेळेपर्यंत स्त्री गायिका, स्त्री वादनकर्त्या यांचे व्यावसायिक कार्यक्रम स्वतंत्रपणे मंचावर सादर होणं सुरू झालेलं होतं. तेही त्यांच्या वैयक्तिक चारित्र्यावर कलंक न लागता. पण माझ्या या सामाजिक दृष्टीने केलेल्या धाडसी कृत्यास वडिलांनी मला खुल्या दिलाने पाठिंबा दिला नाही, यात खरं म्हणजे आश्चर्य वाटण्यासारखं काही नव्हतं. ज्या वेळेला आपलं मत आणि तत्त्वविचार प्रत्यक्ष कृतीत आणायची वेळ येत असे तेव्हा त्यांच्याही नकळत माझे वडील हेकेखोरपणे वागत असत. मी त्यांच्या पत्राने खूप दुखावली गेले, पण तरीही माझं संगीताचं शिक्षण पुढे चालू ठेवायचं असा निश्चयही केला.

१९६३ साली माझे मेहुणे परमानंद यांची भारताचे परराष्ट्र वकील म्हणून ओडेस्सा (रशिया) इथे नेमणूक झाली आणि त्यांच्यासोबत सविता सोव्हिएट युनियन म्हणजे रशियामध्ये राहायला गेली. मग मी विद्यापीठापासून चालत जाता येईल अशा अंतरावर एका अपार्टमेंटमध्ये राहायला गेले. सरदार तेजासिंग म्हणून एक पंजाब उच्च न्यायालयाचे निवृत्त मुख्य न्यायाधीश होते. त्यांची इथूनतिथून पसरलेली मोठ्ठी इस्टेट होती. समोरच्या बाजूला सुंदर बाग होती आणि घराला लागून एका बेडरूमचं अपार्टमेंट होतं. ते आता माझं घर झालं. अपार्टमेंटला लागून सर्व्हंट क्वार्टर होती. शेजारी गॅरेज होतं. त्या क्वार्टरमध्ये माझा आचारी हरिश्चंद्र राहू लागला. हा मला सविताकडून मिळाला होता.

सरदार तेजासिंगांचे अनेक मुलगे, सुना, नातवंडं सगळे तिथेच राहायचे. त्यामुळे जाणाऱ्या-येणाऱ्या गाड्यांनी ड्राइव्ह वे नुसता गजबजलेला असे. हळूहळू सरदार तेजासिंगजींशी माझा स्नेह जडत गेला आणि मी त्यांच्या कुटुंबातलीच होऊन गेले. अत्यंत नीटनेटका सूट, पगडी घातलेले धर्मनिष्ठ शीख असलेले सरदार तेजासिंगजी माझ्या घरासमोरच्या हिरवळीवर साधारण तासभर या टोकापासून त्या टोकापर्यंत फिरत असत. एकीकडे माळ्याला सूचना देणं चालू असे. नाहीतर कुणातरी कुटुंबातल्या व्यक्तीबरोबर गप्पा मारीत असत. अशा प्रकारे आजूबाजूला अनेक परपुरुषांचा वावर असल्यामुळे, एखाद्या जर्मन शेफर्ड कुत्र्याने करावी, तशी माझी राखण हरिश्चंद्र करीत असे. हरिश्चंद्र स्वत: अविवाहित होता. त्याचं वय असेल तिशीच्या आसपास. मूळचा हिमालयाच्या पायथ्याशी असणाऱ्या गावातला. इतर गावकऱ्यांबरोबर उदरनिर्वाहासाठी दिल्लीत येऊन राहिलेला. ही माणसं अत्यंत विश्वासू आणि निष्ठावान. स्वयंपाकी, निरोप्या मुलगा किंवा वॉचमन अशी कामं शिकून घ्यायची आणि दिल्लीत किंवा जवळच्या शहरात घरगडी, स्वयंपाकी म्हणून काम करायचं. नाहीतर सरकारी किंवा कंपन्यांच्या ऑफिसमध्ये शिपाई, हरकाम्या,

वॉचमन अशी नोकरी ही माणसं करीत. पगाराचे पैसे गावी कुटुंबाला पाठवीत आणि उन्हाळ्यात महिनाभर गावाकडे जाऊन येत.

सविताच्या हाताखाली हरिश्चंद्र उत्तम स्वयंपाकी तयार झालेला होता. मधून इम्पोर्टेड अमेरिकन गव्हाबद्दल तक्रार करायचा, कारण त्यापासून केलेल्या चपात्या टम्म फुगत नसत. तो ब्राह्मण होता. मी घरात मांसाहारी पदार्थ आणायचे ते त्याला अजिबात आवडायचं नाही. पण माझ्या समस्या जरा जास्तच कठीण होत्या. त्या काळात दिल्लीच्या बाजारात, चिकन किंवा मटणाचे तुकडे आतासारखे छान स्वच्छ करून आकर्षक पॅकिंगमध्ये उपलब्ध नसायचे. मग जुन्या दिल्लीत जाऊन खाटकाचं घर शोधून काढावं लागे. असं करता करता माझं रूपांतर सावज शोधणाऱ्या निर्दय शिकाऱ्यात होईल याची मला कल्पनाच आली नाही. खाटकाच्या घरी गेले तेव्हा तो मला त्याच्या दुर्गंधीयुक्त एवढ्याशा घराच्या मागे घेऊन गेला. तिथे त्याच्या कोंबड्यांची बारीक डोळ्यांची, इवल्या इवल्या पायांची पिलं बागडत होती. तो मला म्हणाला, "हा! सांगा मॅडम. कोणतं कापू तुमच्यासाठी?"

अरे बाप रे! "कोणतंही चांगलंसं कापा," असं त्याला सांगून मी स्वत: बाहेर निघून आले आणि वाट पाहू लागले.

खरंतर मी लगेच आत जाऊन सांगायला हवं होतं की, 'थांबा! नका कापू तुमच्या कोंबडीची पिलं!' पण तो चॉइस त्या माणसावर सोपवून मी आपली बाहेरच रेंगाळत राहिले. खाटकाची सुरी मानेवर येताच ते पाखरू तडफडलं असेल का? त्याची कोवळी कोवळी पिसं विखुरली असतील जमिनीवर? काही सेकंदांतच एक रक्ताने डागाळलेली कागदी पिशवी घेऊन खाटीक बाहेर आला. मी त्याला पैसे दिले आणि ती पिशवी त्याच्या हातात कोंबून पाठ फिरवली आणि त्याच्या आश्चर्यचकित चेहऱ्याकडे न पाहता तिथून बाहेर पडले. त्या क्षणी मला खाटकाने कोंबडीची पिलं मारली तर नाहीत ना, यावर नजर ठेवणारी माझी आई आठवली आणि वाटलं मी असा विचार का केला नाही? तो माझा दिल्लीत मांस शिजवून खाण्याचा शेवटचा प्रसंग. नंतर मात्र मी हरिश्चंद्राचे शाकाहाराचे नियम पाळून, त्याच्याच हातचं जेवण जेवू लागले. हरिश्चंद्र गावी गेला की मला त्याची आठवण यायची. तोही मला तिकडून सविस्तर पत्रं लिहायचा. 'आदरणीय बहेनजी' अशी सुरुवात करून 'आपका आज्ञाकारी सेवक' म्हणून खाली सही करत असे. त्याच्याकडून मला कमालीचा आदर मिळाला. तो गेल्यानंतर आयुष्यात कोणत्याही माणसाकडून मला एवढा आदर प्राप्त होऊ शकला नाही. पुढे त्याचं लग्न झालं. मग मी त्याला एका कॉलेजमध्ये वॉचमनची नोकरी लावून दिली. मला अजूनही तो आठवतो आणि वाटतं, आता कुठे असेल हरिश्चंद्र? काय करत असेल तो?

नंतर संगीत शिक्षकही मला दुसरे शोधून काढावे लागले. त्यांचं नाव युनूस

हुसेन खान. ते जेव्हा माझ्यासमोर आले तेव्हा मोठ्या अभिमानाने मला सांगितलं की, आमचे आजोबा-पणजोबा हे मुघल सम्राटांच्या दरबारातले 'राजगवई' होते. माझे पणजोबा शहेनशाह अकबराच्या दरबारात गात असत. अरे बाप रे! त्यांच्याबद्दल माझ्या अपेक्षा एकदम उंचावल्या आणि थोडी चिंताही वाटायला लागली. त्यांचा हा प्रतिष्ठित पूर्वेतिहास ऐकल्यावर मी तिथल्या तिथे ठरवून टाकलं की, यांना आपण 'खाँसाब' (खानसाहेब) म्हणून हाक मारायची. ते वयाने तसे तरुणच होते. असतील चाळिशीचे. मृदू आवाजात बोलत. नजर उचलून तर कधीच पाहत नसत. परंपरा पाळण्याबद्दल खाँसाब फार आग्रही होते. ते म्हणाले, ''आपण माझ्या शिष्या. शिष्याने गुरूकडे विद्या ग्रहण करायला जायचं अशी परंपरा आहे. त्यामुळे तुम्हाला माझ्या घरी शिकवणीला यावं लागेल.''

ते राहत होते जुन्या दिल्लीतल्या एका अरुंद बोळातील बैठ्या, एकमजली चाळवजा इमारतीशेजारच्या मोडकळीस आलेल्या घरात. मोठमोठ्याने ओरडणारे फेरीवाले, सुसाट चाललेले सायकलस्वार, गल्लीतली भटकी कुत्री, कडेला शी करत बसलेली पोरं यांच्यातून वाट काढत मी त्यांच्या घरी पोहोचले. पोपडे आलेल्या भिंती, कोंदट हवा आणि अपुरा प्रकाश असणारी खोली होती. त्यात खाली अंथरलेल्या पांढऱ्या चादरीवर ते अनवाणी पायांनी बसले होते. मी चपला काढून तिथेच चादरीवर त्यांच्यासमोर बसले आणि बरोबर आणलेली वही उघडली.

''ही वही कशाला आणलीय?'' त्यांनी विचारलं.

''म्हणजे नोटेशन वगैरे लिहून ठेवता येईल ना!''

''इथे काहीही लिहायचं वगैरे नाही.'' खाँसाहेबांनी बजावलं, ''मी गाणार आणि तसंच माझ्यामागून तुम्ही गायचं.''

तिथे पेटीपण नव्हती. त्यांनी तानपुरा सुरात लावला आणि एका रागातला त्यांनीच रचलेला छोटा ख्याल गायला सुरुवात केली. ते स्वत: सोळा मात्रांचा ताल तबल्यावर वाजवून गात होते आणि मी त्यांच्यामागून जमेल तसं म्हणत होते. दरवाजा उघडा होता. घरासमोरून लोक जात-येत होते. पण कुणीच थांबून डोकावून बघत नव्हतं. बहुधा त्यांनी समजून घेतलं असावं की खाँसाहेबांचं घर आहे. इथे गाणंबजावणं चालणारच.

सोळाव्या शतकाच्या सुरुवातीला उत्तर हिंदुस्थानात मुस्लीम राजवट आली. मुघल सम्राटांनी कलेची कदर करून गायक-वादक कलाकारांना प्रोत्साहन दिलं. तेव्हापासून हिंदुस्थानी शास्त्रीय कंठसंगीताला वेगळी दिशा मिळाली. ते अधिकाधिक बहरत गेलं आणि या प्रक्रियेत संगीतकलेचा वारसा समृद्ध झाला. अनेक नव्या नव्या रागरागिण्यांनी जन्म घेतला; इतकंच नाही तर ख्यालगायकीतून राग आळवण्याची पद्धत होती, त्याला एक विशिष्ट मुस्लीम रंग चढू लागला. संगीतात विशिष्ट पद्धतीने गाणाऱ्यांची 'घराणी' निर्माण झाली.

एकंदर संगीतविद्या ही तशीच निर्दोष आणि भरपूर मेहनत करायला लावणारी राहिली पण राग आळवताना त्याचा विस्तार करण्याची पद्धत किंवा शैली ही प्रत्येक घराण्याची वेगवेगळी ओळख होती. मी खाँसाहेबांकडे शिकू लागले तेव्हापर्यंत त्यांचं आग्रा घराणं अत्यंत प्रसिद्धी पावलेलं होतं. त्यांचे चुलते उस्ताद फैयाज खान आणि वडील उस्ताद विलायत हुसेन खान यांनी घराण्याची प्रतिष्ठा आणि प्रसिद्धी दोन्हीत खूप भर घातली होती. हे दोघंही ऑल इंडिया रेडिओचे जुने-जाणते कलाकार होते. त्यांच्या मैफलीही खूप गाजत असत. आग्रा घराण्याचं वैशिष्ट्य म्हणजे गायकीतून शब्दांचे सुंदर विभ्रम दाखवणं, जोमदार, दणकट बोलताना (स्वरांचा उच्चार करत घेतलेल्या ताना 'निसागमपमगम पनीसानी धपमग' अशा) आणि द्रुतलयीतल्या चिजा या ऐकताना श्रोते मंत्रमुग्ध होतात आणि नकळत 'वाहवा!' 'बहोत खूब!' 'क्या बात है!' अशी दाद देत राहतात.

आग्रा घराण्याच्या सांगीतिक संकल्पना आणि शब्दफेक ही इतर घराण्यांपेक्षा वेगळी असते. तांत्रिकदृष्ट्या इतर घराण्यांची गायकी तितकीच तुल्यबळ असली, तरी त्यात आग्रा घराण्याइतका दणकटपणा नसतो. ती गायकी अधिक भावप्रधान वाटते. काहींच्या मते मुस्लीम गायकांनी सुरू केलेली आग्रा घराण्याची गायकी ही अत्यंत जोमदार, मजबूत असून, श्रोत्यांना ती ऐहिक सुखात बुडवून टाकते. याउलट हिंदू गानपंडितांनी सुरू केलेली इतर काही घराण्यांची गायकी ही भक्तिप्रधान असून, ती श्रोत्यांना स्वर्गीय अशा आत्मिक आनंदाने न्हाऊ घालते.

जरी खाँसाहेबांना त्यांच्या सांगीतिक वारशाचा खूपच अभिमान होता, तरी ते काही असल्या ठरावीक मतांवर अडून वगैरे बसत नव्हते. मला जास्तीत जास्त अचूक ज्ञान देण्याचा ते प्रयत्न करीत. समजा, जर एखादा राग गाताना कोमल रिषभ (रे)ऐवजी माझा चुकून साधा रिषभ लागला तर लगेच त्यांच्या चेहऱ्यावर आश्चर्याचे भाव उमटत आणि मग मला माझी चूक उमजून येई. द्रुतलयीत गाण्याची मला अजूनही अडचण येत होती. एकदा मी या बाबतीत मदत करण्याची त्यांना विनंती केली. त्यांनी चमकून वर पाहिलं आणि उद्गारले, "इसमें सिखानेवाली कौनसी बात है? ये तो हमारी बीबी तक जानती है!" मी त्यांच्या पत्नीला एकदाच पाहिलेलं होतं. ती काही गायिका नव्हती. पण तिचा लहानसा बांधा, नाजूक चेहरा, पानाने रंगलेले लाल ओठ हे सगळं पाहिलं की, ती एखाद्या मिनिअेचर पेंटिंगमधून बाहेर पडलेल्या राजकन्येसारखी वाटायची. तिने फक्त गवयाच्या घरात, त्याच्या आजूबाजूला वावरताना तालावर एवढं प्रभुत्व मिळवलं होतं? म्हणजे मला गाण्यासाठी जास्त वेळ द्यायला पाहिजे होता. खूप सरावही करणं आवश्यक होतं. शेवटी मी, माझ्या घरी येऊन जास्तीची तालीम देण्यासाठी मास्टरजींना विनंती केली. माझ्या लक्षात आलं

१९६४ साली दिल्लीत संगीत शिक्षक युनूस हुसेन खान आणि जगदीशसमवेत पद्मा.

होतं की ते आर्थिक अडचणीत आहेत, त्यामुळे त्यांनीही आलेल्या संधीचं स्वागत केलं.

पण गायक म्हणूनही त्यांचा संघर्षच चाललेला होता. त्यांचे वडील, काका हे जसे लोकप्रिय गवई म्हणून नावाजले गेले होते; त्यांच्या मैफली होत, मैफलींचे वृत्तान्त आणि गायकांच्या मुलाखती छापल्या जात तसं काही मास्टरजींच्या बाबतीत झालं नाही. ते बिचारे स्वभावानेही मृदू होते. भारतीय संगीतविश्वात काही कमी स्पर्धा नव्हती. पुष्कळ गुंतागुंती होत्या. मुख्य म्हणजे श्रीमंत यजमानांच्या मर्जीवर सगळं अवलंबून असायचं. या सगळ्यातून वाट काढणं नाही जमलं त्यांना. हळूहळू माझ्या लक्षात येऊ लागलं की, त्यांचा आवाज आणि त्यांची गायनशैली यांच्यामुळे अतीव आनंद देणारं, मनाला मोहून टाकणारं असं काही निर्माण होत नव्हतं. त्यांचे शब्दोच्चार स्पष्ट होते, प्रत्येक सूर अचूक आणि दमदार लागायचा, रेशमी वस्त्रावरून मोत्यांचा सर ओघळावा तशा ताना सळसळत येत, पण तरी त्यातून श्रुतिमाधुर्य किंवा श्रोत्यांच्या काळजाला भिडणं हे होऊ शकत नव्हतं. तारसप्तकात गाताना त्यांचा आवाज फाटल्यासारखा होई. जणू त्या स्वरमालिकेचा त्यांच्या कंठातल्या स्वरतंतूंवर ताण येत असावा. माझा आवाज एकदम खणखणीत आणि मजबूत होता, पण त्याला सांगीतिक शिस्त लावण्याची गरज होती. त्यासाठी मी खाँसाहेबांची शिकवणी चालूच ठेवली. शिवाय ते उत्तम गीतकार आणि संगीतकार होते. त्यांनी

बांधलेल्या चाली कधी हलक्याफुलक्या, तर कधी गंभीर पण इतक्या डौलदार आणि आनंददायी असत की मी तर त्या ऐकून चकित होत असे. अगदी मादक गाण्यांपासून ते भक्तिगीतांपर्यंत ज्या गाण्याचा जो मूड असेल तो तयार व्हायचा. शब्दातून येणारी प्रेमिकेची आर्त विव्हळ साद असो की ईश्वरभक्तीत लीन होऊन संपूर्ण शरण जाणारी तल्लीन प्रार्थना असो, ती त्या चालीतून यथार्थपणे व्यक्त होत असे. कवीचे शब्द जसेच्या तसे श्रोत्यांपर्यंत गाण्यातून पोहोचवण्याचं आव्हान गायकाला पेलावं लागे. मी त्यांची काही गाणी लिहून घेतली होती. प्रत्येक गाण्याच्या शेवटच्या ओळीत 'दर्पण' शब्द येई. हे खाँसाहेबांचं शायर म्हणून घेतलेलं नाव होतं. त्यांच्या प्रेमगीतांच्या उडत्या चालींना अनुरूप शब्दही त्याच प्रकारचे असत. त्यातून प्रेमिकांची ओढ आणि अधीरता नेमकी व्यक्त होई. त्यांच्या भक्तिपूर्ण रचनांमध्ये मोहम्मद पैगंबरांच्या नातवांची नावं खुबीने गुंफलेली असत.

मी खाँसाहेबांसोबत नियमित रियाझ करीत असे आणि त्यातून मला खूप आनंदही मिळत होता, पण गायिका होण्याचा माझा विचार नव्हता. मला खाँसाहेबांच्या खासगी आयुष्याबद्दल कोणतीही माहिती नव्हती. त्यांनीही मला माझ्या जीवनाबद्दल कधी काही विचारलं नाही. पण रागांचे स्वर आणि तबल्याचे बोल यांनी आमच्यात एक निर्मळ सर्जनशील नातं निर्माण केलं ते अतिशय आनंददायक होतं आणि त्यामुळे मी मनाच्या चैतन्यहीन अवस्थेतून बाहेर येऊ शकले.

मला माझं नियंत्रण परत मिळाल्यासारखं वाटलं. दर वेळी मी काही महिन्यांसाठी परदेशी जाई तेव्हा मला खाँसाहेबांची आठवण येई. मी १९६१ सालच्या उन्हाळ्यात जगदीशबरोबर युरोप टूरला गेले, १९६४ च्या उन्हाळ्यात सोव्हिएट युनियनमध्ये गेले, १९६६ साली पुन्हा कोलंबिया विद्यापीठात एक टर्म शिकवण्यासाठी गेले, ती संपल्यावर जगदीशबरोबर पॅरिसमध्ये उन्हाळा घालवला. तिथे आम्ही दोघं भारताबद्दल एक पुस्तक लिहीत होतो. या प्रत्येक वेळी मला खाँसाहेबांची आठवण येत होती. त्यांच्याबरोबर मिळणाऱ्या संगीतमय आनंदाची मला ओढ वाटत असे. पण तरीसुद्धा मी कधीही त्यांना पत्र पाठवलं नाही, कारण परंपरेनुसार शिष्य कधी गुरूला काही लिहीत नसतो. ते शिष्टसंमत नाही.

मी परत आल्यावर त्यांच्याशी संपर्क साधून त्यांना बोलावून घेत असे आणि मग जिथे थांबली होती तिथून आमची संगीताची शिकवणी पुढे सुरू होई. खाँसाहेबांनी त्यांच्याही नकळत मला कलेच्या बंधाने बांधून घेतलेलं होतं. आमच्यात एक सहकार्याचाही बंध होता. माझ्यात कोणते दोष आहेत किंवा व्यक्तिमत्त्वात कोणत्या उणिवा आहेत, मी काही तशी परिपूर्ण व्यक्ती नव्हे, याची त्यांनी मला कधी पुसटदेखील जाणीव दिली नाही आणि माझे दिल्लीचे दिवस सुखावह करण्यात त्यांचा काय वाटा आहे, हे मीही कधी त्यांना सांगितलं नाही.

जगदीश आणि मी भारतात, वेगवेगळ्या घरात किती काळ राहू शकलो असतो? त्यांचं व्यावसायिक जीवन व्यवस्थित सुरू होतं. नेहमी प्रवास, अत्यंत उत्साहाने निर्मितिक्षम कार्यावर लक्ष केंद्रित करणं सगळं चाललेलं होतं. आमच्या दूर-दूर राहण्याचा कोणताही विपरीत परिणाम त्यांच्यावर झालेला दिसत नव्हता. मला मात्र वाटत होतं, त्यांच्या सहवासामुळे माझे शैक्षणिक उपक्रम, आव्हानं मी अधिक समर्थपणे पेलू शकेन. पण या भावनेला अचानक वाट मिळाली. १९६५ च्या शेवटी शेवटी माझ्या वडिलांचं मला पत्र आलं. त्यांनी त्यात कळवलं होतं की आर.बी.च्या वकिलाने माझ्या वकिलाला भेटून असं सांगितलं की, जर मी माझा धर्म बदलला, तर हिंदू विवाह कायदा १९५५ च्या तरतुदीनुसार आर.बी. मला विवाहबंधनातून मुक्त करण्यास तयार आहे. त्या कायद्यात असं नमूद केलेलं आहे की, जर विवाह धार्मिक पद्धतीने झालेला असेल आणि नवरा-बायकोपैकी एकाने धर्मांतर केलं आणि दुसऱ्याने कायदेशीर विभक्त होण्याची मागणी केली तर ती मान्य करून तो विवाह रद्द ठरवला जातो.

आर.बी.च्या मनात अचानक हा बदल कशामुळे झाला असेल? कदाचित दुसऱ्या एखादीच्या प्रेमात पडला असेल किंवा एखादे वेळेस आता आई-वडीलच मागे लागले असतील. 'दुसरं लग्न कर' म्हणून सांगत असतील. काहीही असलं, तरी मी ज्या अगतिक परिस्थितीत सापडले होते, त्यातून बाहेर पडण्यासाठी असा एखादा तिरपागडा उपायच करावा लागणार होता, तरच माझ्या डोळ्यांतली विझलेली चांदणी पुन्हा प्रकाशमान होणार होती. शिवाय माझे आई-बाबासुद्धा मी असं करण्यास राजी होते. त्यासाठी त्यांची वेगळी कारणं होती, ते मला नंतर कळलं; पण तेव्हा मला खूप आनंद झाला. मोठ्या संकटातून सुटल्यासारखं वाटायला लागलं.

कुणीतरी दिलेल्या चुकीच्या सल्ल्यावर विसंबून माझं मन 'शून्य शक्यता! शून्य अपेक्षा'कडे वाटचाल करू लागलं!

मी ख्रिश्चन झाले

मी हिंदू म्हणून लहानाची मोठी झाले असले, तरी आमचं कुटुंब कर्मठ नव्हतं. माझे वडील कधी कोणत्या देवळात गेल्याचं किंवा त्यांनी विशिष्ट देवतेची पूजाअर्चा केल्याचं मला आठवत नाही. फक्त काकीचा स्वयंपाकघरात छोटासा देव्हारा होता. रोज दुपारी जेवण्यापूर्वी ती त्यातल्या मूर्तीपुढे तेलवात लावत असे. म्हणजे आमच्या घरात देवाची नित्य पूजा व्हायची ती एवढीच आणि तीही कोण करत होतं, तर जिला घरात सर्वांत कमी महत्त्व दिलं जायचं, ती आमची काकी.

आमच्या आईचा धार्मिकपणा म्हणजे, हिंदू धर्मात जेवढ्या देवदेवता आहेत, त्या सर्वांना जमेल तशी 'लाच' देऊन 'माझ्या मुलांना सुखी ठेव', 'त्यांना संतती-संपत्ती मिळू दे' असं सांगायचं. आम्हाला भरपूर गुण मिळून आम्ही पहिले वगैरे आलो की ती ब्राह्मणाला (भिक्षुकाला) बोलवायची आणि 'तुझ्यामुळे माझ्या मुलीला यश मिळालं' अशी कृतज्ञता आवडत्या देवापाशी व्यक्त करण्यासाठी परिश्रमपूर्वक धार्मिक विधी पार पाडत असे. मग ती पेटीतून पितळेची गणपतीची मूर्ती, चांदीचं पूजासाहित्य बाहेर काढून चकचकीत घासून उजळून ठेवत असे. हत्तीची सोंड आणि मोठे पोट असणारा गणपतीबाप्पा हा सगळ्या हिंदूंचा लाडका देव. त्याची कृपा असली म्हणजे सगळं ठीक चालतं. आमच्याकडे एक चौरंग होता. भटजी त्याच्या चार कोपऱ्यांना चार केळीचे खुंट बांधायचे आणि वर छतासारखं एक रेशमी वस्त्र टाकायचे. आईने हळद-कुंकू, अक्षता, उगाळलेलं चंदन असं सगळं चकचकीत चांदीच्या वाट्यांमध्ये काढून ठेवलेलं असे. भटजी भराभर चौरंगावर चंदनाचं स्वस्तिक रेखाटायचे आणि त्यावर ती मूर्ती ठेवायचे. मग पिशवीतून वापरलेल्या नऊ सुपाऱ्या काढायचे. त्या एका फडक्याने घासून घासून पुसायचे आणि विड्याची नऊ पानं गणपतीभोवती गोलाकार मांडून प्रत्येक पानावर एकेक सुपारी ठेवायचे. "या सुपाऱ्या म्हणजे नवग्रहांची प्रतीकं आहेत. हे नवग्रह आपलं जीवन सुरक्षित ठेवतात. संकटांना दूर ठेवतात." भटजी सांगत, "हे बघा, सगळ्यात मोठी सुपारी दिसते ना, तो बृहस्पती म्हणजेच गुरू. हा सर्वांत शक्तिमान असतो." रेशमी कद नेसलेले भटजी खांद्यावरून, पोटावरून रुळणारं जानवं घालून मोठ्या भक्तिभावाने

गणपतीकडे पाहत अस्वस्थपणे पाटावर बसलेले असत. मी आणि हंसा आजूबाजूच्या सगळ्या बागांत फिरून मिळतील तेवढ्या मंजिऱ्या आणि तुळशीची पानं तोडून आणायचो. पूजा झाल्यावर सर्व शेजारीपाजारी दर्शनाला येत. प्रसाद आणि चांगलेचुंगले पदार्थ बनवण्यासाठी काकीची स्वयंपाकघरात धांदल उडालेली असे. पूजा केव्हा संपतेय आणि प्रसाद केव्हा मिळतोय याचा वास काढण्यासाठी पोरांच्या आधीपासूनच येरझारा सुरू व्हायच्या. भटजी मंत्र म्हणत त्यांच्या जीर्ण झालेल्या पोथीची पानं उलटत राहायचे. अधूनमधून सारखे मूर्तीला अक्षता नाहीतर तुळशीची पानं वाहायचे. सर्वांत शेवटी मोठ्या आवाजात आरती म्हणायचे. मग सगळ्या बायकादेखील टाळ्या वाजवत त्यांना साथ देत. नंतर आई भटजींना रेशमी धोतर, दक्षिणा, त्यांच्या बायकोला साडी-चोळी असा अहेर करी. इथे पूजाविधी पूर्ण होत असे.

अशा पूजा आई अधूनमधून नेहमी करत असे. पण माझ्या वडिलांनी त्याला कधी हरकत घेतल्याचं मला आठवत नाही. ते आपले तिचे लाड पुरवायचे. म्हणायचे, 'त्यानिमित्ताने शेजारच्या चार बायका घरी येतात. सगळ्या जणी आनंद घेतात आणि त्यांची मुख्य ती असते. यात तिला आनंद वाटतो. पुन्हा वेळ चांगला जातो. कुणाला त्याचा काही त्रास नाही. मग करीना का अधूनमधून असे समारंभ.'

प्रत्येक ऋतूत, बदलत्या महिन्यांप्रमाणे शहरात एकापाठोपाठ एक धार्मिक सण-उत्सव साजरे केले जात. आम्ही त्यात मनापासून भाग घेत असू. भारतात असे बरेच सण साजरे केले जातात. मुळात ते धार्मिक सण असून, आता जादुई पद्धतीने त्यांचं मोठ्या सामाजिक उत्सवात रूपांतर झालेलं आहे. सगळ्यांनी, विशेषत: लहान मुलांनी नवे नवे कपडे घालायचे, मित्र-मैत्रिणी, शेजाऱ्यापाजाऱ्यांनी एकमेकांना भेटायचं, विशेष मिठाई, खास पदार्थ एकत्र बसून खायचे आणि सगळ्यांनी खूप आनंदात, मजेत वेळ घालवायचा असं आता त्याचं स्वरूप असतं.

दिवाळी (दिव्यांचा उत्सव) आली की फराळाचे, तळलेले तिखट आणि गोड पदार्थ बनवण्यासाठी आम्ही बहिणी काकीला मदत करायचो ते मला आठवतं. करंज्या, चकल्या, शंकरपाळे वगैरे. रवा-मैदा एकत्र भिजवून (भिजवतेवेळी त्यात तूप आणि केशर घालायचं) ठेवायचा. मग चांगले कुटून, मऊ करून त्याचे गोळे करायचे. प्रत्येक गोळा लाटून त्यात आधीच बनवून ठेवलेलं गोड सारण भरून कातायचं आणि अर्धचंद्राकार करंज्या तळून काढायच्या. कधी कधी काकी मला करंज्या तळायलाही बसवायची. करंज्या सुंदर सोनेरी रंगावर तळल्या जाव्या म्हणून तूप जास्त गरम होऊ द्यायचं नाही याची काळजी घेतली जायची.

दिवाळीच्या दिवशी सकाळी लवकर अंघोळी करून बाबांच्या पाया पडायचं. ते प्रत्येकाला एकेक चांदीचा रुपया देत. जी पारंपरिक व्यावसायिक आणि व्यापारी कुटुंबं आहेत त्यांच्या आर्थिक वर्षाची सुरुवात (ऐश्वर्याची देवता) लक्ष्मीपूजनाने

दिवाळीपासून केली जाते. आम्हीही आमच्या नवीन वर्षाची सुरुवात चांदीच्या नाण्याने करत असू.

आमच्या उन्हाळ्याची सुरुवात होळीच्या उत्सवाने होई. गल्लीत मोठमोठ्या होळ्या पेटवल्या जात. तरुणांचा जल्लोष चालू असे. लोक होळीला नारळ अर्पण करायचे. ते होळीच्या आगीत फुटून भाजले गेले की मोठ्या लांब लोखंडी चिमट्याने पोरं ते बाहेर ओढून काढायची आणि त्या अर्धवट भाजलेल्या गरमगरम खोबऱ्याचे तुकडे सगळ्यांना प्रसाद म्हणून वाटले जायचे. पुढे अमेरिकेत मला भाजलेल्या मार्शमेलोची चव चाखायला मिळाली, त्यापेक्षा कितीतरी वेगळा आणि रुचकर असा तो नारळाचा प्रसाद वाटायचा. पण या प्रत्येक वेळेला आम्ही भावंडं ठिणग्या उधळत भडकणाऱ्या लाकडाच्या ओंडक्यांपासून, होळीपासून लांब उभे राहतो की नाही, तरुणांच्या बेभान मस्तीपासून अलग राहतो आहोत ना, याकडे माझ्या आईचं डोळ्यात तेल घालून लक्ष असे.

माझ्या पुष्कळ मैत्रिणी पारशी (झोराष्ट्रीयन) धर्माच्या होत्या. त्यांच्याकडे आम्हाला नवज्योत समारंभाला बोलवायचे. मुलगे आणि मुली तारुण्यात पदार्पण करू लागतात त्या वेळी भारतातील पारशी समाजात हा धार्मिक संस्कार केला जातो. ज्यूंचा 'बार मिट्झवाह' (Bar Mitzvah) किंवा हिंदू ब्राह्मणातील 'व्रतबंध' यासारखाच हा समारंभ असतो. पारशांबद्दलची अशी एक दंतकथा सांगितली जाते की, इसवी सनाच्या सातव्या शतकात ज्या वेळी पर्शिया (इराण)मध्ये अरबांचं प्राबल्य वाढलं आणि पारशी लोकांचा छळ होऊ लागला, त्या वेळी तिथून पळून आलेल्या पारशी लोकांचं जहाज गुजरातमधील माझ्या गावाच्या म्हणजे सुरतजवळच्या किनाऱ्याला लागलं. त्या वेळी राज्यकारभार पाहणाऱ्या तिथल्या सुलतानाने त्यांना दुधाने भरलेला ग्लास पाठवला. याचा अर्थ आमचा गाव भरलेला आहे, तुमच्यासाठी जागा नाही. पण पारशांच्या नेत्याने त्या दुधात साखर विरघळवली आणि तो सुलतानाकडे परत पाठवला. म्हणजे त्याने वचन दिलं की, दुधात साखर विरघळते, तसे आम्ही तुमच्यात मिसळून राहू आणि खरोखर पारशी समाज ज्या पद्धतीने भारतीय समाजाशी एकरूप झाला, तसा दुसऱ्या कोणत्याही परदेशातून आलेला परधर्मी समाज होऊ शकला नाही. हे संबंध उभय पक्षांना समाधानकारक आणि सुखदायी ठरले.

नवज्योत समारंभात खास पारशी पक्वान्नं खायला मिळत. चवदार मसाल्याने भरलेले पॉम्फ्रेट (पापलेट) आणि त्यानंतर मोठ्या मोठ्या, केशराचा सुगंध असलेल्या, सोनेरी जिलब्या. वरून कुरकुरीत, आतून मऊ आणि मधुर पाकाने ओतप्रोत भरलेल्या. 'जिलेबी' हे पक्वान्न पारशी लोकांनी पर्शियातून भारतात आणलं. भाताच्या मुदीवर छोटासा पापलेटचा तुकडा असलेला तो पदार्थ आपण नवज्योत समारंभाच्या मेजवानीत खायचो, त्यातला वरचा तुकडा माशाचा असायचा ही गोष्ट मला फार

उशिरा कळली. कारण आम्ही पूर्ण शाकाहारी असल्यामुळे मासे वगैरे माहीत असण्याचा प्रश्नच नव्हता. खाणं तर दूरच.

आमच्या सुरत शहरात मुस्लीम मोठ्या संख्येने राहतात. बहुतेक सगळे व्यापारी. शहराच्या मुख्य रस्त्यावर सगळ्यांची दुकानं आहेत, ती थेट रेल्वे स्टेशनपर्यंत गेलेली. दर वर्षी मोहरमच्या पवित्र महिन्यात मुस्लीम पुरुषांची एक मिरवणूक निघत असे. त्यातले तरुण उघड्या अंगावर, तेलात बुडवलेल्या दोरखंडाचे फटकारे मारून घेत असत. प्रेषित मोहम्मदांचा नातू हुसेन हा हुतात्मा झाला होता, त्याच्या मृत्यूचा शोक करण्यासाठी ही प्रथा पडलेली आहे. बाजारपेठेत आमच्या एका नातेवाइकांचं दुकान होतं. आई आम्हाला तिथे घेऊन जायची. आम्ही दुकानाच्या खिडकीतून ती मिरवणूक पाहत असू, पण त्याचं काय महत्त्व होतं हे आम्हाला तेव्हा कळत नसे.

जेव्हा सोईचं असेल तेव्हा माझे वडील धार्मिक उत्सवात भाग घ्यायचे, पण त्यांची धर्माबद्दलची संकल्पना आणि समज ही सण साजरे करण्याच्या फार पुढे गेलेली होती. माझ्या आईच्या धर्माबद्दलच्या आणि अध्यात्माबद्दलच्या कल्पना या 'जे रुचतं' तेवढंच करण्यापुरत्या मर्यादित होत्या. पण वडिलांचं तसं नव्हतं. त्यांचा ईश्वरी शक्तीवर गाढ विश्वास होता. संस्कृतचा त्यांचा अभ्यास होता. पाश्चिमात्य तत्त्वज्ञान, हिंदू आणि ग्रीक पुराणकथा याबद्दलही त्यांना चांगली माहिती होती. भगवद्गीता तर त्यांची मुखोद्गत होती. झोपण्यापूर्वी ईश्वरचिंतन केल्याशिवाय ते कधी झोपत नसत. खर्चाचे पैन् पैचे हिशेब ते एका मोठ्या डायरीत लिहून ठेवत असत. डायरी लिहिण्याची दर वर्षी सुरुवात करताना, तिच्या पहिल्या पानावर ते गुजराती भाषेतली ईश्वराची प्रार्थना लिहून ठेवत. त्यांचं अक्षर कॅलिग्राफी केल्यासारखं सुंदर होतं. माझ्या बाबांचा परमेश्वर कनवाळू, कृपाळू होता. प्रेम करणारा, क्षमा करणारा, गूढ तरी समर्थ! तो सर्वांना, सर्व गोष्टींना एकत्र ठेवणारा होता. मनाने काही करण्यापेक्षा, देव त्यांच्या हृदयातच वसत होता. त्यांचा देव ग्रीकांसारखा कुठेतरी दूर, तर्काने जाणता येणारा नव्हता किंवा ज्यूंसारखा अनाकलनीय, जरब बसवणारा नव्हता, त्यांचा देव त्यांच्याजवळ होता. उत्तरायुष्यात तर तो त्यांना ते लावत असलेल्या झाडाझुडपांमध्ये, त्यांना येणाऱ्या फळांमध्ये आणि सारी बाग सुगंधाने मोहरून टाकणाऱ्या सुगंधी फुलांमध्ये दिसत होता. भासत होता.

माझे वडील निष्ठावान, पापभीरू होते. ते नीतिपूर्ण आयुष्य जगले आणि आम्हीही तसंच जगावं अशी त्यांची अपेक्षा असे. त्यांनी आम्हाला कधी कोणत्या देवळात जायला सांगितलं नाही की अमुक प्रार्थना म्हटलीच पाहिजे, असंही सांगितलं नाही. मात्र जीवन ताठ मानेने जगता यावं याकरता असंख्य नीतिनियम पाळण्याचं बंधन घालूनच आम्ही लहानाचे मोठे झालो. परमेश्वराने मोझेसला ज्या

आज्ञा दिल्या होत्या (ख्रिश्चन धर्मग्रंथ-बायबलनुसार) त्याच्यापेक्षा हे नियम संख्येने कितीतरी जास्त होते. अतिशय कडक असे वर्तणुकीचे नियम वडिलांनी ठरवून घेतलेले होते. त्यात कोणताही तरतमभाव नव्हता. त्यांचे कुटुंबीय असोत की बाहेरची माणसं सगळ्यांना सारखा कायदा. आम्ही त्यांची अपत्यं; आम्ही कसे वागतो, आमची दिनचर्या कशी असली पाहिजे, आम्ही कशी भाषा वापरतो, कुणाशी मैत्री करतो यावर त्यांचं बारीक लक्ष असे. आम्ही त्यांच्या मुली दिसायला सुंदर, आकर्षक होतो. आम्ही जास्तच सुंदर, मोहक व देखण्या दिसू नयेत यासाठी त्यांचा आटापिटा सुरू असे. यात आईचीही त्यांना साथ असे. आम्हाला उंच टाचेच्या चपला-बूट घालायला मनाई होती. लांड्या बाह्या नाहीत, गडद रंगाची कापडं नाहीत, इतकंच काय साधी केसात फुलं माळायचीही परवानगी नव्हती. वडील म्हणायचे, 'फुलांना झाडावरच राहू द्यावं. तिथेच ती आनंदात राहतात.' पुढे मी जेव्हा अमेरिकेत माझ्या मुलीला वाढवलं तेव्हा 'संन्यास घ्यायला निघालेल्या जोगिणीचे' असले कोणतेही नियम मी तिला पाळायला लावले नाहीत. तिच्यावर कमीत कमी नियमांचं बंधन होतं. अर्थात दुसरा पर्यायही नव्हता म्हणा!

पण एक मात्र खरं की, आम्हाला घालून दिलेला प्रत्येक नियम आधी ते स्वत: मोठ्या दक्षतेने पाळत असत. विशेष म्हणजे ते जे काय करत असत, त्यात सहजता असायची. कौटुंबिक कर्तव्यं असोत, व्यावसायिक जबाबदाऱ्या असोत की त्यांची दैनंदिन दिनचर्या असो. बरोबर ठरल्या वेळेला उठायचं, ठरल्या वेळी झोपायचं, केव्हा, काय खायचं, कोणते कपडे घालायचे सगळं सहजतेने चालत असे. ते अत्यंत व्यवस्थित आणि अचूक, परिपूर्ण वागणारे होते. प्रसंगी अत्यंत उदारपणे वागत असत. त्यामुळे काय झालं की, त्यांच्याकडे पाहत पाहत मोठं होताना माझ्या प्रत्येक कृतीवर त्यांचा ठसा उमटत गेला. मनात विचार करतानादेखील, 'या प्रसंगी मी कशी वागले तर बाबांना आवडेल?' किंवा 'आता बाबा असते तर काय म्हणाले असते?' असं वाटत राही. त्यामुळे माझ्याही नकळत मी त्यांची 'माझा देव' म्हणून मनात प्रतिष्ठापना करून टाकली होती. त्यांच्याबरोबर माझा तीव्र, उत्कट भावबंध किंवा एक वेगळंच खूप जवळचं नातं निर्माण झालेलं होतं. मी त्यात स्वत:ला जखडून घेतलेलं होतं, पण मला त्याची जाणीव नव्हती.

तर अशा परिस्थितीत मी माझं झालेलं धार्मिक संगोपन आणि आध्यात्मिक संकल्पना यांचं काय करणार होते? आजूबाजूला सतत होत असलेले धार्मिक सण आणि मोठमोठे उत्सव, यातच लहानाची मोठी होत असताना माझ्या मनाने काय बरोबर नि काय चूक हे ठरवणारे काही नियम बनवले होते, माझ्याही नकळत. ते सूक्ष्म होते- न दिसणारे, न ऐकू येणारे पण फार पक्के; बदलता न येणारे! नात्यांमध्ये सगळ्यात उच्चस्थानी होते माझे वडील. माझ्यावर अपार प्रेम करणारे

आणि माझ्याकडून खूप चांगल्या वर्तणुकीची अपेक्षा ठेवणारे. ते माझे देव होते. हे इतकं पक्कं होतं की, मला दुसरी कोणती देवता शोधण्याची कधी गरजही पडली नाही. त्यांच्याप्रमाणेच माझी खातरी होती की कोणताही विशिष्ट धर्म न मानता किंवा एखाद्या ठरावीक देवतेला शरण न जाता माणसाला ताठ मानेने जगता येतं. या समजुतीबद्दलही माझा कसला गोंधळ नव्हता आणि ते कसं जगायचं, यासाठी वडिलांनी घालून दिलेल्या मार्गदर्शक तत्त्वांनुसार मी माझं जीवन सरळपणे जगतही होते.

त्यामुळे ख्रिश्चन व्हायचं, म्हणजे एक धर्म सोडून दुसऱ्या धर्मात प्रवेश करायचा किंवा एखाद्या हिंदू देवतेचा त्याग करून ख्रिश्चन देवतेची उपासना सुरू करायची असा प्रकार माझ्या बाबतीत होणार नव्हता. १९६० च्या दशकाच्या शेवटी, माझं घटस्फोट प्रकरणाचं भिजत घोंगडं अगदी शेवटच्या अवस्थेला पोहोचलेलं होतं. त्याचा निकालही लागत नव्हता आणि माझं आयुष्य मात्र नीरस, कंटाळवाणं होऊन बसलं होतं. नुसतं नोकरी करून पैसे मिळवायचे आणि जगत राहायचं. माझं बंडखोर मन लग्नाच्या निष्फळ, निरुपयोगी बेडीत अडकून तडफडत राहिलं होतं आणि तारुण्यही हातातून निसटत चाललेलं होतं. सगळ्यात वाईट म्हणजे मी मोठ्या मेहनतीने मिळवलेलं शैक्षणिक यश, हार्वर्डमधली माझी शैक्षणिक प्रगती उलट्या दिशेने निघाली होती. जसजसे दिवसामागून दिवस, महिन्यांमागून महिने उलटत होते तसतसं मला सगळं फोल वाटू लागलं होतं! फसलेल्या विवाहाचं दु:ख २४ तास मनाला टोचण्या देत राही आणि हे सगळं कशासाठी, कुणासाठी करायचं, असं मनात यायचं. शिक्षणातून मनच उडत चाललं होतं.

असं सगळं असल्यामुळे माझ्या नवऱ्याच्या वकिलाने जेव्हा माझ्या वकिलाला भेटून सुचवलं की, जर मी ख्रिश्चन धर्मात गेले, तर आमचं लग्न रद्दबातल ठरेल, तेव्हा माझ्या आशा पल्लवित झाल्या. कारण हिंदू विवाह कायदा १९५५ ला अनुसरून प्रथम कायदेशीर विभक्तीचा मार्ग सुकर होणार होता. त्यामुळे कोणताही विलंब न करता अधाशासारखी आम्ही ती संधी गट्टम करायचं ठरवलं.

त्या वेळी जगदीशचे थोरले बंधू गुजरात उच्च न्यायालयाचे मुख्य न्यायाधीश होते. मी या संदर्भात त्यांचा सल्ला मागायचं ठरवलं. त्यांनी सहानुभूतिपूर्वक मला मदत केली. ते म्हणाले, ''मी कधीही स्वत:चा धर्म बदलणार नाही, पण आताच्या परिस्थितीत धर्म बदलण्यामुळे तुझी सुटका होणार असेल, तर तू जरूर तसं करावंस.'' आणि मी केलं तसं.

सुरुवातीला मला वाटत होतं की आपण पारशी धर्म स्वीकारावा. मी शाळेत आणि कॉलेजमध्ये असताना अनेक पारशी मैत्रिणींच्यात मिसळलेली होते. त्यांच्या घरी गेलेली होते, त्यांच्या सण-समारंभात भाग घेतला होता. एकत्र जेवणखाण,

हास्यविनोद सगळं होत असे. त्यांच्या चालीरीतीही माझ्या चांगल्या परिचयाच्या होत्या. पण चौकशी केल्यानंतर मला कळलं की, पारशी हा जन्मावाच लागतो. धर्म बदलून पारशी होता येत नाही. तशी सोय पारशी धर्मात नाही. हे समजल्यानंतर मला खूप आश्चर्य वाटलं नि दु:खही झालं.

पण माझा निर्णय निश्चित होता. त्यामुळे कुतूहलही वाटू लागलं. धाडस करायचंच होतं. आता त्या दिशेने शोध सुरू झाला. दिल्ली विद्यापीठापासून जवळच एक ख्रिस्ती धर्मप्रचारक राहत होते. त्यांच्याशी मी संपर्क साधला. त्यांना जाऊन भेटले. ते एका अत्यंत साध्या, कोणतेही अनावश्यक सामान नसलेल्या घरात राहत होते. माझ्या लवकरच लक्षात आलं की, ते एक अत्यंत उत्कट असे ईश्वरभक्त आणि तितकेच कठोर शिस्तीचे गृहस्थ आहेत. त्यांनी अगदी शांतपणे ईश्वरावर विश्वास ठेवणं, श्रद्धा, भक्ती म्हणजे काय हे मला विशद करून सांगितलं. ते म्हणाले, "आता तू एक अतिशय गंभीर पाऊल उचलते आहेस. ख्रिश्चन धर्मात यायचं म्हणजे आता तू प्रत्यक्ष परमेश्वराशी जोडली जाणार. यासाठी तुला स्वत:ला तयार करावं लागेल. पहिल्याप्रथम ख्रिश्चन प्रार्थनासभांना उपस्थित राहायला सुरुवात कर." त्यांचं बोलणं ऐकताना मला माझ्या वडिलांचीच आठवण येत होती. पण माझ्या मनात असं गांभीर्याने धर्मांतर वगैरे करण्याचं नव्हतं.

पुढे बऱ्याच वर्षांनंतर म्हणजे १९८० च्या दशकात मी कोलंबिया विद्यापीठात असताना, अर्थशास्त्राचे नोबेल पारितोषिक मिळवलेले विल्यम विक्रे माझ्या संपर्कात आले. ते नोकरीत माझे सहकारी होते. जवळ जवळ दहा वर्षं आम्ही एकाच ऑफिसमध्ये बसून काम करत होतो. त्यांच्याकडून मला हे क्वेकर्स (Quakers) म्हणजे धर्मप्रचारक कोण असतात, त्यांचं जीवितकार्य कसं चालतं आणि त्यांचा 'बोलविता धनी' कोण असतो ते सगळं सविस्तर समजलं. अर्थशास्त्रीय पृथक्करणात तर बिल (विल्यम) यांचं प्रभुत्व होतं. सामान्य जनतेचं जीवन सुसह्य व्हावं म्हणून प्रत्यक्ष जीवनातल्या अर्थविषयक समस्यांवर उपाय शोधण्यासाठी त्यांनी स्वत:चे पाय जमिनीत जणू घट्ट रोवून घेतलेले होते. अतिशय साधी राहणी आणि सामाजिक भान असलेला हा माणूस कायम एका सेमिनारमधून दुसऱ्या सेमिनारमध्ये जाताना दिसत असे. आपल्या प्रभावी वक्तृत्वशैलीतून वेगवेगळे महत्त्वाचे प्रश्न लोकांसमोर मांडणं आणि व्यावसायिक अहंकाराचे फुगे फोडणं हा त्यांच्या आवडीचा उद्योग. असंच एकदा बिल यांना केंब्रिज विद्यापीठात 'नोबेल पारितोषिक आणि त्याचा स्वीकार' या विषयावर व्याख्यान देण्यासाठी पाचारण करण्यात आलं होतं. त्यासाठी ते एकटेच न्यू यॉर्कहून केंब्रिजला गाडी चालवत निघाले. वाटेत त्यांना जोराचा हृदयविकाराचा झटका आला. त्यांनी गाडी रस्त्याच्या कडेला घेतली. नंतर गाडीच्या स्टिअरिंग व्हीलवर डोकं टेकलेल्या अवस्थेतला त्यांचा मृतदेह महामार्ग पोलिसांनी ताब्यात घेतला.

हा! तर पुढे दिल्लीमध्ये धर्मांतराच्या इच्छेने मला जुन्या दिल्लीतल्या अँग्लिकन चर्चच्या मोठ्या भीतिदायक आवारात नेऊन सोडलं. तिथले धर्मगुरू मला चर्चच्या गुहेसारख्या ग्रंथागारात घेऊन गेले. त्या जुन्या पुस्तकांची प्रचंड मोठी शेल्फ्स... त्यांच्या रांगारांगांतून आम्ही फिरत होतो. मध्येच थांबून ते एखादा ग्रंथ काढायचे, त्यातला एखादा परिच्छेद वाचायचे आणि त्याचं निरूपण करून सांगायचे. पण बहुधा मी गंभीरपणे धर्मांतराचा विचार करते आहे, असं त्यांना वाटत नसावं. कारण त्याबद्दल ते फारसं बोलत नव्हते. वेगळंच काहीतरी सांगत होते असं मला वाटलं. मी चुकीच्या ठिकाणी आले होते. तिथून बाहेर आले आणि परत जाण्यासाठी गाडीत येऊन बसले. पाहते तर शेजारच्या सीटवर एक छोटासा क्रॉस पडलेला होता. येशू ख्रिस्ताचे सेवक कशा गूढ पद्धतीने त्याचं साम्राज्य पृथ्वीवर पसरवण्याचा प्रयत्न करतात, याचं मला नवल वाटलं.

माझे धर्मांतराचे एकेक प्रयत्न फसत असतानाच, इकडे सुरतमध्ये माझ्या वडिलांनीही धर्मांतरामार्गे माझी सुटका करण्याचं मनावर घेतलेलं होतं. सेव्हन्थ डे अ‍ॅडव्हेंटिस्ट हॉस्पिटलमध्ये त्यांचे ख्रिश्चन मित्र होते, त्यांच्याशी त्यांनी संपर्क साधला होता. तिथले डॉक्टर वडिलांच्या चांगले परिचयाचे होते. एक अमेरिकन डॉक्टर दाम्पत्य होतं. त्यांनी आमच्या बऱ्याच नातलगांच्या आणि इष्टमित्रांच्या यशस्वी शस्त्रक्रिया केलेल्या होत्या. बाळंतपणं केली होती. लोकांचं कल्याण करणारे म्हणून शहरात त्यांचं नाव झालेलं होतं. ते कोणत्या धर्माचे होते हे कळल्यामुळे त्यांच्याकडे जाण्याचं कुणी थांबवलेलं नव्हतं. ते शनिवारच्या चर्चला जात असल्याचं आम्ही सर्वांनीच पाहिलेलं होतं.

आम्ही लहान असताना एकदा वडिलांनी त्या दोघांना घरी बोलावलं. अशा प्रकारे परदेशी लोकांना जवळून कधीच पाहिलेलं नसल्यामुळे आम्ही फारच उत्तेजित झालो होतो. त्यांचा तो गोरा गोरा रंग, निळे डोळे, भुरे भुरे केस, मोठे मोठे बूट आणि त्यांचं आम्हाला मुळीच न समजणारं इंग्रजी बोलणं ऐकून आम्ही हरखून गेलो. काकी मात्र तिच्या भूमिकेवर ठाम होती. तिने काही त्यांना स्वयंपाकघरात येऊ दिलं नाही. स्वयंपाकघर हे तिचं पवित्र आणि शुद्ध कार्यक्षेत्र होतं. जे हिंदू नाहीत, त्यांना तिथे आणून ती ते डागाळू इच्छित नव्हती. पण तिला याची जरासुद्धा कल्पना नव्हती की, तिच्या या कडक सोवळ्या-ओवळ्याच्या कल्पनांचं त्या सेव्हन्थ डे अ‍ॅडव्हेंटिस्टवाल्यांना कोणतंही सोयरसुतक नव्हतं.

ते हॉस्पिटल आणि तिथला कर्मचारीवर्ग यांच्याशी माझ्या वडिलांचे असे जुने संबंध होते. तिथे अकाउंटंट आणि कॅशिअर म्हणून काम पाहणारे श्री. एरलिक नावाचे गृहस्थ होते. 'माझ्या मुलीला ख्रिश्चन धर्म स्वीकारायचा आहे' असं वडिलांनी त्यांना सांगताच त्यांनी वडिलांची गाठ एका ख्रिस्ती पाद्र्याशी घालून

दिली. सुरत शहराच्या पूर्वेला, रेल्वेने साधारण दोन तास प्रवास करून गेलं की एक आदिवासी वस्ती लागे. त्या वस्तीमध्ये हे पाद्री महाशय ख्रिश्चन धर्मप्रसाराचं काम करीत असत. वडिलांनी त्यांना भेटून विनंती केली की, 'आपण माझ्या मुलीला ख्रिस्ती धर्माची दीक्षा द्या आणि तिला विवाहसंकटातून सोडवा.' त्यांनी कुठल्याही अटी न घालता, कसलीही (पैशांची किंवा अन्य) अपेक्षा न ठेवता वडिलांची विनंती मान्य केली. एका अशक्य परिस्थितीतून माझी सोडवणूक करून, माझं स्वातंत्र्य परत मिळवून देण्यात त्यांनी खूप स्वारस्य दाखवलं. मी उन्हाळ्याच्या सुटीत घरी गेल्यावर वडिलांनी मला याविषयी सांगितलं. हे धर्मांतर करायचं म्हणजे काय करावं लागेल किंवा यामुळे माझ्यापुढे कोणतं ताट वाढून येणार आहे याचा जरासुद्धा विचार न करता मी वडिलांच्या निर्णयापुढे मान तुकवली.

कसंही करून या विचित्र परिस्थितीतून माझी सुटका झाली पाहिजे ही माझ्या आई-वडिलांची तीव्र इच्छा होती. ही गोष्ट खरी असली, तरी मी ख्रिश्चन व्हावं यासाठी ज्या निकराने पुढाकार घेऊन वडील प्रयत्न करत होते, त्यामुळे मी गोंधळून गेले होते. माझ्यामुळे त्यांना चक्क स्वत:च्या मुलीचं धर्मांतर करण्यासाठी खटपट करावी लागते आहे, म्हणून अपराधीही वाटत होतं. म्हणजे माझं पुन्हा लग्न व्हावं आणि मी सुखाने संसाराला लागावं ही त्यांची तळमळ होती; पण त्यासाठी मला धर्म बदलावा लागेल या गोष्टीचा त्यांना त्रास होत नसेल का? अर्थात, माझे वडील काही पूजाअर्चा करणारे, नेहमी देवळात जाणारे हिंदू भाविक नव्हते. पण म्हणून काही ते सुधारकही नव्हते. हिंदू परंपरेची सगळी बंधनं, नियम वगैरे झुगारून देऊन निधर्मीपणा त्यांनी स्वीकारलेला नव्हता. उदाहरणार्थ, हुंडा पद्धतीला त्यांचा विरोध होता, पण कुटुंबातल्या मुलींची लग्नं स्वत:च्याच जातीत व्हावी, इतकेच नव्हे तर पोटजातही तीच असावी याबद्दल त्यांचा कटाक्ष होता. माझ्या बहिणी, भाऊ, दोन मावश्या या सगळ्यांची लग्नं आमच्या पोटशाखेतल्याच मुलांशी किंवा मुलीशी झालेली होती. दुसऱ्या पोटशाखेच्या अनुरूप वराशी किंवा वधूशी पसंतीनुसार लग्न करण्याचा पर्याय उपलब्ध होता, पण तो त्यांनी स्वीकारला नाही. मीच एक अशी मुलगी होते की माझ्याकरता त्यांना नेहमीच मर्यादांचं उल्लंघन करावं लागलं. त्यांच्या संवेदनशीलतेच्या सीमा ओलांडून दु:खदायक निर्णय घ्यावे लागले. आधी स्वत:च जमवलेलं, गडबडीने उरकलेलं लग्न, मग घटस्फोट मिळवण्यासाठी धडपड आणि आता हे धर्मांतराचं संकट! खरंच, अशी कोणती शक्ती होती जी त्यांना मनाविरुद्ध निर्णय घ्यायला भाग पाडत होती?

त्या उन्हाळ्यात मला बरेच शोध लागत होते. त्यातलाच एक दु:खदायक शोध मला अगदी अचानक लागला, आई-बाबांचं संभाषण चुकून माझ्या कानावर पडलं तेव्हा. माझी आई बाबांना पटवून द्यायचा प्रयत्न करत होती की, माझा घटस्फोट

होऊन दुसरं लग्न झालं नाही, तर अविवाहित मुलगी म्हणून मी वडिलोपार्जित संपत्तीतला हिस्सा मागू शकते. मग आपल्या दिनकरला सगळी इस्टेट मिळणार नाही. म्हणून आई त्यांना सांगत होती की, पद्माचा घटस्फोट झालाच पाहिजे आणि बाबा आपले तिच्या या सल्ल्यापुढे मान तुकवत होते. त्यासाठी काहीही करायला तयार झाले होते. पण माझ्या लाडक्या एकुलत्या भावाला वडिलोपार्जित संपत्तीपासून वंचित करावं, असं मला का वाटेल?

माझं धर्मांतर नेमकं कोणत्या तारखेला किंवा कोणत्या वर्षी झालं ते आता मला आठवत नाही. त्या गावाचं किंवा पाद्र्याचं नावही मला आता सांगता यायचं नाही. एवढंच आठवतं की, मी श्री. एरलिक आणि दिनकर यांच्याबरोबर रेल्वेत बसून प्रवासाला निघाले. त्या दिवशीचं वातावरण कोंदट, पावसाळी होतं. वारेही सुटले होते. आम्ही रेल्वेतून उतरून चालू लागलो तेव्हा धड छत्रीही डोक्यावर टिकत नव्हती. रस्ता कसातरी वेडावाकडा, वाटेत सगळा चिखल झालेला, झाडाझुडपातून वाट काढत आम्ही कसेबसे चालू लागलो. पाय आंबून गेलेले, त्यातच पाय चपलेतून निसटत होते. त्या खेड्यात रस्ते नव्हतेच. त्या दोन पुरुषमाणसांच्या मागून वाट काढत मी धर्मगुरू किंवा पाद्र्याच्या झोपडीकडे चालले होते. माझी साडी सारखी झुडपात अडकत होती आणि ती सोडवून घेत आमची मार्गक्रमणा सुरू होती. तो पाद्री त्या गावचा प्रमुख (सरपंच किंवा पोलिस पाटील) होता असं आम्हाला समजलं. त्याने त्या अंधाऱ्या झोपडीत आमचं स्वागत केलं. तो तिथेच राहत होता. झोपडीत भिजलेल्या कडब्याचा कुबट वास पसरला होता. पावसाच्या माऱ्याने ही झोपडी केव्हाही खाली येईल अशी भीती वाटत होती. आम्ही शेणाने सारवलेल्या जमिनीवर बसून दुपारच्या जेवणाची वाट बघत होतो. आमचे पाद्री यजमान खेड्यातल्या जीवनाबद्दल बोलत होते. रानटी जनावरं शेतात घुसून कशी पिकाची नासधूस करतात आणि माणसांच्या जिवालाही कसा धोका असतो, ते सांगत होते.

बोलता बोलता पाद्री महाशय उठले. त्यांनी एक डगडगणारी, जुनाट कशीतरी बांधलेली शिडी शोधून काढली. ती भिंतीला लावली. छपरातून पाणी गळतच होतं. पण ते तसेच शिडीवरून वर चढले आणि वरच्या माळ्यावरून त्यांनी काहीतरी ओढून काढलं. ते वाघाचं मुंडकं होतं. सुकून लहान झालेलं होतं. डोळे खोल खोबणीत गेलेले आणि सुकल्या तोंडावर कशातरीच उठून दिसणाऱ्या मिश्या!

आमच्यापुढे जेवण आलं. जाड्याभरड्या तांदळाच्या भाताचा छोटा ढीग, त्यावर दोन डाव डाळ आणि तोंडी लावायला कच्चा कांदा. ब्रेड नव्हता. मी वाचलेलं होतं- येशू ख्रिस्ताने सांगितलं आहे, 'हा ब्रेड म्हणजे जणू माझं मांस आहे. ते मी जगाला जगण्यासाठी देत आहे. जो कुणी माझं मांस खाईल आणि रक्त पिईल

(याचं प्रतीक म्हणून ब्रेडचा तुकडा आणि वाइनचा छोटा पेला) त्याला अनंत आयुष्याची प्राप्ती होईल.'

या वचनाची आठवण देणारा ब्रेड आणि वाइन आम्हाला देण्यात आली नाही. मात्र त्या वेळी माझे विचार भलतीकडेच भरकटत होते. जर या गावच्या प्रमुखाने एका खास कारणासाठी बोलावलेल्या पाहुण्यांना अशा प्रकारची मेजवानी देण्यात येते, तर या गावातले गरीब बिच्चारे काय खात असतील दररोज? आम्ही आपलं भराभर, पुढ्यात आलेलं अन्न खाल्लं आणि चर्चमध्ये जायला तयार झालो.

चर्चसुद्धा पाद्र्याच्या झोपडीसारखंच होतं. पण ही झोपडी जरा मोठी होती आणि मधोमध दोन लाकडी ओबडधोबड खांब उभे करून कुडाच्या छताला टेकू दिलेला होता. आत कुबट शांतता होती. मी पाहिलं, एका कोपऱ्यात स्त्रियांचा घोळका बसलेला होता. सगळ्यांनी पायघोळ लुगडी नेसून डोक्यावर पदर घेतलेला होता. दुसऱ्या बाजूला पुरुषांचा घोळका होता. काही जण मध्येच खाकरत होते, सदरा वर उचलून त्यात नाक शिंकरून पुसत होते. माझं धर्मांतर स्वयंस्फूर्तीने होत होतं आणि हे स्त्री-पुरुष त्याचे साक्षीदार म्हणून आलेले होते. मधोमध उभ्या राहिलेल्या पाद्रीमहाशयांकडे पाहताना मी दिनकरचा हात घट्ट पकडला. त्यांच्या हातात एक छोटासा वाडगा होता. मला पूर्णपणे पाण्यात बुडवून काढून, परमेश्वराची संपूर्ण कृपा होऊन नवजीवनाचे अभिवचन देण्याच्या विधीला फाटा देण्यात आलेला होता, हे मला माहीत होतं. पाद्रीमहाशयांनी तसं कबूल केलं होतं. मला रडू यायला लागलं. त्या तसल्या चिखलभरल्या गावंढ्या गावात, घाणेरड्या कुबट वातावरणात आता माझ्यावर कसले काय विधी केले जाणार, असं वाटून, बाहेरच्या रपरप कोसळणाऱ्या पावसाकडे पाहता पाहता मला रडू कोसळलं. माझ्यासमोर बसलेला जमाव गोगँच्या चित्रातून बाहेर आलेल्या एखाद्या आदिम समाजासारखा वाटत होता. "आपण अगदी थोडक्यात करणार आहोत बरं सगळा विधी," पाद्रीमहाशय मला समजावल्यासारखं म्हणाले.

त्यांनी हातातल्या वाडग्यामधल्या पवित्र पाण्याचे काही थेंब माझ्या मस्तकावर शिंपडत 'In the name of the Father and of the Son and of the Holy Spirit' असं म्हणत मी ख्रिश्चन झाल्याचं जाहीर केलं. एवढ्याने माझ्या नजरेसमोर तो 'ट्रिनिटी गॉड' कसा काय दिसणार होता? येशूचे वडील, येशू ख्रिस्त स्वत: (मुलगा) आणि येशूच्या निर्वाणानंतर वडिलांनी पाठवलेला त्याचा आत्मा? मला काही वेगळी भावना झाली? मी कोणत्यातरी अनोळखी पंथात प्रवेश केल्यासारखं तरी वाटलं असेल मला? त्या नव्या धर्माची शिकवण यापुढील काळात आत्मसात करावी अशी आवश्यकता तरी भासली मला? मला माझे बाबा आठवले. शेतकऱ्याच्याच पोटी जन्मले ते. खेड्यातच त्यांना त्यांचा देव गवसला. स्वत:च स्वत:ला घडवत

जगताना त्यांनी पोसला तो देव मनोमनी आणि मलाही शिकवलं त्यांनी, जगावं कसं ते. आता माझ्या संकटाच्या वेळी मी कुठल्याही देवाला शरण गेले म्हणून काय फरक पडणार होता?

विचारांच्या तंद्रीत असताना अचानक कानांवर दिनकरचा आवाज पडला. तो पाद्रीमहाशयांना सांगत होता, "अरे बाप रे! आता आम्हाला धावत स्टेशनवर पोहोचायला हवं! नाहीतर आमची गाडी चुकेल!"

पण ते शांतपणे म्हणाले, "काळजी करू नका. तुम्हाला घेतल्याशिवाय गाडी स्टेशन सोडणार नाही. मी तसा निरोप देऊन माणूस पाठवलाय स्टेशनवर."

हळूहळू अंधार पडायला सुरुवात झाली होती. दिनकरने आणि श्री. एरलिक यांनी कसंबसं त्या पावसाने राड झालेल्या वाकड्यातिकड्या रस्त्याने मला स्टेशनाच्या दिशेने अक्षरश: ओढतच नेलं. खरोखरच गाडी आमच्यासाठी स्टेशनात थांबलेली होती! दिनकरने त्या निरोप्या पोराच्या हातावर काही नाणी ठेवली आणि आम्ही घाईने डब्यात शिरलो.

थोड्या दिवसांनी चर्चकडून माझा बाप्तिस्मा झाल्याचं सर्टिफिकेट वडिलांच्या पत्त्यावर आलं. ते त्यांनी तत्परतेने वकिलांकडे पोहोचतं केलं. आता कायदेशीर कारवाई पुढे सरकणार होती. पण तिथे गेल्यावर त्यांना कळलं की, माझ्या माजी नवऱ्याने आता त्याचा विचार बदलला होता. 'स्वत:ला निष्पाप समजणाऱ्या, उच्चस्थानावर विराजमान झालेल्या त्याला, आता त्यानेच कलंकित केलेल्या माझ्यासारख्या पापिणी स्त्रीमध्ये' कोणतंही स्वारस्य उरलं नव्हतं. ती केस तशीच अर्धवट राहणार होती.

म्हणजे माझं धर्मांतर व्यर्थ ठरलं होतं? माझ्या जीवनाचं भिजत पडलेलं घोंगडं पाण्यातून काढून, वाळवून पुन्हा वापरतं करण्यासाठी, पुन्हा एकदा सुखात जगण्यासाठीचा सोईस्कर उपाय म्हणून मी धर्मांतराचा विचार केला होता. पण तसं व्हायचं नव्हतं. समजा, मी आध्यात्मिकदृष्ट्या दिशाहीन झाले असते आणि खरोखर आता ख्रिश्चन देवाला शरण जाण्याखेरीज मार्ग उरला नाही, असा विचार करून हा निर्णय घेतला असता, तरी याच छोट्याशा खेडेगावाची त्यासाठी निवड केली असती; इतका तो अनुभव खरोखरच आत्मिक आनंद देणारा मला आजही वाटतो. मला पुन्हा हिंदू धर्मात परत यावंसं वाटलं नाही. ती धर्मांतराची सहजसुंदर घटना तिच्या सरळ, साधेपणाने इतकी प्रामाणिक होऊन मनात राहिली की तिच्या निर्मळ आठवणी पुसल्या जाव्या असं मला वाटत नाही.

अधूनमधून हिंदूंचे धार्मिक रीतिरिवाज, दृष्टान्तकथा, धार्मिक घटना माझ्या आयुष्यात येत राहिल्या आणि मी धर्मांतर केलं, याची आठवण पुसट करीत गेल्या. १९७० साली जेव्हा आम्ही भारतात आलो होतो, तेव्हा जगदीशच्या आईंनी

सुचवलं की, जवळच्या शहरात कृष्णाचं मंदिर आहे, तिथे जाऊन तुम्ही दोघांनी दर्शन घेऊन, परमेश्वराचे आशीर्वाद घ्यावे म्हणजे तुमचा हा नातेसंबंध अबाधित राहील. मी त्यास तयार झाले. खरं म्हणजे मी स्वत: असं काही केलं नसतं. पण मला त्यांचं म्हणणं खोडून काढायचं नव्हतं. त्यांना त्यांच्या मुलाच्या सुखी जीवनाची हमी हवी होती. ती जर त्यांच्या श्रद्धेनुसार कृष्णमंदिरात जाऊन मिळणार असेल तर मी नकार देऊन त्यांच्या समाधानाच्या आड कशाला येऊ? त्यांना दुखवण्याची माझी इच्छा नव्हती. मग आम्ही दोघं त्या मंदिरात गेलो. त्यांनी देवाला कृतज्ञतेचं प्रतीक म्हणून सोन्याचा अलंकार अर्पण केला. एक छोटीशी पूजा केली. आम्ही मंदिरातर्फे प्रसादाचं जेवण खाली जमिनीवर बसून जेवलो आणि घरी आलो.

माझी मुलगी अनुराधा छोटी होती, तेव्हा ती कुतूहलाने आणि नवलाने धर्माविषयी प्रश्न विचारायची; ते ऐकून मला धर्मांतरापूर्वीचा माझ्या बालपणीचा काळ आठवत असे. ती दोनेक वर्षांची होती, तेव्हा असेच आम्ही भारतात आलो असताना, एकदा दिनकरमामासोबत स्कूटरवरून चक्कर मारायला गेली होती. परत आल्यावर सांगायला लागली, "आत्ता आम्ही 'झू'मध्ये (प्राणिसंग्रहालयात) गेलो होतो."

मी दिनकरला विचारलं, "सुरतमध्ये आता प्राणिसंग्रहालय बनवलंय की काय?"

तेव्हा त्याने हसून सांगितलं की, तो अनुराधेला मोठ्या मंदिरात घेऊन गेला होता. तिथे कोणत्या देवाला कोणता प्राणी किंवा पक्षी आवडतो, कोणत्या देवाचं वाहन कोणतं, हे त्याने तिला दाखवलं होतं.

खरंच की! गणपतीबाप्पाचा लाडका उंदीरमामा, ऐश्वर्याची देवता लक्ष्मी, तिच्याजवळ असतात हत्ती, विद्येची देवी सरस्वती मोरावर बसलेली आणि कृष्णाच्या आजूबाजूला गाईंचा कळप! शंकराच्या मंदिरात प्रथम आपलं स्वागत करतो प्रवेशद्वारापुढचा नंदी आणि नंतर दिसतात शिवशंकराच्या गळ्यातले नाग. हिंदूंचा परमप्रिय देव हनुमान. रामाचा निस्सीम भक्त. त्याने राक्षसराज रावणाच्या बंदिवासातून सीतामाईंची सुटका केली. हा तर स्वत: वानर होता. अशा तऱ्हेने धार्मिक कथांमध्ये सर्व प्राण्यांना असं मानाचं स्थान दिलेलं आहे. हिंदुस्थानात कुणाला प्राण्यांच्या मूलभूत हक्कासाठी चळवळ करायची काय गरज आहे? पण काय करणार, धर्माची खरी शिकवण लोक प्रत्यक्ष आचरणात आणत नाहीत ना!

माझ्या मुलीला मोठं करत असताना तिला असं कोणतं विशिष्ट धर्माचं ज्ञान देऊन ठेवावं लागणार नाही, अमुकच एका धर्माचे संस्कार वगैरे करावे लागणार नाहीत, अशी माझी खातरी होती. पण अचानक एके दिवशी या समजुतीला तिने हादराच दिला. अनुराधा तेव्हा असेल सहा वर्षांची. न्यू यॉर्कच्या बँक स्ट्रीट शाळेत

होती. एक दिवस शाळेतून घरी येताना तिने वडिलांना प्रश्न केला, "डॅडी, आपण ज्यू आहोत का?"

ते म्हणाले, "नाही बेटा! त्यापेक्षा थोडे पुढचे आहोत. त्यांच्यात आणि आपल्यात फक्त एखाद्या एप्सिलॉनचं अंतर असेल."

यावर तिने विचारलं, "डॅडी, एप्सिलॉन म्हणजे काय?"

मग गणितातलं हे एक छोटं परिमाण समजावून सांगता सांगता वडिलांनी तिला धर्मशास्त्राच्या गुंतागुंतीपासून खूप दूरच्या अशा गणिती विश्वात नेऊन सोडलं.

या बाबतीत आमचे भारतीय स्नेही गोंधळून मला विचारायचे, 'अगं, हिला अजून माहीत नाही, आपण कोणत्या धर्माचे आहोत ते. तुला काही काळजी नाही वाटत तिची?' मी त्यांना सांगायचे, 'मलासुद्धा मुद्दाम विशिष्ट धर्माचे संस्कार करत कट्टर धार्मिकपणे वाढवलं गेलं नव्हतं. पण माझं नाही का सगळं व्यवस्थित झालं? तसंच तिचं होईल.' नाहीतरी मी तिच्या मनातला गोंधळ कसा दूर करणार होते? तेही अमेरिकेत? बाराव्या शतकात बनवलेल्या भगवान शंकराच्या आणि सूर्यदेवाच्या शिल्पाकृती माझ्या हॉलमध्ये ठेवलेल्या होत्या, त्यांची पूजा करायला लावून? का तिला गीतेतला संस्कृतमधला अध्याय वाचून दाखवायचा, त्याचा अर्थ इंग्रजीत समजावून सांगायचा आणि सांगायचं की, मनुष्याचा देह नाशवंत असला तरी आत्मा अमर असतो म्हणून...?

मी जेव्हा संस्कृतमधली भगवद्गीता वाचली होती तेव्हा ती मला खूप आवडली होती, ती त्यातल्या काव्यासाठी, लयबद्ध श्लोकांसाठी, तरल अर्थवाही शब्दरचनेसाठी. गीतेमध्ये सुरुवातीपासून शेवटापर्यंत नुसती छंदोबद्धता नाही तर संगीतच भरलेलं आहे. भगवद्गीता हा असा ग्रंथ आहे की, संस्कृतमधलं सगळं वाङ्मय जरी नष्टप्राय झालं तरी तो एकटाच ग्रंथ संस्कृत भाषेचं सगळं सौंदर्य, ऐश्वर्य आणि सामर्थ्य दाखवायला पुरेसा ठरेल. एकोणिसाव्या शतकातला इंग्रज इतिहासकार थॉमस मेकॉले याने राजा जेम्सच्या बायबलबद्दल, त्या ग्रंथाची साहित्यिक मोहकता आणि दृष्टान्तकथांची संपन्नता याबद्दल काढलेले हे संस्मरणीय उद्गार आहेत; तेच मी इथे गीतेसाठी वापरले आहेत. मला स्वत:ला गीतेमध्ये श्रीकृष्णाने योद्धा अर्जुनाला, 'तू आता युद्धाला कसं तयार झालं पाहिजेस' यासंबंधी केलेला उपदेश समजला. पण त्यातला थोर तत्त्वज्ञानाचा भाग काही फारसा कळला नव्हता. आता तो उपदेश माझ्या लेकीला ऐकवूनही, अमेरिकेमध्ये अर्थपूर्ण जीवन जगण्यासाठी तिला तो कसा काय उपयोगी पडणार होता? त्यापेक्षा आई-वडिलांच्या जीवनाचा आदर्श ठेवणं अधिक योग्य नव्हतं काय? चौकस मन आणि मुक्त वृत्तीने केलेली अमेरिकेतली तिच्या प्रगतीची वाटचाल एकदम जोमदार झाली. तिला जर वाटत

असेल की, आपल्याला धार्मिक बाबतीतलं ज्ञान जरा कमीच मिळालेलं आहे, तर ती उणीव स्वत: भरून काढायला ती समर्थ आहे.

मला असा विश्वास वाटतो की, लहानपणी एकाच विशिष्ट धर्माचे कट्टर संस्कार माझ्यावर न झाल्यामुळे मी सगळ्यांशी सारख्याच घनिष्ठतेने स्नेहसंबंध ठेवू शकते. मला माहीत आहे की, माझी मुलगी माझ्याच पावलांवर पावलं टाकील. मी हिंदू धर्मातून ख्रिश्चन धर्मात गेले, त्याकडेदेखील मी ख्रिश्चन धर्माची शुद्ध दयाबुद्धी अशा दृष्टीनेच पाहिलं आणि त्याचा ठसा आजही माझ्या मनबुद्धीवर कायम आहे. अनेक वर्षांपूर्वी ख्रिस्ताच्या एका उदार अनुयायाने मला ख्रिश्चन धर्मात सामील करून घेतलं. भारतातल्या एका लहानशा खेड्यात, एका ओल्या दुपारी, गरिबातल्या गरीब गावकऱ्यांच्या उपस्थितीत, एक साधा धार्मिक विधी करून माझं धर्मांतर करण्यात आलं. आज मला त्या गावाचं नाव आठवत नाही, ते गुजरातेत नक्की कुठे आहे, ते सांगता यायचं नाही; तरीही ती जागा मला पृथ्वीच्या पाठीवरची एकमेव पवित्र जागा वाटते. एका माणसाने शुद्ध भावनेने दुसऱ्याला केलेली मदत, एक निरपेक्ष देणगी म्हणून त्या धर्मांतराचं माझ्या दृष्टीने फार महत्त्व आहे. धर्मांतर केल्यानंतर मला वेगळंच वाटू लागलं, ते बायबलच्या दृष्टीने पृथ्वीची उत्पत्ती कशी झाली आणि मानवी जीवन कसं सुरू झालं हे समजल्यामुळे नाही, तर मला ख्रिश्चनांच्या प्रेमळ कृतीचा अनुभव आला आणि ती कृतीसुद्धा कशी? तर निरपेक्ष. कोणतंही शास्त्राचं बंधन नाही की नियमांचं ओझं नाही. मला असं वाटतं की, जर विल्यम जेम्स असता तर 'अत्यंत सच्चा आणि प्रामाणिक धार्मिक अनुभव' म्हणून त्याने माझ्या धर्मांतराची नोंद करून ठेवली असती.

जगदीश

योगायोगाने माझी त्याच्याशी गाठ पडली आणि ती नकळत संपूर्ण आयुष्य बदलण्यास कारणीभूत ठरली. वाराणसीच्या एखाद्या ज्योतिष्याला विचारलं असतं तर त्याने सगळं श्रेय माझ्या कुंडलीतल्या उच्चीच्या ग्रहांना बहाल केलं असतं. एखाद्या गणितज्ञाने त्या क्षणाला घडू शकणाऱ्या घटनांच्या शक्याशक्यतेचा आधार घेऊन खुलासा केला असता. जे घडलं त्याचा विचार करता मीसुद्धा गणितज्ञाचंच म्हणणं मान्य केलं असतं.

त्याचं असं झालं. १९५६ सालच्या पानगळीच्या ऋतूचे शेवटचे दिवस होते. केंब्रिजच्या इंटरनॅशनल स्टुडंट असोसिएशनचं गेट-टुगेदर होतं. त्या वेळेला एमआयटीच्या इकॉनॉमिक्स डिपार्टमेंटमध्ये जगदीशही आलेला होता, पदवीधर विद्यार्थी म्हणून. जरा कुणी मित्र भेटले तर पाहावं आणि जेवणावरही ताव मारावा, या विचाराने तो आमच्या पार्टीत आला होता. मी सगळ्यांना चिकन करी वाढत होते. त्याचीही प्लेट भरून त्याला नेऊन दिली, तेव्हा त्याने स्वत:ची ओळख करून दिली आणि सांगितलं की, भारतात आपली दोघांची कुटुंबं एकमेकांना चांगली ओळखतात.

पुढे अनेक वर्षं त्या आमच्या पहिल्या भेटीची आठवण काढून तो म्हणायचा, 'त्या वेळेला तुला पाहिलं आणि पाहताक्षणी तुझ्या प्रेमात पडलो.' मी सुंदर होते आणि मुख्य म्हणजे त्याचं आवडतं जेवण वाढत होते. त्याने माझ्याबद्दल त्याच्या वडिलांना लिहिलं. पण त्याचे वडील म्हणाले, "तू त्या मुलीपासून दूर राहिलेलंच बरं, कारण ती विवाहित आहे." त्याचे वडील त्या वेळी भारताच्या सर्वोच्च न्यायालयाचे न्यायाधीश होते. त्यांना खरंतर तशी काळजी करायची गरज नव्हती. कारण मीही स्वत:ला विवाहिताच समजत होते त्यामुळे कुणाच्याही प्रेमात पडून नादी लागण्याची माझी मुळीच इच्छा नव्हती, पण तरी माझ्या वाढदिवशी मी जगदीशबरोबर सिनेमाला गेले. त्यात पुढाकार माझा होता. कारण विवाहित स्त्री म्हणून स्वत:चे नियम स्वत: बनवण्यात मला कोणताही संकोच वाटत नव्हता. त्यामुळे 'बस स्टॉप' पिक्चरमधली मर्लिन मन्रो बघायला स्वत:बरोबर कुणाला न्यायचं ही निवड सर्वस्वी माझी होती. शिवाय जगदीशसारख्या अत्यंत सभ्य

भारतीय मित्राला संध्याकाळचा सिनेमा आणि नंतर जेवणासाठी हार्वर्ड स्क्वेअरला घेऊन जायला कोणत्याही अमेरिकन नीतिनियमांचीही आडकाठी येण्याची शक्यता नव्हती. काही महिन्यांनी जगदीश नुफील्ड कॉलेजचा फेलो म्हणून इंग्लंडला परत गेला. तिथून तो मला नेहमी पिक्चर पोस्टकार्डं पाठवायचा. त्यावर गप्पा मारल्यासारखा गमतीदार मजकूर लिहिलेला असे. प्रत्येक वाक्याच्या शेवटी भरपूर उद्गारवाचक चिन्हं (!!!) असत. हे त्याचं सर्वांत आवडतं विरामचिन्ह. काही विशेष लिहायचं असलं की तो याचा वापर करायचा. मी त्याच्या पत्रांना प्रतिसाद दिला नाही.

१९५९ च्या मे महिन्याची सुरुवात होती. माझ्या पीएच.डी. पदवीसाठी लागणाऱ्या सगळ्या गोष्टींची पूर्तता केली, पहिलं लग्न मोडून टाकण्याचा निर्णय घेतला आणि मग जगदीशला पत्र लिहिलं, भारतात परत जातेवेळी मी इंग्लंडला थांबून, तुमच्याकडे ऑक्स्फर्डला येऊ का म्हणून. जगदीशने माझी राहण्याची सोय कॉलेजमध्येच केली होती. प्राचार्य डेव्हिड बटलर यांची त्याने परवानगी मागितली तेव्हा 'तू तिला तुझ्या पुरुष मित्रांसारखं वागवणार असशील तरच इथे राहू दे' अशी अट घालून त्यांनी परवानगी दिली. खरंतर नुफील्ड कॉलेजच्या प्राचार्यांना चिंता करण्याची काही गरज नव्हती. कारण तेवढ्या मुक्कामात जगदीशने काय केलं असेल तर ऑक्स्फर्डमधल्या सगळ्या इमारती, सगळ्या व्यक्तींशी माझी सविस्तर ओळख करून दिली. त्याच्या कॉलेजच्या एका रिसेप्शनला किंग आर्थर्स कोर्टमध्ये तो मला घेऊन गेला होता. तिथे त्याने त्याच्या प्राध्यापकांशी, सर रॉय हॅरॉड, सर जॉन हिक्स आणि सर डोनाल्ड मॅकदगाल यांच्याशी माझी ओळख करून दिली. मला आठवतंय, त्या वेळी लेडी मॅकदगाल म्हणाल्या होत्या, 'अमेरिकन विद्यापीठातून पीएच.डी. केलेल्या भारतीय स्त्रीला मी प्रथमच भेटते आहे.'

दुसऱ्या दिवशी जगदीशने त्याचं माझ्यावर असलेलं प्रेम उघडपणे व्यक्त केलं आणि माझ्याशी तो लग्न करू इच्छित आहे, असंही सांगून टाकलं. त्यामुळे मी एकदम संकोचले आणि सावध झाले. हार्वर्डला असताना मी अनिश्चिततेच्या बुळबुळीत मार्गाने चालले होते. उदास आठवणींच्या काळ्या सावल्या मोठ्या कष्टाने दूर ठेवल्या होत्या. इथे तो मला खूप उत्साहाने ठिकठिकाणी घेऊन जात होता, प्रत्येक ठिकाणचं भरपूर वर्णन करत होता, किस्से सांगून हसवत होता. तत्पूर्वी मी जे आयुष्य जगले त्याच्या अगदी विरुद्ध होता त्याचा तो अमाप उत्साह. वाटलं, मनातल्या सगळ्या चिंता, भीती, संशय दूर करून क्षणार्धात करावं का स्वत:चंही मन मोकळं? माझ्या आयुष्यात आधी काही घटना घडल्या होत्या त्यामुळे मी 'धुतल्या तांदळासारखी' राहिलेली नव्हते. मला वाटलं, मला शुद्ध कुमारिका समजून तो माझ्यावर प्रेम करू लागला होता. अगदी निस्सीमपणे आणि खुल्या दिलाने. कुठलाही पूर्वग्रह आणि शंका-कुशंकांशिवाय. कदाचित माझं हे वाटणं अनाठायी असेल. पोरकटपणाचंही असेल. पण पुढे भारतात

परतल्यानंतर माझं लग्न रद्द होणं अशक्य आहे या वस्तुस्थितीशी सामना करावा लागला तेव्हा लक्षात आलं की, माझ्या शंकांना काहीतरी आधार होता, पण अर्थातच फार वेगळ्या कारणांसाठी होता. त्या वेळेला मात्र आम्ही छान स्नेहभावाने निरोप घेतला आणि एकमेकांच्या संपर्कात राहण्याची वचनं दिली. त्याने अगदी दिलखुलासपणे आणि मी मितभाषीपणे.

लवकरच मी दिल्लीच्या जीवनाला सरावले. बसने लांबचा प्रवास करायचा, विद्यापीठात लेक्चर्स द्यायची, वरकरणी सगळं ठीक असल्याची बतावणी करायची आणि अंतर्मनातल्या यातना लपवायच्या. जगदीशच्या सुट्या चालू होत्या. युरोपात फिरत असताना, प्रत्येक ठिकाणचं पिक्चर पोस्टकार्ड तो मला पाठवायचा, पण ते सुरतच्या पत्त्यावर. माझे वडील मग विचारायला लागले की, कोण हा माणूस आणि तुला कार्ड का पाठवतो? 'आहे हो तो एक जण. हार्वर्डमध्ये माझ्याबरोबर ओळख झाली त्याची,' असं म्हणून त्यांना उडवाउडवीचं उत्तर दिलं. तसे माझे वडील, त्यांच्या कॉलेजच्या दिवसांपासूनच मुंबईच्या मित्रांमार्फत जगदीशच्या कुटुंबीयांना ओळखत होते. पण त्यांनी तसं काही दर्शवलं नाही आणि मीही त्या मुद्द्यावर शांतच राहिले. आता माझ्या जीवनातली गुंतागुंत वाढण्याची माझी इच्छा नव्हती आणि तेवढं त्राणही माझ्यात उरलं नव्हतं. जगदीश अधूनमधून संपर्क करायचा पण मी त्याला टाळत राहिले. त्याच्याबद्दल विचार करायचंही टाळलं. कारण माझ्या मनासारखं काही घडणार नव्हतं मग विचार करून दुःख कशाला वाढवायचं?

दिल्लीमध्ये मी माझी बहीण सविता हिच्या कुटुंबात, त्यांच्या मोतीबाग अपार्टमेंटमध्ये राहत होते तेव्हाची ही गोष्ट. ही घटना नेमकी केव्हा घडली, कोणतं साल, महिना वगैरे मला आता नक्की आठवत नाही, पण रविवारची सकाळ होती आणि आम्ही घरातले सगळे जण नाश्ता करायला बसलो होतो. (तेवढ्यात कुणीतरी मुख्य दरवाजावर ठकठक केलं) त्यांच्या स्वयंपाक्याने, हरिश्चंद्राने दरवाजा उघडला तर बाहेरून एका पुरुषाचा आवाज आला, 'पद्मा देसाई आहेत का?' पाहिलं, तर दारात जगदीश उभा! तसाच प्रसन्न, हसरा चेहरा आणि हातात दोन पुस्तकं. आनंदात दिसत होता.

खरं म्हणजे तो मला विसरूनही गेला असता तरी नवल वाटलं नसतं. कारण गेले कित्येक महिने आमचा दोघांचा काही संपर्कच झालेला नव्हता. तो आत आल्यावर मी सविताशी ओळख करून दिली. तिने लगेच त्याला नाश्त्याला आमच्याबरोबर बसवलं. त्याने माझा पत्ता कसा शोधला ते पुढे काही दिवसांनी मला जगदीशने सांगितलं, त्या वेळी त्याला इतकंच माहीत होतं की, मी दिल्ली स्कूल ऑफ इकॉनॉमिक्समध्ये नोकरी धरली आहे. मी माझ्या मोठ्या बहिणीकडे राहत असून, देसाई आडनाव असणारे माझे मेहुणे परराष्ट्र खात्यात अधिकारी आहेत. एवढ्या मोजक्या तपशिलासह त्याने शोध घ्यायला सुरुवात केली. अगदी

उच्चपदस्थांपासूनच सुरुवात करायची त्याची पद्धत होती. त्या वेळी भारताच्या परराष्ट्र खात्याचे सचिव होते, श्री. एम. जे. देसाई. परराष्ट्र खात्याचे हे सर्वोच्च पद. तेव्हा सरळ श्री. एम. जे. देसाईंनाच फोन करून त्याने सांगितलं, ''मी तुमच्या मेहुणीला भेटायला आलो आहे.''

ते म्हणाले, ''मला मेहुणी वगैरे नाही.''

तरी आपलंच म्हणणं लावून धरत जगदीश म्हणाला, ''पण त्यांची माझी केंब्रिजला भेट झाली होती. त्या तेव्हा हार्वर्डमध्ये शिकत होत्या.''

तेव्हा श्री. देसाईंनी, 'सहसचिव म्हणून काम पाहणाऱ्या श्री. परमानंद देसाई यांची मेहुणी पद्मा असेल' असं म्हणत त्यांनी परमानंदांना फोन लावून दिला.

त्या वेळी त्याने आम्हाला सांगितलं की, मीही राष्ट्रीय योजना आयोगात अर्थतज्ज्ञ म्हणून नोकरी पत्करली असून, एका मित्राकडे राहतो. त्या मित्राचं घर मोतीबागेतच, आमच्या घरापासून जवळच होतं. अगदी चालत जाण्यासारखं. हे कळल्यावर त्याने ठरवलं होतं की कशाला फोन वगैरे? आपण चालतच जाऊ आणि पद्माला घरीच भेटू. आता फक्त सविता आणि परमानंदांना सांगायचाच अवकाश होता की जगदीशची माझ्याशी लग्न करण्याची इच्छा आहे म्हणून. पुढचं सगळं नीट जुळून येणार होतं, असा विचार करून त्याने अगदी योग्य वेळी दिल्ली स्कूल ऑफ इकॉनॉमिक्समध्येच पूर्णवेळ प्राध्यापक म्हणून काम करायला सुरुवात केली. आता आम्ही एकमेकांचे सहकारी झालो होतो. आम्हाला शेजारी-शेजारीच ऑफिसेस मिळाली. हळूहळू आमच्या सहकाऱ्यांनाही कळलं की, आम्ही दोघं लग्न करण्याचा विचार करतो आहोत. पण अशा प्रकारे तब्बल नऊ वर्षं एकमेकांच्या सहवासात राहूनही मी १९६८ साली जेव्हा दिल्ली स्कूल सोडलं, तेव्हा आमची मजल लग्नापर्यंत पोहोचलेली नव्हती.

ज्या क्षणी आम्हाला जाणवलं, आपण एकमेकांसोबत एका नव्या आयुष्याची सुरुवात करू शकतो, त्या क्षणापासून आम्ही हळूहळू मोकळे होत गेलो. दिवसभर आम्ही एकमेकांबरोबर असायचो, पण आमच्या मनातली खरी ओढ व्यक्त करता येत नव्हती आणि एकमेकांबद्दलचं आकर्षण लपवूही शकत नव्हतो. हळूहळू मला जाणीव होत गेली की, जगदीशच्या मनात माझ्याबद्दल अत्यंत कोमल, मधुर अशी प्रेमभावना आहे. ती वर्णनापलीकडची आहे. तिला कोणत्याही स्थलकालाच्या मर्यादाही नाहीत. ते प्रेम दिखाऊ नाही, त्याला फारशा अभिव्यक्तीचीसुद्धा गरज नाही. पण परिस्थितीनुसार बदलणारे असे ते लहरी प्रेम नाही. जगदीशचा स्वभाव एकदा मनाने ठरवलं की ते सोडून देण्याचा नव्हता. पण स्वत:च्या भावना खूप नटवून, फुलवून व्यक्त करणंही त्याला आवडत नसे. मात्र बौद्धिक चर्चेच्या वेळी त्याच्या भाषेला छान फुलोरा येत असे. इतरही काही कारणं होती. तो ज्या

वातावरणात, ज्या घरात लहानाचा मोठा झाला तिथले संस्कार व वागणुकीचे काही नियम त्याच्या मनावर बिंबले होते. त्यानुसार आपल्या प्रतिष्ठेला जपणं, नावावर कलंक लागेल असं कधीही न वागणं ही त्याची नेहमी प्राथमिकता असे.

आमच्या प्रेमाबद्दल उगीच कुणाला चर्चा करायला वाव मिळू नये आणि त्यातून नाही नाही त्या कंड्या पिकून माझ्या चारित्र्यावर शिंतोडे उडवले जाऊ नयेत याची तो माझ्याशी वागताना काळजी घ्यायचा. मुख्य म्हणजे मी एक विवाहित स्त्री होते. भारतीय कायद्यानुसार व्यभिचार हा फौजदारी गुन्हा आहे. विवाहित स्त्रीबरोबर शरीरसंबंध ठेवणाऱ्याला तुरुंगवासाची शिक्षा होऊ शकते. तो एका प्रतिष्ठित कुटुंबातून आला होता. त्याच्या घरातले काही जण देशाच्या उच्च आणि सर्वोच्च न्यायालयाचे न्यायाधीश होते. त्यामुळे त्यांचं नाव घेऊन लोक फालतू भानगडीची चर्चा सुरू करतील असं कोणतंही कृत्य त्याला करायचं नव्हतं. पण खरोखर अशी वेळ कधी आली होती का? कधीच नाही. मी बघत होते. त्याने जे जे काही करायचं ठरवलेलं होतं ते तो फार मनापासून, उत्कृष्ट पद्धतीने तडीस नेत होता. लिखाण, विविध विषयांवर व्याख्यानं देणं, स्वतःच्या अभिनव कल्पना वेगवेगळ्या माध्यमातून मांडणं असे त्याचे उपक्रम सतत चालू असत. तो त्याचा जणू स्वभावच बनलेला होता.

मला मनोमनी पटलं होतं की, जगदीश हा एक सन्माननीय पुरुष आहे. आदर वाटावा असा. तो मला कधीही क्षुल्लक समजून माझी उपेक्षा करणार नाही. थोडक्यात, माझ्या जीवनाशी खेळणार नाही, माझं हसं होऊ देणार नाही. मीही फार व्यवहारी होऊन हा विचार करत होते असं नाही. पण माझं अंतर्मन जागेवर होतं आणि ते मला असं सांगत होतं. 'माझं तुझ्यावर खूप प्रेम आहे, तू मला फार आवडतेस' असं सतत सांगणाऱ्यांचं प्रेम लवकरच संपतं आणि ते होतं की नाही, अशी शंका यायला लागते. याचा अनुभव मी घेतलाच होता की. नीट पारख न करता केलेल्या, उथळ प्रेमात एकदा फसल्यानंतर आलेलं शहाणपण होतं हे. आणि त्याच्याप्रमाणेच माझं ज्या संस्कारांत संगोपन झालेलं होतं ते मला आतून ओरडून सांगत होते की, 'एकदा चारचौघींपेक्षा वेगळं वागून पाहिलंस ना काय होतं ते? आता समजानियमांच्या चौकटीत राहूनच काय करायचं ते कर.' घटस्फोटासाठी कोर्ट कारवाईचं लांबत चाललेलं प्रकरण, प्रत्येक तारखेच्या वेळी दिल्ली ते सुरतचा करावा लागणारा, थकवून टाकणारा प्रवास, दर वेळेस वाढत्या प्रमाणात होणारी अपराधीपणाची आणि शरमेची जाणीव या सगळ्यामुळे मी सतत काळजीत असायचे. त्यामुळे एक प्रकारचा एकलकोंडेपणा आलेला होता. शारीरिक आकर्षण, कामेच्छा यांना काबूत ठेवण्यासाठी मला फार प्रयत्न करावे लागले नाहीत, कारण मला तशा भावना फारशा येतच नव्हत्या. उत्कट शारीरिक जवळीक म्हणजे माझ्यासाठी वर्ज्यच होऊन गेली होती. मी रोज नियमितपणे रशियन भाषेचा आणि संगीताचा

अभ्यास करत असे. पण माझी शैक्षणिक महत्त्वाकांक्षा मध्येच थांबली होती. तिच्यावरची धूळ झटकून ती पुन्हा रसरशीत करण्यासाठी मला पोषक वातावरणाची आवश्यकता होती. जगदीशची महत्त्वाकांक्षा मात्र टवटवीत होती. त्यामुळे मला जगदीशबरोबर राहण्याची, त्याच्या सहवासाची नितांत आवश्यकता वाटत होती.

पण सर्वांत महत्त्वाची गोष्ट माझ्या लक्षात आली, ती म्हणजे मी जगदीशपेक्षा पूर्ण वेगळी होते. विल्यम जेम्सने 'सुदृढ मनाच्या व्यक्ती' आणि 'आजारी मनाची माणसं' यांच्यात फरक सांगून ठेवला आहे ना, त्याप्रमाणे मी जगदीशपेक्षा नेहमी वेगळीच राहणार होते. जगदीश हा जन्मत: सदाहरित झाडासारखा बारमाही फुलणारा माणूस होता. नेहमी आनंदी. क्वचित कधी मूड गेला तर परत थोड्याच वेळात पुन्हा हसरा चेहरा. असा हा सदैव हसरा माणूस आणि मी आपली कायम उदास, चिंता करणारी आणि दु:खी स्त्री. त्याचा आनंदी स्वभाव सहज उघड दिसणारा आणि मी मात्र केव्हातरी नकळत निराशेच्या काळ्या डोहात बुडून जाणारी. मला प्रयत्नपूर्वक स्वत:च्या मनातलं दु:ख, अंतर्मुख होणं हे दूर करावं लागे. त्यासाठी बाह्य आकर्षणांची मदत घ्यावी लागे. म्हणजे एकंदरीत माझा स्वभाव अतिसंवेदनाक्षम होता. केव्हाही निराशेत जाऊ शकणारी पण स्वत:ला नीट सावरून यशस्वी ठरलेली अशी स्त्री होते मी. याउलट त्याचं मन म्हणजे वेगवेगळ्या कल्पनांची युद्धभूमीच होती. नेहमी आपली मनाची पाटी, नवी कल्पना लिहिण्यासाठी घासूनपुसून स्वच्छ करून ठेवलेली!

हळूहळू दोघांच्याही कुटुंबीयांच्या लक्षात आलं की, आम्ही दोघं एकमेकांत गुंतलो आहोत. जगदीश बऱ्याच वेळा रात्रीच्या जेवणासाठी आमच्याकडे मोतीबागेत यायचा. त्या वेळी माझ्या भल्यासाठी, माझी मोठी बहीण सविता त्याच्या वागण्याचं बारकाईने निरीक्षण करीत असे. कारण तिला सतत माझी काळजी वाटायची. एकदा तिने म्हटलं, "हा फार तरुण वाटतो गं!" म्हणजे तिला सुचवायचं होतं की, लग्नाच्या दृष्टीने, वयाने थोडा मोठा नवरा असेल तर तो जरा बऱ्यापैकी सांभाळून घेतो, सहकार्य देतो आणि संसार व्यवस्थित होतो. जगदीश माझ्यापेक्षा दोन वर्षं आणि नऊ महिन्यांनी लहान होता, पण चेहऱ्यावर कायम अवखळ हसू आणि गंभीर घटनांनाही मजेशीर बनवण्याची नेहमीची सवय यामुळे तो होता त्याहून वयाने कमी वाटायचा. कधी पट्कन जेवता जेवता माझ्या ताटातला एखादा घास उचलून खायचा आणि हळूच सविताला म्हणायचा, 'सांगा तिला, या माणसाशी लग्न केलंस तर तुझ्याही वाटचं तोच खाऊन फस्त करील आणि तू उपाशी राहशील.'

कधी कधी जगदीश गायब व्हायचा. तेव्हा तो वाराणसीला आई-वडिलांना भेटायला जात असे. त्या वेळेला सर्वोच्च न्यायालयातून निवृत्त होऊन त्याच्या वडिलांनी बनारस हिंदू विद्यापीठाचे कुलगुरू म्हणून कार्यभार स्वीकारला होता. एकदा तिथून परत आल्यावर जगदीश सांगत होता, त्याने तिथे विद्यापीठाच्या

आवारात सायकल शिकण्याचा खूप प्रयत्न केला. दिमतीला वडिलांकडचे सगळे नोकरचाकर होते. तरी त्याला सायकल शिकता आलीच नाही. सारखा फुलांच्या ताटव्यात जाऊन पडत होता.

अधूनमधून जगदीश त्याच्या सहा भावांपैकी कुणाकुणाची ओळख करून द्यायचा. तो सांगायचा, 'अगं, माझा न्यूरोसर्जन भाऊ येतोय' किंवा 'तीन इंजिनिअर भाऊ आहेत ना, त्यातला धाकटा येणार आहे' नाहीतर 'पद्मा, माझा न्यायाधीश भाऊ येतोय दिल्लीला.' आणि मग त्याच्यासह जेवता जेवता कुणाला काय खायला आवडतं, याबद्दल जोरदार चर्चा व्हायची. त्या भावांची जुनी सवय असावी ती. मग अधूनमधून कुणाकुणावर टीकाटिप्पणी, थोड्या 'टाइमपास' गप्पा होत असत. मला वाटतं नेहमीच्या उच्च-गंभीर विषयात थोडा बदल किंवा मनावरचा ताण हलका करून ताजंतवानं होण्यासाठी त्यांना ते आवडत असावं. ग्रीक लोकांसारखं. ते नाही का, विरंगुळा म्हणून हायमेटस पर्वतावरच्या खडकांवर सुंदर कोरीवकाम करून एकमेकांना भेट देत असत!

भावाभावांत नेहमी वादविवाद चालत पण खेळीमेळीचे. सरळ मनाने केलेले. भावाने एक टोमणा मारला तर हा जगदीश एखाद्या बॅडमिंटनपटूच्या चपळाईने त्याला दोन टोमणे मारून परतफेड करी. तो स्पर्धेच्या वातावरणातच वाढला होता. प्रत्येक वादविवाद जिंकल्याशिवाय त्याला चैन पडत नसे. मग विषय कुठलाही असो आणि समोर कुणीही असो. भाऊ असो, मित्र असो की होणारी बायको असो. पहिल्यांदा मी जेव्हा त्यांचे मोठमोठ्याने बोलतानाचे अटीतटीचे वादविवाद ऐकले तेव्हा वाटलं, यांना एकमेकांविषयी ममत्व, बंधुप्रेम आहे की नाही? पण नंतर मात्र माझ्या लक्षात आलं की, त्यांच्यात भातृभाव तर आहेच पण इतरांनी हेवा करावा असा प्रेमाचा बंध आणि जवळीकही आहे.

सगळे भाऊ आईबद्दल विशेष आदराने बोलायचे. त्यांच्या बोलण्यातून असं व्यक्त होत असे की, आमची आई ही वडिलांपेक्षा चाणाक्ष, बुद्धिमान आणि कणखर आहे. आमचं नातं आपलं असंच लग्नाच्या दृष्टीने काहीच प्रगती न होता चाललेलं असतानाच अचानक एकदा मला जगदीशच्या आई-वडिलांना भेटायची संधी मिळाली. त्या वेळी ते अहमदाबादला होते. जगदीशचे भाऊ प्रफुल्ल यांच्याकडे. प्रफुल्ल त्या वेळेला गुजरात उच्च न्यायालयाचे मुख्य न्यायाधीश होते. त्यांच्या प्रशस्त बंगल्यात आमची भेट झाली. मला आठवलं, कॉलेजमध्ये असताना मला राज्यस्तरीय वक्तृत्व स्पर्धेत 'सर्वोत्कृष्ट वक्ती' म्हणून सुवर्णपदक मिळालं होतं. त्या वेळेला जगदीशचे वडीलच प्रमुख पाहुणे होते. बक्षीस देताना त्यांनी मला विचारलं होतं, 'तू कालिदास देसाईंची कन्या का?' आता जवळ जवळ दहा वर्षांनंतर, ते बनारस हिंदू विद्यापीठाचे कुलगुरू होते आणि त्यांनी मला अमेरिकेतल्या विद्यापीठप्रमुखांच्या

स्थानाबद्दल आणि भूमिकेबद्दल प्रश्न विचारला होता. त्यांच्या उत्तरावरून मी किती हजरजबाबी, हुशार, हिंमतवान वगैरे आहे ते ठरणार होतं.

त्या वेळी ते घर माणसांनी फुलून गेलेलं होतं. पाहुण्यांची ये-जा सुरू होती. नोकरमंडळी चहा-नाश्ता आणून देत होती. घरात मुलांचा धिंगाणा चालू होता. या सगळ्या धामधुमीत जगदीशची 'बा' सराईतपणे आणि शांततेने सगळ्यांकडे लक्ष पुरवत होती. त्यांचा चेहरा वयापेक्षा तरुण दिसत होता. चेहऱ्यावर तेज आणि आनंद होता, त्यात कधी कधी मिस्कीलपणाही डोकावत होता. घरातलं वातावरण साधं होतं, त्यात कुठेही डामडौल किंवा 'आम्ही उच्चवर्गीय आहोत' असा दर्प नव्हता. खरं म्हणजे मी त्या घरी येणार की नाही तेही निश्चित नव्हतं, पण सगळे जण मला संकोच वाटू नये, कानकोंडं वाटू नये याची काळजी घेत होते.

पुढे काही आठवड्यांनी जगदीशचे वडील वारले. त्या वेळी मी पुन्हा जगदीशच्या अहमदाबादच्या घरी गेले. त्या वेळी त्यांचे अंत्यसंस्कार होऊन गेले होते. हॉलमध्ये गुरुजी गीतापठण करत बसलेले होते. जगदीशचे वडील एक कुशल न्यायाधीश तर होतेच, पण संस्कृतचे विद्वानही होते. ते संस्कृतमध्ये व्याख्यान देत असत. सांत्वनाला येणारे आत येत होते, 'बां'शी दोन शब्द बोलून बाजूला बसत होते. हॉलमध्ये फुलांचा आणि उदबत्त्यांचा सुगंध दरवळत होता. संस्कृतचे धीरगंभीर स्वर वातावरणात भरून राहिले होते. माझे आई-बाबाही भेटायला आले होते. बा शांत-गंभीर बसलेल्या होत्या. जणू कोसळलेलं दुःख पोटात घेऊन ते पचवण्याचा प्रयत्न करत होत्या. रडणं, बोलणं, स्वतःकडे इतरांचं लक्ष वेधून घेणं असलं काहीही करत नव्हत्या. त्याही अवस्थेत घरातल्या इतरांची काळजी घेत होत्या. त्यांचा थोरला मुलगा प्रफुल्ल, वडिलांच्या अस्थी गंगेत विसर्जित करण्यासाठी वाराणसीला जायला निघाला होता. त्याला म्हणाल्या, "जपून जा बेटा. नदीत फार खोलवर जाऊ नकोस."

पुढे दोन वर्षांनी आम्ही त्यांना मुंबईच्या घरी भेटलो. ते घर समुद्राच्या किनाऱ्यावर होतं. बांनी सुचवलं की, आपण सर्व जण मिळून अनसूयेकडे जाऊ या. अनसूया ही त्यांची दत्तक मुलगी. ती मुंबईपासून दोन तासांच्या अंतरावरील एका शहरात स्थायिक झालेली होती. रेल्वे सकाळी सहा वाजता सुटणार होती. त्याच्या अगोदर सर्वांना अंघोळी करायला लावल्या. "इतक्या लवकरची रेल्वे पकडायची काय गरज आहे? मुंबईहून तासातासाला गाड्या सुटतात आणि इतक्या सकाळी अंघोळी करून निघायचं?" मी जगदीशकडे कुरकुर केली. त्यावर काहीच उत्तर न देता तो शांतपणे तयार झाला. बा खूप चांगल्या मूडमध्ये होत्या. गाडीत आम्ही सर्वांनी नारळपाणी प्यायलं. तो पूर्ण दिवस अनसूयेकडे घालवला. बा खूप बोलत होत्या. अनसूयेचा बंगला आमराईत होता आणि समोर नदी वाहताना दिसत होती. भरपूर खाणं, गप्पागोष्टी झाल्या. काही लोक आम्ही आलो म्हणून भेटायलाही आले होते. एकूण ती ट्रीप छान आरामदायक झाली.

जगदीश यांचे आई-वडील.

१९६८ साली आम्ही अमेरिकेत गेलो. तोपर्यंत मी जगदीशच्या कुटुंबातल्या सगळ्यांना भेटले होते. पण अजून आमचं लग्न झालेलं नव्हतं. दिल्लीत मी वेगळा फ्लॅट घेऊन एकटी राहत होते. जगदीशचे सगळे भाऊ स्वतंत्र घरं घेऊन राहत होते हे मी पाहून ठेवलं होतं. पुरुषांनी नोकरी-धंद्यासाठी लागणारे सर्व प्रकारचे कष्ट करायचे आणि बायकांनी संसार नीट सांभाळायचा, मुलं-बाळं, नवरा यांची काळजी घ्यायची. वेळ पडलीच तर नवऱ्याचं ऑफिस सांभाळायचं. थोडक्यात, सर्वतोपरी सहकार्य करायचं. बांच्या एक सोडून सर्व सुना गृहिणीच होत्या. एकदा त्यातल्या एकीला मी विचारलं, ''खरंच कसा आहे गं बांचा स्वभाव?''

त्यावर सावधपणे सकारात्मक प्रतिक्रिया देत ती म्हणाली, ''खूप प्रेमळ आहेत त्या. पण त्यांच्या मुलांची, मुलांच्या सुखाची मात्र त्या जरा जास्तच काळजी घेतात.''

म्हणजे अप्रत्यक्षपणे ती असं सुचवत होती की, त्या आहेत प्रेमळच पण एखादी सून तिच्या नवऱ्याची फारशी सेवा करत नाही, दुर्लक्ष करते असं काही आढळलं तर त्यांचं तिच्यावरचं प्रेम कायमचं कमी होऊ शकतं. हे खरंतर तसं सार्वत्रिक आहे. पण बांनी बोभाटा होऊ न देता, फालतू वाद न घालता किंवा उघडपणे अधिकार न गाजवता प्रेमाचं मृगजळ सुरेखपणे निर्माण केलेलं दिसत होतं. जो नियम त्या स्वत: पाळत नव्हत्या तो त्यांनी सुनांना कधीच पाळायला लावला नाही. त्या स्वत: सर्वांच्या आधी उठत आणि रात्री सगळे झोपले की मगच स्वत: झोपत असत. त्या स्वत: काटेकोर शिस्तीने वागत असल्या तरी इतरांना जाच करत

नसत. टापटिपीच्या होत्या पण आमच्यावर कसली सक्ती केली नाही, बुद्धिमान होत्या पण इतरांवर वर्चस्व गाजवलं नाही. शिवाय त्यांच्या मुलांचं त्यांच्यावर निस्सीम प्रेम होतं. त्यामुळे घरात नवीन येणाऱ्या प्रत्येक सुनेला वाटायचं, या घरचे रातिरिवाज, नियम सगळे शिकून घेतले पाहिजेत आणि त्याप्रमाणे मनापासून वागायला पाहिजे. आधीच्या सुनांपेक्षा आपण सरस ठरलं पाहिजे. त्यामुळे घरात एक प्रकारचं निकोप स्पर्धेचं वातावरण असायचं.

अमेरिकेत आमच्याकडे येऊन राहण्याची त्यांची खूप इच्छा होती. त्याप्रमाणे मॅसेच्युसेट्समध्ये आमच्या लेक्झिंग्टनच्या घरात त्या आल्या होत्या. त्या येऊन जरा स्थिरस्थावर झाल्यानंतर मी त्यांना विचारलं की, तुमचा मेडिकल इन्शुरन्स काढलेला आहे का? त्यावर त्यांनी मला खोटंच सांगून दिलं की, 'काळजी करू नका. आमच्या ज्योतिषी महाशयांनी खातरीने सांगितलंय की तुम्ही बिनधास्त अमेरिकेला जाऊन या. तब्येतीचा कोणताही त्रास होणार नाही तुम्हाला.' खरंतर ज्योतिष्याने सांगितलं म्हणून नव्हे, त्यांचा दैनंदिन जीवनक्रम इतका शिस्तबद्ध होता की त्यामुळेच त्या निरोगी जीवन जगत होत्या. त्यांनी त्यांचा सुती पंचा आणि छोटं चहाचं भांडं बरोबरच आणलेलं होतं. त्यांचा चहा त्या भांड्यातच करावा असा त्यांचा आग्रह होता. मला वाटतं, आमच्याकडे राहून त्यांची खातरी झाली असावी की मी घर उत्तम प्रकारे चालवते, तसंच त्यांच्या मुलाची चांगली काळजी घेते म्हणून. कारण इथे असताना त्यांचा मूड खूप छान असायचा. मी नोकरीसाठी बाहेर जात होते त्यालाही त्यांचा आक्षेप नव्हता. माझ्या हातची आमटी त्यांना आवडायची. इथली तऱ्हेतऱ्हेची फळं त्या आवडीने चाखून पाहायच्या. पण स्ट्रॉबेरीच्या सुंदर सुंदर टोपल्या मी टाकून देते म्हणून हळहळायच्या.

एकदा त्यांनी मला विचारलं, "काय गं, घरातले संडास तू स्वत: साफ करतेस का?" कारण भारतातल्यासारखं, संडास साफ करायला येणाऱ्या अस्पृश्य बायका (भंगिणी) त्यांना इथे कधीच दिसल्या नाहीत. मीच भंगिणीचं काम करते हे कळल्यावरही त्यांनी माझा स्पर्श टाळला नाही. जेवणही माझ्या हातचंच जेवत होत्या. त्या भारतात परत गेल्यावर कितीतरी दिवस मला त्यांची आठवण येत राहिली.

अशा प्रकारे त्यांना पूर्ण ओळखू लागल्यावर, त्यांच्या सातही मुलांची व्यक्तिमत्त्वं इतकी एकसारखी कशी! याचं मला आश्चर्य वाटेनासं झालं. एकतर वंशपरंपरेने त्यांच्या जनुकरचना (थोड्याफार फरकाने) पुष्कळशा सारख्या होत्या आणि सर्वांचं संगोपन अत्यंत शिस्तीत, काळजीपूर्वक करण्यात आलेलं होतं. तेही मुंबईच्या उच्च मध्यमवर्गीय कुटुंबामध्ये. हा योग तसा दुर्मीळ असतो. जगदीशच्या मते याचं श्रेय त्याच्या आजोबांकडे जातं. त्याचे आजोबा उत्तर गुजरातेतल्या एका खेड्यात राहत असत. तिथे ते प्राथमिक शिक्षकाची नोकरी करत होते. ते आध्यात्मिक प्रवृत्तीचे होते.

नेहमी भजन-कीर्तन करणारे. गावकरी त्यांना 'भगवती मास्तर' म्हणून ओळखायचे. जगदीशचे वडील माझ्या वडिलांप्रमाणेच उच्च शिक्षणाकरता मुंबईत आले. अर्थातच शिष्यवृत्ती घेऊन. शिक्षण पूर्ण करून ते तिथेच वकिली करू लागले. न्यायाधीश म्हणून बढत्या मिळवत अखेरीस दिल्लीमध्ये भारताच्या सर्वोच्च न्यायालयापर्यंत ते पोहोचले. जगदीश सात भावांतला सहावा भाऊ. तो जन्माला आला, तोपर्यंत ते कुटुंब मुंबईच्या समुद्रकिनारी एका आलिशान इमारतीतल्या सहा खोल्यांच्या प्रशस्त फ्लॅटमध्ये स्थिरस्थावर झालेलं होतं. प्रसिद्धी आणि संपत्ती यांचा ओघ बऱ्यापैकी सुरू झालेला होता.

हे सगळे भाऊ, यांची बहीण आणि एक-दोन चुलत भावंडं हे सर्व जण शिस्त, अंगमेहनत आणि स्वच्छ, सरळ, ताठमानेने जगण्याचे संस्कार घेऊन एकत्रच वाढले. व्यवसायात खूप पुढे जायचं हे तर त्यांचं ध्येय असायचंच, पण त्याचबरोबर समाजासाठी, समाजाच्या उन्नतीसाठी आपल्या हातून प्रयत्न झाले पाहिजेत, ही तळमळसुद्धा त्यांच्या ठायी होती. मात्र कला, क्रीडा, निसर्गसौंदर्याची जाण या गोष्टी त्यांच्या मनात रुजायच्या राहूनच गेलेल्या होत्या, पण त्यासाठीदेखील प्रयत्न झाले नव्हते असं नाही. जगदीशने मला एकदा सांगितलं होतं, त्या सगळ्यांना गाणं शिकवायला आई-वडिलांनी एक शिक्षक नेमले होते. ते घरी येऊन शिकवत असत. पण यांना कुणाला गाण्याची आवड नव्हती. ते काही नियमित क्लासला बसायचे नाहीत. टंगळमंगळ करत राहायचे. त्यामुळे तो बिचारा पोटार्थी कलाकार, यायचा बंद झाला. पण या भावांना अशा काही सातत्याने पाठपुरावा कराव्या लागणाऱ्या गंभीर कला-क्रीडा वगैरे प्रकाराबद्दल किती स्वारस्य होतं आणि त्यात किती गती होती याबद्दल मला शंका वाटते.

याउलट खाण्याची त्यांना खूप आवड होती. तळलेले चमचमीत, मसालेदार, स्वादिष्ट पदार्थ इतके आवडायचे की ते स्वयंपाकघरातच फस्त व्हायचे. त्या पदार्थांनी कधी जेवणाचं टेबलही पाहिलं नाही. एकदा मी छान ताजं सॅलड बनवून त्याच्यापुढे ठेवलं तेव्हा जगदीश म्हणाला, "आमच्याकडे आम्ही आजारी असलो ना तेव्हाच खातो हे असलं सॅलड, फळं वगैरे!'' त्याचा आवडता छंद म्हणजे अमेरिकन टीव्हीवर दाखवले जाणारे खाद्यविषयक कार्यक्रम पाहणं. ते पाहून त्याचं खाण्याच्या आवडीचं क्षितिज विस्तारत गेलं, पण एकही पदार्थ त्याने कधी करून पाहायचा किंवा शिकायचा प्रयत्न केला नाही. आमच्यात त्या बाबतीत घडणारे संवाद काहीसे असे असायचे.

तो : प्रिये, पाणी उकळायला लागलं हे कसं ओळखायचं?

ती : सोपं आहे, नाथ! उकळायला लागलं की, पाणी शॅम्पेनसारखं दिसतं.

पण जगदीश हा खरोखर फार पट्कन शिकून घेणाऱ्यातला आहे. दररोज

१९५३ च्या सुमारास मुंबईतील घरी जगदीश.

सकाळी गरम दूध, कॉफी पावडर आणि स्प्लेन्डा घालून इतकी झकास कॉफी बनवत असतो! भारतातले उच्च मध्यमवर्गीय पुरुष लहानपणापासून कधी स्वयंपाक करायला शिकलेले नसतात. यात काही नवल वाटण्यासारखं नाही. पण प्रौढ वयात गेले, अगदी वयस्कर झाले तरी साधा घरातला विजेचा बल्ब बदलणं यासारखी किरकोळ कामंही त्यांना येत नसतात. भारतात ठीक आहे हो! तिथे अगदी स्वस्तात कामं करणारी माणसं उपलब्ध असतात. पण अमेरिकेत तसं नसतं. त्यामुळे मी एकदा वैतागलेल्या क्षणी जगदीशला म्हटलं, "तुला काहीच कसं येत नाही रे? एखाद्या वेलीसारखा नुसता फोफावला आहेस तू!"

जगदीशने लगेच तत्परतेने हे त्याच्या आईला सांगितलं. त्यावर त्याची आई शांतपणे उत्तरली, "मग काय झालं? कामंधामं सगळी मुलींनाच शिकवायची असतात!"

आता खूप वर्षांनी आपल्या अंगातल्या अनेक सुप्त बौद्धिक क्षमता जगदीशला सापडलेल्या आहेत. स्मोक डिटेक्टरमधल्या बॅटऱ्या बदलणं, कॉम्प्युटरच्या प्रिंटरमधलं कार्ट्रिज बदलणं अशी कामं तो लीलया करत असतो.

या सगळ्या भावांना, त्या काळात उपलब्ध असलेलं सर्वोत्कृष्ट शिक्षण देण्यात आलं होतं, ते प्रथम दर्जाचे व्यावसायिक बनले पाहिजेत या हेतूने. जगदीशला मुंबईच्या एका जेसुइट स्कूलमध्ये घातलं होतं. तो सांगतो, तिथे त्याने स्पॅनिश-इंग्रजी भाषेतून शिक्षण घेतलं. व्हायचं असं की, पुढे जेव्हा तो आपल्या आईला पत्र

लिहायचा आणि तिला तर इंग्रजीही येत नव्हतं तेव्हा मी त्या पत्राचा अनुवाद त्यांना गुजरातीत करून सांगत असे. जगदीश सांगतो, शाळेत असताना मी खूप लाजाळू आणि समजूतदार मुलगा होतो, पण तेव्हासुद्धा खूप गमतीजमती केल्याशिवाय मला चैन पडत नसे.

एकदा आईने त्याला विचारलं, ''काय रे, शाळेत व्यवस्थित वागतोस ना तू?''

तेव्हा म्हणे त्याने उत्तर दिलं, ''मग काय? वागणारच ना! त्यांनी एका हडकुळ्या माणसाला एका लाकडी क्रूसावर खिळे ठोकून टांगूनच ठेवलाय ना समोरच्या भिंतीवर!''

१९५० साली जगदीश मॅट्रिकच्या परीक्षेत संपूर्ण राज्यात पहिला आला, तेव्हा त्याला हिंद सायकल्स लिमिटेडतर्फे एक सायकल भेट मिळाली. त्याच्या तीन वर्षं आधी याच परीक्षेत फक्त दोन गुणांनी माझा पहिला नंबर हुकला होता. तरीपण मला हिंद सायकल्सतर्फे सायकल भेट मिळाली होती आणि मी लगेच ती शिकून चालवू लागले. पण जगदीश काही सायकल शिकला नाही. पुढे १९५४ साली तो सिडनहॅम कॉलेजमधून बी.कॉम. झाला. कशासाठी? तर म्हणे पुढे त्याला भारताची मध्यवर्ती बँक म्हणजेच रिझर्व्ह बँक ऑफ इंडियाचा गव्हर्नर व्हायचं होतं. ही अर्थातच त्याच्या वडिलांची कल्पना होती. ती काही प्रत्यक्षात उतरली नाही. मला तर शंका आहे, आर्थिक धोरण म्हणजे काय याचा अर्थ तरी जगदीशला समजला असता की नाही? त्याची अंमलबजावणी वगैरे तर पुढच्या गोष्टी होत्या. बी.कॉम. झाल्यावर त्याच वर्षी त्याच्या वडिलांनी त्याला अर्थशास्त्राची पुढची पदवी घेण्याकरता केंब्रिज विद्यापीठात पाठवलं. १९५६ साली त्याने पहिल्या वर्गात उत्तीर्ण होत ती पदवी घेतली. त्याला विद्यापीठाचं ॲडम स्मिथ पारितोषिकही मिळालं. त्याच्या अगोदरच्या वर्षी भारताचे पुढे पंतप्रधान झालेले मनमोहन सिंग यांना हे पारितोषिक मिळालं होतं. त्यांनी सेंट जॉन्स कॉलेजमधून बी.ए. केलं होतं. जगदीश आणि मनमोहन सिंग यांची मैत्री झाली आणि ती आयुष्यभर कायम आहे.

१९६३ साली जगदीश दिल्ली स्कूल ऑफ इकॉनॉमिक्समध्ये आला आणि माझ्या शेजारचं ऑफिस त्याचं झालं, तेव्हा लोक त्याला 'उभरता तारा' म्हणून ओळखू लागले होते. ही त्याची कीर्ती त्याच्या भावांनी जे यश मिळवलेलं होतं, त्याला शोभणारीच होती. त्याचा सर्वांत थोरला भाऊ प्रफुल्ल यांनी कायद्याच्या पदव्या घेऊन मुंबईत वकिली सुरू केली; लवकरच वकील म्हणून त्यांनी नेत्रदीपक यश मिळवलं आणि प्रगतीच्या पायऱ्या चढत चढत अखेर ते भारताच्या सर्वोच्च न्यायालयाचे सरन्यायाधीश झाले. त्यांच्या कारकिर्दीत दलित आणि वंचित समाजघटकांच्या हक्कांसाठी एका जनहित याचिकेचा मोठ्या जोरदारपणे न्यायालयाने पाठपुरावा केला होता. जगदीशचे तीन भाऊ इंजिनिअर होते. त्यांपैकी नवीन यांनी अमेरिकेतील ॲन

आर्बर इथे प्रशिक्षण घेऊन नंतर स्वत:ची 'भगवती असोसिएट्स प्रा.लि.' ही फर्म सुरू केली. पुढे ती भारतातली सर्वांत मोठी बांधकाम कंपनी म्हणून नावारूपास आली. सगळ्यात धाकटा भाऊ प्रवीण हे जर्मनीमध्ये जाऊन मेटॅलर्जिस्ट आणि उद्योगपती झाले. २००६ साली ते 'वर्ल्ड फाउंड्रीमेन ऑर्गनायझेशन'चे अध्यक्ष होते. त्याचा आणखी एक भाऊ सनत हे लंडनमध्ये शिकून न्यूरोसर्जन झाले. ते १९९५ साली 'इंटरनॅशनल सोसायटी फॉर पीडिॲट्रिक न्यूरोसर्जरी'चे अध्यक्ष म्हणून निवडले गेले. ब्रुकलीनमधल्या एखाद्या प्रथितयश ज्यू कुटुंबाला सहजच मागे टाकण्याइतकं भगवती कुटुंबाचं कर्तृत्व मोठं होतं. मॅक्स वेबरने त्याच्या 'प्रॉटेस्टंट एथिक्स अॅन्ड द स्पिरिट ऑफ कॅपिटॅलिझम' या ग्रंथात जरा वेगळ्या संदर्भात वर्णन केल्याप्रमाणे एखाद्या धार्मिक श्रद्धेने आणि व्यावसायिक यशासाठीच्या महत्त्वाकांक्षेने प्रेरित होऊन उत्तुंग यश-कीर्ती मिळवणाऱ्यांसाठी हे कुटुंबीय म्हणजे आदर्श नमुनाच होत.

जसजसा काळ गेला तसं माझ्या हेही लक्षात आलं की, यांच्या कुटुंबातल्या सर्वांना अगदी अधाशासारखी बोलण्याची जणू आवड आहे. व्यसनच म्हणावं इतकी! माझे वडील जेव्हा प्रथम जगदीशला भेटले तेव्हा काही मिनिटांच्याच निरीक्षणात त्याचं अस्वस्थ, पाऱ्यासारखं चंचल मन जाणून, त्यांनी त्याचं वर्णन 'पाऱ्यासारखं व्यक्तिमत्त्व' असं केलं होतं. आमची अनुराधा तीन वर्षांची होती, तेव्हा शाळेत शिक्षिकेने विचारलं, "तुझे डॅडी काय करतात?" तेव्हा तिने आनंदाने सांगितलं, "ते बोलतात!"

प्रत्यक्षात त्याच्या शारीरिक हालचालीदेखील सारख्या अस्वस्थपणे चालू असतात. तो एका जागी फार वेळ कधीच थांबत नाही. व्यवसायातदेखील तो सारख्या जागा बदलत राहतो. फिरतीचं काम त्याला आवडतं. एखाद्या लहान मुलाच्या कुतूहलाने तो वेगवेगळ्या विमानतळांवर भटकत असतो. अर्थशास्त्राच्या क्षेत्रात दिवसेंदिवस तज्ज्ञांनी प्रत्यक्ष हजर राहून केलेल्या मार्गदर्शनाला वाढती मागणी येऊ लागली, जेणेकरून त्यांचा अभ्यास आणि अनुभव यांचा लाभ अधिकाधिक लोकांना घेता येऊ लागला. त्यामुळे कुठे सेमिनारला, कुठे एखाद्या संशोधन प्रकल्पासाठी अशा विविध प्रकारे काम करण्याची पद्धतच रूढ होऊ लागली आणि हे सगळं जगदीशला अगदी सहज आणि उत्साहाने करायला जमतं. मी जवळ जवळ अर्ध्या शतकापासून जगदीशला ओळखते त्यामुळे त्याच्या एका वाढदिवसाच्या समारंभात मी म्हटलं की, जगदीश म्हणजे वर्नर हायजेनबर्गच्या 'अनसर्टन्टी प्रिन्सिपल'मधल्या पदार्थकणासारखा आहे. त्याचं निश्चित ठिकाण सांगता येतं आणि त्याचा वेगही सांगता येतो. मात्र दोन्ही एकाच वेळी सांगता येणं अशक्य आहे. या गोष्टीचं प्रत्यंतर मला पहिल्यांदा १९६१ साली आलं. त्याच्या दिल्लीतल्या वास्तव्याची मला नुकतीच कुठे तेव्हा सवय व्हायला सुरुवात झालेली होती. एका तात्पुरत्या असाइनमेंटसाठी

तो परत इंग्लंडला गेला आणि मला म्हणाला, ''तू उन्हाळ्याच्या सुटीत इकडेच ये. म्हणजे दोघं मिळून युरोप टूर करू या.''

या कल्पनेने माझ्या नीरस, कंटाळवाण्या जीवनक्रमात जणू चैतन्याची ठिणगीच पडली. माझा नकोसा भूतकाळ पूर्णपणे पुसला गेला. खरोखर त्या सगळ्या घटनांतून गेलेली तरुणी मीच होते का, असं मलाच वाटायला लागलं.

मला प्रेमाचा स्फोट झाल्यासारखा मधुचंद्र नको होता...

'नभातून चालून यावी प्रेमाची वावटळ...
अवघ्या जगण्यावर कोसळावी...
मुळातून उपटून यावी इच्छा... तृप्त होऊन उडून जावी पाचोळा होऊन
बुडून जावं अख्खं काळीज खोल खोल डोहाच्या तळाशी...'

असलं काही नको होतं मला.

मला हवा होता विशुद्ध प्रेमाचा उत्कट अनुभव जो आयुष्यभर माझी साथ करील... फार क्वचित येणारी अशी भावना... अशी प्रीतिभावना, जी मिळाल्याच्या आनंदाहून, तिला कधी गमावण्याची कल्पना मला जास्त व्यथित करेल, ती हवी होती मला.

त्याने बोलावलं आणि मी निघाले. त्याला जीनिव्हाला जाऊन भेटले. प्रवासाचे कोणतेही बेत न ठरवता तिथून आम्ही निघालो. लुसर्नेला पोहोचलो. म्हटलं, आपला प्रवास भरपूर आश्चर्यांनी ओतप्रोत भरलेला असला पाहिजे. मला आठवतंय, आम्ही सारखे छोट्या छोट्या रेल्वे स्टेशनवर उतरायचो आणि स्टेशनमास्तरजवळ चौकशी करायचो, 'आम्हाला या टेकडीच्या माथ्यावर छोटीशी जागा मिळेल का राहायला?' बस्स! डोंगरमाथ्यावरून दिसणारं आकाश हवं नि खाली सुंदरसं तळं. शेवटी हर्गिसविल या स्टेशनवर आम्ही उतरलो. तिथल्या त्या लॉजमालकाने आम्हाला पायथ्याशी गाडीत बसवून डोंगरमाथ्यावर पोहोचवलं. एका जुजबी फर्निचर असलेल्या खोलीत आमच्या बॅगा टाकल्या नि तो अदृश्य झाला.

मी खिडकी उघडली. बाहेर पाहिलं. जसं काही आयुष्यात मी पहिल्यांदाच इतकं निसर्गसौंदर्य पाहत होते— स्वित्झर्लंडची ती सदाबहार पर्वतराजी, वरपासून खालपर्यंत उलगडत जाणाऱ्या हिरव्याकंच टेकड्या, देखणे चेरीवृक्ष, गळ्यात मोठ्या मोठ्या घंटा असलेल्या हिरव्या कुरणात चरणाऱ्या तितक्याच देखण्या गाई! आम्ही एकमेकांच्या मिठीत गुंतून, चुंबनाच्या वर्षावात बुडून गेलो... खूप खूप प्रेम केलं एकमेकांवर... आकंठ तृप्ती अनुभवताना वाटत होतं, या जागेवरून हलूच नये... कायमचं असंच इथे राहावं...!! ते निळंभोर आकाश, ते हिरवेगार वृक्ष... दूरवरचं ते तळं... आणि पानांना दूरदूर नेणारा तो वारा... सगळं पूर्वीपासूनच होतं तिथे पण आमची मनं आणि शरीरं समाधानाने ओसंडू लागल्यावर ती सगळी निसर्गशोभा जणू सौंदर्याचा नवाच

साज लेवून खुलली होती! आम्ही दोघंच होतो. आम्ही एकमेकांबरोबर होतो. एकमेकांच्या प्रेमात होतो. बस्स! कसलाही अपराधी भाव नव्हता की कोणत्यातरी सामाजिक नियमाचा भंग केल्याची बोच मनात नव्हती.

तो लॉजचा मालक नि त्याचे कुटुंबीय पहिल्यांदाच भारतीय पाहुण्यांचा पाहुणचार करत असावे. मी मोजकेच मांसाहारी पदार्थ खाते, हे उमजून ते वेगवेगळे खास कॅसेरॉल्स आणि सुफले बनवून मला खूश करत होते. अशा प्रकारे पूर्ण आठवडाभर आनंदात, सुखासमाधानात घालवल्यानंतर आम्ही टिटिसी या ठिकाणी गेलो. हे ठिकाण जर्मनीच्या नैर्ऋत्य टोकास असलेल्या काळ्या जंगलात म्हणजेच ब्लॅक फॉरेस्टमध्ये आहे. त्या दाट जंगलातल्या पायवाटांवरून आम्ही मैलोन्‌मैल चाललो. पाइनवृक्ष, बीच आणि स्प्रूसची घनदाट झाडी पाहिली. तिथल्या स्थानिक लोकांनी बनवलेल्या हस्तकौशल्याच्या वस्तू पाहिल्या आणि खुसखुशीत पेस्ट्रीजचा आस्वाद घेतला. हे सगळं करून आम्ही आमच्या वेगवेगळ्या, एकांड्या आयुष्याकडे परतलो, ते आता आपण जन्मभर एकमेकांसोबत राहणार ही खातरी मनात घेऊनच.

अशा तऱ्हेने मला भावनिक सुरक्षितता तर मिळाली. आता मला माझ्या थांबलेल्या संशोधनाकडे वळावंसं वाटू लागलं. 'जगदीशपासून अलग राहावं लागतंय,' या जाणिवेसारखीच 'माझं संशोधन राहिलंय' ही जाणीवही माझ्या मनाला खात होती, बोचत होती. लवकरच जगदीशने एक 'सॉलिड' प्रस्ताव आणला. त्याच्या पूर्वीच्या नुफील्ड कॉलेजमधले एक प्राध्यापक होते श्री. इयान लिटल म्हणून. ते पॅरिसमध्ये ओईसीडी डेव्हलपमेंट सेंटरचे संचालक म्हणून काम बघत होते. त्यांच्या संस्थेतर्फे एक बहुउद्देशीय प्रकल्प राबवला जात होता. या प्रकल्पाचा एक भाग म्हणून, आम्ही दोघं मिळून (जगदीश आणि मी) भारताविषयी एक पुस्तक लिहायचं होतं. झालं. १९६६ च्या उन्हाळ्यात या पुस्तकाचं पूर्वसंशोधन करण्यासाठी आणि पुस्तक लिहिण्यासाठी आम्ही पॅरिसला रवाना झालो. पाठोपाठ कोलंबिया विद्यापीठात 'पाहुणे प्राध्यापक' म्हणूनही काही दिवस गेलो होतो.

पॅरिसच्या मुक्कामात मला शोध लागला. मी एकाच वेळी प्रेम करू शकत होते, गांभीर्याने संशोधन करत होते, नवनवीन मित्र-मैत्रिणी जोडत होते, फ्रेंच पदार्थांचा आस्वाद घेत होते आणि रशियन भाषाही शिकत होते. माझ्या एकाही गोष्टीला मी मुकले नाही. सगळं एकदमच करू शकले. सेंटरमध्ये आम्हाला बेंट हॅन्सेन भेटला. पहिल्याच भेटीत त्याने सांगून टाकलं की मी 'सुखी मनुष्य' आहे. याला कारण त्याच्या तीन प्रिय गोष्टी माझ्यासोबत आहेत— त्याची पत्नी सोद, त्याची भरगच्च लायब्ररी आणि अवोकाडोसारख्या हिरव्या रंगाची मर्सिडीज कार. सोद दूर कैरोला होती. आम्ही प्रत्येक शनिवार-रविवारी लॉयर व्हॅलीमधले मोठे मोठे फ्रेंच वाडे बघायला जायचो. प्रत्येकाचा आकार वेगळा, रचना सुंदर... सगळं काही

सामान्य विचाराच्या पलीकडलं. बेंट हा शब्दश: घनघोर वाचक होता. त्याच्याकडे विशाल ग्रंथसंग्रह होता. विलक्षण स्मरणशक्तीची देणगी लाभलेला हा माणूस, बारीकसारीक वर्णनासहित, गोष्टी मोठ्या सुरेख सांगत असे. पण स्वभावाने तसा तो मनमोकळा वाटत नव्हता. दिसायला उग्र होता. इतकंच नाही, तर त्याचं वागणं, अभिरुची, मॅनर्स सगळं अस्सल युरोपियन होतं. त्यामुळेच अमेरिकेत बर्कले या ठिकाणी कॅलिफोर्निया विद्यापीठात प्राध्यापक असूनही तो अमेरिकनाइज होण्यापासून वाचला होता.

आम्ही दररोज एका शॅटेऊमध्ये म्हणजेच महालात दुपारचं जेवण घ्यायचो. जेवणाचा बेत उत्तम, पदार्थ उत्कृष्ट आणि वातावरण एकदम सभ्य-सुसंस्कृत. पण तिथेही जगदीश माझ्या ताटातले पदार्थ हळूच उचलून खात असे. मुक्कामाच्या शेवटी शेवटी बेंटलाही इतका मोकळेपणा वाटू लागला की, तोही माझ्या ताटातले एक-दोन घास घेऊन खायला लागला. मग माझाही संकोच दूर होत गेला. असेच एकदा लॉयरच्या एका महालात गेलो होतो तेव्हा मी माझं ज्ञान पाजळत म्हणाले, ''जर्मनीच्या नाझी फौजा थेट चेर नदीच्या काठावरच्या शॅटेऊ डी शेनॉनसिऊपर्यंत गेल्या होत्या.'' कधी नव्हे ते, या वाक्यावर बेंट पोट धरधरून हसला. म्हणत राहिला, ''साफ चूक. तो किल्ला वेगळा. तो पार तिकडे पश्चिमेकडे आहे.'' यावर आमची एक शॅम्पेन बाटलीची पैज लागली. पॅरिसला पोहोचल्यावर ताबडतोब त्याने गाइडबुक पाहिलं तर मीच बरोबर ठरले होते. तो चकित झालाच, पण अतिशय गंभीरही झाला. घाईघाईने जाऊन शॅम्पेनची बाटलीच घेऊन आला. कसं काय त्याने ते माझं बोलणं एवढं मनावर घेतलं कोण जाणे! मी तर मजेनेच पाहिलं होतं त्या गोष्टीकडे. मी पैज हरले असते तर नसती दिली शॅम्पेनची बाटली. 'तसं नाही ते. तुला माहीत नाही पैजेचे नियम काय असतात ते. जो हरतो, त्याने नुकसान सोसलंच पाहिजे.' आपल्याला त्यातलं फार ज्ञान आहे असं दाखवत जगदीशने जाहीर करून टाकलं.

माझ्या रशियन भाषेबद्दल गंमतच झाली. माझ्या असं लक्षात आलं की, आम्ही ज्या अपार्टमेंटमध्ये राहत होतो, त्याच्याजवळ एक किराणा मालाचं दुकान होतं. ते एक रशियातून स्थलांतर करून आलेलं जोडपं चालवत होतं. मला पाहून त्यांना खूप आनंद झाला आणि त्यांनी भारताबद्दल अनेक प्रकारची माहिती विचारायचा सपाटाच लावला. त्यांना ती माहिती पुरवताना, त्यांच्या विविध प्रश्नांची उत्तरं देता देता माझा रशियन भाषेचा शब्दसंग्रह कल्पनेपलीकडे वाढला.

'इंडिया : प्लॅनिंग फॉर इंडस्ट्रियलायझेशन' हे भगवती-देसाई लिखित (म्हणजे जगदीश आणि मी) पुस्तक १९६८ साली प्रकाशित झालं आणि नंतर ते बेस्टसेलर ठरलं. याच वर्षी जगदीशला एमआयटीच्या अर्थशास्त्र विभागात ठरावीक मुदतीसाठी

प्राध्यापक म्हणून बोलावण्यात आलं. थोड्याच काळात मलाही हार्वर्डच्या रशियन संशोधन केंद्रात नोकरी मिळाली आणि आम्ही दोघं एकत्र आलो. गेली नऊ वर्षं, जो मानसिक आणि भावनिक संघर्ष मी भोगला तो आता संपला होता. वरकरणी सगळं काही 'नॉर्मल' असल्याचं दाखवण्यासाठी मुखवटा घालून जगताना साठवलेली सगळी शक्ती संपुष्टात आली होती. पण अखेर ते सगळंच आता संपलं होतं. मी मुक्त झाले होते. मला खूप आनंद झाला. आम्हाला पुस्तकाच्या कॉन्ट्रॅक्टमधून जे पैसे मिळाले, त्यातून आमचा अमेरिकेतला संसार सुरू झाला.

जरा स्थिरस्थावर झाल्यानंतर आम्ही मेक्सिकोला गेलो. एल पासो या ठिकाणी विमानाने जाऊन जुआरेझ इथे पोहोचलो. त्याच वेळेस घटस्फोटाचा हुकूमनामा माझ्या हातात पडला. माझ्या टेबलावरचा सुविचार सांगत होता, 'संधी आहे तोवरच निसटून जा.' लवकरच आम्ही मेक्सिकोत विवाहबद्ध व्हायचं ठरवलं. पण अडचण अशी होती की, हे लग्न भारतीय कोर्टात, माझा माजी नवरा रद्दबातल ठरवू शकला असता, कारण आम्ही राहत होतो मॅसेच्युसेट्समध्ये! शेवटी १९७७ साली आम्ही भारतात जाण्याच्या आदल्या दिवशी मी मॅसेच्युसेट्सच्या कोर्टात घटस्फोटासाठी अर्ज केला. तो मला मंजूर झाला. कारण प्रतिपक्षातर्फे कुणी कोर्टात हजरच झालं नाही. अशा तऱ्हेने शेवटी जगदीश आणि मी कायदेशीररीत्या, उघडपणे लग्न करायला मोकळे झालो आणि लगेच मॅसेच्युसेट्सच्या जस्टिस ऑफ पीससमोर लग्न करण्यासाठी हजर झालो. त्यांनी आम्हाला शपथ देताना एकमेकांचे हात हातात घ्यायला सांगितलं, तेव्हा आमच्या बाजूला उभी होती आमची दोन वर्षांची कन्या अनुराधा. आम्ही एकमेकांचे हात हातात गुंफले तेव्हा तिने तिचा दुसरा हात त्या न्यायाधीशांच्या हातात दिला.

केंब्रिजमध्ये आमचं सगळं व्यवस्थित झालं. आम्हाला चांगले चांगले मित्र मिळाले. लेक्झिंग्टनमध्ये स्वतःचं घर घेतलं, मुलीचं संगोपन केलं आणि आपापल्या शैक्षणिक महत्त्वाकांक्षाही संपूर्ण तन्मयतेने आणि निष्ठेने पूर्ण केल्या. रशियन अर्थव्यवस्थेविषयी लिहिलेले माझे लेख प्रसिद्ध होऊ लागले; परंतु अजून मला नोकरी मिळाली नव्हती. मग जेव्हा कोलंबिया विद्यापीठाने मला अर्थशास्त्र विभागात काही काळासाठी प्राध्यापिका म्हणून बोलावलं तेव्हा जगदीशही एमआयटी सोडून माझ्याबरोबर न्यू यॉर्कला आला.

मला माझ्या करिअरमधली सर्वोच्च संधी मिळावी म्हणून त्याने असं केलं होतं की मी त्याला तसं करायला भाग पाडलं? काम नसल्यामुळे हिरमुसून गेलेली मी पुन्हा काम करू लागले खरी, पण माझं मन याच विचारांच्या आवर्तात सापडून गिरक्या घेऊ लागलं की, ज्या ठिकाणी त्याला अत्यंत उत्साहवर्धक वातावरण मिळून त्याचं करिअर अतुलनीय असं फुलून आलं, त्याची पुस्तकं, पेपर्स सातत्याने

प्रकाशित होत राहिले तिथून मी त्याला खेचून दुसरीकडे आणलं. जगातल्या प्रथम क्रमांकाच्या अर्थशास्त्र विभागातून ओढून काढून मी त्याला कुठे घेऊन आले? तर जे ठिकाण जगातल्या पहिल्या दहामध्येही गणलं जात नव्हतं, तिथे. 'या गोष्टीला मीच जबाबदार आहे' या विचाराने मन पोखरून निघू लागलं. इतकं की, मला मनोविकारतज्ज्ञांची मदत घ्यावी लागली. मनोविकारतज्ज्ञांनी सांगितलं की, 'मिळवलेलं सगळं गमवावं लागतंय' या भावनेमुळे तुला हा त्रास होतो आहे. ऐन तारुण्यातली सोळा वर्षं ज्या ठिकाणी मी भरभरून जगले, एक हुशार विद्यार्थिनी म्हणून, संशोधक म्हणून प्रत्येक संधीचा लाभ घेतला, अनेक ग्रंथांचा शोध घेतला, सेमिनार्सना हजेरी लावली आणि 'रशियन विदुषी' होण्यापर्यंतचा टप्पा गाठला, ते ठिकाण मला अचानक सोडावं लागलं. तिथे जमवलेले माझे बहुमोल स्नेही-सोबतीसुद्धा मागेच ठेवून यावं लागलं. या सगळ्याचा मनाला त्रास होत होता. पण एक विचार वारंवार मनाला बोचत होता जो मी दूर सारू शकत नव्हते तो म्हणजे 'मी जगदीशच्या व्यावसायिक कारकिर्दीतच अडथळा आणला.' जगदीशने मला वारंवार समजावलं; तरी आम्ही न्यू यॉर्कला आलो, ते दोघांच्या विचाराने, दोघांच्या भल्यासाठी हे काही केल्या माझ्या पचनी पडत नव्हतं.

मला इतकं असहाय वाटायला लागलं की, माझ्या दिनचर्येतली सुसूत्रतादेखील मी गमावून बसू लागले. ज्या काही जागा किंवा लोक माझ्या ओळखीचे होते त्यांना धरूनच ठेवायला बघायचे. मला आठवतंय, एकदा मी माझ्या डेंटिस्टच्या क्लिनिकमध्ये गेले आणि तिथल्या वेटिंगरूममध्ये बसूनच राहिले. इतका वेळ बसले की, शेवटी तिथल्या नर्सने मला 'घरी जा' म्हणून सांगितलं. माझी इतकी चिकित्सक बुद्धी किंवा मनोवृत्ती नसती तर किती बरं झालं असतं! निदान स्वत:चं हित पुढे ठेवून तरी मी घटनांचं 'बरोबर की चूक' असं नीट मूल्यमापन केलं असतं. ते अधिक सोपं आणि सुखाचं तरी झालं असतं. पण तसं करणं तरी कसं शक्य होतं? जगदीशला मी रोजच पाहत होते, नोकरीच्या नव्या वातावरणाशी जुळवून घेताना त्याला किती संघर्ष करावा लागत होता? कधी कधी परत एमआयटीमध्ये जाऊन राहावं असंही त्याला वाटत असे. सुरुवातीचे काही महिने मी अभूतपूर्व अशा ताणाखाली आणि वैतागलेल्या मन:स्थितीत काढले— नव्या जागेत स्थिरस्थावर व्हायचं, लेक्चर्सची तयारी करायची, अनुराधेकडे बघायचं आणि रात्रंदिवस जगदीशबद्दल काळजी करत राहायचं.

पण आता मागे परत फिरता येणार नव्हतं. अपराधीपणाने खचून टाकणाऱ्या त्या मनोविकारावर मी हलके हलके मात केली. त्याचं मुख्य कारण म्हणजे जगदीशने तिथेही व्यावसायिक प्रगतीला सुरुवात केली आणि त्याचा पूर्वीचा दिलखुलास, आनंदी स्वभाव परतून येऊ लागला. जवळपास पंचवीस वर्षांनंतरही त्याचा उत्साह आणि ऊर्जा तेवढीच ताकदवान राहिलेली होती. आम्ही न्यू यॉर्कला

स्थलांतर केलं तो बदल आम्हा दोघांसाठीही योग्य ठरला. आमच्या व्यावसायिक कारकिर्दी तर बहरल्याच पण आमच्यातल्या नात्याचा बंधही अधिक दृढ झाला. परिणामी आमचं नातं चिडचिड, चरफड, वैताग, चुरस, मत्सर यांपासून दूरच राहिलं. काही निराशेचे प्रसंग आले तेही आम्ही प्रेमापोटी स्वीकारले, एकमेकांच्या साथीने सगळ्या प्राप्त परिस्थितीचा स्वीकार करत गेलो आणि अखेरीस जुन्या पद्धतीच्या, दृढ अशा निष्ठावान नातेसंबंधावर स्थिर झालो. अगदी जुन्या अनमोल आठवणी एकमेकांना कथन करत आम्ही खऱ्या अर्थाने जीवनसाथी बनलो.

३० एप्रिल २००७. माझ्या पंचाहत्तराव्या वाढदिवशी जगदीशने कोलंबिया विद्यापीठाच्या लायब्ररीच्या गोलाकार सभागृहात मोठा नेत्रदीपक समारंभ आयोजित केला. त्या समारंभात प्रेम-प्रशंसा यांचा दुर्मीळ मिलाफ पाहायला मिळाला. आपल्या पत्नीच्या व्यावसायिक यशाचं असं जाहीर कौतुक करणारा पती तोपर्यंत माझ्या तरी पाहण्यात नव्हता. या गोष्टीला खरोखर हिंमत लागते. मी विचारलं, ''आपण इथे राहतो, त्यामुळे अमेरिकन स्त्री-पुरुष समानतेचा परिणाम वाटतं हा?''

''छे छे! नॉन्सेन्स! तसलं काही नाही हं! माझं तुझ्यावर प्रेम आहे आणि जन्मभर टिकणारी आठवण मला तुला द्यायची होती. बस्स!''

पण त्याच्या या भव्य, दिमाखदार अभिव्यक्तीला प्रतिसाद मी कसा द्यायला हवा? सगळ्या प्रतिष्ठित आमंत्रितांसमोर बोलून टाकू का स्वत:च्या भयंकर शैक्षणिक महत्त्वाकांक्षेबद्दल? मनात साचलेलं मोकळं करून टाकण्याचा तोच क्षण होता. वडिलांचा जो आग्रह मनात घट्ट रुतून होता की, 'कुठलाही जास्त आव आणायचा नाही, जे काय आपण मिळवलं, साध्य केलं ते विनयानेच व्यक्त करायचं, गाजावाजा करून स्वत:च्या तोंडाने स्वत:चं यश, कर्तृत्व जाहीर करायचं नाही,' तो काट्यासारखा उपटून फेकून देण्याचा, त्यातून मुक्त होण्याचा तोच क्षण होता.

त्या लो लायब्ररीच्या गोलाकार सभागृहाच्या वर बसवलेले डेमोस्थेनेस, युरिपिडीस आणि सोफोक्लिस यांचे संगमरवरी पुतळे माझ्याकडे वरून पाहत असताना, समोर विद्वज्जनांची सभा भरली असताना, किंचितही विचलित न होता मी सांगून टाकलं, अगदी लहानपणापासून मी स्वत:शी प्रतिज्ञा केली होती की आयुष्यात मी जो विषय माझी कारकीर्द म्हणून निवडेन त्यातलं सर्वोच्च यश मिळवल्याशिवाय राहणार नाही.

दुसरा एक नाजूक पेच होता, जगदीशबद्दलची कृतज्ञता कशी व्यक्त करावी? किती उघडपणे बोलावं? म्हणजे अतिशयोक्ती न वाटता योग्य तेवढीच भावना व्यक्त होईल? कोणताही थिल्लरपणा किंवा अशिष्टपणा न वाटता मला त्याच्यावरचं प्रेम व्यक्त तर करायचं होतं. हे कसं करता येईल? की त्याच्या-माझ्यातल्या खासगी भावना गुलदस्त्यातच ठेवाव्या? कारण ती वेळ वेगळी होती नि जागाही वेगळी. मग मी लेकीला, अनुराधेला विश्वासात घेऊन सल्ला विचारला. मी

जगदीशसाठी जी कविता निवडली होती, ती तिला वाचून दाखवली. ती म्हणाली, "वा वा ममा! बाबांसाठी अगदी योग्य कविता आहे. तेपण खूप विनोद वगैरे करत असतात. गो अहेड!"

मग काय होतं? मी सुरू केलं. उघडपणे कबुली देत म्हणाले, "मला जे काही साध्य करता आलं ते केवळ जगदीशचा खंबीर बौद्धिक आणि नैतिक पाठिंबा होता म्हणूनच. त्याव्यतिरिक्त यातलं फारच थोडं साध्य झालं असतं." असं म्हणून पुढच्याच क्षणी मी माझ्या खासगीपणाच्या भारतीय संकल्पना हवेत भिरकावून सगळा मुक्तपणा गोळा केला, सगळी शक्ती एकवटली आणि जगदीशला उद्देशून ती कविता म्हणू लागले...

'माझ्या पत्त्याच्या डावातला जोकर आहेस तू...
माझ्या पुडिंगमधलं प्रून रे तू!
माझ्या पायमधली झणझणीत मिरपूड तू
माझा खारे दाण्याचा अख्खा पुडाच की तू
माझ्या आभाळातला चांदोबा तू... माझा चंद्रमा तू...!'

मूळ इंग्रजी कविता अशी आहे :
'You're the joker in my pack
The Prune in my pudding
Pepper in my pie
My package of peanuts
The moon in my sky!'

-कवयित्री एलिझाबेथ बिशप

थँक्यू! एलिझाबेथ बिशप, मला बंधमुक्त केलंस म्हणून... तुझ्या कवितेमुळेच धीट झाले मी... सगळ्यांसमोर उघडपणे मिस्किली करण्याइतकी, सगळ्या मर्यादा सोडून, आनंद व्यक्त करून दाखवण्याइतकी...

माझ्या जीवनातल्या या सर्वांत मौल्यवान उत्सवाच्या क्षणी... थँक्यू!

अनुराधा

१९६८ साल उजाडलं. तोपर्यंत बधिर करून टाकणाऱ्या परिस्थितीला अनिच्छेने शरण गेल्यामुळे मी माझ्या तारुण्याची तब्बल नऊ वर्षं दिल्लीमध्ये वाया घालवली होती. भावनिकदृष्ट्या पूर्ण रिक्त होऊन गेले होते. काहीतरी घडण्याची मी वाट पाहत होते. एखादी अशी घटना घडावी, जिच्यामुळे माझ्या आयुष्याचा पटच बदलून जावा. असा एक बदल पाहिजे होता जो सारे धुक्याचे समुद्र पार करून नव्या जीवनाची सुरुवात करून देईल.

आणि तशी घटना घडली! एमआयटीच्या अर्थशास्त्र विभागाने जगदीशला ठरावीक मुदतीसाठी प्राध्यापक म्हणून बोलावलं. सप्टेंबरमध्येच ती नोकरी सुरू होणार होती. जगदीशकडे १९६६ मधल्या कोलंबियाच्या नेमणुकीवेळी काढलेला एच-१ अमेरिकन व्हिसा होताच. त्यामुळे काही दिवसांतच त्याने दिल्ली स्कूल ऑफ इकॉनॉमिक्सच्या नोकरीचा राजीनामा दिला, अपार्टमेंट विकलं, मित्रांचा नि कुटुंबीयांचा निरोप घेऊन बोस्टनकडे प्रयाण केलं. निरोपाचे त्याचे शब्द मला आठवतात : 'हे बघ. तू तुझ्या या नोकरीचा राजीनामा दे. अपार्टमेंट सोडून दे आणि माझ्याकडे ये. तुला योग्य ती नोकरी आणि अमेरिकेचा व्हिसा देण्याची जबाबदारी माझी.' हा काही तसा प्रेमाचा किंवा 'तुझ्यासाठी पर्वतसुद्धा हलवून दाखवीन' असं म्हणण्याचा क्षण नव्हता, पण मी इतकी अधीर झाले होते की मला वाटलं, जगदीश माझ्यासाठी खूप शोधाशोध करील. वरपासून खालपर्यंत अनेकांच्या गाठीभेटी घेईल. म्हणून मी त्याने सांगितल्याप्रमाणे सगळ्या सूचनांचं पालन केलं आणि तो काय कळवतो याची वाट पाहू लागले. आता तो जे काय करील यावरच मी अवलंबून होते. त्यामुळे कोणतीही अट न घालता मी त्याच्यावर विश्वास टाकला होता.

अपेक्षेप्रमाणे काही दिवसांत मला 'एमआयटी इंडिया' प्रकल्पाकडून पत्र आलं. त्या प्रकल्पात संशोधन साहाय्यक म्हणून ते मला बोलवत होते. या नेमणुकीकरता थोडी वाट पाहिल्यानंतर मला अमेरिकन व्हिसा पाठवण्यात आला. पण तोही काळ मला जास्त वाटला. दिल्ली सोडून जायचं म्हणून मला वाईट वाटू लागलं पण त्याहीपेक्षा व्हिसा एवढ्या उशिराने का पाठवला असावा, त्याबद्दल मी चिंतित होते.

मी देशाबाहेर जायला तयारच होते, कारण एव्हाना माझं परदेशी जाणं स्वेच्छापूर्वक राहिलेलं नव्हतं. आता मागे न पाहता मला भारत सोडून जावंच लागणार होतं.

अखेर सगळ्या बंधनांतून मुक्त होऊन आम्ही एकत्र राहू शकणार होतो. अमेरिकेत स्थायिक होताना सुरुवातीला 'स्वत:चं घरकुल' बांधण्याच्या रोमांचक कल्पनांच्या बरोबरीने व्यावहारिक विचारही करावा लागत होता. आम्हाला नोकरीच्या ठिकाणापासून जवळच घर करावं लागणार होतं, कारण अजून कार घेण्यासारखी आमची आर्थिक परिस्थिती नव्हती. पूर्वी कधीतरी मी बोलता बोलता म्हटलं होतं, "आपलं घर छोटंसंच पण भरपूर उजेड असलेलं पाहिजे आणि बाहेर नदी दिसत असेल तर फारच छान!"

लवकरच आम्ही 'चार्ल्स रिव्हर अपार्टमेंट'मध्ये एक बेडरूमचा फ्लॅट भाड्याने घेतला. बिल्डिंगजवळ एक फलक होता. त्यावर लिहिलं होतं, 'इथे राहाल तर तुम्हाला स्वत:च्या घरी असल्यासारखं वाटेल.'

समोर नदी होती. नदीच्या पलीकडे एमआयटी दिसत असे. जगदीशने जाहीर करून टाकलं, 'मी या पुलावरून चालत गेलो तर काही मिनिटांतच माझ्या ऑफिसमध्ये पोहोचेन. म्हणजे दररोज माझा चांगला व्यायामही होईल.' अर्थात त्याला सबवे (भुयारी मार्ग)मधूनही जाण्याचा सोपा मार्ग होता. शेवटी त्याला तोच पसंत पडला.

फर्निचरची निवड करण्यात आमचा फारसा वेळ आणि शक्ती खर्च झाली नाही. आमच्याकडच्या भारतीय कलावस्तू, मुळातच रंगीबेरंगी आणि अलंकृत. त्यामुळे त्यांना आणखी सजावटीची गरजच नव्हती. मला स्वत:ला तर फुलांची नक्षी काढलेलं, कमनीय पाय असलेलं आणि धातूचं कोरीवकाम वगैरे केलेलं फर्निचर नको होतं. आम्ही हार्वर्ड स्क्वेअरच्या 'डिझाइन रिसर्च' दुकानात गेलो आणि त्या काळात प्रचलित असलेला एक सुरेख-सफाईदार सोफा निवडला. तसंच ॲल्युमिनिअम फ्रेमवर काचेचा टॉप असणारं छानसं कॉफी टेबल घेतलं. पुढच्या खोलीत करड्या रंगाचा जाड गालिचा अंथरला. पुढे जगदीश त्या गालिच्यावर मांडी घालून बसायचा. मांडीवर त्याचं ते पिवळं रायटिंग पॅड आणि भराभर त्यावर लिहीत असायचा. हे दृश्य नेहमीच पाहायला मिळायचं. तसंच आम्ही एक चार्ल्स वेब बेड खरेदी केला. त्यासाठी ओकच्या लाकडाची फ्रेम घेतली. झालं आमचं शॉपिंग! जीवनभराचंच म्हटलं तर वावगं ठरू नये. कारण त्यानंतर चाळीस वर्षांपर्यंत म्हणजे आमच्या न्यू यॉर्कच्या घरातही आम्ही हेच फर्निचर वापरत होतो. खरेदी करताना विचारपूर्वक करायची आणि घेतलेल्या वस्तू खूप काळजीपूर्वक वापरायच्या, अशा संस्कारात मी लहानाची मोठी झाले होते. त्यामुळे ऊठसूट नवीन खरेदी करण्याची सवय मला नव्हती.

मी अगदी योग्य वेळेला रशियन रिसर्च सेंटरमध्ये संशोधन साहाय्यक म्हणून दाखल झाले. कारण पुढे त्यातून जन्मभर, सोव्हिएट रशियन अर्थविश्वाशी निगडित राहून त्यातल्या संशोधनाची अकल्पित अशी आव्हानं मी पेलत राहिले. तोच माझा जन्मभराचा व्यवसाय ठरला. माझी जी वर्षं वाया गेली, ती भरून काढण्याचा मी सपाटा लावला होता. मला असा एक विद्वत्तापूर्ण प्रकल्प हवा होता, ज्या क्षेत्रात जगदीश पूर्णत: अनभिज्ञ असेल आणि तसा तो मला मिळालाही. १९७० च्या उन्हाळ्यात युनायटेड नेशन्स असोसिएशन ऑफ यूएसए यांनी मला एक संशोधन प्रकल्प हाती घेण्यास सांगितलं. विषय होता, 'भारताच्या अवजड उद्योगक्षेत्रातील सोव्हिएट रशियाचा आर्थिक आणि तांत्रिक सहभाग.' या प्रकल्पासाठी अर्थातच जगदीशला इथेच सोडून मला दिल्लीला जावं लागलं. मी तिथे गेले, वेगवेगळ्या अवजड उद्योगांच्या प्लान्ट साइट्सवर जाऊन पाहणी केली. भरपूर प्रवास केला. माहिती जमा केली आणि शेवटी रिपोर्ट लिहिण्यासाठी पुन्हा दिल्लीला येऊन राहिले.

मला राहण्यासाठी दिल्लीच्या सर्वसामान्य वस्तीमध्ये एक खोली मिळाली होती. तिथे टेलिफोन नव्हता. त्यामुळे जगदीशशी संपर्क साधण्याचे दोनच मार्ग होते- पत्र लिहायचं नाहीतर तार करायची. पत्र पोहोचायला दहा दिवस लागायचे. तार मात्र २४ तासांत पोहोचत असे. त्या भागात एकटी राहणारी स्त्री बहुधा मी एकटीच होते. त्यामुळे कर्मचारीवर्ग माझ्या सेवेसाठी आणि सुरक्षेसाठी तत्परतेने आवतीभोवती असायचा. मला आठवतं, एकदा मी लायब्ररीत काम करत बसलेले असताना, एक कर्मचारी मला आलेली तार द्यायला थेट तिथे येऊन पोहोचला होता. तार जगदीशची होती. अगदी त्रोटक. कोणताही तपशील न देता लिहिलं होतं, 'Bought a house' (घर विकत घेतलं).

'घर विकत घेतलं? का? कुठे? कोणत्या प्रकारचं घर? केवढ्याला घेतलं? आपल्याला घर घ्यायचं होतं का? तसा विचार होता?' दुसऱ्या दिवशी दुसरी तार आली. त्यात थोडा तपशील होता, 'लेक्झिंग्टनमध्ये व्हाइट पाइन लेनवर. थोड्याच अंतरावर फुलं, फळं, भाजीपाला विकणाऱ्यांचं शेत आहे.'

त्याला माझी खूप आठवण येत होती आणि मी ताबडतोब यायला हवी होते, हे सांगण्यासाठी तर तो अशा तारा करत नव्हता?

तिसऱ्या तारेत मजकूर होता, 'घराच्या पुढच्या बागेचं काम मिसेस एलिस पिकमन यांनी सुरू केलं आहे. वसंत ऋतूत एकामागोमाग फुलतील अशाच फुलझाडांची त्यांनी निवड केलेली आहे. मात्र बागेला कुंपण घालण्याची, शहर नियोजन मंडळाकडून परवानगी नाही.'

अशा प्रकारे त्याने जरी तारांवर तारा पाठवून जमीन-अस्मान हादरवून टाकण्याचा प्रयत्न केला तरी मी जमिनीत घट्ट पाय रोवून स्थिर राहिले. कारण मला अजून

दिल्लीच्या मंत्रालयातल्या सरकारी अधिकाऱ्यांना भेटून, अवजड उद्योगक्षेत्रातील भारत-सोव्हिएट सहभागाविषयीची त्यांची मतं जाणून, नोंदवून घ्यायची होती. तशी मी ती जाणून घेतली, सगळी माहिती सुसूत्रपणे मांडून रिपोर्ट तयार करून दिला. हाच रिपोर्ट पुढे १९७२ साली 'नॉर्थ हॉलंड'ने पुस्तकरूपाने प्रसिद्ध केला. त्या वेळेला अमेरिकेच्या राज्यकर्त्यांनी भारताच्या सार्वजनिक उद्योगक्षेत्रात सहयोग देण्याचं नाकारलेलं होतं. त्याच वेळेला भारताच्या अवजड उद्योगक्षेत्रात रशियाचा सहभाग याबद्दल भारतीय वृत्तपत्रात रकानेच्या रकाने भरून भावनात्मक मजकूर छापून येत होता. उद्योगक्षेत्रातले तज्ज्ञ समीक्षक त्यावर तावातावाने साधकबाधक चर्चा करत होते. ही पार्श्वभूमी लक्षात घेऊन माझं विश्लेषण हे पुरेसं अमेरिकाविरोधी, तितकंच रशियाविरोधी आणि त्याचबरोबर भारताच्या नोकरशाहीविरोधी असं पूर्णतः वस्तुनिष्ठ स्वरूपाचं होतं.

जवळ जवळ दोन महिन्यांनी जगदीशबरोबर सुखाने राहण्यासाठी मी अमेरिकेला परत आले. आता माझा आत्मविश्वास परत आलेला होता आणि मनही खूप आनंदी आणि उत्साही होतं. जगदीश लोगन विमानतळावर मला घ्यायला आला तेव्हा त्याने घराचं सगळं वर्णन मला ऐकवलं. प्रत्यक्षात घर तसंच होतं त्या वेळच्या पद्धतीप्रमाणे विविध पातळ्यांवर असलेलं. दिवाणखान्यालगत मोठमोठ्या काचेच्या खिडक्या आणि मागच्या बाजूला जंगल होतं.

"पण हे घर तू कसं काय शोधून काढलंस?" मी विचारलं.

"कुणीतरी फार दुःखाने ते विकायला काढलं होतं. याआधी इथे एक तरुण जोडपं राहत होतं. चांगलं स्थिरस्थावर होऊ लागलं तोच अचानक त्यातला पुरुष मरण पावला. ती विधवा बिचारी किंमत सांगताना रडायलाच लागली. मी म्हणालो, काळजी करू नका मॅडम, तुम्ही सांगाल ती किंमत द्यायला मी तयार आहे."

घरात शिरताना मी पाहिलं. एक पाइनवृक्षांची जोडी अक्षरशः एकमेकांना घट्ट विळखा घालून उंच आभाळापर्यंत पोहोचलेली होती. गुळगुळीत, सोलून काढल्यासारखं खोड असलेला एक बर्च वृक्ष शेजारीच उन्हात तळपत उभा होता. या झाडांनी हिवाळ्यातली वादळं अंगावर झेलली असतील आणि न्यू इंग्लंडच्या चंचल, सतत बदलत्या हवामानाला तोंड देत ती जिद्दीने टिकली असतील. बघा ना ही कशी उंचच उंच जाऊन पोहोचली आहेत. नाहीतर भारतातली झाडं छानपैकी चहू दिशांनी विस्तारत असतात. मी पाहिलं. बागेतून घराच्या पुढच्या दरवाजाकडे जाणारा लाकडी डेक होता आणि त्याच्या बाजूला एलिस पिकमनने चार रानटी ब्लूबेरीची झाडं लावली होती. तिच्या चार्टवर त्याचं नाव होतं 'rhamnus frangula columnaris.' जुन्या नव्याचा सुरेख संगम असणाऱ्या त्या घराबद्दल मला ओढ वाटू लागली. जुन्या वृक्षाचं पावित्र्य, टिकाऊपणा आणि नव्या रोपट्यांचं वैविध्य,

जोम यांचा छान मिलाफ असणाऱ्या त्या परिसरात स्थिर व्हावं, इथेच आपलं कुटुंबही बहरावं असं मला मनोमन वाटू लागलं. त्याशिवाय मला हेही समजलं की, आमचे शेजारी स्वतंत्र विचारांचे, लोकशाहीवादी तत्त्वांचे पुरस्कर्ते होते. आपल्या शेजारी भारतीय लोक राहायला येत आहेत याचा त्यांना आनंदच वाटत होता. शेजारचे प्रॉपर्टी ओनर्स म्हणून ते मनापासून आमचं स्वागत करत होते. त्यांच्यामध्ये आम्हा भारतीयांना सामावून घ्यायला तयार होते.

मी आल्यावर आठवडाभरात आम्ही पांढरी फोर्ड कार विकत घेतली. लहानपणी शाळेत असताना मी शिकले होते की 'फोर्ड' याच माणसाने स्वयंचलित वाहनाचा शोध लावला. मनात आलं, ज्यांची सुरुवातच इतक्या सुरेख वाहनाने झाली ती कंपनी पुढे बेभरवशाचं वाहन कसं बनवील? मग वाहन विक्रेत्याकडे जाऊन परिपूर्ण वाहनाचा शोध घेण्यात का आपला वेळ फुकट घालवायचा?

स्वयंपाकघर छोटं, आधुनिक सोईंनी सुसज्ज होतं. तिथून मागच्या जंगलाचं मनोहारी दृश्य दिसत होतं. सगळी मेपलचीच झाडं होती. पानगळीनंतर उरलेले त्यांचे उघडेबोडके सांगाडे हळूहळू नव्या पालवीने भरून जायचे. लवकरच त्यांचा मोठा पानपिसारा व्हायचा आणि शरद ऋतूत तो सगळा केशरी पिवळा होऊन जायचा, पेटत्या ज्वालांसारखा! बर्फ वितळल्यानंतर वसंताची पहिली चाहूल द्यायचे ते झाडाखालची संपूर्ण जमीन व्यापून टाकणारे कंद आणि त्यांचा विपुल पर्णसंभार. डावीकडच्या थोड्या खडकाळ उंचवट्यातून पाण्याचा झरा वाहू लागला की, तो आमचं मागचं अंगण पूर्ण पार करून थेट शेजाऱ्यांच्या बागेत जाऊन गडप व्हायचा. पण तिथे एखादं सुसरीचं पिलू किंवा छोटं कासवसुद्धा जन्माला आलेलं दिसलं नाही कधी. आमची शेजारीण निना होल्टन शिल्पकार होती. हुशार होती खूप. या व्हिएन्नाच्या बाईच्या डोक्यातून लँडस्केपिंगच्या भन्नाट कल्पना निघत. तिने वेगळीच कल्पना सुचवली. ती म्हणाली, "आपण या झऱ्याचं रूपांतर छोट्या तळ्यात करू या. मग त्यात एक बदकाची जोडी आणून ठेवू आणि वेगवेगळ्या प्रकारचे मासे सोडून देऊ. म्हणजे स्वयंपाकघराच्या खिडकीतून तुला छान जिवंत दृश्य दिसत जाईल."

पण कुणास ठाऊक? या लेक्झिंग्टनच्या मुद्दाम डिझाइन केलेल्या जमिनी असायच्या. त्यात आपण उगीच ढवळाढवळ करून कसं चालेल?

आम्ही भारत सोडून अमेरिकेत राहायला आलो तेव्हापासून माझ्या मनात 'मूल व्हावं' अशी इच्छा होती. खरंतर आम्हाला तीन मुलं पाहिजे होती. वर्षामागून वर्षं सरत होती. आता आम्ही स्वत:चं घरही घेतलं होतं. अमेरिकेत स्थायिक होऊन दोन वर्षं पूर्ण झाली होती तरी अजून आमचं कुटुंब दोनच माणसांचं होतं. म्हणजे माझ्यात काही दोष असेल का? मी वेगवेगळ्या डॉक्टरांना भेटायला सुरुवात केली. तिथे

गेले की मी बघायचे— डॉक्टरांच्या वेटिंग रूममध्ये बसलेल्या बायका तरुण असायच्या. काही गरोदर असत. माझं वय ३९ वर्षांचं असलं तरी तिथे गेल्यावर स्वत: खूपच वयस्कर असल्यासारखं मला वाटत असे. त्या ३० वर्षांपूर्वीच्या काळात मुलं होण्याच्या पद्धती अगदी जुनाट होत्या. इन व्हिट्रो फर्टिलायझेशन (आय.व्ही.एफ.), आर्टिफिशल इन्सेमिनेशन (कृत्रिम गर्भधारणा) किंवा सरोगेट मातृत्व (गर्भाशय उसने घेणे) याबद्दल माझ्या काही ऐकिवातही नव्हतं.

एका डॉक्टरने मला सांगितलं की, मी दररोज माझ्या शरीराचं तापमान बघून व त्याची नोंद करून, एक महिन्याने त्याला दाखवावं. त्यावरून त्याला कळेल की दर महिन्याला माझ्या शरीरात बीजांडं तयार होतात की नाही. मी तसं केलं. तो तापमानाचा तक्ता पाहून डॉक्टर म्हणाला, ''यावरून स्पष्ट कळतंय की, तुमच्या शरीरात बीजांडच निर्माण होत नाही. त्यामुळे तुम्हाला गर्भधारणा कशी होणार? तुम्ही काही पुन्हा माझ्याकडे येऊ नका.''

दुसऱ्या डॉक्टरने सांगितलं, ''तुम्हाला पूर्वी गुप्तरोगाची लागण झालेली असल्यामुळे तुमच्या गर्भनलिका बंद झालेल्या असाव्या.''

मी म्हणाले, ''त्या वेळेला त्या रोगावर उपचार केले होते.''

''या रोगांचे दुष्परिणाम वर्षानुवर्षं टिकतात.'' त्याने माझी समजूत काढली.

तिसरा डॉक्टर म्हणाला की, मूल नाही झालं तर काय विशेष वाटून घ्यायचं? तो काही जगाचा अंत नाही. आपण आपलं जगणं पूर्वीसारखंच चालू ठेवावं. एव्हाना माझं बेचाळिसावं वर्ष सरत आलं होतं. माझ्या लक्षात आलं की, या डॉक्टरांना स्वत:चं निदानच फक्त बरोबर वाटतंय. त्यापलीकडे जाऊन माझ्या समस्येवर विचार करण्यात यांना स्वारस्य नाही. मी खूप निराश झाले. तरीपण संततीची आशा सोडली नाही किंवा एखाद्या जडीबुटीवाल्याकडे किंवा ॲक्युपंक्चरतज्ज्ञाकडे जायचा विचारदेखील मनात आणला नाही.

पण मग आपण एखादं मूल दत्तक का घेऊ नये? मला आठवतं, एकदा आम्ही एके ठिकाणी डिनर पार्टीला गेलो होतो. त्या वेळी त्या यजमानीणबाईंनी 'भारतात कशी इतरांनी ठरवून लग्नं केली जातात' हा विषय काढला होता. ती म्हणाली, ''ज्या दोन व्यक्तींची नुकती कुठे ओळख झालेली असते, त्यांच्यात लगेचच कशी इतकी जवळीक निर्माण होते आणि लग्न करायचा निर्णय घेतात? या तत्काळ घडणाऱ्या घटनेमुळे त्यांच्यात प्रेम निर्माण होत असेल का? सगळंच जरा विचित्र वाटतं.''

माझे वडील नेहमी म्हणायचे की, प्रेम हे लग्नानंतरच निर्माण होतं. मी खरंतर तेच तिथे सांगायला हवं होतं. पण त्याऐवजी मी म्हणाले, ''भारतीय संस्कृतीतल्या पद्धती फार वेगळ्या आहेत. शिवाय आमच्याकडे पाच-पाच दिवस लग्नसमारंभ

चालतात. त्या सगळ्या वैदिक संस्कारांमुळे, सर्वांसमक्ष होणाऱ्या जवळिकीमुळे पती-पत्नीमध्ये एक पवित्र नातेबंध तयार होतो आणि एकमेकांबद्दलची शारीरिक ओढही निर्माण होते. त्यातून मग त्यांचं प्रेम छान बहरास येतं. तुम्हा अमेरिकन लोकांना ठरवून केलेल्या लग्नांचं नवल वाटतं आणि आम्हा भारतीयांना या गोष्टीचं आश्चर्य वाटतं की, काही अमेरिकन लोक कोणतीही मुलं दत्तक घेतात आणि त्यांना स्वत:ची मुलं म्हणून वाढवतात. त्यांची वंशपरंपरा काय, ती कुणा दोन व्यक्तींची मुलं आहेत, त्यांचे शारीरिक गुणदोष मुलांमध्ये आले असतील का, असा कोणताही विचार ते त्या वेळी करताना दिसत नाहीत.''

पुढे मला कळलं की, त्या यजमानीणबाईंची दोन्ही मुलं दत्तक घेतलेलीच होती.

माझं काम चालू होतं आणि एकीकडे स्वप्न पाहणंही. माझे मूड्स सारखे बदलत राहायचे. पण मनाच्या निराशेला स्वत:वर स्वार होऊ न देता, मी माझा शैक्षणिक दिनक्रम अबाधित ठेवत असे. मग मी काही ना काही विरंगुळा शोधून काढायचे. खिडक्यांचे पडदे बदलायचे, भिंतीवर छानशी पेंटिंग्ज आणून लावायचे, मित्र-मैत्रिणींना बोलावून त्यांच्यात रमायचे. शनिवार-रविवार तर माझा बागेच्या कामातच जायचा. पुढच्या बागेत मी दोन्ही बाजूंना हिरवळ तयार केली. घराच्या डाव्या कोपऱ्यात पर्शियन लिलॅकचं झाड लावलं, तर उजव्या कोपऱ्यात दोन ऱ्होडोडेंड्रॉन (कुसुंब) लावले. मला स्वत:ची फळबाग करायचीच होती किंवा खत-माती घालून स्वत:च्या हाताने टोमॅटो वाढवायचे होते, असं काही नव्हतं; पण एकदा तिथे घर केल्यावर मला त्या अमेरिकन मातीत हात घालावेच लागले. तण उपटावंच लागलं. ते सगळं आपलं वाटून घ्यावं लागलं आणि हळूहळू मला तसं वाटायला लागलं. अंगणाची डावी बाजू मी अगदी इंचन् इंच स्वच्छ करून ठेवली. माझ्या येणाऱ्या बाळासाठी मला तिथे वाळूचा चौकोन करून त्यात झोपाळा बांधायचा होता. गेली सहा वर्षं मला हुलकावणी देणारं माझं बाळ आता येईल असं वाटू लागलं होतं. आमच्या घरासमोर (रस्त्याच्या दुसऱ्या बाजूला) असलेल्या एका घरात राहणारे बागकामाचा अनेक वर्षांचा अनुभव असलेले म्हातारे गृहस्थ एकदा चालत चालत माझ्याकडे आले. त्यांनी मला विचारलं, ''तुम्हाला माहीत आहे का? हे तण तुम्ही उपटता ना, त्यात 'विषवल्ली' (विषारी वेल) पण असतात बरं का! सांभाळून काम करा!!''

मी वाचलेलं होतं की, 'हेमलॉक' नावाच्या विषारी वनस्पतींमुळे सॉक्रेटिसला मृत्यू आला म्हणून पण हे 'विषवल्ली' किंवा पॉइझन आयव्ही काय प्रकरण होतं कोण जाणे!

त्या काळात आम्ही प्रवासालाही जायचो. एकदा आम्ही दक्षिण मध्य पेरूमध्ये असलेल्या अँडीज पर्वतराजीमध्ये गेलो होतो. लिमापासून चार तासांचा रेल्वेप्रवास

करून कुझकोपर्यंत गेलो आणि पुढे 'माचूपिच्चू' या प्रसिद्ध ठिकाणी गेलो होतो. वाटेत 'उरुबामबा' नदी लागली. तिचा फुसांडत वाहणारा प्रवाह पाहताना माझ्या मनातली स्वप्नं ही स्वैरपणे विहार करू लागली आणि मनात पुढचे बेत सुरू झाले. 'उ-रु-बाम-बा' मी मनाशी म्हणून बघितलं. छान वाटत होतं. मी म्हणाले, "आपल्याला मुलगी झाली ना, तर तिचं नाव मी उरुबामबा ठेवणार."

जगदीश म्हणाला, "हँ! काहीतरी खुळचटासारखं वाटतं ते!"

माचूपिच्चूला गेल्यावर मी खरी भारतीय झाले होते. त्या पर्वतशिखरांपुढे नतमस्तक व्हावंसं वाटत होतं. 'आपण किती क्षुद्र यांच्यापुढे!' असंही वाटत होतं. या पुरातन 'इंका' लोकांनी हे दहा दहा-पंधरा पंधरा टनांचे प्रचंड दगड उचलून एकावर एक रचले; चुना नाही, सिमेंट नाही. काय सुंदर शिल्पाकृती तयार केल्यात! आणि मला साधं स्वतःचं अपत्य नाही निर्माण करता येत, असा न्यूनगंड वाटला. माझ्यासाठी प्रत्येक गोष्ट इतकी अवघड का होते? वडिलांची आठवण आली. ते नेहमी म्हणायचे, 'ही पोरगी अमावस्येला जन्मली. अगदी अशुभ मुहूर्तावर. हिचं आयुष्य खडतर जाणार!'

१९७३-७४ या शैक्षणिक वर्षात आम्ही युनिव्हर्सिटी ऑफ कॅलिफोर्नियाला होतो. बर्कले इथे. आमची ती नेमणूक ७४ च्या उन्हाळ्याच्या सुरुवातीला संपली. तिथे असताना लिंडा जॉर्जेन्सनने मला सुचवलं की, तिथल्या अल्टा बेट्स हॉस्पिटलमधल्या एका डॉक्टरना मी तब्येत दाखवावी.

"ते नक्की शोधून काढतील, कशामुळे तुला मूल होत नाहीये ते," ती म्हणाली.

लिंडा जॉर्जेन्सन ही बोस्टनची एक यशस्वी वकील होती. मूळची मिसिसिपीमध्ये जन्मून लहानाची मोठी झालेली लिंडा दिसायला गुलाबी गोरी, खळखळून हसणारी, दक्षिणेकडे उगवणाऱ्या चांदणीसारखी, पण अत्यंत उदार हृदयाची स्त्री होती. ती काय बोलते आहे, याची तिला चांगली जाणीव होती.

लिंडाने सांगितल्याप्रमाणे मी डॉ. फर्डिनंड बीरनिक यांना भेटले. त्यांना माझे ते तापमानाचे तक्ते दाखवले. त्यांनी त्यातला एक तक्ता समोर धरून पाहिला आणि म्हणाले, "कोण म्हणतो तुझ्या शरीरात बीजांडं तयार होत नाहीत म्हणून?" मग सगळ्या तपासण्या केल्यावर त्यांनी मला सांगितलं की, तुझ्यावर एक शस्त्रक्रिया करावी लागेल.

मी म्हटलं, "आजवर कुणीही मला सांगितलं नव्हतं."

त्यावर त्यांची प्रतिक्रिया होती, "आमच्या या पश्चिम किनारपट्टीवरचे डॉक्टर जरा चांगले आहेत."

मग शस्त्रक्रिया म्हणजे काय काय करावं लागेल ते त्यांनी खुलासेवार सांगितलं.

''हे पाहा, आम्ही तुला भूल देऊन झोपवू आणि मग तुझ्या बेंबीतून एक लॅप्रोस्कोप म्हणजे छोटीशी दुर्बीण टाकून पोटाची सगळी पाहणी करू. तुझी गर्भपिशवीदेखील पाहून घेऊ. म्हणजे आम्हाला कळेल की तुझ्यावर केवढी शस्त्रक्रिया करावी लागेल ते. मग आम्ही भूल उतरवून तुझ्याशी बोलू आणि पुढे काय करायचं ते ठरवू.''

''हे सगळं करण्यापेक्षा एकदाच भूल देऊन त्याच वेळी तुम्हाला सर्जरी करून घेता येणार नाही का?''

''करता येईल; पण तुला तुझ्या नवऱ्याचा विचार घ्यायचा नाही का?''

''हे पाहा. तो वेटिंग रूममध्ये बसलेला आहे. मला भीती वाटतेय की तो आपल्याशी बोलायला लागला, तर शस्त्रक्रियेच्या विचारापासूनच आपणा दोघांना परावृत्त करील. त्यापेक्षा तुम्ही असं करा, मला सर्जरीची एक तारीख सांगा. मी येईन त्या दिवशी सर्जरी करून घ्यायला.''

त्या दिवशी माझी भूल उतरल्यावर पहिला प्रश्न मी तिथल्या नर्सला विचारला, ''डॉक्टरांनी माझं गर्भाशय काढलं का?''

''नाही. नाही. गर्भाशय व्यवस्थित आहे. डॉक्टरांना आतून-बाहेरून खूप घाण काढून टाकावी लागली आणि त्यांनी गर्भाशयातल्या काही ग्रंथी काढल्या आहेत.''

मी डॉ. बीरनिक यांच्याशी चर्चा केली. त्यांना विचारलं, ''आता त्रेचाळिसाव्या वर्षी मला गर्भधारणा होण्याची कितपत शक्यता आहे?''

''साधारण १० टक्के शक्यता आहे. मात्र बाळंत होताना तुला कोणत्याही कळा येणार नाहीत, कारण त्यातली मुख्य नस मी कापली आहे.''

हे सगळं १९७४ च्या उन्हाळ्याच्या सुरुवातीला झालं आणि मग आम्ही स्टॉकहोमला गेलो. उन्हाळा संपता-संपता माझ्या लक्षात आलं की, फक्त १० टक्के शक्यता असतानाही मी बाजी मारली होती. मला दिवस गेले होते! त्या स्वीडिश डॉक्टरने मी गर्भवती असल्याची 'गुड न्यूज' दिली, तो माझ्या आयुष्यातला सर्वांत महत्त्वाचा आणि संस्मरणीय क्षण होता. 'एखादा पर्वत चालायला लागला' असं समजलं असतं तरी मला इतकं आश्चर्य वाटलं नसतं की इतका आनंद झाला नसता. मला स्वत: तेजाळल्यासारखं वाटू लागलं. मी एक नवा जीव जन्माला घालणार होते. जणू माझाच पुनर्जन्म होणार होता!

उप्सला शहरात असताना मला स्वीडिश राणी 'क्रिस्तिना' हिच्याबद्दल समजलं. तिचं आयुष्य खूपच मजेशीर, अपारंपरिक पद्धतीचं आणि विलक्षण छंदिष्टपणे गेलं. मी मनोमन ठरवलं, मला जर मुलगी झाली, तर तिचं नाव, या क्रिस्तिना राणीची आठवण येईल असं मी ठेवेन.

बोस्टनला पोहोचल्यावर मी माझ्या स्त्रीरोगतज्ज्ञाला भेटून सगळी हकिगत सांगितली. ''अच्छा! म्हणजे तू बर्कलेमध्ये फर्डीला भेटून आलीस तर!'' माझे

उपकारकर्ते डॉ. फर्डिनंड बीरनिक यांचा त्यांनी इतका जवळून एकेरी उल्लेख केल्यामुळे मी विचारलं, "तुम्ही ओळखता डॉ. बीरनिकना?"

"ओळखतो म्हणजे काय? इथेच होता ना माझ्याबरोबर ट्रेनिंगला! चल, आपण त्याला फोन करून ही गुड न्यूज देऊ या!"

त्यानंतर काही मिनिटांतच ते फोनवर बोलत होते, "फर्डी, अरे! मिसेस भगवती आलीय माझ्याकडे. प्रेग्नंट आहे ती. अभिनंदन! तुझ्या क्रेडिटमध्ये आणखी एका आकड्याची भर पडली!"

बघा! म्हणजे मी आकडा होते का? आणि लोकांना आपलं उगीचच वाटतं की, आम्ही अर्थशास्त्रज्ञ म्हणजे अगदी रुक्ष आणि ढोबळ!

अशा तऱ्हेने ४३ व्या वर्षी आलेलं माझं गर्भारपण अगदी व्यवस्थित पार पडलं. फक्त मध्ये मध्ये मळमळायचं आणि कधी कधी निराश वाटायचं. बाकी काही अंगावर गांधी-चट्टे उमटले नाहीत, पाय सुजले नाहीत की हार्मोन्सचे ॲटॅक आले नाहीत. अगदी शेवटपर्यंत मी काम करत होते. माझ्या लक्षात आलं की, मी काही फार लठ्ठ दिसत नव्हते, पण नैसर्गिकपणे माझ्या शरीराला नवाच आकार येत होता. त्या काळात मी साड्याच नेसत असे. साडीने सगळं अंग, पोट वगैरे अगदी व्यवस्थित झाकलं जातं. बाळंतपण नैसर्गिक कसं होईल, याकरता मी क्लासही लावला होता. त्या संपूर्ण काळात मी वाइनला स्पर्शही केला नाही. कॉफीही सोडली होती. मध्येच एकदा डॉक्टरांनी सुचवलं की, गर्भ व्यवस्थित, निरोगी, अव्यंग आहे की नाही यासाठी आपण एकदा गर्भजल चिकित्सा करून पाहू.

ते म्हणाले, "ही नवीनच टेस्ट आहे आणि ती करताना गर्भपात होण्याची शक्यता फारच थोडी असते. पण तुला आता या वयात गर्भधारणा झालेली आहे, त्यामुळे गर्भ अव्यंग आहे याची खातरी करणंही गरजेचं आहे."

मी विचार केला. 'माझ्या पोटात जो जीव वाढतो आहे त्याला वाढू द्यायचं की नाही याचीच ही टेस्ट आहे. ती करायचीच कशाला? मला अपत्य हवं आहे हे तर निश्चितच आहे!' मी ती गर्भजल चिकित्सा करण्यास नकार दिला.

प्रसूतीची तारीख मिळाली, १९ एप्रिल १९७५. या तारखेचं असाधारण महत्त्व काय आहे हे आम्हाला लेक्झिंग्टनचे रहिवासी म्हणून चांगलंच माहिती होतं. बरोबर २०० वर्षांपूर्वी १९ एप्रिल १७७५ याच तारखेला लेक्झिंग्टनमध्ये गूढरीत्या गोळीबार झाला आणि अमेरिकेचा जन्म झाला. खरा इतिहास असा आहे पण लोक मात्र समजतात की, ४ जुलै १७७६ रोजी जेफर्सनच्या प्रभावी भाषणापासून स्वातंत्र्याची घोषणा झाली आणि अमेरिका स्वतंत्र झाली. उभ्या जगाने त्या गोळीबाराचे आवाज ऐकले. पण कुणाला कळलं, गोळ्या कुणी झाडल्या ते? तो ऐतिहासिक दिवस आणि साल ज्याला आठवतं असा एकही माणूस आता जिवंत नसेल. आणि

म्हणूनच १९ एप्रिल १९७५ ला 'रुट २'वरून गाडी चालवत जगदीश मला हॉस्पिटलमध्ये घेऊन गेला, तेव्हा रस्त्यावर कोणतीही उत्सवी गर्दी बघायला मिळाली नाही. जगदीशने मला तिथल्या परिचारिकेच्या ताब्यात दिलं आणि आम्ही डॉक्टरांच्या येण्याची वाट बघत बसलो. पूर्वीच्या डॉक्टरांनी सांगितल्याप्रमाणे मला कळा येत नव्हत्या. पोटात दुखतही नव्हतं. म्हणूनच की काय माझ्याभोवती बऱ्याच परिचारिकांचा घोळका जमला होता. त्या मला शुभेच्छा देण्यासाठी आल्या होत्या, म्हणे! त्यांच्यातली एक म्हणाली, "या वयात जर तुला मूल होऊ शकतं आहे, तर हा आम्हा सगळ्यांसाठीच आशेचा किरण आहे." अखेर माझं सीझेरियन करण्यात आलं.

आम्ही आमच्या मुलीचं नाव ठेवलं, 'अनुराधा क्रिस्तीना'. जन्माच्या वेळी तिचं वजन भरलं सात पौंड तेरा औंस आणि उंची होती १९ इंच. माझ्यासारख्या ज्या स्त्रीने जन्मभर 'डाटा सेट्स' (Data Sets) घेऊनच काम केलं, तिच्यासाठी हे दोन आकडे सर्वांत मूल्यवान होते.

"ही मुलगी उंच आणि सडपातळ असेल," डॉक्टर म्हणाले.

तिच्या डोक्यावरचं काळंभोर झुपकेदार जावळ पाहून परिचारिका हरखून गेल्या. सांगत होत्या, "आमच्याकडची बहुतेक बाळं टकलू असतात."

मी तिला हातात घेतलं तेव्हा जाणवलं, आता मला हा नवा नातेबंध मिळाला. शुद्ध, नैसर्गिक आणि कायमचा आणि त्याने मला पुनरुज्जीवनाच्या आनंदमय उंचीवर नेऊन पोहोचवलं! तो माझा पुनर्जन्मच होता. माझा नको असलेला भूतकाळ आणि मनाला व्यापून राहिलेली वांझपणाची भावना त्याने साफ धुऊन गेली. मी एक धडधाकट पूर्ण स्त्री होते! अनेक वर्षं दबली गेलेली ही भावना अखेर उसळी घेऊन माझ्याकडे परत आली. शिवाय खूप मोठ्या प्रमाणात सुडाचा आनंदही उफाळून आला होता. एका धडकी भरवणाऱ्या संकटाने माझ्या आरोग्याशी जीवघेणा खेळ खेळला पण त्या झुंजीत अखेर माझाच विजय झाला.

पण मग माझ्या लक्षात आलं की, मी माझ्या बाळीला अंगावरचं दूध पाजू शकत नाहीये. मी माझ्या एका इंग्रजी मैत्रिणीला फोन केला. ती म्हणाली, "अगं माझ्या मैत्रिणी, इतक्या मोठ्या वयात तू आई तर झालीस. पण छातीत दूध येणं अवघड आहे गं! तू असं कर ना; तिला सरळ फॉर्म्युला दूध सुरू कर. तेच ठीक राहील."

मी तीन दिवस हॉस्पिटलमध्ये होते. दुसऱ्या दिवशी खोलीच्या दारावर ठक्‌ठक्‌ झाली म्हणून मी दार उघडलं. एक डॉक्टर दारात उभे होते. त्यांनी माझं अभिनंदन केलं. मी ओळखलं. मी आधी एकदा त्यांचा सल्ला घेतलेला होता. ते म्हणाले, "मिसेस भगवती, आत्ता तुमचं नाव दारावर वाचलं आणि आठवलं की मागे एकदा

तुम्ही माझ्याकडे तपासायला आला होतात. काय सांगितलं होतं मी तुम्हाला त्या वेळी?''

मी म्हणाले, ''डॉक्टर तुम्ही म्हणाला होतात, *मूल नाही झालं तर काय विशेष वाटून घ्यायचं? तो काही जगाचा अंत नाही. आपण आपलं जगणं नेहमीसारखंच चालू ठेवावं!*''

डॉक्टरांनी माझं उत्तर ऐकून घेतलं आणि पाठ फिरवून ढांगा टाकत चालते झाले. दुसऱ्या दिवशी परत आले आणि म्हणाले, ''मिसेस भगवती, मला माफ करा. मी तुमच्याबद्दल चुकीचं निदान केलं. पण तुम्हाला मूल झाल्याचा मला आनंद वाटतो.''

आम्ही घरी आलो. मला बाळाची खोली म्हणजे गुलाबी रंगाचे पडदे, खेळणी, फुगे, चांदण्या असली स्वप्ननगरी करायची नव्हती. त्यामुळे लहान मुलांसाठीचं फर्निचर, त्यांच्यासाठी छान छान वस्तू यांची माहिती देणारे कॅटलॉग्ज काही मी पालथे घातले नाहीत. मी भिंतीवर एक मोठं कापडावर केलेलं भारतीय वॉल पेंटिंग लावलं. हिंदुस्थानी महाराजाचं. मोठ्या मोठ्या डोळ्यांचा, झुबकेदार मिश्यांचा राजा सिंहासनावर बसलेला आहे. आजूबाजूला साड्या नेसून साजशृंगार केलेल्या दासी आहेत आणि राजाच्या पायांशी दोन सिंहाचे बछडे खेळताहेत. तिच्या वडिलांनी तिच्यासाठी गोल गोल कानांचं करड्या रंगाचं टेडी बेअर (मऊ खेळणं) आणलं. त्याचे मण्यांचे इवले इवले डोळे होते. ते तिचं खूप खूप आवडतं खेळणं आहे. आजही. आता त्या अस्वलाच्या अक्षरश: चिंध्या लोंबताहेत, पण आजही वयाची तिशी ओलांडली, तरी तिला झोपताना ते शेजारी लागतं. तिच्यासाठी मी जाळीदार पाळणा आणि त्याला मॅचिंग अशी लाकडी फ्रेम निवडली. पुढे असं झालं की, त्या पाळण्याचा कठडा काही पुरेसा उंच नव्हता. अनुराधा पंधरा महिन्यांची असताना, एका मध्यरात्री सरळ त्यातून उडी मारून उतरली आणि आमच्या बेडरूममध्ये चालत येऊन म्हणाली, ''मी उशी घेऊन इथे तुझ्या बाजूलाच झोपणार! मी लहान आहे. मला ही जागा पुरते ममा?'' म्हणून शेजारी झोपून गेली. मग मीही विचार केला, 'आई-वडिलांच्या सोईसाठी इथे अमेरिकेत, मुलांना स्वतंत्र खोलीत झोपवण्याची पद्धत पडलीय. पण मी कशाला ती पाळायची?'

आता मी हिला कशा तऱ्हेने वाढवलं पाहिजे? तशी तर सर्व भावी मातांप्रमाणे मीसुद्धा बेंजामिन स्पॉकची पुस्तकं वाचलेली होती. पण काही समस्या येईल तेव्हा काय पुस्तक उघडून मी त्याने दिलेला सल्ला वाचू? काय करू? काही झालं तरी मला पूर्णवेळ काम करायचंच होतं. म्हणून तिला २४ तास एखाद्या नॅनीच्या सहवासात ठेवणंही मला योग्य वाटत नव्हतं. ती अमेरिकेत जन्मलेली मुलगी होती. ती एखाद्या अमेरिकन बाळासारखीच वाढायला हवी होती. पण म्हणजे नक्की

काय? अमेरिकेत तुम्हाला कशातही शंका असेल तर त्या क्षेत्रातले अनुभवी तज्ज्ञ मार्गदर्शनास उपलब्ध असतात. आम्ही एलिसला बोलावलं. एलिस ही आजी झालेली होती. तिने स्वत:च्या पाच अपत्यांना वाढवलेलं होतं. तेही नोकरी करून. दररोज सकाळी स्वत:च्या गाडीतून ती आमच्याकडे यायची. धडधाकट आणि मोठा अनुभव असलेली ही महिला, आम्हा दोघा विद्वानांना अपत्यसंगोपनाचे धडे अतिशय सहजतेने देत असे. अगदी मुलीला बाटलीने दूध कसं पाजायचं, मग ढेकर येऊ द्यायची, डायपर कसे बदलायचे सगळं तपशीलवार समजावून सांगायची. हळूहळू ती मला 'हे करू नकोस', 'ते करत जा' अशी स्पष्ट शब्दांत सूचना देऊ लागली.

अनुराधा पाच महिन्यांची झाली तेव्हाची गोष्ट. एलिस मला म्हणाली, ''माझ्या असं लक्षात आलंय की, तू मुलीला सारखं जवळ घेतेस आणि तिला कवटाळून ठेवतेस. ती रडत असताना किंवा आजारी असताना असं करणं योग्य आहे. एरवी तिला तिच्या झुलत्या खुर्चीत बसवून दुरून खेळवायला पाहिजे.''

काही दिवसांनी आम्ही एक प्लेपेन (खेळण्यांचा समूह) आणलं. तेव्हा एलिसने सुचवलं की, ते मी स्वयंपाकघराच्या दारापाशी ठेवावं आणि अनुराधेला खेळायला सोडावं. ती खेळत असताना दुरून लक्ष ठेवता येईल आणि एकीकडे साफसफाई, धुणं, स्वयंपाक ही कामंही चालू राहतील. ती म्हणाली, ''जेव्हा तुम्ही कार घेऊन बाहेर जाल, तेव्हा मागे तिला बेबी सीटमध्ये बसवा. तिला मांडीवर घेऊ नका.'' या तिच्या म्हणण्यात तथ्य होतं खरं!

मला सगळ्यात अवघड वाटलेली तिची सूचना म्हणजे, अनुराधेने एकटीने तिच्या क्रिब (पाळणासदृश पलंग)मध्ये झोपलं पाहिजे. पुढे अनुराधा बसून बेबी फूड खाण्याइतकी मोठी झाली. मग एलिसचा दंडक असा की, तिला तिचं जेवण हाताने जेवू द्या. तुम्ही चमच्याने भरवू नका. तिने कितीही सांडून, अंग बरबटून ठेवलं तरी चालेल.

एकदा डॉक्टरांच्या सांगण्यावरून आम्ही अनुराधेला कमी फॅट असलेलं दूध चालू केलं. तेव्हा एलिसला ते अजिबात पटलं नाही. ती फार अस्वस्थ झाली. अनुराधा पंधरा महिन्यांची झाल्यानंतर आम्ही तिचं नाव 'रॅडक्लिफ डे केअर सेंटर'मध्ये घातलं. एलिसला वाटलं, काय हे निर्दय आई-बाप आहेत!

एलिसनंतर हेलनला घरी ठेवून घेतलं. ही झेकोस्लोव्हाकियाहून स्थलांतरित झालेल्यांपैकी होती. तिचं वागणं, बोलणं, राहणं, कपडे सगळं अगदी डिसेंट होतं. तिला भारताविषयी माहिती घ्यायला, भारतीय स्वयंपाक शिकायला खूप आवडायचं. ती शिस्तीत आणि हसतखेळत काम करणारी होती. माझं खूपच व्यस्त असलेलं जीवन तिच्यामुळे जरा आवाक्यात आलं आणि सुसह्य वाटू लागलं. ती अनुराधेला सेंटरमधून घरी घेऊन यायची आणि अनुराधा झोपल्यावर आमचा संध्याकाळचा

स्वयंपाक करून ठेवायची. तीन वर्षांनंतर तिला आमटी आणि केशरी भातसुद्धा झकास करता येऊ लागला.

अनुराधेला तिचं 'डे केअर सेंटर' खूप आवडायचं. तिथल्या नियमांप्रमाणे ती घरीसुद्धा वागत असे. शनिवार-रविवारीदेखील ती डे केअरमध्ये असल्यासारखी शिस्तीत, वेळच्या वेळी सगळं करत असे. किती वाजता पुस्तक वाचायचं, किती वेळ चित्र काढायचं, किती वाजता बाहेर जाऊन शेजारच्या एरिकाबरोबर खेळून यायचं सगळं वक्तशीर चालायचं. दुपारी बरोबर तीन वाजता ती जाहीर करायची, 'चला, आता 'क्लीन-अप टाइम.' सगळं आवरून, साफ करून ठेवून द्यायचं.' तिच्या डे केअर टीचर्स मर्सिडीज आणि रिबेका मला चांगल्या आठवतात. मुलांना प्रेमाने शिस्तपालन शिकवणाऱ्या, काळजी घेऊन प्रेमाने वागणाऱ्या मुलांच्या पालकच होत्या त्या. मुलांनी एकत्र खेळावं, सांघिक कामं करावी, विशेष म्हणजे आपल्या वस्तू एकमेकांना द्याव्या यासाठी त्या प्रयत्न करीत.

एकदा मी तिच्या पालक-शिक्षक बैठकीला गेले होते. त्या वेळी तिची टीचर मर्सिडीज म्हणाली होती, ''इतर मुलांशी तिचे काही मतभेद झाले की अनुराधा आमच्याकडे येऊन सांगते.''

''नाहीतर दुसऱ्या कुणाकडे जाणार ती?'' मी विचारलं.

''तिने तिच्या मित्र-मैत्रिणींशीच बोललं पाहिजे आणि स्वत:ची समस्या स्वत: सोडवण्याचा प्रयत्न केला पाहिजे.'' त्या वेळी माझ्या मुलीचं वय होतं तीन वर्षांचं. म्हणजे आपापले संबंध जोडायचे, आपलं सामाजिक वर्तुळ तयार करायचं हे एवढ्या लवकर सुरू व्हायला पाहिजे? मी कोण? माझं स्थान काय हे तिने इतक्या लवकर ठरवायचं? पुढे बऱ्याच वर्षांनी मी या आठवणी माझ्या अमेरिकन मित्र-मैत्रिणींना सांगितल्या, तेव्हा त्यांना ते विचित्र तर वाटलंच पण त्यांची खूप करमणूकही झाली.

मी अनुराधेला घेऊन 'सेसिमी स्ट्रीट'ला गेले होते. मला असं वाटलं की आपलं दुसरं बालपण सुरू झालंय, इथे अमेरिकेत. खवल्याखवल्यांचा कोट घातलेला 'करमिट' बेडूक, पिवळ्या पंखांचा आणि मोठ्या मोठ्या ढांगा टाकत निळ्या 'ऑस्कर द ग्राऊच'कडे जाणारा बिग बर्ड माझ्या ओळखीचा झाला. त्या शहाण्या, रिझवणाऱ्या बाहुल्या... खऱ्या तरीही जादूच्या... स्फूर्ती देणाऱ्या आणि मुलांच्यात मिसळून मैत्री करणाऱ्या... एक सृजनाची दृष्टीच विकसित करतात. मला वाटतं हे फक्त अमेरिकेतच होऊ शकतं. याच्यापुढे माझ्या मनातलं वॉल्ट डिस्ने कार्टूनसुद्धा मागे पडलं. त्यातल्या पात्रांच्या भोवंडून टाकण्याइतक्या जलद हालचाली पाहताना स्पर्धेच्या स्मार्ट जगाकडे नकळत वाटचाल सुरू होते आणि त्यासाठी वेगळ्याच प्रकारे लक्षपूर्वक, सतर्क व्हावं लागतं. काय शिकवतात ती कार्टून्स मुलांना?

धाडसी, आततायी कृत्यं करून एक उंदीर कायम मांजरावर मात करण्याचा प्रयत्न करतो हेच ना? इकडे 'सेसिमी स्ट्रीट'मध्ये कसं? मुलांना माणसांसारखी वागणारी पण माणूस नसलेली पात्रं प्रत्यक्ष भेटतात. त्यांच्याशी मैत्री करतात. ही मुद्दाम निर्माण केलेली लोभस दुनिया करमणूक तर करतेच, पण चतुरपणे मुलांच्या मनालाही चांगलं आवाहन करणारी ठरते असं मला वाटतं.

लेक्झिंग्टनमध्ये अनुराधा स्वाती आणि स्मितासोबत खेळायला जायची. या दोघी आमच्या भारतीय मित्राच्या मुली. त्यांचे वडील बलबीर शिक्षणक्षेत्रात होते आणि आई नीलम मनोविकारतज्ज्ञ होती. ते कार्लिस्ले इथे राहायचे. अनुराधेला भावंड नव्हतं आणि माझी अशी इच्छा होती की, तिने जास्तीत जास्त बरोबरीच्या मुलांमध्ये वाढावं. म्हणून एकमेकींकडे झोपायला, राहायला जाणं, 'स्लंबर पार्टीज' म्हणजे रात्रीची पार्टी करून तिकडेच मुक्काम करणं, सुटीत सगळ्यांनी एकत्र सहलीला जाणं अशा अनुभवांनी तिचं बालपण समृद्ध करण्याचा मी प्रयत्न केला. त्यामुळे या तिघी मुली एकमेकींच्या खूप जवळ आल्या आणि मला वाटायचं, चला, फक्त आई नि वडील यांच्याबरोबरच अनुराधेला आणखी दोन पालकही मिळालेत. नीलम मावशी आणि बलबीर काकांच्या सततच्या सहवासाचा परिणाम, तिची घरकाम करण्याची आवड आणि भोवंडून टाकणाऱ्या करिअरची निवड यावर नक्कीच दिसून आला. मला वाटतं भारतात सगळे जण मिळून बालकांचं संगोपन करतात. ही सांस्कृतिक संकल्पना मनात पक्की असल्यामुळे, अमेरिकेतही माझ्या एकुलत्या एक मुलीचं संगोपन परिपूर्ण व्हावं म्हणून मी तिला आणखी एक पालक जोडप्याची माया-ममता मिळण्यासाठी झटले.

अनुराधा पाच वर्षांची असताना आम्ही न्यू यॉर्कला आलो. तिथे आम्ही कोलंबिया विद्यापीठाच्या प्रांगणातच राहत होतो. आमच्या घरापासून चार गल्ल्या सोडल्या की 'बँक स्ट्रीट स्कूल फॉर चिल्ड्रेन' होतं. तिथे ती पूर्णवेळाच्या शाळेत जाऊ लागली. माझ्या लक्षात आलं की, तिथली मुलं शिक्षकांना त्यांच्या नावाने हाक मारायची. वर्गाची रचना आणि शिकवणं फारसं काटेकोर नव्हतं, पण तरी अनुराधा आकडे, स्पेलिंग, लिहिणं-वाचणं, चित्र काढायला तिथेच शिकली. जगदीश रोज सकाळी तिला शाळेत चालत नेऊन सोडायचा आणि संध्याकाळी घरी घेऊन यायचा आणि मग जाता-येताना त्यांची धमाल प्रश्नोत्तरं-गप्पा व्हायच्या. अनुराधा तिच्या वडिलांना 'बार्बेरियन' म्हणायची, कारण बऱ्याच वेळा तो भारतीय पद्धतीने, हाताने जेवायचा. ती नेहमी त्याला सांगायची, "डॅडी, खाताना तुम्ही तोंड बंद करून खाल्लं पाहिजे." त्याला अमेरिकनाइज करण्याचे तिचे हे छोटे छोटे प्रयत्न त्यांच्या शाळेच्या वाटेवरच्या बोलण्यात जोरदार चर्चेला येत असत. एकदा तिने विचारलं, "डॅडी, सेक्स म्हणजे काय?"

यावर जगदीशने काहीतरी गमतीदार बोलून विषय संपवला असला पाहिजे. पण तिचं समाधान झालं नाही. शाळेत गेल्यावर तिने तोच प्रश्न मित्र-मैत्रिणींना विचारून माहिती घेतली. घरी परत येताना वडिलांना म्हणाली, "डॅडी, तुम्हाला माहिती नाही. सेक्स म्हणजे काहीतरी शीऽ शीऽऽ असतं. शीऽ याक!"

ती नऊ वर्षांची असताना तिने माझ्याशी मोठा धाडसी वाद घातला होता. "मी मुलगा असते, तर तू मला एकट्याला शाळेत जाऊ दिलं असतंस. हो की नाही? मग मला एकटीला का जाऊ देत नाहीस?" त्यानंतरचे दोन-तीन दिवस, ती एकटी शाळेला निघाली की मी रस्त्याच्या दुसऱ्या कडेने चालत जाऊन ती चार गल्ल्या पार करून व्यवस्थित शाळेत पोहोचते की नाही यावर लक्ष ठेवीत असे. बँक स्ट्रीटच्या शाळेत तिचा चांगला विकास झाला. ती गोष्टी लिहायची. कागदाच्या लगद्याचे मुखवटे करून रंगवायला शिकली. तिने एक छोटासा मातीचा कुकी जार बनवला होता. त्यावर मोठ्या अक्षरात 'कुकी जार' असं लिहिलेलं होतं. त्यात जेमतेम सहा कुकीज राहायच्या. एकही कलामाध्यम तिने सोडलं नाही. सगळ्या कल्पनांचा शोध घेऊन तिच्या मगदुराप्रमाणे आविष्कार करून पाहिला. एक बदक केलं होतं. त्याची मोठी केशरी रंगाची चोच होती आणि चार लटपटणारे पायही लावले होते. तिने एका छोट्या पुस्तकातून रशियाच्या इतिहासाचा अभ्यास केला. मग ते पुस्तक सुटं केलं आणि त्यातली सगळी चित्रं कापून ४"× ४" च्या कागदाच्या तुकड्यावर एकेक चित्र चिकटवून ते रंगीत पेनने रंगवलं. त्याची एक चित्रमालिका तयार केली. एका चित्रात 'झार अलेक्झांडर दुसरा' जमिनीवर पडलेला होता (तरी त्याचा मुकुट डोक्यावर व्यवस्थितच होता) आणि त्याच्या छातीत खंजीर खुपसलेला होता. वाटत होतं, हा बॉम्बहल्ल्यात मेलाय का? पण एका अमेरिकन छोट्या मुलीची कल्पनाशक्ती जोरदार भराऱ्या मारत असताना अशा बारीकसारीक तपशिलाचा काय पाड?

बँक स्ट्रीटच्या शाळेतच अनुराधा बासरी वाजवायला शिकली. दहाव्या वर्षीपासून दर उन्हाळ्याच्या सुटीत ती वेस्टन व्हरमाँटच्या किनहेवन म्युझिक स्कूलमध्ये जाऊन संगीत शिकू लागली. आमच्या त्या उन्हाळ्यातल्या व्हरमाँट सहली मोठ्या मजेशीर असायच्या. तिथल्या त्या गुंडाळल्यासारख्या दिसणाऱ्या टेकड्या, जुनी जुनी शेतं आणि निवांत झोपल्यासारखी शांत शहरं आम्ही शोधून काढायचो. असं वाटायचं, आपण कोणत्यातरी जुन्या काळात एखाद्या वेगळ्याच देशात आलो आहोत. नाहीतर छान छत घातलेल्या पुलावरून आम्ही गाडी चालवतो आहोत आणि दूरवर लाटांसारख्या खडकातून वाहणारे स्वच्छ पाण्याचे झरे पाहतो आहोत असं दृश्य अमेरिकेत आम्हाला दुसरं कुठे पाहायला मिळणार होतं? पण हे व्हरमाँट जितकं जुनाट वाटतं, तितकं खरोखर आहे का? तिथले पॅनकेक्स, वेगळ्या

वेगळ्या प्रकारची चिझेस, सॉसेस आणि सिरप्स पाहिल्यावर वाटतं खरं तसं. शिवाय तिथली ती उदी रंगाची चिनीमातीची भांडी आणि दगडाची भांडीसुद्धा. आम्ही तिथे पुरातन वस्तूंच्या दुकानात जायचो आणि जुन्या किराणा मालाच्या दुकानातही जाऊन यायचो. कारागिरांच्या घरी जायचो. मनोरंजनाच्या केंद्रातही जायचो. तिथे ती मॅनहॅटनची गर्दी, कोंदट रहदारी, आवाज करणाऱ्या टॅक्सीज, विचित्र आवाजाने कानठळ्या बसवणारे अग्निशामक दलाचे ट्रक्स, रुग्णवाहिका, काही काही नव्हतं. अगदी आम्ही मित्र-मैत्रिणींबरोबर तावातावाने 'या जगाची ही काय अवस्था झालेली आहे' असल्या विषयांवर करीत असलेल्या चर्चादेखील मी मागेच ठेवून आलेली असायचे.

आम्ही हिरवळीवर बसून, शुभ्र कपडे घातलेल्या आणि गाण्याच्या तालमीला अनवाणी पायांनी जाणाऱ्या विद्यार्थ्यांकडे पाहत असायचो. तो संगीतमय माहोल त्या प्राचीन प्रदेशाला शोभणाराच होता. मग आम्ही शॉपिंगला जायचो. एकदा मी मेपल सिरपची बाटली खरेदी केली आणि पैसे द्यायला गेले, तेव्हा जगदीशने त्या कॅशिअर बाईकडे तक्रार केली. म्हणाला, ''तुमच्या इथल्या कुकीज काय कडक आहेत हो! माझा दात तुटायची वेळ आली कुकी तोडता तोडता!''

ती बाई शांतपणे त्याच्याकडे पाहत म्हणाली, ''आपल्या हातात डॉग बिस्किट आहे, सर!'' आणि तिने आपलं हसू लपवलं.

बँक स्ट्रीट स्कूलनंतर तिने 'स्टूयव्हेसंट हायस्कूल' पसंत केलं. हे न्यू यॉर्कच्या वादळी वातावरणातलं पब्लिक स्कूल या माझ्या मुलीला झेपेल का, असा प्रश्न विचारताच तिथल्या शिक्षकांनी मला सांगितलं की, 'तुम्ही काळजी करू नका. ती हे आव्हान बरोब्बर पेलून दाखवील.' मुळात ती शाळा एक प्रतिष्ठित ज्यू लोकांची शाळा म्हणून स्थापन झालेली होती. पण तिथे गणित आणि शास्त्र विषय खूपच चांगले शिकवले जात असत म्हणून सगळी आशियाई मुलं आता तिथे जाऊ लागलेली होती. रुळलेल्या रूढ मार्गाने जरी नाही तरी एक निकोप स्पर्धा मनात ठेवून अनुराधेने तिथेही तिचं संगीत, साहित्य, लिखाण हे सगळं चालू ठेवलं. मला तिथला एक पालक-शिक्षक मेळावा आठवतो. त्यांचे एक शिक्षक वयस्कर होते. त्यांच्या हाताखालून गोऱ्या, हुशार तरुण विद्यार्थ्यांच्या अनेक पिढ्या शिकून गेल्या होत्या. त्यांनी भरसभेत माझ्या लेकीच्या गुणांची मुक्तकंठाने प्रशंसा केली आणि आमच्याकडे पाहून विचारलं, ''तुम्हा लोकांची मातृभाषा इंग्रजी आहे काय? मुलीची भाषा इतकी प्रगल्भ कशी?''

मग आम्ही कसे शिक्षणक्षेत्रात बरंच काही प्राप्त केलेले पंडित आहोत ते मी त्यांना नम्रपणे सविस्तर सांगितलं. इकडे जगदीश भडकले होते. मी त्यांना टेबलाखालून पायावर पाय ठेवून गप्प बसवलं. नाहीतर त्यांनी तिथल्या तिथे त्या शिक्षकांना

लेक्झिंग्टनमधील घराबाहेर सायकल चालवताना अनुराधा.

सुनावलं असतं की, 'तुम्ही काय आम्हाला लेक्झिंग्टनच्या कोपऱ्यावर किराणा दुकान चालवणारे भडभुंजे समजलात?'

मला आठवतं, आमची अनुराधा स्टूयव्हेसंट स्कूलमध्ये बास्केटबॉल संघाची कॅप्टन होती. मी क्रिकेट पाहत पाहतच लहानाची मोठी झालेली होते. त्यामुळे बास्केटबॉलचं मला काहीच कळत नव्हतं. ती कशी खेळते तेही मला नीट समजत नव्हतं. मी बघायचे. ती अत्यंत चपळ होती. तिने सगळं लक्ष त्या बॉलवर केंद्रित केलेलं असायचं. संधी मिळताच एखाद्या बलदंड खेळाडूकडचा बॉल घेऊन पळत बास्केटकडे यायची आणि पट्‌कन गोल करायची. तिचा खेळावर पूर्णपणे ताबा असे. पण मला कसं कळणार की तिने काही चूक केलीय, बॉल दुसऱ्या संघाला मिळू दिलाय की फाउल केलाय ते? ती खूपच ईर्षेने खेळणारी खेळाडू होती का? कारण इतर खेळाडूंकडे चेंडू न सोपवता ती स्वतःच गोल करायचा प्रयत्न करत असे.

माझ्या हळूहळू लक्षात येऊ लागलं की, ती जेव्हा मैदानाबाहेर असे, तेव्हादेखील गरीब गाय किंवा लाजाळू मुलगी नसे आणि बऱ्याच वेळा, गळ्यात लगाम घालू

न देणारं तट्टू असतं ना, तशा तिच्या प्रतिक्रिया येत असत. सगळ्या बाबतीत स्वत:च काहीतरी वेगळं धाडस करण्याची तिची वृत्ती होती. तिला पाहून मला माझेच १३ ते १९ वयातले दिवस आठवायचे. ज्या वेळी मला आयुष्यातली ध्येयं गाठायची होती तेव्हा मलाही शिस्तीचे नियम जाचकच वाटत होते ना? ती माझीच वैशिष्ट्यं घेऊन जन्माला आलेली होती. माझी अशी इच्छा होती की, ती स्वत: जो मार्ग निवडेल त्यावर तिने खंबीर अशी स्वत:ची वेगळी वाट शोधून काढावी आणि कितीही अनिश्चितता किंवा अडचणी आल्या तरी त्यावर मात करून ध्येय गाठावं. तिचं-माझं नातं हे माझ्यासाठी सर्वांत महत्त्वाचं नातं होतं आणि ते मला सुरक्षित ठेवायचं होतं. एकमेकींबद्दलचे गैरसमज, फारसा संवादच नसणं, फटकून राहणं अशा कारणांमुळे मला ते नातं भोवंडू द्यायचं नव्हतं. त्यामुळे मी माझ्या आवडीनिवडी तिच्यावर कधी लादल्या नाहीत. ती अठरा वर्षांची झाली तेव्हा पक्ष्याच्या पिलांमध्ये असते तशी एकट्याने आभाळात झेप घेण्याची इच्छा आणि त्याच वेळी आई-वडिलांनी आपल्याला चारा भरवावा ही इच्छा यांचा सुरेख संगम मला तिच्यात दिसत होता. मोकळेपणा आणि राखून ठेवणं यांचं एक मजेदार मिश्रण झालेलं होतं. ती जे काय निवडेल ते पक्कं असेल की डळमळीत राहील? तिचा सुखाचा शोध सरळ असेल ना? की धाडसांनी भरलेला असेल?

एका उन्हाळ्यात तिने जाहीर केलं की, मी 'आउटवर्ड बाउंड' (Outward Bound) जॉइन करणार आहे. जगदीश आणि मी घाबरूनच गेलो! त्यांच्या माहितीपत्रकात लिहिलं होतं की, हा कोर्स केल्यामुळे तिच्या शारीरिक आणि मानसिक क्षमता विकसित होतील. काळाच्या कसोटीला उतरलेला हा 'स्वत:चा शोध घेण्याचा' कोर्स आहे. तिने त्यात भाग घेतला. मग तो तरुणांचा गट कोस्टारिकाच्या घनदाट जंगलातून मार्गक्रमणा करीत पॅसिफिक महासागराच्या किनाऱ्यावर पोहोचला. तिथून विमानाने इक्वेडॉरला जाऊन शेवटी पेरूला गेला. सुरुवातीला एकदा तिचा फोन आला तेव्हा ती सांगत होती, ''मम्मा, आम्ही सध्या रेल्वेच्या रुळांमधून चालत आहोत आणि मला वाटतं माझा घसा बसायला सुरुवात झालीय.'' पॅसिफिकच्या किनाऱ्यावरून फोन आला त्या वेळी तिने सांगितलं की, 'आम्ही दहा-दहा फूट उंचीच्या लाटांचा सामना करून आलो.' काही दिवसांतच तिच्यामध्ये केवढा फरक झाला होता! अक्षरश: पूर्वेपासून पश्चिमेपर्यंत. नंतर तिने इक्वेडॉरमधलं ज्वालामुखीचं तोंड (त्या वेळी बर्फाच्छादित) असलेलं, 'कोटोपॅक्सी क्रेटर' बघायला ते गेले होते, त्याचं वर्णन सांगितलं. हा सगळा प्रवास त्यांनी मध्यरात्रीच केला. ती सांगत होती, ''बर्फाचे डोंगर चढण्याचे खास पोशाख आम्ही घातले. मध्यरात्री शिखराच्या दिशेने चढायला सुरुवात केली. वर पोहोचलो, वरूनच त्या ज्वालामुखीच्या तोंडाचं दर्शन घेतलं आणि बर्फावरून उतरायला सुरुवात केली.

पहाटे पहाटे जमिनीवर येऊन पोहोचलो. पण काय अविस्मरणीय दृश्य दिसतं ममा! मात्र आपण दिवसा चढून जाऊन हे दृश्य पाहू शकत नाही, कारण बर्फाच्या वितळत्या थरावरून घसरलो तर खाली हजारो फूट खोल दरीत जाऊन पडू शकतो.''

बापरे! काय हे अचाट साहस! काय करतेय काय ही मुलगी नक्की? स्वत:ची शारीरिक ताकद अजमावते आहे? आपण कुठपर्यंत तग धरू शकतो याचा अंदाज घेते आहे? तिचा असलंच काही धाडसी करिअर निवडण्याचा विचार आहे की काय? आम्हा दोघांच्या शिक्षणक्षेत्रातल्या करिअरपेक्षा अगदी वेगळंच करून दाखवण्याचा हिने चंग बांधला आहे का? ती सगळी साहसी सफर करून परत आली तेव्हा आम्हाला खूप आनंद झाला आणि आम्ही दोघांनी सुटकेचा नि:श्वास टाकला. कारण ती निघाली तेव्हा आम्ही एक फॉर्म सही करून दिलेला होता. त्यात असा इशारा दिलेला होता की, हा कोर्स करून परत येताना ती बॉडी बॅग (Body Bag)मधूनही येऊ शकते (म्हणजे तिच्याऐवजी तिचं प्रेतच तुम्हाला पाहायला मिळू शकतं).

नंतर एका उन्हाळ्यात त्यांचा ग्रुप मेक्सिकोमधल्या शियापासला गेला. तिथेच का? तर कॉलेजमध्ये तिने 'स्पॅनिश' ही दुय्यम भाषा म्हणून घेतली होती. त्यातलं प्रभुत्व वाढवण्यासाठी मेक्सिकोला जात असावी. ते ठीक आहे. पण नंतर मेक्सिको शहरापासून दक्षिणेला बारा तास विमानप्रवास करून एका ठिकाणी कशासाठी जायचं होतं? तिथे फार थोडेच प्रवासी जात असतात. पर्वतशिखरं आणि सदाहरित जंगलं किंवा वसाहती शहरं किंवा सॅन क्रिस्टोबालच्या आसपासचे ५०० वर्षांपूर्वीच्या माया संस्कृतीचे अवशेष पाहणं हा तर काही त्यांचा उद्देश नसणार. तिला नेहमी काहीतरी 'अॅडव्हेंचर' करायला आवडायचं.

तिने त्या झॅपॅटिस्टा म्हणजे ई.झेड.एल.एन. आर्मीबद्दल वाचलेलं होतं. या क्रांतिकारक सेनेने १ जानेवारी १९९४ रोजी काही शियापा शहरांवर कब्जा करण्याचा प्रयत्न केला होता. त्यांची ही क्रांती मेक्सिकन लष्कराने चिरडून टाकली. त्यातले क्रांतिकारक आणि त्यांचा नेता, बॅलॅक्लावच्या क्रिमियन योद्ध्यासारखा पोशाख करणारा, पाइप ओढणारा कमांडंट मार्कोस यांना हद्दपार करून एकांतवासात ठेवण्यात आलं होतं आणि त्यांच्यावर मेक्सिकन लष्कराचा पहारा होता. अनुराधा आणि तिचा ग्रुप जेव्हा त्या कमांडंटचा माग काढत जाऊ लागले तेव्हा त्यांच्यावरही लष्कराची नजर पडली. त्यामुळे ते त्या कमांडंटपर्यंत पोहोचू शकले नाहीत. त्याऐवजी तिने तिकडून एक चिंध्यांचा बाहुला आणला. भंगलेलं स्वप्न आणि उडालेले रंग याबाबतीत तो बाहुला आणि कमांडंट मार्कोस यांच्यात साम्य होतं.

पण तिने तिकडून आणलेल्या इतर काही वस्तू मला आठवतात. त्या वर्षानुवर्षं

तिच्याजवळ राहिल्या. शियापासमधल्या एकमजली, स्पॅनिश वसाहतीतल्या घरांना शोभणाऱ्या भडक रंगातल्या सजावटीच्या वस्तू होत्या त्या. ती ज्या ज्या घरात राहिली, त्या प्रत्येक ठिकाणी भिंतीवरती त्या वस्तू हमखास दिसत. बेडरूम गडद निळ्या रंगात रंगवलेली, हॉल लालभडक, तर पुढची खोली पिवळीधमक. मात्र तिच्या ब्रुकलीनमधल्या अपार्टमेंटच्या भिंती तेवढ्या या क्रांतिकारी कोरीवकामापासून सुटल्या होत्या.

जगदीश साठ वर्षांचे झाले, तेव्हा अनुराधेने आम्हाला आगळीवेगळी भेट द्यायचं ठरवलं. दक्षिण भारतातल्या काही जमातींमध्ये, पती जेव्हा साठ वर्षांचा होतो, तेव्हा त्या जोडप्याचं पुन्हा एकदा लग्न लावलं जातं. अगदी समारंभपूर्वक. पूर्वीच्या काळी ही पद्धत पडायचं कारण म्हणजे मुला-मुलींची लग्नं इतक्या लहान वयात होत की त्यांना ती धड आठवतही नसत. एकदा आम्ही आमच्या एका दक्षिण भारतीय मित्र-मैत्रिणीचं लग्न आमच्या घरी आयोजित केलं होतं. ते अनुराधेने पाहून ठेवलं होतं आणि बरोबर तिचे वडील साठ वर्षांचे झाले, त्या दिवशी आमच्या नकळत आमच्या लग्नाचा घाट घातला. ते आमचं पहिलं लग्न म्हटलं पाहिजे, कारण त्यापूर्वी आमचं लग्न हिंदू धार्मिक पद्धतीनुसार झालेलं नव्हतं.

या तिच्या गुपितात सामील होते आमचे स्नेही लक्ष्मी आणि डेव्हिड ब्लूम. हे आमच्यापासून दोन घरं पलीकडे क्लेअरमाँट ॲव्हेन्यूवर राहत होते. काहीतरी मोठं सरप्राइझ आम्हाला मिळणार आहे याची मला कुणकुण लागली होतीच. पण त्यांच्या घरात प्रवेश केल्याबरोबर जे दृश्य दिसलं, त्यामुळे मी हरखून गेले. एक मौल्यवान अनुभव माझ्या भेटीस आला. हॉलमध्ये सगळीकडे ताज्या गुलाबपाकळ्या पसरून ठेवल्या होत्या. आम्ही आत दिवाणखान्यात प्रवेश केल्याबरोबर आमच्या काही मित्रांनी पुढे येऊन आमचं स्वागत आणि अभिनंदन केलं. अनुराधेने त्यांचे पत्ते मिळवून त्यांना लग्नसमारंभाकरता आमंत्रित केलेलं होतं. दिवाणखान्यातल्या अर्ध्या भिंतीवर लक्ष्मीने तेलाचे दिवे लावून ठेवले होते. मी सगळ्या मित्र-मैत्रिणींकडे तोंड करून उभी राहिले, तितक्यात माझे मोकळे सोडलेले लांब केस दिव्याच्या ज्योतीमुळे पेटले. धावत येऊन डेव्हिडने ते विझवले. असे काहीतरी अपघात घडायलाच पाहिजेत. त्याच्याशिवाय ते हिंदू लग्न कसलं?

मग आम्ही अनुराधेच्या देखरेखीखाली अगदी पारंपरिक नवरा-नवरीसारखे सजलो. एका लहान पात्रात पेटते निखारे ठेवले होते, त्याच्याभोवती हातात हात गुंफून सात फेरे घेतले! त्या वेळी हिंदू लग्नाच्या वेळी म्हटल्या जाणाऱ्या संस्कृत मंत्रांची टेप वाजवण्यात आली होती. असं एकदा तरी आयुष्यात कधी घडलं होतं का? आम्ही राजाराणीच्या गोष्टीत शिरलो होतो की एखाद्या पुराणकथेत प्रवेश केला होता? की डायरेक्ट मंदिराच्या भिंतीवरल्या कोरीव भित्तिचित्रामध्ये...

आमच्या मुलीने आमचं लग्न लावलं... त्या वेळी मी कल्पना करत होते... वरून देव-देवता बघत असतील... सुहास्यवदनाने आम्हाला आशीर्वाद देत असतील...! ती पूर्ण संध्याकाळ अनुराधा खूप खुशीत होती. खुदुखुदु हसत होती. तिचा चेहरा नुसता फुलून आला होता. काहीतरी मोठा पराक्रम करून दाखवल्याचा आनंद तिच्या चेहऱ्यावर विलसत होता.

१९९३ साली पानगळीचा ऋतू आला आणि येल विद्यापीठात जाण्यासाठी अनुराधेने घर सोडलं. तू पूर्व किनाऱ्यावरचंच एखादं विद्यापीठ निवड म्हणजे आम्हालाही तुला येऊन भेटता येईल, हे आमचं म्हणणं तिने मान्य केलं. आम्हाला कोलंबिया विद्यापीठाने दहा खोल्यांचं अपार्टमेंट दिलेलं होतं. आता त्यातल्या तीन खोल्या आणि दोन बाथरूम्स मी विद्यापीठाला परत देऊ केली. आमची मुलगी बाहेर शिकायला गेल्यानंतर आम्हाला एवढ्या मोठ्या जागेची गरज नव्हती. पण माझ्या त्या निर्णयामुळे 'ऐहिक गोष्टींच्या मोहात न गुंतणारी जगावेगळी व्यक्ती' म्हणून परिसरात माझा लौकिक पसरला. अनुराधेने 'तिमोथी ड्वॉइट कॉलेज'मध्ये प्रवेश घेतला. तिथेही तिने बऱ्याच उपक्रमांत भाग घेतला. मुख्य विषय कोणता घ्यायचा याबद्दलही प्रयोग केले. पहिल्यांदा अर्थशास्त्र घेतलं, शेवटी ते बदलून इंग्रजी साहित्य हा मुख्य विषय पक्का केला. तिला शेक्सपिअर शिकवायला होते हॅरॉल्ड ब्लूम आणि इंग्रजी कविता शिकवली जॉन हॉलॅन्डर यांनी. येल विद्यापीठाच्या सिंफनी वाद्यवृंदात अनुराधा बासरी वाजवत असे. आम्ही येलमध्ये आणि न्यू यॉर्कमध्ये तिच्या बासरीवादनाचे कार्यक्रमही आयोजित केले होते. तिचं बासरीवादन ऐकता ऐकता पाश्चिमात्य शास्त्रीय संगीताच्या श्रोत्यापासून समीक्षकापर्यंत माझी प्रगती झाली. माझ्या वडिलांनी मला शेक्सपिअर दिला, तर मुलीने मोझार्ट. एकदा आम्ही एका ख्यातनाम बासरीवादकाचं बासरीवादन ऐकायला गेलो होतो. ही लक्ष देऊन ऐकत होती. कार्यक्रम संपल्यावर म्हणाली, ‘‘ममा, बासरी हे जितकं नाजूक, हळुवार तितकंच वैविध्यपूर्ण वाद्य आहे. फार कुशलतेने वाजवावं लागतं आणि हा आपला चक्क ट्रम्पेटसारखं वाजवत सुटलाय!’’

येलमध्ये असताना कधी कधी ती रग्बी खेळायची. एकदा मी तिची प्रिंसेटॉनविरुद्धची मॅच पाहिली होती. ती जेव्हा वाद्यवृंदात असायची तेव्हा एकटी एकटी असायची. जरुरीपुरती सगळ्यांबरोबर असे. पण रग्बीच्या मैदानावर, एका संवेदनशील आणि तेजस्वी बासरीवादिकेचं रूपांतर आक्रमक खेळाडूत व्हायचं. तिचं ते पळणं, झटापट करणं... त्या रांगड्या खेळाचा सगळा आक्रमकपणा, जोश जणू तिने प्राशन केलेला असायचा. अचानक तो पंच चेंडू फेकायचा आणि मग दोन्हीकडच्या खेळाडू मुली एकमेकींना घट्ट पकडून साखळी करत, ढकलत-ओढत तो चेंडू पकडायचा प्रयत्न करायच्या. अक्षरश: जिवाच्या आकांताने. त्या वेळेला मी तर डोळेच मिटून घ्यायचे.

"तो संघभावनेच्या स्फोटाचा क्षण असतो ममा. कमालीची तीव्र संघभावना आणि त्याचबरोबर भगिनीभाव. खेळ संपल्यावर खरचटलेल्या, चिखलाने बरबटलेल्या आम्ही सगळ्या जणी एकमेकींच्या गळ्यात गळे घालून गाणी गातो आणि खूप जवळकीचा अनुभव घेतो."

यावर माझी प्रतिक्रिया होती, "यापुढे तू रग्बी खेळायचं नाहीस. मला नाही चालणार ते."

माझ्या आणखी मोठ्या सत्त्वपरीक्षा पुढेच होत्या. १९९९ च्या उन्हाळ्यात जगदीश आणि अनुराधेने मला एक माहितीपत्रक दाखवलं. त्यामध्ये 'युनायटेड स्टेट्स मरिन कॉर्प्स प्रोग्रॅम'ची माहिती दिलेली होती. थोडक्यात सांगायचं, तर आमच्या मुलीने नौसेनेत जाण्याचा निर्णय घेतलेला होता. सुरुवातीला १३ आठवड्यांचं ट्रेनिंग व्हर्जिनियामध्ये क्वांटिको इथे व्हायचं होतं. मग तिला 'सेकंड लेफ्टनंट' म्हणून कमिशन मिळू शकणार होतं. त्यानंतर ऑफिसर्स ट्रेनिंग स्कूलमध्ये ट्रेनिंग आणि त्यानंतर तिच्या आवडीच्या विषयात ती पुढचं विशेष शिक्षण घेऊ शकणार

तिमोथी ड्वॉइट कॉलेजमध्ये शिकत असताना प्रा. रॉबर्ट एफ. थॉम्पसन यांच्यासमवेत अनुराधा.

होती. ते सगळं वाचताना तर आव्हानात्मक वाटलं; पण तसं त्रासदायक वाटत नव्हतं. अर्थात आम्हाला त्या वेळी हे माहिती नव्हतं की ती आमच्या अज्ञानाची किंमत मोजून, स्वत:च्या निरागसतेवर नसती संकटं ओढवून घेईल म्हणून.

मी सिनेमात पाहिलं होतं, ड्रील सार्जंट लुईस गॉसेट ज्युनिअर हा तरुणांना स्वत:बरोबर खेचत न्यायचा, अगदी त्यांच्या शारीरिक आणि भावनिक क्षमतेची हद्द संपेपर्यंत; आणि मग त्यांचं तो अक्षरश: फायटिंग मशिन्स (लढणाऱ्या यंत्रात) रूपांतर करायचा. त्यांच्याप्रमाणेच बंदूक खांद्यावर घेऊन ही मैलोन्मैल चिखल तुडवणार. जमिनीपासून ३०-४० फुटांवर बांधलेल्या दोरावरून, केबलवरून ती चालत किंवा लटकत जाणार. अगणित पुशअप्स (उठाबश्या) काढणार. एखाद्या 'मिशन'वर असेल तेव्हा ती पाठीवर ऐंशी पौंडांचं ओझं वाहणार (कपडे, सुकवलेलं अन्न आणि निवाऱ्यासाठी ताडपत्रीचा तंबू म्हणजे तेवढं वजन होणारच). त्या वातावरणात राहून तिला धर्मनिंदा, धर्मभ्रष्ट सवयी लागणार. तिला माणसांना ठार मारायला शिकावं लागणार. त्यापेक्षा टेबलामागे बसून कागदपत्रं हाताळणं किंवा माध्यमांची वार्ताहर बनून, नौसैनिक, हवाईसेना काय करताहेत याचा अहवाल (बॉसच्या परवानगीने) प्रसिद्ध करणं, असं एखादं करिअर तिने का निवडू नये?

सुरुवातीच्या कॅम्पमधलं ते थकवून टाकणारं ट्रेनिंग संपवून अनुराधा क्वांटिकोच्या त्या रुक्ष-रटाळ परिसरात एका दुमजली इमारतीत, तिच्या त्या राकट-दणकट पुरुष सहकाऱ्यांच्या शेजारी एका छोट्या अपार्टमेंटमध्ये राहू लागली. तिथे तिला बहुतेक असुरक्षित वाटत असावं. मला आठवतंय, एके रात्री मला तिचा फोन आला. "मम्मा, जागी आहेस ना तू?" थोडी थांबून ती सांगू लागली, "तुला माहितीय, मी एक कुत्र्याचं पिलू आणलंय. रॉटवेईलर जातीची कुत्री आहे. क्यूट आहे. मी तिचं नाव ठेवलंय, शिवा."

मला वाटतं तिने ही कुत्री पाळायचं ठरवूनच ठेवलेलं असावं. ही कुत्री तिने रक्षक म्हणून सांभाळली होती. माझ्या मैत्रिणींनी मला सावध केलं, "ही रॉटवेईलर जातीची कुत्री फार खतरनाक असतात बरं का! सांगून ठेव अनुराधेला!"

काही आठवड्यांनी पुन्हा अनुराधेचा रात्री फोन! "मम्मा, जागी आहेस अजून?"

"आता काय आणखी...?"

"मी अजून एक कुत्र्याचं पिलू आणलंय. कुत्री आहे गं! खूप चांगली आहे. लॅब्रॅडॉर जातीची. मी तिचं नाव ठेवलंय उमा!"

म्हणजे अगोदरच्या उग्र शिवाला जोडीदार म्हणून ही कोमल-मधुर उमा आणून आधीच्या निवडीचा समतोल करू पाहत होती काय ही?

अर्थात तिच्या नौसैनिकी शिक्षणाच्या निवडीपेक्षा तिची ती कुत्र्यांची निवड माझ्यासाठी कमी त्रासदायक होती म्हणा! शेवटी हे सिद्धच झालं की, तिने तिची

धाडसाची आवड जोपासण्यासाठी, स्वत:ची शारीरिक आणि मानसिक क्षमता अजमावून पाहायचा पुरेपूर प्रयत्न केला. तिने शास्त्रशुद्ध लढाईचं शिक्षण घेतलं. कराटेमधली 'ब्लॅक बेल्ट' झाली. तिच्या कोर्सच्या अखेरच्या म्हणजे पाचव्या वर्षी, नॉर्थ कॅरोलिनामधल्या कॅम्प लेजेयून इथे इन्फन्ट्री स्कूलची कॅप्टन या नात्याने तिने नव्याने सैन्यात भरती झालेल्या तरुण-तरुणींना लढण्याचं प्रशिक्षण दिलं. एका स्त्रीने या सगळ्या अवघड जबाबदाऱ्या पेलून दाखवल्यावर पुरुष अधिकाऱ्यांच्या भुवया आश्चर्याने उंचावल्या गेल्या नसतील? शिवाय अगदी वेगळी सांस्कृतिक पार्श्वभूमी असणारी एक स्त्री, गोऱ्या पुरुषांचं वर्चस्व असणाऱ्या एका प्रतिष्ठित संघटनेत, मस्तपैकी पुरुषी गणवेश घालून इतकी यशस्वीपणे कशी कार्य करू शकणार? मग असं असताना अमेरिकी नौसेनेचं जे ब्रीदवाक्य आहे, 'नेहमी विश्वासार्ह' (Semper Fidelis) तशा प्रकारे ती वागेल अशी अपेक्षा धरणं बरोबर नाही, असंही त्यांना वाटलं असणार.

आता अमेरिकन नौसेनेची तिची कारकीर्द कशी राहिली किंवा ती सज्ञान झाल्यानंतर स्वतंत्र व्यक्ती म्हणून जीवनात वावरायला लागल्यानंतर काय काय झालं हे काही मी सांगू शकत नाही. ही सगळी तिची स्वत:ची कहाणी आहे, ती तिनेच सांगायला हवी. नौसेनेचं प्राथमिक प्रशिक्षण तिने पूर्ण केलं, तेव्हा त्या समारंभाला गेल्याचं मला आठवतं. असा भुरभुर पाऊस पडत होता. छप्पर नसलेल्या मैदानावरील खुर्च्यांत आम्ही बसलो होतो. तो नेव्हीचा बँड वाजत होता. युद्धसंगीत वाजवलं जात असताना, बाजूला नौसैनिकांच्या तुकड्या 'अटेंशन'मध्ये उभ्या होत्या. ज्यांनी प्रशिक्षण पूर्ण केलं, त्या उमेदवारांबरोबर सैनिकांचा जंगलात वापरण्याचा हिरवा गणवेश आणि जड बूट घालून माझी लेक कवायत करत होती. तिच्या खांद्यावर बंदूक होती. कुठे गेली तिची बासरी? मला कळेना. हसावं की रडावं? तिचं ठीक होईल ना सगळं? ती हे अधिकाऱ्याचं प्रशिक्षण पूर्ण करील? आणि मग कुठे पाठवतील तिला, इराकला? तिच्या दिनचर्येची मी कल्पना करायचे आणि सतत काळजी करत राहायचे. एकदा तिने मला कळवलं की, तिच्या गुडघ्याची वाटी फाटली. तेव्हा रात्रीच्या वेळी ती एकटी कार चालवत वॉल्टर रीड हॉस्पिटलला गेली आणि तिथे गुडघ्यावर शस्त्रक्रिया करून तिचा पाय दुरुस्त करण्यात आला. नौसैनिकांच्या वाट्याला नेहमीच अशा गोष्टी येतात. याचा परिणाम असा झाला की तिचा पाय नेहमीसाठी दुखरा राहिला. दुसरी एक घटना ती सांगत होती. त्यांचं प्रशिक्षण चालू असताना त्यांचा गट उभा होता त्याच्याजवळच एका हातबॉम्बचा स्फोट झाला.

लवकरच मला मनोविकारतज्ज्ञांची मदत घ्यावी लागली. तिच्या माझ्यात असलेला नाजूक भावबंधच मला त्रासदायक ठरू लागला होता. तिच्या आवडीप्रमाणे

ती एकाहून एक अवघड अशी आव्हानं स्वीकारत गेली आणि प्रत्येक वेळी मी चढत्या क्रमाने तणावाखाली येत गेले. अगदी अमेरिकन प्रमाण लावून पाहिलं, तरी पौगंडावस्थेपासून प्रगल्भावस्थेपर्यंतची तिची वाटचाल न रुळलेल्या वाटेवरून झाली. प्रत्येक वळणावर नेमस्तपणे देऊ केलेली सूट झुगारून एक उद्दाम निर्णय तिने घेतला. एक एवढीशी वीतभर पोर... स्वत:चीच कसोटी पाहत होती आणि तिच्या नकळत ती माझीही सत्त्वपरीक्षा घेत होती.

''तुम्हाला वाटतंय, त्यापेक्षा तुम्ही फार कणखर आहात मिसेस भगवती,'' असं म्हणत डॉक्टरांनी मला 'प्रोझॅक'च्या गोळ्या लिहून दिल्या. त्यानंतर काही दिवसांची गोष्ट. मी ऑफिसमध्ये काम करत बसले होते. अचानक मला माझ्या आतड्यातून कसला तरी स्फोट झाल्यासारखा लोळ बाहेर येतोय असं वाटलं. मी तडक घर गाठलं. घरी येऊन बाथरूममध्ये गेले तर एकदम कसला तरी झटका जाणवला आणि बाथरूमच्या फरशीवर कोसळले. एक मिनिटाच्या आत सावध झाले आणि स्वत:ला सावरत उठून बसले. एकदम असं काय झालं याचं मला खूप आश्चर्य वाटू लागलं. एक मिनिटाहून कमी वेळासाठी मी चक्क बेशुद्ध झाले होते. भरपूर झोप झाल्यावर आपल्याला सुस्ती येते किंवा दिलेली भूल उतरल्यावरही झोपावंसं वाटतं तशी कोणतीच लक्षणं दिसली नाहीत. विशेष म्हणजे ते घडण्याआधी काही जाणवलं नाही आणि ताबडतोब काही न करताच शुद्ध परत आली.

काही मिनिटांनी मला परत तसाच एक झटका जाणवला. दुसऱ्या दिवशी सकाळी उठले तर माझा पूर्ण चेहरा, हात, मान, छाती यांच्यावर पित्ताच्या लाल गांधी उठलेल्या. मग डॉक्टरांनी मला 'प्रेडनिसोन' दिलं. यावरून हे उघड झालं की, लाखो लोक या देशात 'प्रोझॅक' खाऊनच जगतात, पण मी मात्र त्याला अपवाद होते. मला 'प्रोझॅक' घेऊन चालणार नव्हतं.

हा जो सगळा प्रकार घडला त्यातून माझा मोठा फायदा झाला. त्यानंतर पुन्हा म्हणून मी नैराश्य घालवणाऱ्या गोळ्या घेतल्या नाहीत. कमालीचा ताण घालवण्यासाठी तयार केलेल्या या गोळ्यांची माझ्या शरीराने अशी विचित्र प्रतिक्रिया व्यक्त केली, आता मी त्या घेत राहिले तर आणखी काय भयंकर अवस्था होईल, या भीतीमुळेच मला आवश्यक ती शिक्षा मिळाली आणि मी सुधारले. त्याऐवजी मी मोझार्टचं संगीत ऐकायला सुरुवात केली. खूप लक्ष घालून जेवणाचे पदार्थ बनवू लागले. स्वत:ला गंभीर संशोधनापासून बाजूला करून 'न्यू यॉर्कर' वाचू लागले. त्याचाही उपयोग झाला नाही तर क्वचितप्रसंगी 'झॅनॅक्स'ही घेऊ लागले. 'ममा, तू ना, आता मेडिटेशन सुरू कर,' असा मला सल्ला मिळाला.

अमेरिकी नौसेनेचं जवळ जवळ पाच वर्षांचं प्रशिक्षण आणि नोकरी पूर्ण करून २००४ च्या उन्हाळ्यात अनुराधेने लेजेयून कॅम्प सोडला. तिने 'केनेडी स्कूल ऑफ

गव्हर्नमेंट' जॉइन केलं आणि तिच्या शिवा आणि उमा या कुत्र्यांसह ती आमच्या लेक्झिंग्टनच्या घरी राहायला परत आली. तिने त्यांना पाळलं, तेव्हापासून म्हणजे सुमारे दहा वर्षांपासून मी त्या दोघींविषयी ऐकून होते. आता घरात राहायला आल्यावर त्यांची वेगळी वेगळी व्यक्तिमत्त्वं आणि बरोब्बर त्यानुसार त्यांना दिलेलं नाव पाहून मोठी मौज वाटू लागली. त्यासाठी अनुराधेने हिंदू पुराणांचा शोध घेतला की काय, न कळे. हिंदू ग्रंथांमध्ये भगवान शिवशंकराचं वर्णन अर्धनारीनटेश्वर असं केलेलं आहे. याचा अर्थ त्याच्यामध्ये स्त्री आणि पुरुष दोन्हींची गुणवैशिष्ट्यं एकवटलेली आहेत. त्याचप्रमाणे निर्मिती आणि विनाश दोन्हींचा कारक तोच आहे, असंही मानलं जातं. तो अत्यंत कठोर असं शासनही करू शकतो आणि दया दाखवून चूक माफही करू शकतो. हे त्या वेळच्या परिस्थितीवर अवलंबून असतं. तर त्याची अर्धांगिनी उमा मोहवणारी, शृंगार करणारी, कृपा करणारी आणि प्रसंगी तेवढीच हट्टी. अनुराधेची शिवा होती मांसल, बांधेसूद. तिचा तो मध्ये मध्ये ठिपके असलेला तकाकता काळा रंग तिला मोठा शोभून दिसायचा. खूप प्रेमळ पण भयंकर दक्ष असलेली आणि उमा चॉकलेटी रंगाची, सारखी शेपटी हालवत भोवती भोवती फिरणारी, लडिवाळपणे जीभ बाहेर काढून प्रेमाच्या खुणा करणारी, लाड पुरवून घेणारी अशी. आता आमचे हिंदू पुराणमतवादी, आदिनाथ आणि आदिमायेच्या नावावरून माझ्या मुलीने तिच्या दोन कुत्र्यांची नावं ठेवली (की ज्या दोन्ही कुत्र्याच आहेत) याबद्दल काय म्हणतील कोण जाणे! माझ्यापुरतं मी सांगू शकते की, मानववंशाच्या मर्यादेबाहेर जाऊन जीवांचा विचार करायला मला या श्वानवंशीय जोडीच्या मजेदार सहवासाने शिकवलं. हादेखील एक अमेरिकन अनुभवच!

केनेडी स्कूलमध्ये असताना पदव्युत्तर परीक्षेसाठी अनुराधेला 'सार्वजनिक धोरण' या विषयावर एक छोटा प्रबंध लिहायचा होता. त्या वेळी माहिती जमा करण्यासाठी ती उन्हाळ्यात महिनाभर 'रामल्लाह'ला जाऊन राहिली आणि तिने 'पश्चिम किनाऱ्यावरील आर्थिक धोरणाची साफल्यक्षमता' या विषयाच्या अनुषंगाने संशोधन केलं. ज्या देशाच्या महामार्गावर इतके इस्त्रायली तपासणी नाके उभे केलेले आहेत की तिथून त्या देशाचे नागरिक आणि माल, मोकळेपणाने फिरूही शकत नाहीत तो देश अन्नधान्याच्या बाबतीत स्वयंपूर्ण होणं कसं शक्य आहे? समजा, शेतात पिकलेलं धान्य एका ठिकाणाहून दुसऱ्या ठिकाणी नेलं जात असताना, वाटेत लागणाऱ्या प्रत्येक तपासणी नाक्यावर उतरवण्यात आलं आणि त्याची तपासणी करून परत गाडीत चढवण्यात आलं, तर ते ठरलेल्या ठिकाणी वेळेवर पोहोचणार कसं? अशा तऱ्हेने पश्चिम किनारपट्टीवरील देशांमधलं दाहक वास्तव प्रत्यक्ष अनुभवून अनुराधा अमेरिकेला परत आली तेव्हा तिच्या मनात मोठीच भावनिक खळबळ माजलेली होती. जेरुसलेम एअरपोर्टवर तिला तिचा लॅपटॉप तपासणीकरता जमा करावा

लागला. तो नंतर परत मिळाला, पण तिची उन्हाळ्यातली इन्टर्नशिप हा एक दुखरा अनुभव म्हणून कायम तिच्या स्मरणात राहिला. तिच्या चांगुलपणाच्या संकल्पना या अत्यंत शुद्ध, कोणतीही तडजोड न करणं अशा होत्या. त्या घेऊन तिने एक पराकोटीची विपरीत परिस्थिती असलेलं कार्य निवडून ते स्वत:चं व्यक्तिगत शोधकार्य बनवलं. आता तिने कायम स्वप्नांच्या दुनियेत राहून रोमँटिक विचार करणं थोडं कमी करून, तिला जो 'कमालीचा अन्याय' वगैरे वाटतो ना, त्याला सामान्य ज्ञान आणि व्यावहारिक दृष्टीची जोड देऊन पाहायला शिकलं पाहिजे. जरा समतोल विचार केला पाहिजे.

आता मी तिच्याशी बोलण्याची वेळ आलेली होती. ''हे बघ. केवळ आपण हृदयापासून अन्याय निवारण करू इच्छितो, म्हणून निघालो कार्य करायला आणि झालं आपल्या मनासारखं असं होत नसतं. आपण काही मदर तेरेसा नाही आहोत. या अमेरिकेत जर तुम्हाला कार्यकर्ता म्हणून सुस्थापित व्हायचं असेल तर तुमची तशी कौटुंबिक पार्श्वभूमी असली पाहिजे, प्रशिक्षण पाहिजे आणि शिवाय अनुभवही असायला हवा. नुसतीच अन्यायाची चीड असणं ही आता जुनी फॅशन झाली. आता सद्य:स्थिती काय आहे, कशाचा बीमोड करायला हवा आणि त्याचा नेमका उपाय कोणता याचं अद्ययावत ज्ञान असणं आवश्यक आहे. शिवाय कुठल्यातरी एका संघटनेशी तुम्ही विनाअट, संपूर्णपणे, निष्ठापूर्वक जोडून घेतलं पाहिजे. उदाहरणार्थ, पॅलेस्टिनी लोकांची संघटना. त्यांचे स्वत:चे नेते आहेत. तू जर त्यांच्यासाठी काम करायला लागलीस तर तुला परकी समजून लांब ठेवतील. माझंच बघ ना. मी रशियासाठी काम करते. माझं अर्थशास्त्रातलं कसब वापरून, रशियाच्या गुंतागुंतीच्या झालेल्या अर्थकारणावर धोरणात्मक उपाय सुचवते. पण हे मी करते एक अर्थशास्त्रज्ञ म्हणून. रशियन मला त्यांच्यातली समजत नाहीत. मी अमेरिकन आहे, हे मी कधीही विसरायचं नसतं.''

मी बघत होते, एका क्षेत्राकडून दुसऱ्या क्षेत्राकडे जात असताना अनुराधा संघर्ष करत होती. तिच्या पायाला जी कायमची दुखापत होऊन बसलेली होती, त्यासाठी आर्थिक भरपाई मिळावी म्हणून तिची व्हेटरन्स ॲडमिनिस्ट्रेशनबरोबर बोलणीही चालू होती. २००८ च्या उन्हाळ्यात ती गायब होऊन मेक्सिकोमधल्या एका 'योगसाधना' शिबिरातच प्रकट झाली. पोरगी देवाचा शोध घेत असावी...? शक्यता कमी होती. कदाचित त्या नौसैनिकांच्या कठोर, निर्मम जीवनशैलीपासून आणि मनोधारणेच्या काचेतून तिला सुटायचं असावं. म्हणून शरीराला सुदृढ करतानाच मनाला शिस्त लावण्यासाठी ती योगसाधनेकडे वळली असावी. तिथे जाऊन तिने ध्यानधारणा आणि भौतिकोपचार (फिजिओथेरपी) यांची तंत्रं आत्मसात केली. मग न्यू यॉर्कमधल्या 'इन्स्टिट्यूट फॉर इंटिग्रल योगा' या संस्थेशी संपर्क साधला आणि

जखमी सैनिकांसाठी 'मनो-शारीरिक उपचारांचा' एक कार्यक्रम तयार केला. निवृत्त जखमी सैनिकांना तिचा हा खऱ्या तळमळीने तयार केलेला कार्यक्रम आवडू लागला. "ध्यानधारणेमुळे त्यांचं मन शांत, स्थिर होतं आणि योग्य त्या फिजिओथेरपीमुळे त्यांची गमावलेली शारीरिक क्षमता परत येते," ती म्हणाली.

'ममा, या सगळ्यामध्ये त्या ओम्‌बिम उच्चारणाचा आणि त्या चक्राफिक्रांचा काही संबंध नाही बरं का.' तिने माझी खातरी पटवली. मग यावर तिने तिची एक स्वतंत्र वेबसाइट सुरू केली. 'अमेरिकन लष्करामध्ये स्त्रियांच्या बाबतीत केला जाणारा दुजाभाव' याविषयी तिने तळमळीने आणि पोटतिडकीने लिहायला सुरुवात केली. त्याची दखलही घेतली जाऊ लागली.

२० मे २००९ रोजी 'हाऊस कमिटी ऑफ व्हेटरन्स अफेअर्स' यांच्यासमोर 'माजी स्त्री सैनिकांच्या आरोग्याची देखभाल' याबद्दल तिने शपथपूर्वक एक निवेदन सादर केलं. तिला तिच्याच विचारांच्या, शिकल्यासवरलेल्या अनुभवी माजी स्त्री सैनिकांची साथ मिळाली. ती सध्या स्वान (SWAN) म्हणजे सर्व्हिस विमेन्स ॲक्शन नेटवर्क (Service Women's Action Network) हे अभियान चालवत आहे. आवश्यक तो निधी उभा करून संस्थेला योग्य तो आकार आणि प्रत्यक्ष रूप देण्याच्या कामात ती सध्या व्यस्त आहे.

अनुराधा स्वतःच्या पायांवर उभी आहे. 'अनुराधा काय करते?' कुटुंबातली माणसं मला विचारतात. 'ती माजी सैनिकांच्या मदतीसाठी काम करते. त्यांच्या समस्या सोडवणं, त्यांना ज्या कायमस्वरूपी दुखापती होतात त्याबद्दल, स्त्री सैनिकांच्या बाबतीत भेदभाव केला जातो त्याबद्दल... अशीच कामं करत असते.' मी उत्तर देते. 'ते झालं गं! पण व्यवसाय, नोकरी असं काय करते?' स्टॅलिनच्या राजवटीत सोव्हिएट लेखक-कवींचा उल्लेख पॅरासाइट्स म्हणजे 'परजीवी बांडगुळं', 'दुसऱ्याच्या जिवावर जगणारा' असा केला जात असे. त्याची मला अशा वेळेला आठवण होते. आता येल-हार्वर्डसारख्या विद्यापीठातून पदव्या मिळवलेली दोन यशस्वी शिक्षणतज्ज्ञांची मुलगी हे अमेरिकन पद्धतीचं तिचं समाजकार्य व्यवसाय म्हणून कसं काय स्वीकारू शकते? (हा त्यांच्या मनातला प्रश्न) पण माझी मुलगी एक खेळाडू, वादक असणारी, खूप पुस्तकं वाचणारी, कधी कधी कविता करणारी, खूप आवडीने प्राणी पाळणारी, नेहमी माणसांत राहणारी ही संपूर्णतः अमेरिकनच आहे. तिने काही मला विश्वासात घेऊन सगळं सांगितलंय असं नाही. पण मला वाटतं ती काय आहे, त्याचा अंदाज मला आलेला आहे.

जेव्हा मी ही माझी कलाकृती (म्हणजे माझ्या मुलीकडे) काही अंतरावरून पाहते; ती कशावर तरी तावातावाने चर्चा करत असते आणि तिच्या दोन्ही दंडांवर दोन टॅटू काढलेले मला दिसतात. डाव्या दंडावर अक्षरं आहेत USMC (United

States Marine Corps), सगळी कॅपिटल अक्षरं आणि उजव्या दंडावर तिचं नाव लिहिलंय ते अरबीमध्ये. ती रामल्लाहमध्ये राहिली तेव्हा काढलेलं. कदाचित तिचं गोंदण USMC, नौसेनेशी निष्ठा असल्याचं प्रतीक म्हणून आणि मी किती धाडसी आहे ते लोकांना दाखवण्यासाठी असेल. पण ते तिथे राहून माजी सैनिकांना दिसत राहील, खास करून महिला सैनिकांना आणि आवाहन करीत राहील की, 'बघा, मी तुमची आहे. तुमचं कल्याण हीच माझी पहिली चिंता आहे.' उजव्या दंडावर अरबीमध्ये लिहिलेलं 'अनुराधा' हे तिचं नाव, ती रामल्लाहमध्ये जाऊन राहिली त्याची आठवण तर आहेच पण पॅलेस्टिनी लोकांचे हाल पाहून तिचं मन द्रवलं आणि ती समाजकार्याकडे वळली याचीही ती आठवण आहे.

पण आता तिच्या बाबतीत 'बाप रे! असं झालं तर?' किंवा 'असं झालंय. आता पुढे काय?' अशा विचारांनी मी भयभीत होत नाही. जगदीशने आणि मी तिला तिच्या आवडीप्रमाणे जगण्यासाठी मोकळं सोडलं आहे. तिच्या आवडीनिवडींनी कधी आम्हाला घाबरवूनही सोडलं; पण तिची कोणतीही कृती कधी लबाड, धूर्त किंवा कपटी नव्हती. कुणाची फसवणूक करण्याचा विचार कधी तिच्या मनात आला नाही. आणि मला वाटतं, आमच्या प्रेमाचं भक्कम कवच नसतं आणि त्याची तिला खातरी नसती, तर तिने इतक्या अवघड वाटा निवडल्याही नसत्या. कदाचित अशी ही एक भावना असेल तिची की, 'आपल्या आई-वडिलांपेक्षा वेगळं काहीतरी करून दाखवायचं' म्हणूनदेखील ती अशी क्षेत्रं निवडायला उद्युक्त झाली असेल की ज्या क्षेत्रातलं आम्हाला 'ओ की ठो' कळत नव्हतं.

कधी ना कधी एक दिवस ती कहाणीची स्वत:ची बाजू सांगेल. मी तिची खूप काळजी केली आहे, तिच्यासाठी अनेकदा मला भीती वाटलेली आहे. कधी कधी तिला रागावलेही मी, पण कायम तिच्यावर प्रेम केलं. कदाचित आईपण म्हणतात ना ते हेच असावं. शेवटी मला तिच्याबद्दल जे वाटतं, ते सॅफ्फोच्या बोलक्या कवितेतून व्यक्त करते...

एक छोटीशी मुलगी आहे माझी...
सोनेरी फुलासारखी छान...
तिच्या बदल्यात राजाचं अख्खं राज्य,
त्यात प्रेम भरून दिलं ना मला...
तरी नाही घेणार मी...!

बंधमुक्त होताना...

अलेक्सेई सुवोरिन हा रशियन तरुण उभरता लेखक होता, तेव्हाची गोष्ट. ७ जानेवारी १८८९ रोजी अंतोन चेकॉव्ह (जगप्रसिद्ध रशियन लेखक) याने सुवोरिनला एक पत्र लिहिलं. त्या वेळी चेकॉव्हही तरुणच होता, २९ वर्षांचा. ज्याला चांगली विनयशील पार्श्वभूमी आहे, अशा लेखकात जात्याच स्वतंत्र वृत्ती असते याबद्दल त्याने सांगितलं आहे. त्या पत्राचं रोझामंड बार्टलेट याने इंग्रजी भाषांतर केलं आहे. त्यात वाचलं, चेकॉव्हने सुवोरिनला कळकळीने एका गुलामाच्या मुलाबद्दल लिहायला सांगितलं. हा मुलगा एका दुकानातला पोऱ्या म्हणून काम करत असतो (स्वतः चेकॉव्हशी या पोराचं वर्णन मिळतंजुळतं होतं). चेकॉव्हने सुवोरिनला सांगितलं की, 'तू या मुलाबद्दल गोष्ट लिही आणि असं दाखव की तो स्वतःमधला गुलाम कसा कणाकणाने बाहेर काढतो आणि एक दिवस त्याला असा साक्षात्कार होतो, आपल्या नसानसांत खेळणारं हे रक्त गुलामाचं नाही, तर एका परिपूर्ण माणसाचं आहे.'

मलाही असंच वाटतं की, माझं अमेरिकन जीवनात एकरूप होणं, हे एका संघर्षाचं प्रतिनिधित्व करतं. इथे येऊन मी शोध घेतला की माझा स्वतःचा वैयक्तिक आनंद कशात आहे? मला कोणतं काम करण्यात समाधान वाटतं? हा शोध घेत असताना माझ्यात मुरलेली गुलामीची, बांधिलकीची भावना कणाकणाने, थेंबाथेंबाने विरत गेली, तिची वाफ होऊन गेली आणि आता मी जगते आहे, परिपूर्ण माणूस म्हणून. जमवलंय मी ते.

१९६८ साली मी अमेरिकेत आले ती जगदीशशी लग्न करायचं, मुलंबाळं वाढवायची आणि त्याच वेळी करिअरही करायचं या इच्छेने. पहिल्यांदा आम्ही इथे आलो स्थलांतरित म्हणून. मग जगदीश आणि मी लेक्झिंग्टन (मॅसेच्युसेट्स)ला स्थायिक झालो. तिथे आम्ही घर घेतलं, झाडं लावली, आम्हाला मुलगी झाली, तिला वाढवलं. जन्मभराचे मित्र जोडले. ४ जुलैचा स्वातंत्र्यदिन, थँक्सगिव्हिंग असे अमेरिकन सणही साजरे करू लागलो. ही सगळी स्थलांतराची, स्थायिक होण्याची, इथे घरगृहस्थी वसवण्याची आणि शेवटी अमेरिकन संस्कृतीत मिसळून जाण्याची जी प्रक्रिया होती ना, तिच्यामुळे माझी मी खरी आहे तशी स्वतःला सापडायला मदत

झाली आणि माझ्यामध्ये व्यक्तिगत स्वातंत्र्याची जाणीव निर्माण झाली.

अमेरिकेत आल्यानंतर स्वत:चं जीवन स्वत:च्या हातात ठेवण्याचं मी कसं जमवलं? जिला मी शेवटी स्वत:ची म्हणून संबोधू लागले त्या जमिनीच्या (भूप्रदेशाच्या) कोणत्या गुणधर्मामुळे मी ही प्रगती करू शकले? मी आता सविस्तर वर्णन करणार आहे, त्यानुसार सावकाश हलके हलके मला जाणीव व्हायला लागली की, या देशात इतकी प्रचंड विविधता असताना, हे अमेरिकन लोक स्वयंस्फूर्ती आणि स्वावलंबन यांच्या जोरावर आपणहोऊन समाजसुधारणेसाठी व्यक्तिश: प्रयत्न करत असतात. कदाचित हा पूर्वग्रहदूषित दृष्टिकोन असेल. बाहेरच्या लोकांना तो अतिरंजितही वाटू शकतो. पण हा माझा वैयक्तिक अनुभव आहे. माझ्या अमेरिकन प्रवासाचं वर्णन इथे करत असताना मी जुन्या आठवणींना उजळा दिला आहे; त्याचबरोबर दु:खदायक, कटू प्रसंगही सांगून टाकलेत. प्रसंगोपात मी अशा टिपण्याही केल्या आहेत की, भारतातल्या काही पद्धती, चालीरीती या अमेरिकन पद्धतींपेक्षा कशा वेगळ्या आहेत (उदा. बालसंगोपनाची पद्धत). पण मी मोठ्या प्रश्नांना हात घातलेला नाही. जसं की भारतातल्यापेक्षा अमेरिकेतल्या पद्धती चांगल्या किंवा श्रेष्ठ आहेत का? किंवा पूर्वीपेक्षा सध्याच्या भारतातल्या चालीरीती सुधारलेल्या आहेत, इत्यादी. हे महाप्रचंड विषय आहेत, त्यांसाठी वेगळं पुस्तक लिहावं लागेल. इथे माझी ही जीवनकहाणी आहे. माझ्या नव्या जगात मी समाधान शोधलं आणि पुढे त्यानेच माझं कधी पोषण केलं, तर कधी माझ्याकडून काही गोष्टी करवूनही घेतल्या हे सांगण्यावर मी भर दिलेला आहे.

अमेरिकेत मी बाहेरून आलेली होते. इथे आल्यावर 'थेंबाथेंबाने' मला जाणवत गेलं की, कुणीही वेगळं, विशिष्ट व्यक्ती म्हणून उभं राहू शकतं. एकदा, दक्षिण आफ्रिकेतून आलेल्या, सर्वोच्च न्यायालयाच्या एका न्यायाधीशांना मी प्रश्न विचारला, 'अमेरिकेचं *नाव घ्यावं* असं वैशिष्ट्य कोणतं?' आणि क्षणाचाही विलंब न करता त्यांनी उत्तर दिलं, 'व्यक्तिमहत्त्व' (Personhood). मग मी त्याचा अर्थ शोधला. स्वावलंबन (फक्त स्वत:वर अवलंबून राहणं), जबाबदारीने वागणं आणि कठोर परिश्रम करणं ही सगळी अमेरिकन असण्याची वैशिष्ट्यं. अर्थात तुम्ही स्वतंत्र व्यक्ती म्हणून जगायला लागलात म्हणजे सगळ्या व्यक्ती सारख्या झाल्या, असा त्याचा अर्थ होत नाही. पण अमेरिकेत राहणाऱ्या प्रत्येकाला आपल्या स्वप्नाच्या दिशेने तीर मारण्याची, स्वप्नाचा वेध घेण्याची संधी मिळते. कचरा गोळा करणाऱ्या माणसालासुद्धा, जर तो प्रामाणिकपणे काम करत असेल तर, मान दिला जातो. अर्थात त्याला माहीत असतं की, कचरा गोळा करून काही तुमचा सामाजिक स्तर उंचावत नाही. हे मात्र खरं की, इथल्या नियमाधारित, स्पर्धात्मक वातावरणात काम करायचं जे शिकून घेतात त्यांना पुढे जाण्याच्या संधी पुन:पुन्हा मिळतात.

मला अमेरिकेत आल्यानंतर व्यक्तिमहत्त्वाचादेखील प्रत्यय आला. त्यांचं ते औपचारिक सौजन्य सर्वांसाठी सारखंच असतं. मग व्यक्तीचा व्यवसायातील किंवा समाजातील स्तर कोणताही असो. अमेरिकनांना हे माहीतही नाही की 'सॉरी' किंवा 'थँक्यू' म्हणण्याची रीत किंवा कुणाला त्याच्या नावाने हाक मारणं या गोष्टींचा संबंध बरोबरीच्या नात्याने वागवण्याशी आहे म्हणून. या गोष्टीचं कोणतं विशिष्ट महत्त्व आहे ते मला कळलं, मी एका अमेरिकन मित्राच्या गावाकडे गेले होते तेव्हा. मी आपली सहजच त्यांच्या बागेत फेरफटका मारत होते तेव्हा लक्षात आलं की, यांची बाग करणारा माळी भारतीय दिसतो! मग लगेच मी जाऊन त्याच्याशी हिंदीत बोलायला सुरुवात केली. मी विचारलं, "आपको कैसा लगता है इधर आकर?" त्याने मला अतिशय आदराने 'मेमसाहिब' असं संबोधत 'आप' हे आदरार्थी बहुवचन वापरून हिंदीत बोलायला सुरुवात केली आणि मग अगदी स्पष्ट शब्दात त्याने मला स्वत:च्या गावाहून आलो, तिथल्यापेक्षा अमेरिकेतली जिंदगीच आवडते म्हणून सांगितलं. बोलणं संपवताना त्याने त्याच्या तिथल्या साहेबाचा (म्हणजे मालकाचा) आदरपूर्वक उल्लेख करून सांगितलं की, मी जेव्हा त्यांना बागकामातलं काहीबाही सांगतो तेव्हा दर वेळेला ते मला 'थँक्यू' म्हणतात. उघडच आहे की, त्याचे भारतात कुणीही कधी आभार मानले नव्हते. अमेरिकन साहेबाने औपचारिकतेच्या सवयीने 'थँक्यू' म्हटलं पण त्याला ते मान दिल्यासारखं वाटलं आणि आपली विशेष दखल घेतली, कामाची किंमत ओळखली असंही वाटलं. साहेबाने मात्र फक्त अमेरिकेत चारचौघांत वागतात ती रीत पाळली होती. बरोबरच आहे ना! अमेरिकेतली मशिन्ससुद्धा 'थँक्यू' म्हणतात.

अमेरिकेत मी आणखी एक गोष्ट पाहिली. तिथे कामाच्या ठिकाणी सर्व जण एकमेकांना पहिल्या नावाने बोलावतात. जसं नुसतं जॉन, मेरी, पद्मा, जगदीश वगैरे. बाहेरचे ज्याला 'टिपिकल अमेरिकन' म्हणतात, त्या या नुसत्या नावाने हाक मारण्यात काही विशिष्ट हेतू असतो का? पहिल्यांदा मला ते एकेरी नावाने हाक मारणं उगीचच जास्त जवळीक दाखवल्यासारखं किंवा 'खोटं खोटं अनौपचारिक' असं काहीतरी वाटायचं. पण नंतर मला समजायला लागलं की, नावामुळे त्या माणसाला त्याची स्वत:ची अशी ओळख निर्माण होते. त्याची गरिबी-श्रीमंती, घराणं, जातीची उच्च-नीचता यातलं काही मध्ये येत नाही.

अमेरिका हे राष्ट्र जन्माला आलं तेच मुळी प्रजासत्ताक (Republic) म्हणून आणि त्या पहिल्या दिवसापासूनच 'सर जेम्स', 'लॉर्ड मोरले' किंवा 'विसकाउंट पेरी' ही सगळी विशेषणं हद्दपार करण्यात आली.

लिहिताना किंवा बोलताना 'मिस्टर प्रेसिडेंट', 'जनरल' आणि 'डॉक्टर', 'प्रोफेसर' असं म्हटलं की त्या माणसाची व्यावसायिक ओळख समोर येते. जेव्हा

प्रसंग अनौपचारिक असेल तेव्हा जास्त करून पहिलं नावच घेतलं जातं. जेव्हा आम्ही आमच्या मुलीला पहिल्यांदाच रॅडक्लिफ डे केअर सेंटरमध्ये प्रवेश घेतला तेव्हा मी तिथल्या शिक्षिकेला तिची ओळख करून देताना म्हटलं, ''ही आमची मुलगी. हिचं नाव अनुराधा.''

यावर त्यांनी विचारलं, ''आम्ही हिला काय म्हटलेलं आवडेल आपल्याला?''

''ओह! आम्ही तिला अनू म्हणतो.''

म्हणजे अजून पुरती दोन वर्षांचीही न झालेल्या त्या चिमुरडीला, एक व्यक्ती म्हणून, वेगळी ओळख असावी, असा प्रयत्न तिचे शिक्षक करत होते. काही दिवसांपूर्वी मी 'न्यू यॉर्क टाइम्स'मध्ये भारतातल्या एका अस्पृश्य कुटुंबाची माहिती छापून आलेली वाचली. कुटुंब खेड्यातलं. फोटोतल्या पोरांच्या पायात चपला नाहीत, केसाला तेल नाही, कपडे मळके-फाटके, जेमतेम त्यांची हडकुळी शरीरं झाकणारे... असं सगळं. पण त्या अमेरिकन वार्ताहराने प्रत्येकाचा उल्लेख स्वतंत्रपणे त्यांच्या नावानिशी केलेला होता.

लहानपणी मी अमेरिकेला जाण्याचं स्वप्नं पाहत होते, तेव्हा मला यातल्या कशाचीच माहिती नव्हती. मला कल्पनासुद्धा नव्हती की 'ही स्वतंत्र लोकांची भूमी आणि शूरांचं माहेरघर आहे.' इथे कुणीही, व्यक्ती म्हणून जगू शकतं आणि त्याला तशीच ओळख मिळते. माझा भारतातला अनुभव यापेक्षा खूपच वेगळा होता. तिथे हे शब्द म्हणजे माणूसपणाचं आश्वासन असण्यापेक्षा माणूसपणाला आवाहन होतं. भारतात असताना मी ज्यांच्याबरोबर राहत होते त्या व्यक्तीशी किंवा व्यक्तींशी जुळवून घ्यायला मी शिकले होते. आपल्या भावना आपल्यापाशीच ठेवायच्या आणि मनाविरुद्ध जगत राहायचं. त्या त्या परिस्थितीत योग्य काय, तसंच वागायला शिकवत मला लहानाचं मोठं केलं गेलं होतं. मला काय वाटतं आणि मी इतरांना काय दाखवते, यात फरक होता. इथे आल्यावर मला असं जाणवलं की, त्या काळात, भारतातल्या स्त्रियांच्या वागणुकीबद्दलचे नियम हे गुंतागुंतीचे होते, तसेच कपटी आणि लिंगसापेक्ष होते. अमेरिकेत मी शरीरांपलीकडे जाऊन (म्हणजेच मी स्त्री आहे हे विसरून), माझे एखाद्या विषयाबद्दलचे सखोल प्रामाणिक विचार व्यक्त करायला शिकले. संस्कृतीत मिसळले म्हणजे तरी काय झालं? माझ्या मनातलं एखादं दु:ख म्हणा, व्यथा म्हणा मी कुणाजवळ तरी सांगू लागले, वाटून घेऊ शकले. अगदी परक्या देशातून आलेले आपण 'स्थलांतरित' आहोत असं वाटून घ्यायचं थांबवलं. मी जर अजूनही भारतात राहत असते ना, तर हे पुस्तक लिहू शकले नसते. माझ्या व्यावसायिक जीवनाचं म्हणाल तर अमेरिकेच्या शिक्षणक्षेत्रात कायम संघर्ष आणि अपार मेहनत यांनीच ते भरलेलं आहे. फक्त त्यात थोडी नशिबाची साथ मिळत गेली.

अखेर १९५५ साली मी जेव्हा शिकायला हार्वर्डला आले, तेव्हा वैवाहिक जीवनाच्या मन विचलित करणाऱ्या कटू आठवणी माझ्या बरोबरच होत्या. त्यामुळे वर्गातली लेक्चर्स आणि त्यानंतर त्या लायब्ररीतला शांत एकांत यात मी स्वत:ला गाडून घेत असे. त्यामुळे माझी प्रगती चांगली झाली आणि मी 'सॉलिड ग्रेड्स' मिळवल्या. पण अभ्यासातल्या यशाव्यतिरिक्त माझ्यामध्ये इतर ज्या विशेष गुणवत्ता किंवा क्षमता होत्या त्यांनी मला एक खास ओळख निर्माण करून दिली. पूर्वी कधीच अनुभवली नव्हती अशी प्रशंसा आणि कौतुक मला इथे आल्यावर मिळालं. 'आपण खरंच कुणी विशेष आहोत' असं मला वाटायला लागलं.

माझं मन अधूनमधून जुन्या घटनांकडे भरकटायचं. माझ्या लग्नाची चित्तरकथा, झालंच तर माझी पौगंडावस्था... सौंदर्य आणि भीती या दोन्हींचा सारखाच प्रभाव होता त्या वेळी माझ्यावर. हे दुसऱ्या कुणाला माहीत नव्हतं. आता स्वत:ला स्वत:ची ओळख नसलेली मी आत्मपरीक्षण करू लागले. 'मुंबईला असताना असा कसा माझा संयम सुटला? कशी काय मी प्रेमात गुंतले आणि रुततच गेले? आर.बी. माझ्याशी खेळत होता, ते लक्षात कसं नाही आलं आपल्या? पण जे घडलं किंवा मी जशी वागले, त्याला काय मी एकटी जबाबदार होते? आता अपराधीपणाची जाणीव घेऊन असंच शरमिंदं होऊन जगत राहायचं का? सतत आपला दु:खी चेहरा करून वावरण्याचं काय कारण आहे?'

मला हळूहळू जाणीव होऊ लागली की, 'भारत फार दूर आहे', 'तिथे संपर्क साधायला खूप वेळ तर लागतोच पण संपर्काची साधनं (पत्र, तार, फोन) तरी किती महाग आहेत! इकडून तिकडे प्रवास करणं म्हणजे वेळ, पैसा दोन्हींचा खूप जास्त खर्च करावा लागतो. त्याउलट आता मी जिथे आहे, तिथे अगदी सुरक्षित वाटतं. या जागेनेच मला गुलामगिरीतून मुक्त होण्यासाठी प्रयत्न करण्याचं धैर्य आणि बळ दिलं. मी सगळ्यांपासून दूर होते. एकटी होते. माझं बरंच काही वागणं चुकलेलं होतं. आता मला शहाण्या, पोक्त माणसासारखंच वागायला पाहिजे होतं. शेवटी मी बंधमुक्त व्हायचं ठरवलं आणि त्या लग्नाचा शेवट करण्याचा निर्णय घेतला. मी अद्यापही भारतात राहत असते ना, तर मला स्वत:ची किंमत कधी कळलीच नसती. घटस्फोटासाठी पुढाकार घेणं तर दूरच.

अशा प्रकारे स्वत:च स्वत:ला सापडल्यानंतर चार वर्षांनी जेव्हा मी भारतात परत गेले, तेव्हा जुन्या घटनांकडे नव्या नजरेने पाहत होते. भारतात परतल्यानंतर काही दिवसांनी आम्ही घरातले सगळे जण हॉलमध्ये गप्पा मारत असताना माझ्या मनातले सगळे विचार स्फोट झाल्यासारखे बाहेर पडले. मला खूप रडू येत होतं, चेहरा अश्रूंनी भिजला होता, ओरडून बोलताना आवाज फाटत होता. हुंदक्यांवर हुंदके येत होते. मी बाबांना सांगत होते की, 'एवढे तुम्ही केंब्रिजची पदवी घेऊन

आलेले, तुमची मतंही अधिक सुधारक असायला पाहिजे होती.' आईलाही सुनावलं, 'आम्हाला शिस्तीपेक्षा तू जास्त प्रेम द्यायला पाहिजे होतंस.' कुटुंबातल्या सगळ्या पीडित बायकांची कड घेऊन मी त्या दिवशी भांडले. रूढींची पहिली बळी होती माझी काकी, दुसरी आमची भंगीण. दररोज संडास साफ करून मैला डोक्यावरून वाहून न्यायची. तरी तिची अतिशय उपेक्षा करून तिला 'अस्पृश्य' लेखलं गेलं आणि तिसरी बळी होते मी. ''कशी काय तुम्ही परवानगी दिली काकीचं कायमसाठी मुंडण करायला? आपण सगळे जी दररोज घाण करून ठेवायचो, तिची विल्हेवाट लावण्याची वेगळी व्यवस्था तुम्हाला करता आली नसती? मला मारे शिकायला मुंबईला पाठवलं, एकटी मुलगी मी तिथे राहणार होते, का नाही जाण्यापूर्वी मला सांगितलंत की बेटा, तू तरुण आहेस. तारुण्यात मोह होतात. पण काहीही झालं तरी कुणाला स्वत:चा उपभोग घेऊ देऊ नकोस. त्यात मोठे धोके आहेत. त्यातून आयुष्यभर पुरणारं दु:ख निर्माण होऊ शकतं, म्हणून? आणि नंतर माझ्यातच काही कमीपणा आहे असं मला वाटायला लावलं तुम्ही! कायम. का? मी इतकं मोठं यश मिळवलं त्याबद्दल कधी काही चांगलं बोललात माझ्याशी? मी फार फार एकटी पडले हो तेव्हा... संपूर्ण एकटी!!''

मोठ्ठा धिंगाणाच केला मी त्या दिवशी. माझा तो उद्रेक पाहून आई-वडील हबकलेच! पण त्याचा त्यांच्यावर परिणाम मात्र काही झाला नाही. आई म्हणाली, ''अमेरिकेत राहिली ना, त्याचा परिणाम आहे हा. ती जर अमेरिकेला गेली नसती तर असं कध्धी बोलली नसती!''

आता जेव्हा त्या प्रसंगाविषयी मी विचार करते, तेव्हा मला माझंच आश्चर्य वाटतं. मला फक्त एकच आई-वडील होते. ते जसे होते तसे होते. पण त्यांच्यात बदल व्हावा अशी इच्छा मी कशी काय धरली? पुढे पुढे, ते जसे होते, तसंच त्यांना स्वीकारून मी माझी वाटचाल सुरू ठेवली खरी, पण तेव्हाही मला वाटायचं माझ्या निर्णयाची थोडी तरी जबाबदारी त्यांनी स्वीकारावी. माझ्यावर आलेल्या बिकट परिस्थितीतून दोघांनी स्वत:ची मान पूर्णपणे सोडवूनच घेतलेली होती. मातीची भांडी घडवणाऱ्या कुंभाराच्या कोठाराचा नियम जणू त्यांनी मला लावला होता (हा नियम अमेरिकेतला आहे). 'जेवढी भांडी फोडशील, तेवढी तुला विकत घ्यावी लागतील' (You break it, you own it). नियम मोडलास ना, आता भोग एकटी त्याचे परिणाम. पण माझे आई-वडील त्याच्याही पलीकडे गेले. ते म्हणाले, ''तू चुका करून स्वत:वर वाईट, कठीण परिस्थिती ओढवून घेतलीस. त्याला जबाबदार तर सर्वस्वी तूच आहेस. पण असं वागून तू पूर्ण कुळाला बट्टा लावलास. हे पाप तुझंच आहे.''

मी काही मुद्दाम नाटक-तमाशा करून कांगावा करत नव्हते किंवा माझं डोकं

फिरलेलं नव्हतं. हार्वर्डमध्ये असताना माझ्यात संचारलेल्या सगळ्या उत्साहावर जणू पाणी फेरलं! लुटला गेला तो. मी फार फार एकटी झाले. लुळीपांगळी होऊन गेले. दु:खभावना आणि सर्वस्व व्यापून उरणारी शांतता यांनी माझा उत्साह पार धुऊन नेला. मी इतकी दुखावले, घायाळ झाले की कुणाशी दैनंदिन गप्पाही माराव्याशा वाटेनात. मी इतकी अनुदार झाले, कारण त्यांच्याकडून फार जास्त औदार्याची अपेक्षा केली. माझी ही उरात धडकी भरवणारी परिस्थिती त्यांनी समजून घ्यावी, असं मला वाटत होतं. त्यांना जबाबदार धरून दोषी ठरवणारा असा तो भावनेचा उद्रेक फक्त तेव्हा एकदाच झाला. पण त्यानंतर कितीतरी दिवस मी मनातल्या मनात धुमसत राहिले होते. त्यानंतर पुन्हा आयुष्यात कधी आम्ही त्या विषयावर बोललो नाही.

अमेरिकेत राहत असताना मला बालपणातले अनुभव आठवत असत. मग अमेरिकन दृष्टिकोनातून मी आई-वडिलांचं वागणं समजून घेण्यासाठी धडपड करत असे आणि त्यांच्या-माझ्यातलं दुभंगलेलं नातं सांधून घेण्याचा प्रयत्न करी. पण हा काही अचानक होणारा साक्षात्कार नव्हता. डोळे चोळून, कान खाजवून काही मी सांत्वना शोधण्याचा प्रयत्न करत नव्हते. तेव्हा काय घडलं नेमकं? ते कोण होते खरोखर? मी भारतात राहिले असते तरी असेच प्रश्न विचारले असते का? मला हा भावनांचा गुंता सोडवलाच पाहिजे. गैरसमज दूर केले पाहिजेत आणि ही तेढ, दुरावा संपवला पाहिजे. अमेरिकन दृष्टिकोनातून विचार केला तर ते माझे जुन्या मतांचे - जुन्या पद्धतीने जगणारे आई-वडील होते आणि मी होते स्वप्नभंग झालेली त्यांची मुलगी (पुढची पिढी) त्यामुळे आमचे संबंध असे वैताग देणारेच राहणार होते. ते सुरळीत कसे राहतील?

खास करून मॅट्रिकच्या परीक्षेत जेव्हा मी नेत्रदीपक यश मिळवलं, ४८ हजार विद्यार्थ्यांतून पहिली येता येता माझा नंबर फक्त दोन गुणांनी हुकला, त्या वेळचे माझ्या वडिलांचे शब्द मला नेहमी आठवतात : 'तू काटेरी मुकुट घातला आहेस बाळ!' मी त्या वेळी अक्षरश: परमानंदात होते. पण तसं नसतं तरी, त्यांचे हे शब्द मला कमी लेखण्यासाठी मुद्दाम उच्चारलेले आहेत, असं मला वाटलं नसतं. लहानाची मोठी होत असताना मी पाहत आले होते की, ते मला फार जपत असत आणि माझ्याबद्दल त्यांना खूप चिंताही वाटत असे. मी पुढे मैलोगणती जीवनप्रवास केला, यशाचे अनेक विक्रम मोडून नवीन प्रस्थापित केले, पण त्यांनी कधी त्याची दखलही घेतली नाही. मग कौतुक तर दूरच. मला पाहिजे होते तसे त्यांनी माझे लाड म्हणा किंवा प्रेम म्हणा कधीच केलं नाही. अर्थात हंसा, दिनकर ही माझी भावंडं— आम्ही तिघं पक्के सवंगडी होतो. काकी आमचे नेहमीच लाड करायची. पण मला नेहमी विशेष कौतुक हवं असे म्हणून मी मोठ्या अपेक्षेने वडिलांकडे पाहायचे. मला

वाटे, केवळ मुलगी म्हणून करतात त्यापेक्षा जास्त प्रेम, कौतुक त्यांनी करावं.

पण मी स्थायिक झाले अमेरिकेत, त्यामुळे आमचं बापलेकीचं बिघडलेलं समीकरण मला लांबूनच नीट करावं लागणार होतं. मी पाहून ठेवलं होतं की, अमेरिकेतल्या लेकीदेखील वेळप्रसंगी अशाच आपल्या वडिलांशी भांडतात. माझा व्यावसायिक यशापयशांचा आणि व्यक्तिगत जीवनातला टक्क्याटोणप्यांचा प्रवास संपत आला; आता मी बऱ्यापैकी तृप्त आहे. आता कुठे मला हे सत्य हळूहळू पचवता येऊ लागलं आहे की, मला नेहमी माझ्या महत्त्वाकांक्षेकडे जाताना आई-वडिलांच्या पाठिंब्याच्या प्रवाहाविरुद्धच पोहावं लागलेलं आहे. माझ्या वडिलांनी केंब्रिजची पदवी मिळवली होती, पण त्यांच्या मुलींनी कसं वागावं याबद्दलच्या त्यांच्या सांस्कृतिक संकल्पना त्याच्या कितीतरी वर्षं अगोदर, ते गुजरातच्या एका खेड्यात वाढले, तेव्हाच तयार झालेल्या होत्या. ज्या प्रतिमेत बसणं त्यांच्यासाठी अशक्यच होतं, अशी भूमिका त्यांच्यावर लादण्यात काय अर्थ होता? त्यांचं वागणं बरोबर की चूक, यावर वितंडवाद करण्याची माझी इच्छा नव्हती. जे व्हायचं ते होऊन गेलं होतं. शेवटी माझ्या मनात एकच खातरी आहे की त्यांनी मला जे दिलेलं आहे, ते न दिलेल्यापेक्षा फार मोठं आहे.

दैनंदिन जीवनात सरळ राहून जबाबदाऱ्या पार कशा पाडायच्या हे सगळं मी त्यांच्याकडूनच शिकले. आजही अनेकदा कसोटीच्या क्षणी मी आपोआप 'या ठिकाणी बाबा असते तर कसे वागले असते?' असा विचार करते. माझ्या आयुष्याचा जो अखंड गोंधळ, अस्ताव्यस्त पसारा होऊन बसला, त्या संपूर्ण कालावधीत मी कधीही सोप्या पर्यायांचा विचार केला नाही. मी धर्माने दिलेल्या सवलतींच्याही वाटेला गेले नाही, फालतू त्यागाच्या कल्पनेने सर्वसंग परित्यागाकडेही वळले नाही. मला गूढवादाचंसुद्धा कधी आकर्षण वाटलं नाही. गूढवादातले ते निरामय आनंदाचे, तरल अनुभव घ्यावेत असं वाटलं नाही. यशस्वी होण्याचं, भरभरून यश मिळवण्याचं माझं स्वयंसिद्ध स्वप्न होतं, पण ते पूर्ण होण्यासाठी शरीर कष्टवून धार्मिक व्रतवैकल्यं करायला माझा ठाम नकार होता. याचं कारण वडिलांची शिक्षण आणि समाजसेवेबद्दलची जाज्वल्य निष्ठा, कला-क्रीडा-निसर्ग यांच्यावर असलेलं त्यांचं निरपेक्ष प्रेम पाहत पाहतच मी वाढले होते. त्यामुळे स्वत:चं ध्येय साकार करताना धार्मिक व्रतवैकल्यांची कुबडी घेणं आपोआपच दूर राहिलं.

माझा अमेरिकन दृष्टिकोन तसा चिकित्सक आणि वस्तुनिष्ठ. त्यात नेहमी ऐकलेल्या आणि वाचलेल्या, अमेरिकन मुलं तारुण्यात पदार्पण करताना कसकसे बदल होतात या अनुभवजन्य ज्ञानाची भर पडलेली. याचा आधार मी आईचं आणि माझं नातं समजावून घेण्यासाठी घेतला. अर्थात मी भारतात राहत असते, तर काही आईच्या वागण्याचं असं सूक्ष्मदर्शकाखाली परीक्षण केलं नसतं. तिने मला छळलं

का? नाही. मला नाही तसं वाटत. पण ती स्वत: आजारी होती. वारंवार येणारे नैराश्याचे झटके, सतत मूड बदलणं यासाठी तिला योग्य औषधोपचार मिळाले नाहीत. वडील त्यासाठीच तिचं मन राखावं या हेतूने जरा जास्तच तिच्या कलाने वागत असत. तिथले डॉक्टर तिला दु:खपरिहारक म्हणून 'फेनोबारबिटल' घ्यायला सांगत. त्याचेही डोस वारंवार वडील तिला देत असत. मानसोपचारतज्ज्ञ ही संकल्पनाच तेव्हा लोकांना माहीत नव्हती. भारतात आजही ताबडतोब मानसोपचारतज्ज्ञांकडून इलाज करून घेण्याचं प्रमाण अत्यल्प आहे. ज्या वेळेला मी माझ्या अमेरिकेतल्या मानसोपचारतज्ज्ञांना सांगितलं की, वडिलांच्या निधनानंतर माझ्या आईला नैराश्याचे झटके येणं बंदच झालं, तेव्हा ते गप्प बसले. कदाचित ते मला हे सांगू इच्छित नसतील की, 'तुमच्या वडिलांनीच तिला डोक्यावर चढवून ठेवलं होतं' (अति लाड करून). पण आम्ही मोठे होत असताना आम्हालाही ते जाणवलेलं होतंच. मग तिच्या दुखण्यापायी इतर बाबतीत निष्क्रिय झालेल्या कुटुंबात मी वाढले काय? हा फारच अमेरिकन प्रश्न आहे. पण तसं काही मला वाटत नाही. वडील, आई आणि काकी ही आमच्या घरातली तीनही वडीलधारी माणसं खूपच कामसू होती आणि अधूनमधून होणारे गडगडाट नि थयथयाट सोडले, तर आमचं घर अगदी घड्याळाच्या काट्यांप्रमाणे धावत असे.

माझ्या अमेरिकेतल्या वास्तव्यात काकीच्या अस्तित्वाची स्पष्ट आठवण अनेक वेळा ताबडतोबीने येणं साहजिक होतं. ते माझ्या हातातच नव्हतं. ती आमची सौम्य, प्रेमळ पोषणकर्ती होती. तिने शांतपणे आणि कुणाला काहीही न कळू देता, जीवनातली अनिश्चितता, प्राक्तनाच्या शिक्षा कशा स्वीकारून पार व्हायचं याचं बाळकडू मला पाजलं होतं. माझा काही तिच्यासारखा कर्मावर विश्वास नाही. पण आपलं रोजचं जीवन सकारात्मक हेतुपूर्ण जगून कसं अर्थपूर्ण बनवायचं हे मी तिच्याकडून शिकले. आत्यंतिक निराशेच्या क्षणीसुद्धा 'या जगण्यात काही अर्थ नाही, द्यावं सगळं सोडून' असा विचार माझ्या मनात आला नाही. सॅम्युएल बेकेटसारखं 'अस्तित्वाच्या पोकळीत कुत्रीसारखं जगणं आणि एक दिवस मरून जाणं' अशा विचारात मी बुडून गेले नाही. काकीच्या उदाहरणावरून, अत्याधुनिक पाश्चिमात्यांच्या 'सगळं मिथ्या आहे' अशा विचारसरणीपासून (हिप्पी समाज) मी स्वत:ला वाचवून ठेवू शकले. ते लोक भ्रमनिरासालाच साक्षात्कार होणं असं मानतात. काकीने मला अनमोल भेट दिली. स्नेहबंध निर्माण करावेत, ते विश्वासाने दृढ करावेत आणि वेळ आली तर बिघडलेली नाती उदारपणे सुधारून घ्यावी. मी तिच्याकडून सौम्यपणे म्हणणं पटवून, वैयक्तिक नातेसंबंध कायम ठेवण्याची कला शिकून घेतली. मी लहान असताना तिने कधीही 'हे पाहिजे की ते पाहिजे?' 'घ्यायचं तर घे नाहीतर राहू दे' अशा प्रकारचे (अमेरिकन स्टाइल) पर्याय माझ्यापुढे ठेवले

नाहीत. तिने एवढं सगळं मला दिलं, पण त्याच्या बदल्यात मी मात्र तिला काहीच दिलं नाही. वडिलांनी माझ्याकडे जुजबी लक्ष दिलं, ते मला चाललं. आईचे बदलते मूडही मी सहन केले, पण आमच्या घरात काकीला मनुष्यमात्राहूनही कमी दर्जाची वागणूक दिली जायची ना ते पचवणं मला आजही फार कठीण जातं. मी भारतातच राहिले असते तर कदाचित 'असंच असतं सर्वत्र. जगाची रीतच आहे ती' म्हणून खपवून घेतलंही असतं ते सगळं. पण अमेरिकन नजरेतून पाहताना ते सगळं वर्णनापलीकडचं क्रूर आणि निर्दय वाटतं. त्या वर्तनाला क्षमा करणं शक्यच नाही.

माझ्या बालपणावर ठळक प्रभाव टाकणाऱ्या तीन व्यक्ती म्हणजे माझे वडील, आई आणि काकी. त्यांच्या माझ्या नात्यातले बरे-वाईट मुद्दे चर्चा करून दूर गेल्यामुळे आता माझ्या अमेरिकन जीवनवस्त्राचा पोत मऊ झाला आहे, ते स्वच्छ झालं आहे. गोंधळ आणि अपराधीपणा मागे पडून जे शिकायला मिळालं त्याच्याबद्दल मी आता आश्वस्त झाले आहे. वडिलांनी मला फार कडक नियमांनुसार वागवलं पण रोजचं आयुष्य ठरावीक गतीने चालू ठेवायला मला तेच अतिशय उपयोगी पडले. मग संदर्भ कोणताही असो. आईचे बदलते मूड मला वारसाहक्काने मिळाले, पण त्याच वारसाहक्काने तिच्यातली जबरदस्त महत्त्वाकांक्षा आणि ती पूर्ण करण्यासाठी लागणारी दुर्दम्य अशी चिकाटी आणि ऊर्जा मला मिळाली. काकीने मला जीवनचैतन्य आणि जीवनातल्या आकस्मिकपणाचा सहज स्वीकार करायला शिकवलं. अमेरिकेत आल्यानंतर, मला जे वंशपरंपरेने मिळालेलं होतं, ते घेऊनच मी पुढची वाटचाल सुरू ठेवली.

पूर्वायुष्यातल्या सर्व अनुभवांमध्ये माझं पहिलं लग्न विस्कटण्याचा आणि ते प्रकरण संपवण्यासाठी कराव्या लागलेल्या विलक्षण खटपटींचा अनुभव सर्वांत विदारक ठरला. अगदी पिळवटून टाकणारा! माझ्या त्या नवऱ्याने त्याच्या वकिलामार्फत आम्हाला सुचवलं की, मी जर धर्मांतर केलं, तर तो कायदेशीर मार्गाने विभक्त होण्यासाठी तयार होईल. म्हणून मी सगळं सव्यापसव्य केलं आणि मनात नसताना ख्रिश्चन धर्म स्वीकारला. ते कारण मान्य करत कायद्यानेसुद्धा पहिलं धार्मिक लग्न रद्दबातल ठरवलं असतं. पण मी खरोखर धर्म बदलला आहे, हे वडिलांनी माझ्या त्या नवऱ्याला कळवलं. मात्र, लगेच त्याच्या वकिलामार्फत निरोप आला की आता त्याला कायदेशीर विभक्त होणं वगैरे काहीही नकोय. त्याने स्वत:चा निर्णय बदलला आहे. म्हणजे बोगद्यातल्या अंधारातून जीव मुठीत धरून दिव्यांच्या दिशेने जावं आणि जवळ गेल्यावर ते दिवे नसून वाघाचे डोळे आहेत हे लक्षात यावं, तशी माझी अवस्था झाली. आम्ही त्या माणसावर एवढा विश्वास ठेवलाच कसा?

पण मी मात्र 'एकमेव आध्यात्मिक अनुभव' म्हणून तो धर्मांतराचा प्रसंग जपून ठेवला. जॉर्ज बुशच्या कारकिर्दीत एकीकडे निधर्मी नास्तिकवादी आणि दुसरीकडे

बायबलचे कट्टर पुरस्कर्ते यांची जी अटीतटीची भांडणं रंगली तेव्हापासून तर मला तो अनुभव जास्तच महत्त्वाचा वाटू लागला. ज्याने केवळ शुद्ध प्रेमाने मला संकटातून सोडवण्यासाठी धर्माची दीक्षा दिली त्या सावळ्या कातडीच्या ख्रिस्ती धर्मगुरूने जर या 'सृजनवादी' आणि 'उत्क्रांतीवादी' गटांच्या भांडखोर चर्चा ऐकल्या, तर त्याची प्रतिक्रिया काय असेल? माझी सुटका करण्याचा निर्णय घेतला तेव्हा काय त्याने एखाद्या 'कॉस्मिक डिझायनर'ची मदत घेतली होती? या सांस्कृतिक महायुद्धात त्याने कुणाची बाजू घेतली असती बरं?

मी दिल्ली स्कूल ऑफ इकॉनॉमिक्समध्ये शिकवत असताना पहिला लग्नसंबंध संपवण्याचा निर्णय घेतला. त्या वेळी शैक्षणिक वातावरणात राहून मी रोजीरोटी कमावत होते. पण त्या कामात कोणतंही सर्जनशील आव्हान असं नव्हतं. हार्वर्डमध्ये मी जो अनुभवला तो मित्रांमधला विश्वास, जिव्हाळा असंही इथे काही नव्हतं. माझी ती दिल्लीतली वर्षं म्हणजे आता जसं अमेरिकेत म्हणतात The Double Whammy म्हणजे 'दुहेरी तडाख्यात' सापडलेली होती असं म्हणता येईल— कोणतंही आव्हान नसलेलं निव्वळ शैक्षणिक वातावरण आणि न सुटणाऱ्या वैयक्तिक समस्या. त्या वेळी खरं म्हणजे मी दुसऱ्या कोणत्यातरी ठिकाणी असायला हवं होतं. मला बाहेरच्या सगळ्या लढाया हरल्यासारखं वाटत होतं. पण या सगळ्यातून मला सावरणारी एक गोष्ट होती. रशियन भाषेचा, व्याकरणाचा अभ्यास आणि हिंदुस्थानी शास्त्रीय संगीताचा रियाज या दोन गोष्टींनी माझा क्षोभ कमी केला आणि आंतरिक आनंद दिला. मन ताळ्यावर राहिलं, ते त्यामुळे. मनातल्या अतृप्त इच्छा-आकांक्षा जणू त्यांच्या रूपाने अंशतः, पर्यायी स्वरूपात का होईना पूर्ण होत होत्या. जगदीशच्या माझ्या नात्याने काही अजून प्रणयाचं रूप घेतलं नव्हतं, आम्ही तेवढी जवळीक करू शकत नव्हतो की विवाहित जोडप्यासारखा रोजचा सहवासही उपभोगू शकत नव्हतो. मग एखादा रंगलेला रशियनचा धडा किंवा संगीतशिक्षकांनी शिकवलेला एखादा सुंदर राग, माझ्या मनावरचं अतृप्तीचं ओझं दूर करण्याला मदत करीत असे. जीवनातली अनिश्चितता थोडी कमी झाल्यासारखी वाटे आणि शिकवण्याचं ते सक्तीचं काम करायला जरा तरतरी येई.

जगदीशच्या आणि माझ्या जीवनातला दिल्लीतला काळ मला नेहमी आठवतो. आमच्या नात्यातला तो नऊ वर्षांचा मोठा अवघड काळ होता. माझ्या पहिल्या लग्नाचं त्रांगडं काही केल्या संपत नव्हतं. पण जगदीशने माझ्याबद्दल आणि माझ्या प्रेमाबद्दल जी अतूट निष्ठा दाखवली त्याचं मला राहून राहून कौतुक वाटतं. त्या गोष्टीमुळे मला मोठ्ठा भावनिक आधार तर मिळालाच पण आदर आणि प्रेम यांचं सुरक्षाकवचदेखील मिळालं. त्याचं कुटुंब अत्यंत प्रतिष्ठित होतं. त्याच्या माझ्यावरल्या अविचल प्रेमामुळे माझाही स्तर उंचावला. मलाही माहिती होतं की, त्यांचं घराणं

उच्चप्रतीची व्यावहारिकता, समाजसेवा याकरता नावाजलेलं होतं. घरचे लोक खऱ्या अर्थाने धर्माचं पालन करणारे आणि परंपरा पाळणारे होते. जगदीशने माझा पत्नी म्हणून स्वीकार करायचं ठरवलं, तेव्हा त्याच्या आई-वडिलांनी अजिबात विरोध केला नाही; इतकंच नव्हे तर त्यांच्या घरात माझं स्वागतच झालं. कशामुळे? ती माणसं व्यवहारी होती म्हणून की त्यांचं जगदीशवर निरपेक्ष प्रेम होतं म्हणून? जगदीशच्या योग्य निर्णयाची त्यांना खातरी होती की मी खरोखरच त्यांच्या मुलाकरता त्यांना अनुरूप वधू वाटले?

आम्ही अमेरिकेत राहिलो. इथे लग्नसंबंध वारंवार संपुष्टात येत असतात. अशा स्थितीत जगदीशचं-माझं पन्नास वर्षांचं पती-पत्नीचं नातं मला फार मोलाचं वाटतं. हां. आता तसं ते जुन्या पठडीतलंच आहे आणि अमेरिकन दृष्टिकोनातून पाहिलं तर अपवादात्मकच म्हटलं पाहिजे.

याउलट माझी मुलगी अमेरिकन आहे. सगळं काही तिला स्वतः शोधायचं असतं आणि तिच्यात नियमबद्धतेच्याही अनेक छटा दिसतात. स्वार्थाचे धूर्त, चतुर विचार किंवा फक्त स्वतःची प्रगती करायची आणि बाकीच्या बाबतीत 'चमडी बचाव' धोरण अशा प्रकारचं तिचं जगणं नसून ते विशिष्ट तत्त्वांप्रमाणे चालणारं आहे. आता तिची तिशी उलटलेली आहे. तिच्या निष्ठेची शक्ती आणि मनाचा खंबीरपणा यांची आळीपाळीने काळजी आणि अभिमान वाटून घेत मी तिच्यासोबत आहे. तिने माझ्याबरोबर अमेरिकन स्टाइल आई-मुलीचं नातं, कधी ठाम राहत, तर कधी सौम्य होत, जेवढं मनमोकळं तेवढंच राखीव असं सांभाळलेलं आहे. ती तिच्या जीवनातला तपशील जरूर तेवढा मला सांगते, तिला वाटणाऱ्या चिंता मोकळेपणाने माझ्याकडे व्यक्त करते आणि माझ्या तब्येतीची, ठीक असण्याची ती नेहमीच काळजी घेत असते.

ती १४-१५ वर्षांची असेल, तेव्हाचा तिचा माझा एक संवाद मला आठवतो. त्याचा आशय खास अमेरिकन होता आणि विषय स्पष्टपणे धक्कादायक, हादरवून सोडणारा होता. त्या संभाषणाने माझी त्या वेळेला अक्षरशः विकेट घेतली! काय झालं, रात्री उशिराची वेळ होती. आम्ही दोघी स्वयंपाकघरात गप्पा मारत, एकीकडे आवरत होतो. ही कपडे वाळवण्याच्या ड्रायर मशिनवर (उच्चासनावर) बसलेली होती आणि अचानक तिने प्रश्न विचारला, "का गं ममा, समजा, मी लेस्बियन (समलिंगी शरीरसंबंध ठेवणारी स्त्री) झाले, तर तू काय करशील...?"

अचानक हवेतून येऊन नाकाडावर ठोसा बसावा तसं मला वाटलं. त्याचा अर्थ कळायला आणि भानावर यायला मला काही सेकंद लागले. प्रयासाने स्वतःला सावरत मी विचारलं, "का गं? तुझा तसा विचार चाललाय का?"

मग मला दिलासा दिल्यासारखं ती म्हणाली, "आत्ताच नाही गं! पण कदाचित

पुढे काही वर्षांनी होऊ शकतं तसं!''

परिस्थिती वेळीच नियंत्रणात आणण्याचं सोडून मी मूर्खासारखं म्हणाले, ''तसं झालं तर मी खिडकीतून उडी मारून जीव देईन!''

इथे आमचं संभाषण संपलं पण त्या माझ्या वाक्याचा, ते त्या वेळी बोलल्याचा मला आजही पश्चात्ताप होतो. पुढे काही वर्षांनी असंच बोलत बसलो असताना अनुराधा म्हणाली, ''ममा, आठवतंय त्या वेळेला तू काय म्हणाली होतीस? कसं काय तू हे वाक्य सुनावलंस मला ममा...? मी इतकी घाबरले तेव्हा की पुढे कितीतरी दिवस आई आपल्याला सोडून जाईल म्हणून खरीखुरी भीती वाटायची मला...! माहीतय तुला?''

या वेळेपर्यंत मी अनेक लेस्बियन जोडपी जवळून पाहिली होती. मला खूप करुणा वाटे त्यांच्याबद्दल. मी सुरुवातीला तिच्या प्रश्नावर जी प्रतिक्रिया दिली, त्याची मला त्या क्षणी शरम वाटली आणि माझ्या वाक्याची तिच्या कोवळ्या मनाने दहशत घेतल्याचं तिने सांगितलं, तेव्हा तर मोठा गुन्हा केल्यासारखं वाटायला लागलं मला. तिने निरागसपणे विचारलेल्या प्रश्नाला 'तुला आवडेल ते तू कर. काहीही झालं तरी बाळ, मी नेहमी तुझ्याबरोबर असेन,' असं उत्तर का नाही देऊ शकले मी?

नुकत्याच मी तिला माझ्या पहिल्या लग्नाबद्दलच्या काही गोष्टी सांगितल्या. तिची प्रतिक्रिया कुतूहलाची होती आणि माझ्याबद्दलच्या काळजीचीही होती.

''ममा, त्याने तुझ्यावर बलात्कार केला?''

मी म्हटलं, ''नाही.''

तिने तोच प्रश्न पुन्हा विचारला.

''मला मोहात पाडून फसवलं त्याने. आम्ही कोणत्याही अर्थाने, समान किंवा अनुरूप नव्हतो एकमेकांना.''

ती डोळे विस्फारून, भुवया उंचावून बघू लागली. तिचा गोंधळ उडाला होता. एकविसाव्या शतकातल्या अमेरिकन तरुणीची तिची संकल्पना. त्यांच्या दृष्टीने लैंगिक छळ म्हणजे व्याख्या करता येण्यासारखा नसलेला, ज्याचा ठाव घेता येणार नाही असा काहीतरी अगम्य प्रकार. दोघांच्या संमतीने होणारा लैंगिक समागम आणि बळजबरीने घेतलेला उपभोग यांच्यामधलं ते काहीतरी असलं पाहिजे. दोन पूर्ण वाढ झालेल्या भिन्नलिंगी व्यक्तींनी परस्पर संमतीने केलेली लैंगिक क्रीडा म्हणजे समागम आणि स्त्रीची मुळीच इच्छा नसताना स्वत:च्या बळाचा वापर करून पुरुषाने घेतलेला उपभोग म्हणजे बलात्कार. पण मोहात पाडून फसवायचं झाल्यास ती मुलगी अगदीच निरागस आणि लैंगिक ज्ञानाच्या बाबतीत पूर्णत: अडाणी असली पाहिजे. पण म्हणजे नक्की कशी? ही अशी सीमारेषा कशी आखता येणार? आता मला

असं वाटतं की, साठ वर्षांपूर्वी, भारतामध्ये एका दुर्दैवी क्षणी ते माझ्या बाबतीत घडलं. इतकंच. बस्स!

माझी मुलगी, तिच्या भूमिकेला नेहमी ठाम चिकटून बसलेली असते आणि आपलं मत चारचौघांत अत्यंत परखडपणे मांडते. ती भारतीय नाही ना, म्हणून होत असावं असं. आम्ही भारतात राहत असतो तर तिने इतका वाद घातला नसता. माझ्या मतांशी थोडा तरी जुळवून घेण्याचा प्रयत्न केला असता आणि त्या वेळेला अर्थातच तिच्या माझ्यातल्या नात्याचा बंधही वेगळ्याच तऱ्हेने गुंफला गेला असता. पण मला याचा पश्चात्ताप होत नाही. आम्ही दोघीही आपापलं स्वातंत्र्य जपतो आणि त्याच वेळी एकमेकींबद्दलचं प्रेम, जिव्हाळाही. मलासुद्धा आता स्वत्वाची जाणीव झालेली आहे, तर तिला मी ते कसं नाकारू शकणार?

पण तिच्या आणि माझ्या नात्यात किंवा जगदीशच्या आणि माझ्या नात्यात मला सातत्याने समजून घेणं आणि समतोल साधणं असं करावं लागलेलं आहे. माझ्या अमेरिकेतल्या जगण्याचे हे दोन सुकाणू आहेत, हे निःसंशय. माझ्या लेकीमुळे मला चांगलं पोषण मिळालं. नाहीतर माझी भावनिक स्थिती 'कफल्लक' झाली असती. नवऱ्यामुळे नात्याचं चैतन्यबळ मिळालं. त्याच्याशिवाय फार एकटेपण आलं असतं. असं असलं तरी ही नाती नेहमीच माझी कसोटी पाहणारी ठरली... इव्हान टर्जेनेव्हने 'फादर्स ॲन्ड सन्स'मध्ये वर्णन केलं आहे की, बायको आणि आई या भूमिका निभावताना कशी बिकट, चमत्कारिक अवस्था एका स्त्रीची होऊन जाते, त्याची मला इथे आठवण होते. रशियामधली, एकोणिसाव्या शतकाच्या मध्यावरची अशी ही पिढ्यान्‌पिढ्यांतील ताणतणावाची गोष्ट आहे. त्या घरातली आई एरिना व्लासेव्ना हिचा मुलगा बझारोव्ह हा खेड्यातल्या त्यांच्या जुन्या घरातून अचानक निघून गेलेला असतो. त्या वेळेला आपलं पिकल्या केसांचं डोकं नवऱ्याच्या डोक्याला लावत ती म्हणते, 'आता काय करायचं वास्या? पोरगं तर तुटलंच आपलं. त्याचं काय बाबा, तो तर स्वच्छंद बहिरी ससाणा आहे. पाहिजे तेव्हा येतो, पाहिजे तेव्हा उडून जातो. आपण मात्र आहोत इथे, लाकडाच्या ओंडक्यातून उगवलेल्या मशरूम (कुत्र्याच्या छत्र्यां)सारखे. शेजारी शेजारी ढिम्म बसून आहोत. कधी थोडं इकडचं तिकडेसुद्धा हालत नाही. फक्त तुला मी आहे आणि मला तू. इतकंच.'

माझ्या मुलीचं थोड्या दिवसांकरता येणं, पुन्हा निरोप घेऊन जाणंसुद्धा असंच नाही का? जगदीश आणि मी आपले आहोत इथे, कायम एकमेकांच्या बरोबर.

मला नेहमी वाटतं की मी मायदेश सोडून परक्या देशात आले तरी माझी स्वातंत्र्याची समज तीच कशी राहिली? तिच्यात बदल कसा नाही झाला? त्याचं कारण अमेरिकेतल्या शैक्षणिक क्षेत्रातलं गुंतागुंतीचं वास्तव आणि माझ्या व्यावसायिक अपेक्षा यांच्यातली दरी किंवा फरक मी माझ्यापुरता सांधून घेतला. मी खूप मेहनत

केली पाहिजे, नियम पाळले पाहिजेत, स्वत:ची बुद्धिमत्ता आणि सगळ्यांशी चांगले संबंध यांची सांगड घालून सतत लोकांच्या नजरेसमोर 'स्कॉलर' म्हणून येत राहिलं पाहिजे. त्याशिवाय मला जे नेहमी एकांतवासात राहायला आवडतं त्याला आळा घातला पाहिजे आणि व्यवसायात प्रगती करण्यासाठी जे आवश्यक आहे त्याच्याशी जुळवून घेतलं पाहिजे. हे सगळं मी केलं. हळूहळू मी असं करायला शिकले. नवीन आव्हान समोर आलं की, त्यात शिरून बघायचं, यात माझ्यासाठी, माझ्या प्रगतीसाठी काय आहे? आणि मग आपले हितचिंतक कोण आणि शत्रू कोण यांची पारख करायची आणि त्या आव्हानाशी जुळवून घ्यायचं. पण, जर मी अमेरिकेतच जन्माला आले असते ना तर हे सगळं फार सोपं होऊन गेलं असतं.

'आपली मुळं इथे रुजलेली नाहीत, आपण दुसरीकडून आलो आहोत' हा जो रूटलेसनेस असतो, त्याला प्रतिबंध फक्त आपण आपली महत्त्वाकांक्षा पूर्ण करतो ना, त्यामुळेच होऊ शकतो. जणू ती जाणीव आणि आपल्यामध्ये झिरझिरीत का होईना, तटबंदी तयार होते. आपण आजूबाजूच्या लोकांमध्ये मिसळून, समाजात रस घेतला पाहिजे. स्वत:च्या समाधानात त्यांनाही सामील करून घेतलं पाहिजे. अमेरिकन पद्धतीने नागरी हितासाठी कसं काय करायचं ते मी जाणून घेतलं. मला जे मिळालं ते मी कोणत्यातरी रूपाने समाजाला परत केलं पाहिजे, ही त्यांची विशिष्ट संकल्पना आहे. इतर ठिकाणी हे अशा पद्धतीने व्यक्त झालेलं माझ्या ऐकण्यात नाही. कदाचित व्यवसाय करत असताना स्पर्धात्मकतेचा कळस होऊन ते जो वैरभाव किंवा खुन्नस इतरांबद्दल बाळगतात त्याची भरपाई म्हणून स्वयंसेवी कार्यासाठी ते सढळ हाताने मदत करीत असावे आणि ते ज्यांना मदत करतात ना त्यांच्याशी प्रत्यक्ष, मनापासून अगदी खास अमेरिकन पद्धतीने स्नेहसंबंधही जोडतात, इतर संस्कृतींमध्ये घराण्यातल्या किंवा कुटुंबातल्या व्यक्तींशी असतात तसे. उदाहरणार्थ, आता जो आर्थिक पेचप्रसंग निर्माण झाला होता ना अमेरिकेत, त्या वेळी काही जणांनी बेघर झालेल्या कुटुंबांना, बेकार झालेल्या माणसांना बोलावून स्वत:च्या घरी आश्रय दिला. देशामध्ये ठिकठिकाणी, स्थलांतरितांच्या शाळकरी मुलांच्या जेवणाची सोय लोकसहभागातून करण्यात आली. त्यांना भीती वाटत होती की उपाशी राहून बिचारी लहान मुलं मरून जातील. अशा काही व्यक्तिगत कृती केल्यामुळे अमेरिकेतल्या कामाच्या ठिकाणी जे कमालीचं 'कार्याधिष्ठित' वातावरण असतं ते थोडं मऊ, सौम्य होतंच पण स्थलांतरितांना 'आपली काळजी घेणारे, त्राते इथे कोणीतरी आहेत' हे आश्वासन हवं असतं त्याची अर्थपूर्ण पूर्तता केली जाते.

माझ्या वर्गात आणि वर्गाबाहेर उत्स्फूर्तपणे, नि:स्वार्थीपणे काहीतरी देऊन माझ्या महत्त्वाकांक्षी घोडदौडीचा समतोल साधायला मी अमेरिकेत शिकले. मी जेव्हा विल्यम जेम्स वाचला, तेव्हा मलाही असं जाणवलं की, तो म्हणतो त्याप्रमाणे

आपल्या अंतर्मनाचं जे गूढ सामर्थ्य असतं त्याचा उपयोग करून मीसुद्धा माझ्या मनाचं आरोग्य सुदृढ राखलं पाहिजे. खरंतर माझ्या आईप्रमाणे नैराश्याकडे जाण्याची माझीही मूळ प्रवृत्ती असूनसुद्धा मी मनाने निरोगी राहिले, कारण सतत विद्यार्थ्यांच्या संपर्कात राहण्याचा उपचार मी चालूच ठेवला. ती चैतन्य ठिणगी विझू दिली नाही.

शेवटी, मी जे काही मिळवलं, ते अमेरिकन पद्धतीने. शोध घ्यायचा, झटून प्रयत्न करायचे आणि मग असं काही द्यायचं, ज्यात स्वत:च्या समाधानाबरोबर समाजाचं हित, त्याचा सहभाग मिसळलेला असावा. माझे सगळ्यात आनंदाचे क्षण मी माझ्या विद्यार्थ्यांसोबतच घालवले. अगदी जोशपूर्ण आणि उत्साहात. त्यांनाही वाटायचं की, आपण टीचरबरोबर काही अनुभवतो आहोत आणि बदल्यात तिलाही काही देत आहोत. २०१० च्या वसंत ऋतूतलं माझं शेवटचं व्याख्यान होतं. कोलंबिया कॉलेजच्या फ्रेशमेनच्या पूर्ण वर्गाला काही मिनिटं 'अर्थपूर्ण जीवन जगणं म्हणजे काय?' हे मी समजावून सांगितलं. इतकी वर्षं मी जो प्रत्यक्ष पाहत आले त्या अमेरिकन तरुणांच्या खास गुणाबद्दल मी बोलले. त्यांच्यातल्या विलक्षण आदर्शवादाबद्दल सांगितलं. मी त्यांना सांगितलं की, तुम्ही दूर दूरपर्यंत प्रवास करा आणि शोधून काढा की जगातले कोट्यवधी लोक फक्त दिवसाला एक डॉलर एवढ्या कमी उत्पन्नात कसे जगतात? पुढे मी समारोप केला की, तो आयुष्य बदलून टाकणारा अनुभव घेतल्यानंतरही कदाचित तुम्ही 'वॉलस्ट्रीट'साठीच काम कराल आणि लक्षावधी डॉलर कमवाल. त्या वेळेला मात्र तुमच्या कमाईतला छोटासा हिस्सा कोलंबिया कॉलेजला द्यायला विसरू नका. प्रचंड टाळ्यांचा कडकडाट करून माझ्यासारख्या 'आज्जी'च्या भाषणाला विद्यार्थ्यांनी प्रतिसाद दिला. मी हॉलबाहेर पडले तेव्हा पाहिलं, तर छोट्याशा रांगेने मुलं माझ्याशी बोलण्याकरता उभी होती.

"येस? व्हॉट कॅन आय डू फॉर यू?" मी विचारलं.

त्यांनी विचारलं, "प्रोफेसर, कॅन वुई हग यू?" (आम्ही तुम्हाला मिठी मारू का?)

तो अत्यंत हृदयस्पर्शी अमेरिकन प्रश्न होता!

शिकवणं आणि विद्यार्थी याव्यतिरिक्त एखाद्या अभिनव कल्पनेचा पाठपुरावा करणं, रशियासंबंधी विद्वत्तापूर्ण प्रकल्प हाती घेऊन पूर्ण करणं आणि रशियन अर्थकारणाची आघाडीची अमेरिकन मीमांसक हे स्थान प्राप्त करणं या सगळ्या गोष्टींनी मला कार्यरत ठेवलं. रशियावर संशोधन करणारी विदुषी म्हणून नाव मिळवण्यात जर मी अपयशी ठरले असते, तर मग माझ्या कोणत्या चुका झाल्या, ज्या आता बदलू शकत नाहीत. अमुक एक आठवणी आहेत त्या नाही मला पुसता येत, अशाच विचारात मी गुरफटून गेले असते. इतकं हे सगळं करणं महत्त्वाचं होतं. आपल्या आयुष्याचा लेखाजोखा लिहून काढणं हे तर फार उशिरा झालं.

कोलंबिया विद्यापीठात एप्रिल २००७ मध्ये माझ्या ७५ व्या वाढदिवसाचा मोठा समारंभ झाला. त्या समारंभात माझे जुने शिक्षक, नोबेल पारितोषिक विजेते रॉबर्ट सोलो म्हणाले, ''पद्मा ही एक गंभीर विदुषी आहे. अजिबात भपका न दाखवता तिने कायम सत्याचा शोध घेतला.''

मला खूपच समाधान वाटलं. मी खूश होऊन गेले. कारण माझी विद्वत्ता तीन अर्थपूर्ण विशेषणांनी गौरवली गेली होती. याचा अर्थ माझ्या मनातली उत्कट महत्त्वाकांक्षा मी अत्यंत नेकीने, शैक्षणिक उच्चांक प्रस्थापित करून फलद्रूप केली होती!

खरंतर माझ्या रशियावरील संशोधनाची सुरुवात मी माझ्या रशियन भाषेवरील आणि साहित्यावरील प्रेमापोटी केली होती. पण तो एक भावनिक प्रवास होऊ देण्याचं मात्र मी टाळलं. माझी अशी खातरी आहे की, एक ना एक दिवस रशिया, आपल्या स्वत:च्या पसंतीची स्वतंत्र, राजकीय आणि आर्थिक व्यवस्था निर्माण करील, पण ते त्यांच्या गतीनुसार. मी असं म्हणायचं कारण पूर्वी म्हणजे १९६४ साली मी जेव्हा पहिल्यांदाच रशियाला गेले आणि ओडेस्साच्या भारतीय वकिलातीत राहत होते, तेव्हापेक्षा आताचा रशिया हा फारच वेगळा देश झालेला आहे. झारच्या काळात ओडेस्सा 'छोटा पॅरिस' किंवा 'पर्ल ऑफ रशिया' (रशियाचा मोती) म्हणून प्रसिद्ध होतं आणि नंतर जेव्हा सोव्हिएट गणराज्यात मी जाऊन राहिले तेव्हा अतिशय खिन्न वातावरण होतं. जणू अख्खा देश कुणाच्यातरी सुतकात असावा, तसं. फ्रेंच आणि इटालियन कॅफे म्हणजे रशियाचा सांस्कृतिक ठेवा होता. म्हणजे मला तर वाटतं, पुश्किन आणि टॉलस्टॉय यांनीसुद्धा कॅफेमध्ये कॉफीचा आस्वाद घेतलेला असावा, पण अशी ती कॅफेज आता अदृश्य झालेली होती. ज्या वेळेला मार्क ट्वेन हे १८६९ साली ओडेस्सात येऊन गेले, तेव्हा त्यांनी लिहिलं, 'आम्ही अमेरिकेत आहोत असंच वाटलं. तिथे एकही वस्तू किंवा दुसरं काही असं नव्हतं, जे पाहिल्यावर आपण रशियात आलो आहोत याची आठवण व्हावी.'

पण मला लगेचच आपण सोव्हिएट युनियनमध्ये असल्याचं जाणवलं. कारण बाराही महिने दुकानांसमोर लोकांच्या रांगा लागलेल्या असत. त्याही अत्यंत शिस्तीने. पण शिस्तीबरोबरच मला आढळली ती सगळ्यांच्या चेहऱ्यावर व्यापून राहिलेली भीती! मी तिथे गेले तेव्हा खरंतर 'भारत-सोव्हिएट मैत्रीसंबंध' अगदी कळसाला पोहोचलेले होते आणि तरीसुद्धा माझ्याशी बोलायला तिथले लोक घाबरत होते. सगळीकडे पसरलेल्या भकासपणाच्या, कळकटपणाच्या आणि उदासीनतेच्या खुणा! जॉर्ज ऑरवेलने वर्णन केलेली सगळी वस्तुस्थिती प्रत्यक्ष दिसत होती आणि मला अपरिहार्यपणे 'Wry Witticism' म्हणजे ओढूनताणून, बळेच विनोद सांगून हसवायचा प्रयत्न केल्यासारखं वाटत होतं. धर्मामुळे माणसाला 'मरणानंतरही

जीवन असतं' या विचाराने दिलासा मिळतो आणि साम्यवाद मात्र त्याला हा विचार पटवायचा प्रयत्न करतो की 'जीवनाचा शेवट मृत्यूनेच होतो.'

तब्बल चाळीस वर्षांनंतर, शिकल्यासवरलेल्या, नागरी जीवन जगणाऱ्या, स्वत:ला युरोपियन समजणाऱ्या लक्षावधी रशियनांनी स्वतंत्र नागरिक म्हणून पैसा कमवायला सुरुवात केली. स्वत:साठी. साम्यवादी राष्ट्राचे कर्मचारी म्हणून नाही. २००० सालापासून रशियाचा आर्थिक वाढीचा दर सात वर्षांमध्ये ६.५ ते ७ टक्क्यांपर्यंत वाढला. व्यवसायात अभिसरण सुरू झालं, लोकांचं उत्पन्न वाढलं, जीवनस्तर उंचावला, हे सगळं चांगली मोठी घरं, गाड्या, टेलिफोन्स, पर्यटन यातून समोर येऊ लागलं. सप्टेंबर २००८ मध्ये जेव्हा रशियावर मोठा आर्थिक पेचप्रसंग गुदरला त्या वेळी पूर्वी कधीही नव्हता, एवढा सामान्य नागरिकांचा जीवनस्तर सुधारलेला होता. असं वाटत होतं की, सामान्य नागरिकांनी त्यांचे समर्थ राष्ट्राध्यक्ष व्लादिमीर पुतीन यांच्याशी जणू बिनशर्त करारच केला होता की, आम्ही आमचं टीका करण्याचं स्वातंत्र्य तुमच्या चरणी अर्पण करतो, त्याच्या बदल्यात तुम्ही आम्हाला जरा बऱ्यापैकी आयुष्य मिळवून द्या. मात्र याच गोष्टीची संभावना अमेरिकेचं राजकीय धोरण ठरवणाऱ्यांनी अशी केली की, 'पुतीन यांनी रशियामध्ये होणाऱ्या लोकशाहीच्या क्रांतीची मुळंच उखडून टाकली.'

ते काहीही असलं, तरी मी नेहमी ठामपणे असंच मांडत आले आहे की, रशियाला राजकीयदृष्ट्या आणि आर्थिकदृष्ट्या एकटं पाडण्यात आलं, हा त्यांच्या उद्दिष्टप्राप्तीत फार मोठा अडथळा ठरला. आता बराक ओबामा यांच्या प्रशासनाने, वॉशिंग्टनमधल्या द्विपक्षीय करारामध्ये कमी भांडखोर आणि जास्त लवचीक व्यवहार करण्याची जी भूमिका ठेवली (उदाहरणार्थ, अमेरिकेची अण्वस्त्र प्रक्षेपणविरोधी संरक्षक एकके पूर्व युरोपातही बसवणं) आणि रशियन अर्थकारणात पाश्चिमात्य राष्ट्रांचा सहभाग वाढवत नेला, तर रशिया पुन्हा एकदा न्यायाधिष्ठित स्वायत्त व्यवस्थेकडे वाटचाल करू शकेल.

मागे वळून पाहताना असं लक्षात येतं की, अमेरिकेतले मुख्य प्रवाहातले जे मीमांसक किंवा धोरण ठरवणारे होते त्यांच्यापर्यंत हा विचार पोहोचवणं म्हणजे माझ्यासाठी टेकडीवरची लढाई होती. विशेषत: व्लादिमीर पुतीन यांची कारकीर्द अत्यंत हुकूम चालवणारी, तर क्वचित कधी लवचीक अशी होती, त्या काळात. दुसरं, रशियन स्पेशालिस्ट हा शिक्का माझ्यावर बसल्यामुळे इतर अर्थतज्ज्ञांकडून मी जे तांत्रिक योगदान अर्थशास्त्रासाठी दिलं, त्याची पाहिजे तशी दखल घेतली गेली नाही. कारण मी मीमांसेचं किंवा पृथक्करणाचं हत्यार वापरण्याची प्रथम सुरुवात केली हे जरी खरं असलं, तरी त्याचा वापर मी रशियन अर्थकारणातल्या समस्या सोडवण्यासाठी केलेला होता.

शिवाय रशियामध्ये, रशियन अर्थकारणातली अमेरिकन तज्ज्ञ म्हणून मान्यताही मला सहज मिळाली नाही. त्यासाठी बरेच अडथळे पार करावे लागले. हेच दुसऱ्या शब्दात मांडायचं तर असं म्हणता येईल की एकीकडे माझ्या अगदी तीव्र, सूक्ष्म अशा शैक्षणिक महत्त्वाकांक्षा आणि दुसरीकडे रशियन आणि अमेरिकन अशा दोन्हीकडच्यांना माझ्याबद्दल वाटणारा परकेपणा सतत सहन करणं अशी दुहेरी तारेवरची कसरत मला करावी लागली. त्यांच्यातली दरी बुजवतच पुढे पुढे जावं लागलं. जर मी भारतीय अर्थकारणावरच काम करत राहिले असते तर सगळंच सोपं झालं नसतं का? मला माझं भारतीय व्यवसायातलं स्वारस्य मागेच ठेवावं लागलं. आधी अमेरिकेत स्वत:ची ओळख निर्माण करावी लागली तेव्हा कुठे पुढे जाऊन, रशियन अर्थकारणावर काम केल्यानंतर मला अमेरिका आणि रशिया या दोन्ही देशांतले लोक 'रशियन अर्थकारणाची तज्ज्ञ अमेरिकन विदुषी' म्हणून ओळखू लागले.

माझ्यासारखेच इतर देशांतून आलेले, नामांकित लेखक यांनी ही कुंपणं कशी पार केली असतील की अखेरीस ते स्वत:ला नि लोक त्यांना 'अमेरिकन' म्हणून ओळखू लागले असतील? हे स्थित्यंतर अगदी सहजगत्या घडवण्यात अमेरिकेचा हातखंडा आहे की काय? प्रसिद्ध लेखक सॅउल बेलो याने त्याच्या पहिल्याच ग्रंथात 'द अॅडव्हेंचर्स ऑफ ऑगी मार्च' (The Adventures of Augie March)मध्ये या अमेरिकेत स्थलांतरित म्हणून आलेल्या अनुभवाला उद्देशून म्हटलं आहे. 'सभ्य, उच्चभ्रू असण्याची जागतिक पात्रता.' अमेरिकेत सर्व जण उच्चभ्रू होण्याला पात्र असतात आणि त्यांच्या यशस्वी होण्याच्या धडपडीला श्रीमंती वैभवाचा दर्जा मिळण्याची आशा धरू शकतात. ही महत्त्वाकांक्षा सर्वांच्याच अमेरिकन स्वप्नांना समान पातळीवर आणून ठेवते.

पण बेलोची पार्श्वभूमी वेगळी होती. मी माझा अमेरिकेतला प्रवास युरोपियनांच्या बौद्धिक श्रीमंतीची स्तुती करण्यापासून सुरू केला नाही किंवा मी युरोपियन उच्चभ्रूंच्या 'ज्यू-विद्वेषा'विरुद्ध संघर्षही केला नाही. पण मी माझ्या खांद्यावर पारंपरिक भारतीय संस्कारांचं आणि एका विसकटलेल्या दु:खदायक लग्नसंबंधाच्या दुष्परिणामांचं ओझं वागवत होते. शिवाय मी इथे भयंकर अशी महत्त्वाकांक्षा घेऊन आले होते. मी ते लग्नप्रकरण संपवू शकले, पण सावळ्या कांतीची भारतीय स्त्री असणं मी थोडंच बदलू शकत होते? आणि लोक काही मला दूरच्या देशातून आलेला वेगळा प्राणी म्हणून ओळखत नव्हते; ते मला अमेरिकेतली व्यावसायिक म्हणूनच ओळखत होते. जसजसा काळ लोटला तसं मी उघडपणे, मोठ्या आवाजात आणि ठामपणे विचार मांडायला शिकले. उद्दामपणे विचार करून आवेशपूर्ण भाषेत बोलायला शिकले. मी माझा पोशाखही बदलायचं ठरवलं.

१९८० साली टीव्हीवर 'मॅकनेल लेहरेर न्यूज अवर'मध्ये मी एका चर्चेत भाग

घेतला होता. 'मिखाइल गोर्बाचेव' यांच्या नेतृत्वाखाली प्रगतीच्या दिशेने निघालेला सोव्हिएट देश' या विषयावर साधकबाधक चर्चा करताना सुटाबुटातल्या मला लोकांनी पाहिलं. त्या वेळेला अमेरिकेत स्थायिक झालेल्या माझ्या भारतीय मित्रांनी 'माझा पुरुषी पोशाख' यावरच चर्चेचा गदारोळ उठवला. त्यांचं म्हणणं होतं की, अशा ठिकाणी मी साडी नेसायला पाहिजे. मी माझी भारतीय ओळख अशी पुसून टाकायला नको. माझ्याजवळही त्यांचं म्हणणं खोडून काढायला मुद्दे होतेच. 'तुम्ही माझ्या जागी असता तर कोट आणि नेकटायच्या जागी बंद गळ्याची शेरवानी घातली असती का? अर्थातच नाही. तुम्ही धोतर नेसून आणि गांधी टोपी घालून अमेरिकन टीव्हीवर दिसावं असा आग्रह मीही धरणार नाही. पण सोव्हिएट युनियनमधल्या नाट्यपूर्ण बदलांवर विद्वत्तापूर्ण भाष्य करत असताना, 'अरे ही तर साडी नेसलेली भारतीय स्त्री दिसतेय! ही काय रशियातल्या घडामोडींवर भाष्य करणार?' असं म्हणणाऱ्या अमेरिकन प्रेक्षकांकडून उगीच शिंतोडे कशाला उडवून घेऊ मी स्वत:वर?'

मी इतरांपेक्षा वेगळी आहे. आनंदी आहे कारण मी माझ्या भोवतालाशी, आजूबाजूच्या व्यक्तींशी आणि वातावरणाशी जुळवून घेतलं आहे. सतत बारा महिने तळपणारा भारतीय सूर्य आता मी मागे टाकला आहे. 'शीऽ काय हा इथला बर्फाळ हिवाळा!' अशा तक्रारीही फारशा करत नाही. ब्रॉडवेवर डॉगवूडची फुलं कधी फुलणार याची मी आताशा वाट पाहू लागले आहे. माझ्या लहानपणी अनुभवलेला ताजंतवानं करून सोडणारा आंब्याच्या मोहराचा घमघमणारा वास त्यांना नाही, हे माहीत असूनसुद्धा! क्रिकेटचा खेळ पाहत पाहतच मी लहानाची मोठी झाले. अमेरिकन फुटबॉलचा तो धांगडधिंगा, रांगडेपणा मला सहनसुद्धा होत नाही. भारतीय संगीतातले आनंदस्वर कायमचे मागे ठेवून आले, पण इथे आल्यावर मोझार्ट, वर्डी आणि वॅगनर यांना आनंदाने कवटाळलं! इथे आलेल्या कोणत्या स्थलांतरित समूहाशी मी माझ्यात झालेले आंतरिक बदल आणि मी बाह्यत: केलेल्या तडजोडी यांची तुलना करू? माझ्या या प्रवासाचं वर्णन मी रहाटगाडगं किंवा रोलर-कोस्टरचा खेळ असं करणार नाही कारण खूप घाबरत, आरडाओरडा करत सर्वांनी मिळून करायचं धाडस असं त्याचं स्वरूप असतं. याउलट माझं हे शांत, संथ, कळत नकळत झालेलं वैयक्तिक स्थित्यंतर होतं... चेकॉव्ह म्हणतो तसं... गुलामातून माणूस तयार होण्याचं! आता मी एक वेगळी व्यक्ती झाले आहे. स्वयंशासित आणि स्वतंत्र. मला आता आंतरिक स्वातंत्र्य मिळालं आहे. ते स्वयंसिद्ध आहे आणि शिस्तबद्धही. माझ्या अमेरिकेतल्या या शेवटच्या दिवसांमध्ये, जीवनातले टक्केटोणपे, उलथापालथ यांचा विनम्र आणि परिपक्व स्वीकार करण्याचा अनुभव मी घेते आहे.

अनेक वर्षांपर्यंत या अमेरिकेत मी कोणत्या समूहाबरोबर जाऊ? कोणत्या स्थलांतरित समूहाशी मी स्वत:ला जोडून घेतलं पाहिजे? मला कुठे सुरक्षित

वाटेल? या प्रश्नांनी मला ग्रासलेलं नव्हतं. पण जॉर्ज डब्ल्यू. बुशचं प्रशासन आलं आणि अमेरिका माझ्या कल्पनेपलीकडे बदलली. इतकी की, मी स्वत:ला विचारू लागले, 'कुठे येऊन राहिलेय मी?' इराक आणि अफगाणिस्तानमधले वाढवलेले संघर्ष, त्यासाठी अमेरिकन तरुणांची जीवितहानी, अबू घ्राएब प्रकरण, ग्वांटानामोमधल्या स्थानबद्धांच्या कायदेशीर हक्कांवर गदा आणणं या सगळ्यांमुळे मी फार अस्वस्थ होऊन गेले. मला खूपच एकटं आणि कुठेतरी येऊन पडल्यासारखं वाटायला लागलं. मी धार्मिक पुनरुज्जीवनावरची जोशपूर्ण प्रवचनं नाहीतर उत्क्रांतीवादाविरुद्ध निर्मितीवाद यांच्यावरच्या कर्कश चर्चा टीव्हीवर पाहू लागले.

ज्या देशाची स्थापना करताना, इथल्या मूळ नेत्यांनी, हा ख्रिश्चन देश आहे असं म्हणणं हेतुपुरस्सर टाळलं, त्या प्रजासत्ताकाला आता काय झालं होतं? १९९२ साली जेव्हा नागरिकत्वासाठी मी परीक्षा दिली, तेव्हा राज्यघटनेचा अभ्यास केला होता. सुरुवातीला तेरा ख्रिश्चन वसाहतींमध्ये मतभेद, त्यावरून छळ करणं असे प्रकार झाले होते. तरीसुद्धा अमेरिका हे राष्ट्र, ख्रिश्चन राष्ट्र म्हणून स्थापन करण्यात आलं नाही आणि निधर्मी राष्ट्र म्हणूनही नाही. संस्थापक सगळे वेगवेगळ्या धर्मपंथांचे होते. सगळेच देवाला मानत होते पण त्यांना देशाला ख्रिश्चन देश अशी ओळख निर्माण करायची नव्हती. धर्म वाढवायचा असेल तर तो आपोआप वाढू द्यावा, त्यासाठी तो त्यांच्यावर राज्यकर्त्यांनी 'वरून' लादणं योग्य नाही, अशी त्यांची धारणा होती.

पायरपाँट मॉर्गन लायब्ररीमध्ये एकदा, युरोपियन वित्त साहाय्यकांच्या संघाने रात्रीचं जेवण आयोजित केलं होतं. त्या वेळेला 'परमेश्वराच्या आधिपत्याखालचा एक देश' यावर माझं चांगलं विचारमंथन झालं. त्याचं असं झालं की, माझ्या शेजारी बसलेला माणूस मला म्हणाला, ''अमेरिकेने तिचा युरोपियन वारसा गमावला आहे, असं वाटत नाही?''

''म्हणजे काय म्हणायचंय तुम्हाला?'' मी विचारलं.

''बघा ना! पूर्वीपेक्षा न्यू यॉर्क शहर किती वेगळं वाटतं आता!''

हे ऐकून मी वैतागले आणि तसं दर्शवलं त्याला. ''म्हणजे कसं म्हणता? न्यू यॉर्क शहर नॉन-युरोपियन होत चाललंय की त्यातलं ख्रिश्चनत्व नाहीसं होत चाललंय? पण अमेरिका हा देश काही ख्रिश्चन राष्ट्र म्हणून जन्माला आलेला नाही!'' मी ठणकावलं.

मग मला शांत करण्यासाठी म्हणतो कसा, ''म्हणजे तुमच्याबद्दल नाही हो म्हणत मी, तुम्ही वेगळ्या आहात.''

''नाही नाही. मी काही वेगळी वगैरे नाही. जे माझ्यासारखे दिसतात ना, त्या सगळ्यांच्या सारखंच मलाही वाटतं की, मी अमेरिकन आहे म्हणून.'' अजिबात

माझं कुटुंब

वडील

आई

काकी : वडिलांच्या भावाची विधवा पत्नी

हंसा : धाकटी बहीण

दिनकर : मोठा भाऊ; **कुसुम :** दिनकरची पत्नी; **जनक :** दिनकरचा मुलगा; **पल्लवी :** दिनकरची मुलगी

सविता : मोठी बहीण; **परमानंद :** सविताचा पती; **मनोज** आणि **सुकुमार :** सविता आणि परमानंदचे मुलगे

जगदीश : पती

अनुराधा : मुलगी

❖